கையறு

(நாவல்)

கோ. புண்ணியவான்

Their accuracy or veracity contained herein were reported to be true as one date of publication by the author to the publishers of the book, and the publisher is not in any way liable for their accuracy or veracity.

கையறு (நாவல்)

கோ.புண்ணியவான்

முதல் பதிப்பு : டிசம்பர் 2020

வெளியீடு : புண்ணியவான் பதிப்பகம்

3203, Lorong 9, Taman Ria, 08000 Sungai Petani, Kedah, Malaysia

Email: ko.punniavan@gmail.com

http://kopunniavan.blogspot.com

தொடர்புக்கு : 0195584905

இந்திய விற்பனை உரிமை : பி பார் புக்ஸ்

Kaiyaru (Novel)

Ko.punniavan

First edition : December 2020

Published by : PUNNIAVAN GOVINDASAMY

Contact : 0195584905

Email: ko.punniavan@gmail.com

Designed by : Gopu Rasuvel

Pages : 336

Price : ₹ 400/- , மலேசியா : Rm 50.00 , சிங்கபூர் : S$ 20

ISBN : 9789671349427

என் பேத்தி
நவீனாவுக்கு

கோ.புண்ணியவான்

மலேசியாவில் நவீன இலக்கியம் ஓர் அலையாக எழுந்தபோது அதன் தொடக்ககால எழுத்தாளர்களில் ஒருவராக கருதப்படுபவர் கோ.புண்ணியவான். நான்கு சிறுகதைத் தொகுப்புகள். இரண்டு நாவல்கள், ஒரு கட்டுரைத் தொகுப்பு, ஒரு கவிதை நூல், இரு சிறுவர் நாவல்கள் எழுதி நாற்பது ஆண்டுகளுக்கு மேல் இடைவிடாது செயல்படுபவர். கொத்தடிமை வாழ்வில் சிக்கி பின்னர் மீட்கப்பட்ட ஒரு சமூகத்தைப் பற்றிய நாவலான 'செலாஞ்சார் அம்பாட்' தொடர்ந்து மூன்று விருதுகள் வென்றன. அடித்தட்டு மக்கள் வாழ்வினைப் பிரதிபலித்த சில சிறுகதைகள், கவிதைகள் இன்றைக்கும் இலக்கிய விமர்சகர்களால் பேசப்பட்டு வருகின்றன. மரபான மானுட நுகர் வாழ்விலிருந்து விடுபட்டு, புனைவுக் கலையின் உன்னதங்களைத் தரிசித்து வாழ்வின் முழுமையை அடைய விரும்பும் ஓர் ரசனையாளன் இவர்.

காலம் கவிழ்த்த கோரத்தாண்டவம்

சமீப காலங்களில் மலேசிய நாவல் உலகில் நம்பிக்கை தரும் மாற்றங்கள் நிகழ்ந்து கொண்டிருக்கின்றன. அ.ரங்கசாமியின் நினைவுச்சின்னம், சை. பீர்முகம்மதுவின் அக்கினி வளையங்கள் இரண்டும் முக்கியமான வரவுகள். இரண்டாம் உலகப்போர்ச் சூழலில் மலேசியத் தமிழர்கள் எதிர்கொண்ட நெருக்கடிகள், சிதைவுகள், அர்ப்பணிப்பு மிக்க செயல்பாடுகள், ஏமாற்றங்கள் என ஒரு பெரும் சித்திரத்தை அ.ரங்கசாமியின் நினைவுச்சின்னம் நாவல் காட்டுகிறது. அவரது மற்றொரு நாவலான இமயத் தியாகம், நேதாஜியின் இந்திய தேசிய இராணுவத்துடனும் இணைந்து தமிழர்கள் ஆற்றிய அளப்பரிய பணியை ஆவணமாக்கியிருப்பதைச் சொல்ல வேண்டும்.

இரண்டாம் உலகப் போருக்குப் பின்னான மலேசிய தேசிய உணர்வு மேலோங்கி இருப்பது அறுபதுகளின் காலத்தில் கம்னியூச இயக்கச் செயல்பாடுகள் தீவிரம் பெற்றன. இதில் தமிழர்கள் இணைந்தும் ஒதுங்கியும் விலகியும் நின்ற தடத்தின் ஊடே ஒரு விடுதலையின் எழுச்சி எழுந்து வீழ்ந்துபட்ட சித்திரத்தை 'அக்கினி வளையங்கள்' நாவல் விவரிக்கிறது. சீ.முத்துசாமியின் 'மலைக்காடு' நாவலின் தமிழர்களின் உயர்விற்குப் பாடுபட்ட கணபதி போன்ற தலைவர்களின் தியாகங்கள் புனைவுகொள்ளாமல் தரவுகளாகத் தரப்பட்டுள்ளன. இந்நாவலில் கம்னியூசப் போராளக் குழுக்களில் தமிழ் இளைஞர்கள் சேர நேர்ந்த நிர்பந்தங்கள் பற்றிய தரவும் புனைவுமான சிறிய பகுதி காட்டப்படுகிறது.

அ.ரங்கசாமியின் நாவலில் வரலாற்றுத் தகவல்கள், புனைவின்வழி ஆவணங்களாக மாறியிருக்கின்றன. 'அக்கினி வளையங்கள்' நாவலில் தரவுகள் புனைவின் சாத்தியப்பாட்டுகளுக்குப் பேருதவி புரிந்திருக்கின்றன. சை.பீர் முகம்மது புனைவின் சாத்தியங்களான அக்கால வாழ்க்கையை விசாரணைக்கு உட்படுத்தியிருக்கிறார். ஆர்.சண்முகம் அவர்களின் 'சயாம் மரண இரயில்' இரண்டாம் உலகப்போர் காலகட்டத்தில் இரயில் பாதை போடச்சென்ற தமிழர்களை ஒரு வரலாற்றுச் சாக்காக வைத்துக்கொண்டு காதலையும் கொலையையும் கலந்துகட்டி நிலத்தில் கால்பாவாத ஜனரஞ்சக இரசனைக்கேற்ப 'ரொமேண்டிக்' நாவலைத் தந்தார்.

மலேசிய வரலாற்றில் டாலரின் மதிப்பிழந்து 1967 சூழலில் நடந்த கலவரத்தை மையமாகக் கொண்டு எழுதப்பட்ட பாண்டியனின் 'ரிங்கிட்', ஹின்ட்ராஃப் எழுச்சிக்குப்பின் இருந்த தமிழர்கள் பந்தாடப்பட்ட வாழ்வை அடிப்படையாகக் கொண்டு செல்வன் காசிலிங்கம் எழுதிய

'மிச்சமிருப்பவர்கள்' குறுநாவல் வரலாற்றின் தருணங்களைச் சொல்கின்றன. ம.நவீனின் 'பேய்ச்சி' நாவல் தனித்த வகையானது.

பா.சிங்காரத்தின் 'புயலிலே ஒரு தோணி' தமிழர்கள் வாழ்வின் சாரங்களையும், ஒரு கால வரலாற்றின் சாற்றினையும் உறிஞ்சிக்கொண்டு புனைவில் நிகழ்த்தியிருக்கும் மகத்தான சாதனை தனியே உயரத்தில் நிற்கிறது.

இந்த வகையில் ஒரே சமயத்தில் இந்திரஜித்தும் (சிங்கப்பூர்), கோ. புண்ணியவானும் சயாம் இரயில் பாதை அமைக்கும் பணியில் தமிழர்கள் எதிர்கொண்ட துயரங்களை நாவலின் களமாகக் கொண்டு எழுதியிருக்கின்றனர். களம் ஒன்றே என்றாலும் இருவர் காட்டும் மனிதர்களின் குணங்கள் வேறாக இருக்கின்றன. இருவரின் பார்வையும் எழுத்துப்பாணியும் வேறாக இருக்கின்றன. இருவரும் பிரதானமாகச் சிறுகதையாளர்கள். அதன் தன்மை நாவலில் மேலோங்கியும் விடுகின்றன. புண்ணியவான் கூடுதலான விதத்தில் வாழ்வை ஆழ அகலத்தோடு தந்திருக்கிறார்.

புண்ணியவானின் 'கையறு' நாவல் இரண்டாம் உலகப்போரில் ஜப்பானிய படைகளின் மலேசிய நுழைவு தமிழர் வாழ்வில் ஏற்படுத்திய இரண்டு விதமான சிதைவுகளைப் பெரிய சித்திரங்களாகக் காட்டுகின்றன. ஒன்று, தோட்டக் காடுகளில் ஜப்பான் இராணுவம் ஏற்படுத்திய தாக்குதல்கள். மற்றொன்று சயாமிலிருந்து பர்மாவிற்கு இரயில் பாதை போட ஆசைகாட்டியும் ஏமாற்றியும் பிடித்து ஏற்றிச்செல்லப்பட்ட தமிழர்கள் பட்ட பெரும் பாடுகள், அவமானங்கள், துன்பங்கள் நாவலில் பேசப்படுகின்றன.

வரலாற்றின் தரவுகளை நாவலாகத் தரும் பாணியிலிருந்து முற்றாக விலகி மலேசியத் தமிழர்களின் மேல் விழுந்த காலத்தின் அலங்கோலத்தைப் புனைவின்வழி விரித்துக் காட்டுகிறார். காலத்தின் சாரமும் மானுட வாழ்வின் கோரமுகங்களும் வரலாற்றின் சந்தர்ப்பத்தில் என்னவாக வெளிப்பட்டன என்பதைக் 'கையறு' நாவல் காட்டுகிறது.

புண்ணியவான், என்னென்ன விதங்களில் தமிழர் குடும்பங்கள் பாதிப்புக்குள்ளாயின, பாதுகாப்பற்ற நிலையில் எதிர்வினையாற்ற முடியாத, கேள்வி கேட்க முடியாத நியாய தர்மங்களுக்கு இடமில்லாத அபலைகளாகப் பெண்கள் நிற்க வேண்டிய இக்கட்டானச் சூழலை அசலாகத் தந்திருக்கிறார். போர்ச்சூழல் தனித்த பண்பாடு கொண்ட தமிழ்ச்சமூகத்தைப், பல்லினச் சமூகம் வாழும் இடத்தில் தலைகீழாகப் புரட்டிப்போட்டுச் சிதறடித்தப் புள்ளிகளைத் தேர்ந்தெடுத்துச் சொல்லுகிறார். அதனாலேயே இந்நாவலில் சம்பவங்களின் செறிவுகள் நன்றாகக் கூடி வந்திருக்கின்றன. சிறுகதையாளனின் பலமான பார்வை நாவலுக்குச் சிலசமயம் இறுக்கத்தைத் தருகின்றன. கலங்கடிக்கப்பட்ட காலத்தின் மாதிரி வடிவம் புண்ணியவானின் கையறு நாவல்.

என்னென்ன விதமாய் தாக்குதலுக்கு உள்ளானார்கள் என்பதற்கான புனைவுவெளியைச் சரியாகப் பயன்படுத்தியிருக்கிறார். இந்தப் புனைவு

நாவலுக்கு நிஜத்தன்மையை உண்டாக்குகிறது. நிகழ்வின் சுதியில் நாவலில் புனைவுவெளி விரிவதால் நம்மை அந்த உலகத்தோடு இரத்தமும் சதையுமாக ஒன்ற வைக்கிறது. வரலாற்றுத் தடங்கள் தகவல்களாகத் தரவுகளாக இல்லாமல் வாழ்வாக மலர்ந்திருப்பதாலேயே படைப்பின் சாத்தியப்பாடு நாவலில் கூடி வந்திருக்கிறது. படைப்பாக்கத்திற்கும் ஆவணத்திற்குமான நுட்பமான வேறுபாட்டை உணர்ந்த படைப்பாளியாகப் புண்ணியவான் இருப்பதாலேயே கையறு நல்ல படைப்பாக நமக்குக் கிடைத்திருக்கிறது.

காலம் ஆடிய கோரத்தாண்டவம் என்பதில் நாவல் குவிந்திருக்கிறது. உலகம் முழுக்கத் தமிழர்கள் புலம் பெயர்ந்திருக்கிறார்கள். அவர்களுடன் பண்பாடும் புலம்பெயர்ந்து வந்திருக்கிறது. பண்பாடு அவர்களிடம் சுமையாக இல்லாமல் தங்கள் இனத்தின் அடையாளங்களாகத் தனித்துவமாக வாழும் ஓர் இனமாகக் காட்டியே நிலைகொண்டிருக்கிறது. இதில் சாதகமும் உண்டு; பாதகமும் உண்டு. பிற சமூகங்களுடன் ஒட்டி உறவாடாமல் தனித்திருக்க வைத்திருப்பதும் இந்தப் பண்பாடுதான். அதிகாரமிக்க, பலமிக்க படைகளால் அந்தப் பண்பாடு தாக்குதலுக்கு உள்ளாகும்போது தமிழரின் மனங்கள் கலங்குகிறது. அது அவர்களுக்குப் பெரும் வேதனையைத் தருகிறது.

அம்மன் வழிபாடு நடக்கிறது. உடுக்கை முழங்க, கத்திமேல் ஏறி நின்று பூசாரி அருள்வாக்கு வழங்க, சாமிக்குக் கிடா பலிகொடுக்க, பூக்குழித் தணலில் பெண்களின் பாதங்கள் மிதித்துக் கடக்க இரத்தத்தோடு கலந்த வழிபாடு நடக்கிறது. மலாயா மண்ணில் அதனை உணர்வோடு அரங்கேற்றுகின்றனர். ஆங்கிலேயத் தோட்டத் துரைமார்கள், துரைசாணிகள், குழந்தை குட்டிகள் அந்த வினோதத்தை வேடிக்கைப் பார்க்க வருகின்றனர். துரைமார்களுக்கு அனல் தாக்காமல் இருக்க கங்காணிகள் அடிமைச் சேவகம் செய்கின்றனர். வேட்டைப்புலியென ஜப்பான் படை நுழைந்திருப்பதை அறிந்ததும் தமிழர்களை நட்டாற்றில் விட்டுவிட்டுத் தப்பிக்கின்றனர். உயிருக்கு உயிராக நேசித்த கித்தா காடுகளுக்குத் தீயிட்டு அழிக்கின்றனர். உயிருக்கு உத்திரவாதம் இல்லாத நிலையிலும் இரப்பரின் பயனை ஜப்பான்காரன் அனுபவித்து விடக்கூடாது என்று ஆங்கிலேயர் தீவைத்து அழிக்க உத்தரவிடுகின்றனர். ஆங்கிலேயக் கைக்கூலிகளாக இருந்த கங்காணித் தமிழர்களும் அதற்குத் துணை போகின்றனர்.

சூழ்நிலை மாறிய கணத்திலேயே தமிழர்கள் கைவிடப்படுகின்றனர். நாடற்ற, பலமற்ற தமிழர்கள் நிர்கதியாக நிற்கின்றனர். இந்த நிர்கதியைப் பயன்படுத்திக் கொண்டு ஜப்பான் இராணுவம் தொடர்ந்து தொந்தரவு செய்கிறது. ஏதும் செய்ய முடியாத ஏதிலிகளாக நிற்கும் நிலைக்கு ஆளாகின்றனர். இரணங்களைச் சுமக்கும் காலம் தமிழர்களைக் கவ்வுகிறது.

ஹார்வார்ட் தோட்டம், பதினெட்டாம் கட்டை, தாத்தா கம்பம், பாலோ என்று இந்த மூன்று பக்கமான தோட்டக்காட்டுத் தமிழர்கள் சயாம்

இரயில்பாதை பணிக்குப் பிடித்துச் செல்லப்படுகின்றனர். பெரும்பாலான ஆண்கள் வெளியேற ஜப்பான் இராணுவம் தோட்டக்காட்டில் நுழைந்து பெண்களைத் தொந்தரவு செய்யத் தொடங்குகிறது. வெள்ளைக்காரனுக்குக் கைகட்டி சேவகம் செய்த தமிழக்கங்காணிகள் அதிகாரம் பெற்ற ஜப்பானியர்களுக்குக் கையாளாக மாறுகின்றனர். பெண்களைச் சீரழிக்க வருபவனுக்குத் துணை நிற்கின்றனர். காட்டிக் கொடுக்கின்றனர். கூட்டிக்கொடுக்க முனைகின்றனர். தமிழ் இனம், தமிழ் பண்பாடு என்பதெல்லாம் வெற்று வார்த்தைகளாகின்றன. சுயநலவாதிகளாகத் துரோகிகளாகத் தன்னைப் பாதுகாத்துக் கொள்பவர்களாக மாறும் இவர்களின் சல்லித்தனங்களை மாந்தர்களின் வழிகாட்டுகிறார்.

பூப்பெய்திய பிஞ்சுக்குழந்தையை எப்படி எப்படியெல்லாமோ பாதுகாக்க முயன்றும் இறுதியில் ஜப்பான்காரனால் நாசமாக்கப்படுகின்ற அவலமே நடந்தேறுகின்றது. இந்தப் பாலியல் வேட்கைக்குப் பயந்து பன்னிரண்டு வயது சிறுமியைப் பாதுகாப்பதாகக் கருதி அவசர அவசரமாகத் திருமண ஏற்பாடுகள் செய்கின்றனர். கணவன் இல்லாத இளம் பெண்களின் வீடுகள் திடீர் திடீரென்று தட்டப்படுகிறது. அடுத்தவரை அண்டி ஒளிந்துகொள்ள வேண்டியதாக இருக்கிறது. பெண்கள் தண்ணீர் எடுக்கும் தொட்டிகளில் ஜப்பானியர்கள் நிர்வாணக்குளியல் செய்கின்றனர். அவர்களின் வேட்டைக்குப் பயந்து பதுங்குகின்றனர்.

திரும்பி வராத கணவன்மார்கள் இறந்துவிட்டதாகச் சொல்லி உறவுவழி ஆண்கள் பாதுகாப்பு என்ற போர்வையில் பெண்களை ஏமாற்றித் தன்வசப்படுத்துகின்றனர். வறுமை, குழந்தைகளின் சின்னச்சின்ன ஆசைகளை நசுக்கி எறிகிறது. பிரியமான உணவைக் கேட்டுக் கெஞ்சுகின்றனர். பசி இவர்களைத் துரத்துகிறது. தோட்டக்காடுகளில் கிழங்குகளைத் திருடித்தின்று ருசியாறுகின்றனர். நல்ல அரிசி உணவிற்காக அக்குழந்தைகளின் தாய் மலாய் விவசாயியின் இச்சைக்கு இணங்கிப் போகிறாள்.

கணவன்மார்கள், தம்பிகள், அண்ணன்கள் இல்லாத தோட்டக்காடு வெறிச்சோடிக் கிடக்கிறது. வெள்ளைக்காரர்களின் பிடுங்கல்கள் போல உறவுக்காரர்களின், ஜப்பானியர்களின், கங்காணிகளின் தொந்தரவுகள் வந்து தாக்குகின்றன. சந்தர்ப்பம் வாய்த்தால் எந்த வக்கிரத்தையும் செய்யத் துணிகிறார்கள். அவரவர்களின் தந்திரங்களுக்குத் தோதான வகையில் நிறைவேற்றிக் கொள்கின்றனர்.

அரும்புமீசைப் பையன்கள் தப்பித்து ஓடிப்போகிறார்கள். கம்யூனிச இயக்க கொரில்லா படையில் சேரும் சூழல் உருவாகிறது. பார்வதியை நாசம் செய்த கங்காணியையும், ஜப்பான்காரனையும் வெகு ஜாக்கிரதையாக பதுங்கி இருந்து அடித்து நொறுக்கி காட்டில் எறிகின்றனர். இது ஒருவகையான எதிர்ப்பு. ஒரு நீதி. முடிந்தவரைக்குமான எதிர்ப்பு. சிதைக்கப்பட்டத் தோட்டக்காட்டில் இப்படியான தன்மான உணர்வும்

மிகச்சிறிதாக வெளிப்படுகிறது. ஜப்பான்காரன் மலேசியாவே தங்கள் கைகளுக்கு வந்துவிட்டது போல பள்ளியைத் திறக்கச் சொல்லி முழந்தைகளை ஜப்பான் தேசிய கீதத்தைப் பாடும்படி மிரட்டுகிறான். அதிகாரத் தோரணை அவனது ஆசைகளை வெளிப்படுத்துகிறது.

நல்லவர்களும் கெட்டவர்களுமான மனிதர்கள் பல்வேறு குணங்களைச் சொல்லாமல் காட்டுகிறார். அவர்களின் செயல்பாடுகளைத் துல்லியத்தோடு நிதானமாக விவரிக்கிறார். புண்ணியவான் எந்த இடத்திலும் இந்த மாந்தர்களுக்குள் புகுந்து பேசவில்லை. அவர்களின் இயல்புகளைப், பதட்டங்களை, காருண்யத்தைத், தந்திரங்களை, பசியை, காமத்தை மிகையில்லாமல் நிஜமான அவர்களின் குரலில் நிஜமான ஆகிருதிகளை உருவாக்கிக் காட்டியிருப்பதில் ஓர் எளிமையும், தான் என்ற எழுத்தாளத் தோரணையை ஒதுக்கி வைத்து மாந்தர்களின் பாடுகளைச் சொல்வதிலேயே முனைந்திருக்கும் (விலகி நின்று) எழுதும் எழுத்துப்பணியும் இந்த நாவலின் படைப்பு ரீதியான பலம். இதனாலேயே, பல மாந்தர்களின் செயல்கள் அப்படி அப்படியே வாசகர்களின் நெஞ்சில் நிற்கின்றன. இந்த வாசக நெருக்கம் நன்றாகவே கூடி வந்திருக்கிறது.

நாவலில் உருவாகியிருக்கும் தோட்டக்காட்டுப் பின்னணியில் புறச்சித்திரங்கள் மொழியில் துல்லியத்தோடு காட்சிப்படுத்தப்பட்டுள்ளன. காணும் காட்சிகள் மனதில் உருவாக்கும் புதிய வடிவை நுட்பமாக வெளிப்படுத்தி இருக்கிறார். அடர்த்தியான புறப்பின்னணி கொண்டதில்லை என்றாலும் போதுமான அளவு அழகாகக் கூடி வந்திருக்கின்றன.

ஜப்பான்காரனுக்குப் பயந்து தூக்கிட்டுக்கொள்ள முயலும் மைக்கெல் துரையைக் காப்பாற்றும் பேச்சாயி, தக்கிடோவிடமிருந்து பார்வதியைக் காப்பாற்ற தாத்தா செய்யும் ஏற்பாடுகள், தொடர்ந்து துப்புத்தேடி அலையும் சிவதாசின் கள்ளத்தனங்கள், பார்வதியைப் பாதுகாக்க முடியாமல் பறிகொடுக்கிற மலாய்க் குடும்பத்தாரின் கையறு நிலை, தக்கிடோவைக் கொலை செய்ததாக அப்பாவிச் சீன முதியவர்களைக் கொலை செய்யும் அடாவடித்தனங்கள், ஜப்பான்காரனுக்குத் தெரியாமல் இராசாத்திக்குச் செய்யும் மூப்புச்சடங்கு, சாக்கன் இறந்ததாகக் கூறி செவத்தியின் மனதை மெல்ல மெல்லக் கரைத்துத் தன் தந்திரத்தால் சேது வீழ்த்தும் சாகசம் என ஒவ்வொரு பகுதியும் நெருக்கடி மிக்கக் காலத்திலும் அதற்குரிய நிதானத்துடனும் இடம்விட்டு இடம் நகர்வதில் ஏற்படும் படபடப்பும் புதிய இடச்சூழலும் மாட்டிக்கொண்ட பின் ஏற்படும் திகைப்பும் நிர்கதியும் அசலாக உருவாகியிருக்கின்றன. நிகழ்வுகளும் சரி, அந்த நிகழ்வின் ஆதாரமாக நிற்கின்ற மாந்தர்கள் தங்கள் காரியம் பொருட்டு கையாளும் அணுகுமுறைகளும் சரி வெகு இயல்புடன் உருவாகியிருக்கின்றன. காலம் தந்த பதைபதைப்பு மனிதர்களை இயக்குவதோடு மனிதர்கள் தங்களுக்குத் தோன்றும் யோசனையின்படியோ சூழல் இழுக்கும் வழியிலோ சென்று சேர்கின்றனர். சொல்லப்போனால் பெண்கள் வீழ்ந்துவிடும் துயரத்தைச்

9

சூழல் எவ்விதமெல்லாம் நிகழ்த்தியது என்பதை ஆர்ப்பாட்டம் இல்லாமல் காட்டுகிறார்.

மருது, தெரேசா, தாத்தா, 'பேசாம இரு' 'பேசாம இரு' என்று சொல்லும் இராணியின் அம்மா, செவத்தி, எஜமான விசுவாசத்தோடு காப்பாற்றும் ஆராயி, தொடர்ந்து மோப்பம் பிடித்துச் சுற்றும் சிவதாஸ் கங்காணி என இந்த மனிதர்கள் மிக நன்றாக உருவாகி இருக்கிறார்கள்.

பாச்சோக் கடற்கரைக்கு ஜப்பான் படை வருவதும், சயாமில் இரயில் பாதை போட அதிக சம்பளம் தருவதாக ஆட்களை ஏமாற்றி இழுப்பதும், திடகாத்திரமான இளைஞர்களைக் குறிவைத்து ஏமாற்றி பிடித்து ஏற்றுவதாகக் களேபரங்கள் நடக்கின்றன. கங்காணிகள் தங்களைப் பாதுகாத்துக் கொள்ள ஒவ்வொரு தோட்டக்காட்டு லயத்தையும் காட்டிக்கொடுத்து ஆட்களைச் சிக்க வைக்கின்றனர். ஹார்வார்ட் தோட்டத்திலிருந்தும் பதினெட்டாம் கட்டை தோட்டத்திலிருந்தும் ஆட்கள் பிடிபடுகின்றனர். ஓரிரு வாரத்திற்கு முன்னதாகத் திருமணமான இளைஞர்கள் சிக்கிக் கொள்கின்றனர். அதுவரை தங்களை ஆண்ட வெள்ளைக்காரர்களோ கொஞ்சம் அதிகாரத்தோடு இருந்து கங்காணிகளாலோ தமிழர்களின் தெய்வங்களாலோ அருகில் இருக்கும் சீனர்களாலோ மலாய்க்காரர்களாலோ தடுத்து நிறுத்த முடியாத பலமற்றவர்களாகத்தான் இருக்கின்றனர். இதையெல்லாம் மீறி மீசை அரும்பும் மகனைத் (கன்னியப்பன்) தப்பிக்க வைக்கிறாள் தாய். அவனைக் கொரில்லா வீரனாகச் சூழல் மாற்றி அனுப்புகிறது. நாஜிகளின் வதை முகாமில் சிக்கிய யூதர்களைப் போலத் தமிழர்கள் மனைவி மக்களைப் பிரிந்து சயாம் இரயில் பணித்திட்டத்தில் மாட்டிக் கொள்கின்றார்கள்.

பதினெட்டாம் கட்டை தோட்டக்காட்டில் மாட்டிக் கொண்டவர்கள் இடைசாதியினராகவும் ஹார்வார்ட் தோட்டத்தில் மாட்டிக் கொண்டவர்கள் தலித் மக்களாகவும் கொள்ள இடமிருக்கிறது. இந்தத் தமிழர்கள் வாங்கும் அடிகள் உதைகள் நோய்கள் எல்லாம் ஒன்றேயானவை. வேற்றுமை இதில் இல்லை. மயில்வாகனம், சேவு, கருக்கான், சதாசிவம், சந்நாசி, சுள்ளாண்டி, பக்கிரி, தேனப்பன், பீட்டர், ஜோசப், அக்கினீஸ், சிங்கப்பூர் புரட்சிக்காரர் டேன் சூன் செங், ஆங்கிலேயர், இவர்கள் ஒவ்வொருவரும் பெற்ற மோசமான அனுபவங்கள் நிகழ்வுகளாகின்றன. மூன்று முகாம்களுக்குப் பிரித்து அனுப்பப்பட்டு வதைபடுகின்றனர். தக்கின், சிம்போங், (மறுபடி) மெய் குவாங் முகாம்களில் இவர்கள் பட்ட அடிகள், பெற்ற நோய்கள், வேலையின் அழுத்தங்கள், சாவில் நிகழ்ந்த மனப்பிறழ்வுகள், பெண் பிள்ளைகள் என்ன ஆனார்களோ என்று தவிக்கும் தரப்புகள், ஏதாவது பதிலடி தர வேண்டும் என்ற வெற்றுக் கொதிப்புகள், விடுதலை எழுச்சியின் ஒளிக்கீற்றுகள், அடித்தே கொல்லப்பட்ட மரணங்கள், எரித்துக் கொல்லப்பட்ட நோயாளிகள், தப்பிக்க நினைப்பவர்களுக்கு விழும் மூக்குடைப்புக்கள், மடிவுவாடை அடிக்கும் ஒவ்வாத உணவுகள், கொசுக்கடிகள், இடைவிடாத

வேலைச்சுமைகள் வயிற்றுப்போக்குகள், காலரா உண்டாக்கிய மரணங்கள், சந்தேகத்தின் பேரில் வாங்கும் அடிகள் என தமிழர்கள் பட்டத் துயரங்களை முகாம்களின் வழியே காட்டுகிறார். அதில் வெள்ளைக்காரர்களும் சீனர்களும் உண்டு. அதிகமும் இவர்கள் அரசியல் கைதிகளாக வதைபடும் நிலையைத் தொட்டுக்காட்டி இருக்கிறார்.

காஞ்சனாபுரி வரை இரயிலில் சென்றவர்களை இறக்கியதும் அடுத்து மிகநீண்ட கால்நடை பயணத்திற்கு ஆசனவாயிலில் மருந்து திணித்துத் தயார் செய்கிறார்கள். இயற்கை உபாதைகள் வராமலிருக்க இரண்டு நாள் மூன்று நாள் வெளிக்குப் போகாமல் அவதிபடுகின்றனர். அதைப்பற்றி இரகசியமாகப் பேசிக்கொள்கின்றனர். ஆசனவாயில் மருந்து திணித்ததன் காரணத்தைப் பின்னால் புரிந்து கொள்கின்றனர். அலுப்பும் உடல்நோவும் நடையைத் தளர்த்துகிறது. தயங்கி நடப்பவர்களுக்கு அடி விழுகிறது. எங்கும் ஜப்பான்காரன் சைக்கிளில் லத்தியோடுப் பின்தொடர்கிறான். மலம் கழிக்காததால் வயிற்றைச் சீர்கேடாக்குகிறது. வாந்தி எடுக்கின்றனர். தாகத்திற்கு நீர் தராமல் மிரட்டி நடத்திக்கொண்டே இருக்கின்றனர். என்ன கொடூர தாக்குதல் விழுந்தாலும் அதையும் மீறி தாகத்தைத் தணிக்க தேங்கி இருக்கும் நீரைப் பருகுகின்றனர். அவசர அவசரமாக வெளிக்கு இருந்துவிட்டு ஓடி வந்து வரிசையில் சேர்கின்றனர். சுள்ளாண்டி என்ற மாந்தனை வைத்து இந்த வழிநடை அனுபவத்தைக் காட்டுகிறார். வயிற்றுப்போக்கு ஏற்பட்டு நடக்க முடியாமல் படுத்துவிட அவனைத் தூக்கிச் சுமந்து செல்லும் சுமையும அவர்கள் மேல் விழுகிறது. முகாமில் சேர்க்கப்பட்டு வேலை செய்ய முடியாமல் இறந்தும் போகிறான். இந்த மரணம் அவனது மனைவி குப்புச்சிக்குச் சென்று சேர்வதில்லை. ஒவ்வொரு மரணமும் இப்படித்தான் நிகழ்கிறது.

இப்படி ஒவ்வொரு மாந்தரையும் முன்னிறுத்திச் சயாமில் பெற்ற அனுபவங்களைச் சொல்கிறார். உண்ண முடியாத கருவாடு, எலிப்புழுக்கை கலந்த உணவு, கடுங்குளிரில் தற்காத்துக் கொள்ள காகிதத்தையோ பனைமட்டையையோ சுருட்டிப் பீடியாகச் சுருட்டாகப் புகையை இழுத்துக்கொள்ளத் தவிக்கும் தவிப்பு, அத்தாப்புக் கூரை வழியே கொட்டும் பனி, அட்டைக்கடிகள், அரிப்பு, என நாள்தோறும் அவதிக்கு உள்ளாகின்றனர்.

ஜோசப்புடன் வந்த அவனது மனைவி அக்கினீஸ் ஜப்பானியரிடம் அடி வாங்கிக் கர்ப்பிணியாகவே இறந்து போகிறாள். உடல்நலமின்றி வேலை செய்யும் சாக்கனுக்கு மூங்கில் தப்பை அடி விழுகிறது. விஷக்காய்ச்சல் கண்டு சாவின் தருவாயில் இருக்கும் சேவுவை உயிரோடுப் புதைக்க வைக்கிறான். வெளிக்குப்போன இடத்தில் விஷநாகம் கடித்து உடல் வீங்கிச் சாகிறான் சங்கிலி. அக்கினீஸின் கணவன் மனப்பிறழ்விற்கு ஆளாகி புதைமேட்டில் அலைகிறான். சிகிச்சைக்குப் போன வேலைய்யா ஒரு காலை இழந்து வருகிறார். 'பெரி பெரி' நோய்க்கும் விஷக்காய்ச்சலுக்கும் ஆளாகின்றனர். வேலை செய்ய முடியாமல் தடுமாறும் சாக்கனை மூங்கில்

தப்பையால் அடித்தே வேலை வாங்குகின்றனர். இத்தனை கொடூரங்கள் ஒருபுறம் நடக்க மாலை வேளைகளில் ஜப்பானியர்கள் மது அருந்தி சயாமிய பெண்களுடன் இரவெல்லாம் கொட்டகையில் கொட்டம் அடிக்கின்றனர்.

நோய்வாய்ப்பட்ட சதாசிவம் சிகிச்சை முகாமில் மாட்டிக்கொள்கிறான். எழுந்து நகர முடியாத நோயாளிகள் குப்பையாகக் கிடக்கின்றனர். புண் நாற்றம் வீசுகிறது. ஒவ்வொரு நாளும் மரணம் நிகழ்கின்றது. சரியான மருத்துவரும் மருந்தும் இல்லாமல் அழுகிக்கிடக்கின்றனர். ஜப்பானியப் படையிடம் அரசியல் கைதியாகச் சிக்கிய சிங்கப்பூர் தேன் சூன் கெங் புரட்சிக்காரரை சிகிச்சைக் கூடாரத்தைத் தீயிட்டு எரிக்கும்படி நெருக்குகிறான். மானுட விடுதலையின் மனிதாபிமானி, லட்சியவாதி முதலில் மறுத்தாலும் தண்டனைக்குப் பயந்து நெருப்பிடும் சதிக்கு ஆளாகிறார். இவையெல்லாம் மாந்தர்களின் அனுபவத்தின் வழியாகக் காட்டுகிறார்.

சாக்கன் நோயிலிருந்து மீண்டாலும் தோட்டக்காட்டில் இறந்ததாகச் செய்தி பரவ செவத்தியை மருது வளைத்துப் போடுகிறான். தீயில் சதாசிவம் எரிந்து போயிருக்கலாம் என்ற செய்தி தெய்வானைக்குத் தாலியிறக்கும் சடங்கு முறையாக நடந்தேறுகிறது. நேதாஜியின் புகைப்படத்தை லயத்து வீடுகளில் மாட்டி ஜப்பான்காரனிடமிருந்து தப்பிக்கப் பார்க்கின்றனர். சயாம் இரயில் பாதையைப் பார்வையிட வந்த நேதாஜி பாட்டாளிகளிடம் சின்ன விசாரிப்பு கூட இல்லாமல் கடந்துபோய் விடுகிறார். குரலற்றத் தமிழர்கள் பகடைக்காய்களாக உருட்டப்படுகின்றனர். வாழ்வின் முரண்களை உணர்ந்து கொள்ளும் விதமாக நாவல் முழுக்க விரவியிருக்கின்றது. ஒருபக்கம் நம்பிக்கை இன்னொரு பக்கம் நம்பிக்கை சிதறடிக்கப்படும் காட்சிகள். இவற்றைக்கூடப் புண்ணியவான் எதிர் எதிராக வைக்கவில்லை. வாசகன் கொண்டுகூட்டி பார்த்துக்கொள்ளும்படியான எழுத்தாக்கமாக இருப்பதையும் சொல்ல வேண்டும். தோட்டக்காடு ஓர் உலகமாகவும் சயாமில் ஓர் உலகமாகவும் இயங்கிக் கொண்டிருப்பதைத்தான் காட்டுகிறார்.

ஹிரோஷிமா நாகாசாக்கி அணுகுண்டு வீச்சால் இரயில் பாதை பணி நிறைவு பெறுகிறது. அடித்தும் உதைத்தும் அதிகாரம் செய்துகொண்டிருந்த ஜப்பான் படை கமுக்கமாக யாருக்கும் தெரியப்படுத்தாமல் வெளியேறி விடுகிறது. தோட்டக்காட்டை நோக்கி நிம்மதியைத் தேடிப் புறப்படுகின்றனர். அதன் சீரழிவு தெரியாமலேயே நம்பிக்கையுடன் திரும்புகின்றனர். இங்கேயே செத்து மண்ணாகிப் போனது தெரியாமல் குப்புச்சி போன்றோர் கணவனுக்காக் காத்திருக்கின்றனர். மகளின் உண்மை நிலை தெரியாமல் சதாசிவம் பாசத்தை ஏந்திக்கொண்டு மகள் கனவோடு இரயில் ஏறுகிறார். இப்படி எத்தனையோ தலைகீழ் மாற்றங்கள் ஒருவருக்கு ஒருவர் தெரியாமலேயே காலம் நிகழ்த்தியிருப்பதை அறியாமல் காத்துக் கிடக்கின்றனர். இருவேறாகப் போன காலத்தின் சித்திரத்தை இந்நாவல் அமைதியான தொனியில் விரித்து வைத்திருக்கிறது.

உதைபடும் போதெல்லாம் இந்த ஜப்பான்காரர்களுக்குத் தக்க பதிலடி தர நினைக்கிறார்கள். முடியாமல் போகிறது. சேவு மரணத்தின் தருவாயில் கிடக்கிறான். அவனை உயிரோடு புதைக்கும்படி மிரட்டி நிர்ப்பந்தம் செய்கிறான். அந்த அதிகாரியின் கண்களைப் பக்கிரி இருகணம் நேருக்கு நேராக குருகுருவென பார்க்கிறான். அந்தப் பார்வையைப் பொருட்படுத்தாமல் அவர்களைத் தூக்கச்சொல்லி வேகப்படுத்துகிறான். அந்தப் பார்வை ஜப்பான்காரனுக்கு கொந்தளிப்பை உண்டாக்குகிறது. அந்தச் சம்பவத்தால் பக்கிரி மன உளைச்சலுக்கு ஆளாகி துணிச்சலாக ஒரு முடிவெடுக்கிறான். புண்ணியவான் இதையெல்லாம் நினைக்காமல்தான் எழுதுகிறார். இது, நாவலில் பொருத்தமாகக் கூடி அர்த்தப்பரிமாணம் கொள்கிறது.

ஒவ்வொருவரிடமும் ஒவ்வொரு விதமாக மானிட உணர்வுகள் வெளிப்படுகின்றன. சூழலுக்கும் சந்தர்ப்பத்திற்கும் ஏற்றபடி மனிதர்கள் தங்களை வெளிப்படுத்திக் கொள்கின்றனர். கொட்டகைக்கு நெருப்பிடும் தேன் சூன் செங்கை ஜப்பான் அதிகாரி நெருக்குகிறான். எந்தப் பாவமும் அறியாத நோயுற்ற பாட்டாளிகளைக் கொல்ல அவனது மனம் மறுக்கிறது. அவனது மறுப்பு அவனுக்கு ஆபத்தை தரும். மனித உணர்வின் அல்லாட்டத்தைச் சிறப்பாக வெளிப்படுத்திய பகுதி இது. வெள்ளைக்கார துரை ஒரு சுருட்டுக்காகச் சக பாட்டாளி தமிழனிடம் மன்றாடும்போது காலத்தின்முன் சாதாரண மனிதனாகிறான். ஆராயி தாத்தாவிடம் வெளிப்படுவது நெருக்கடியில் அல்ல. அந்த மனிதர்களிடம் இயல்பிலேயே படிந்திருக்கும் நல்லியல்பினால் உண்டானது. நல்ல மனிதர்களின் சின்னச்சின்ன நற்காரியங்கள் பயனற்றுப் போகின்றன. அவர்கள் ஏதும் செய்ய முடியாத நிலையில் நிற்கின்றனர். மோசமான சூழலைப் பயன்படுத்தி துரோகம் செய்யவும் விளைகின்றனர். விதவிதமான மானுட ஆட்டங்கள் காலத்தின் முன் நிகழ்கிறது. காலம் இந்நாவலின் மையமாக நின்று மனிதர்களைப் பந்தாடுகிறது.

கையறு நாவலில் ஓங்கி ஒலிப்பது துயரத்தின் குரல். காலம் தமிழர்களைக் கையறு நிலைக்குக் கொண்டு வந்து நிறுத்துகிறது. இந்தச் சிதறடிப்புக்கு ஆட்பட்டதன் காரணம் என்ன? தமிழர்கள் ஒன்றுசேர முடியாதபடி தோட்டக்காட்டின் தொடர்புகளற்று வீழ்ந்து கிடப்பது, நாடற்றவர்களாக இருப்பது, கேள்வி கேட்க முடியாத சிறுபான்மையினராக இருப்பது, அறியாமையில் இருப்பது, அடுத்தவர்கள் சொல்வதை நம்புவது. இதையெல்லாம் விட, தமிழர்களின் பரம்பரைச் சொத்தான வறுமையினால் தமிழ்நாட்டிலிருந்து வெளியேறியது. மலாயா மண்ணில் அவர்களின் மூலதனமான உழைப்பே அவர்களைச் சீரழிக்கிறது. நாடற்றவர்களை யார்யாரோ பயன்படுத்திக்கொண்டு தூக்கி எறிந்துவிட்டுச் செல்கின்றனர்.

இந்த அலைகழிப்பிற்குப் பொருள்தான் என்ன? யார் யாருக்கோ நடக்கும் உலகப்போர் சம்பந்தமற்ற மலாயா தமிழர்களை இழுத்துச் சிக்க வைக்கிறது. எத்தனையோ இழப்புக்கள். எத்தனையோ அவமானங்களுக்குப் பின்னும் அவர்கள் பெற்றது என்ன? வெறுமை. அந்த வெறுமையோடு மீண்டும் வாழ்க்கையை நோக்கித் திரும்புவதை நாவல் சொல்கிறது.

புண்ணியவான் முன்னால் தத்துவங்களைவிட வாழ்க்கையே முன் நிற்கிறது. நீண்ட சயாம் இரயில்பாதையின் அடியில் தமிழர்களின் சடலங்கள் புதைக்கப்பட்டிருக்கின்றன. எளிய பாட்டாளித் தமிழர்களின் நம்பிக்கையும் ஏமாற்றங்களும் அதன்மேல் படிந்திருக்கின்றன. இது தமிழர்களின் தியாகமோ அர்ப்பணிப்போ அல்ல. அவர்கள் பட்ட கொடுந்துயர வாழ்வு. அந்த வாழ்வை அழுத்தமாகச் சொல்லியிருக்கிறார் புண்ணியவான். பலிகடா ஆக்கப்பட்ட தமிழர்களின் ஆவி அத்தண்டவாளம் நெடுக மிதப்பதைச் சொல்லியிருக்கிறார். தமிழர்கள் கண்டது என்ன? வெறுங்கையோடு வந்து வெறுங்கையோடு போனதுதான். ஒன்றரையாண்டு பாடுபட்டுச் சேர்த்த ஜப்பானியரின் பணம் செல்லாமல் போகிறது. மீண்டும் ஆங்கிலேயன் ஆட்சிக்கு வரப்போகிறான். அப்போது தெரிந்துகொள்ள நியாயமில்லை. ஆனால், வாழ்ந்தாக வேண்டும். காயங்களோடும் கண்ணீரோடும் நம்பிக்கைகள் பொய்த்துப் போகப்போவதை ஏற்றாக வேண்டும். மலாயா தமிழர்கள் துயரம் நதியாக ஓடுகிறது. புண்ணியவான் ஓரிடத்தில் நிறுத்தி நமக்குக் காட்டியிருக்கிறார்; கையறு நாவல் வழியாக. மலேசிய நாவல் இலக்கியத்திற்கு செழுமை பெறும் நாவலாகத் தந்திருக்கிறார். பம்மாத்து இல்லாமல் உண்மையை நாடிய நாவல். நல்ல நாவல். தமிழுக்கும்தான்.

பக்கிரி முகாமிலிருந்து தப்பிச்செல்லும் பகுதி இந்நாவலின் சிறந்த பகுதிகளில் ஒன்று. அவனது பயம் காடு தரும் விநோத உருவங்கள், லட்சியம், நிலவு தரும் காட்சிகள், திக்கற்ற பயணம், நம்பிக்கை விடுதலை உணர்வு என எல்லாம் மாறிமாறி அவனை இயக்குவதைச் சிறப்பாக எழுதியிருக்கிறார்.

‘ஓடும் அவனுக்கு தன் நிழல் அச்சமூட்டியது, பின் ஓடஓட பழகிப்போனது. பின் தன் நிழலே தனக்கு உதவியாகப் பின்தொடர்ந்தது.’

‘மரங்கள் வளர்ந்து நீண்டு கிடந்த நிலத்திற்குப் பின்னால் மலைத்தொடர்களின் உச்சிகளும் பள்ளத்தாக்குகளும் நெளிந்தன’

‘ஒரு வில்லிலிருந்து ஒரே நேரத்தில் பாய்ச்சப்பட்ட அம்பென வனத்தை ஊடுறுத்துப் பாய்கிறது தண்டவாளம். அதன் முனையில் நிலவு மேகம் மறைந்து விளையாடும் வியாபகத்தைக் கடந்து ஒளிர்ந்தபடியே பயணிக்கிறது. நிலா, அது ஊர்ந்து செல்லும் வினோத பறவை.’

‘தண்டவாளத்தில் விழுந்து கிடப்பதாகத் தெரியும் சிறிதும் பெரிதுமான பாறைகள் ஒரு கணம் யானையும் கன்றுமாகத் தோன்றுகின்றன’.

பக்கிரியின் தனிமையான பயணத்திற்கும் உருவாகும் எண்ணத்திற்கும் புறச்சூழலுக்குமான தேர்ந்த மொழி உருவாகி நெருக்கம் கொள்ள வைக்கிறது.

புண்ணியவான் கூடுதல் குறை இல்லாமல் போதுமான அளவு மாந்தர்களின் கண்கள் வழி புறஉலகத்தை விவரணைப்படுத்தி வருகிறார். அதிலே துல்லியமான விவரணை இருக்கிறது. பூசாரி நீரில் மூழ்கி வருகிறார், இடுப்பு வேட்டி புட்டத்திலும் தொடையிலும் ஒட்டிக்கொண்டு சிற்சில

இடங்களில் சிறிதும் பெரிதுமான வெள்ளைக் கொப்புளங்களால் விம்மிக்கிடந்தன என்று எழுதி விட முடிகிறது.

‘கூத்தைப் பார்க்கத் தாமதமாக வருபவர்கள் கையில் மண்ணெண்ணெய் விளக்கை ஏந்தி வருகின்றனர்’. ‘பிளந்த விறகில் புழு’ இருப்பதைக் காண முடிகிறது .புண்ணியாவானின் புற உலக கவனிப்பு இப்படித் துல்லியமாக அமைந்து நாவலுக்கான கலையமைதியை நல்குகிறது.

ரயில் புகையின் நாட்டியத்தை ‘வாலைச் சுருட்டிச் சுருட்டி இரையைக் கொத்தப் பாய்வது போன்று புகை மேலேறி மறைந்தன’ என்று எழுதுகிறார். ‘அந்நியச் சூழல் உருவாக்கும் எண்ணத்தைப் புதிய ஊரில் நண்பர்கள் அருகில் இல்லாதபோது பெருங்கூட்டத்தில் இருப்பதுகூட தனிமையாக இருப்பதற்கு ஈடானது என்பதை உணர்த்தியது’ போன்ற தத்துவமும் அவர் எண்ணத்தில் உதிக்கிறது.

‘வெள்ளைக்காரன் கோவணத்துடன் வேலை செய்கிறான். மூங்கில் கழியால் அடி விழுகிறது. வெள்ளைக்காரர்களை வேலை வாங்குவதை விட அவர்களின் மானத்தை வாங்குவதுதான் தலையாய நோக்கமாக இருந்தது ஜப்பானியர்களுக்கு’. இப்படியான அவதானிப்புகள்.

காட்டை வெட்டி ஊடே தண்டவாளம் போடுகிறார்கள். ‘அடர்காட்டைத் திறந்து விட்டது போலத் தண்டவாளம் போடப்படும் பாதை வெ ் ‌‌। வெளியாகி நீண்டுகொணடே போகிறது. இருண்டு கிடந்த இடத்தில் ஒரு குறுகிய நிலப்பகுதி வெளிச்சமாகக் கிடக்கிறது’’. இவ்வாறு புதிய தோற்றத்தை கண்முன் கொண்டுவர முடிகிறது அவரால்.

தொடர்ந்து, உடன் வேலைசெய்த நண்பர்கள் நோயால் இறக்கின்றனர். ‘பொழப்பத் தேடி வந்தோமுன்னு நெனச்சோம், சாவத்தேடி வந்திருக்கோம்’ என்று அனுபவம் தரும் எளிய வெளிப்பாடு நாவலை இந்த அவதானிப்புகள், விவரணைகள், மனம் கொள்ளும் கோலங்கள் உயிர்ப்புள்ள கலையாக மாற்றுகின்றன.

நாவலின் வடிவம் சார்ந்த என் பார்வையை முன்வைக்கலாம் என்று நினைக்கிறேன். புண்ணியவானின் கவனம் முழுக்க விஷயம் சார்ந்த தேர்வுகளில் குவிந்திருக்கிறது. சிறுகதையாளனின் மனம் ஒவ்வொரு அத்தியாயத்திலும் ஒரு பார்வையை வெளிப்படுத்தக் கூடியது. இந்த அம்சம் இந்த நாவலில் கூடி வந்திருப்பது நல்ல அம்சமே. அதே சமயம், மேலதிகமாக தொடர்புகொள்ள வேண்டிய இழைகள் அந்தந்த இடத்தில் துண்டிக்கப்பட்டு இணைவு கொள்ளாமலும் இருக்கின்றன. இந்த இணைவுகள்தான் வாழ்வை முழுதாகப் பார்க்க உதவுகின்றன. உதாரணமாக, பூப்பெய்திய சிறுமி பார்வதியை த்க்கிடோ தூக்கிச்சென்று கற்பழிக்கிறான். இது நாவலின் ஆரம்பத்திலேயே வருகிறது. அடுத்து அவள் என்ன ஆனாள் என்பதை விரிவாகச் சொல்லி இருக்கலாம்.

ஜப்பான்காரன் நுழைகிற நாளிலிருந்து ஹிரோஷிமா நாகசாகியில் குண்டு வீசிய நாள்வரையிலான ஒரு கொதிநிலையான காலத்தை நாவலுக்கு எடுத்துக் கொண்டுள்ளார். ஆங்காங்கே சிதறிக்கிடக்கும் வாழ்க்கையைச் சொல்கிறார். நன்றாகவே இருக்கிறது. அதன் அடுத்த நகர்வு என்னவிதமான பாதிப்புக்களை எதிர்கொள்ளும்படியாயிற்று என்பதான இடங்கள் பேசப்படாமல் தனித்தனியாக நிற்கின்றன. சிறுகதையிலிருந்து நாவல் வேறுபடுகிற இடம் இதுதான். சிதைந்த உலகை சில இழைகளால் ஒருங்குகூட்டிப் பார்க்கும்போது மனிதர்களின் வேறுமுகங்களைக் காணமுடியும். அப்படியான முகங்களை இனிமேல் சந்திக்க போகிறார்கள் என்ற சூசகம் நாவலில் இருக்கவே செய்கிறது. நான் சொல்ல வருவது மனிதர்கள் பற்றி மட்டுமல்ல. எரிந்த கித்தா காடுகள், ஓடிப்போன வெள்ளைக்காரர்கள், வந்து சேர்ந்த கொரில்லாக்கள் இப்படியான புதிய மாற்றத்தையும் சேர்த்தேதான் சொல்கிறேன்.

அந்தக் காலத்தில் என்னென்ன விதமான சம்பவங்கள் நிகழ்ந்தன என்பதற்குச் சாட்சியமாய் புனைவுகளை வைத்தால் போதும் என்ற பார்வை புண்ணியவானிடம் இருக்கிறது. நாவலில் தேவையற்ற சிறுபகுதிகளைக் கூட இல்லாமல் ஆக்குகிறது. இது நாவலுக்குச் செறிவைத் தருகிறது. ஆனால், தேவையற்ற பகுதிகள் நாவலில் மானிட வாழ்வை அர்த்தமுள்ளதாக ஆக்கிவிடக் கூடும். அழகாக்கும். ஆழமாக்கும். கவித்துவ கணங்களைச் சென்றடையும். அந்தக்காலத்தில் நடந்த பாதிப்புகளை மட்டுமே சொல்ல வேண்டும் என்பதில்லை. அதைச்சுற்றி வேறு நிகழ்வுகளும் நிகழ்ந்திருக்கக் கூடும். பறவைகள் வந்து சென்றது கூட நாவலின் ஒரு பகுதியாகிவிடும். நாவல் புண்ணியவானின் கைப்பிடியில் அதிகமும் இயங்குகிறது. அவர் கொஞ்சம் கயிற்றைக் கையிலிருந்து விட்டுவிட்டுப் பின்தொடர்ந்தால் வேறு பகுதிகளும் திறந்திருக்கும். அது படைப்பை இன்னும் பலம் உடையதாக ஆக்கும். எதிர்மறை மாந்தனாக வரும் சேது, நேர்மறை மாந்தனாக வரும் பக்கிரி, இவ்விருவரின் ஆட்டங்களைக் கைவிட்டுத்தான் பின்தொடர்ந்து இருக்கிறார் என்பதைக் கவனித்தால் அதன் வீச்சு உயர்வது தெரியும். இது நாவலின் கலை வடிவம் பற்றிய புரிதலை உண்டாக்கும். தேன் சூன் செங் நாவலில் தத்தளிப்போடு வெளிப்படுகிறார் என்பது நல்ல இடம்தான்.

நாவல் அன்றாடத்தனத்திலிருந்து விரிகிறது. அப்படியிருக்க நேதாஜி சயாம் ரயில் போகும் இடத்திற்கு வந்து போகும் செய்தியைக் குறிப்பாக இருவர் பேசிக் கொள்கின்றனர். அவர் அசட்டையாகப், புரட்சிக்கான மனநிலையில் பாட்டாளியின் துயர வாழ்வை விசாரிக்க வேண்டும் என்ற நினைவு இல்லாமலும், அல்லது உதிரம் குடித்த பணியாளர் துயரம் என்னவென்று தெரியாமலும், கேட்க வேண்டும் என்ற எண்ணமே இல்லாமல் போயிருக்கலாம். அதை நிகழ்த்தி இருக்க வேண்டும். புண்ணியவான் எழுத்து பாணியை காட்சி ரூபமான புனைவாக்கமாக இருக்கும்போது இதை எப்படித் தவற விட்டார் என்பது ஆச்சரியமாக இருக்கிறது. ரங்கசாமியும், சண்முகமும் தங்களது நாவலில் நேதாஜி பற்றி சொல்லிவிட்டார் என்று

விவரிக்காமல் விட்டாரா என்று தெரியவில்லை. ஆனால் அவர்கள் சொல்லாத முறையில் நேதாஜியை புனைவில் சந்திக்க வைத்திருக்க முடியும்.

ஜப்பான்காரன் நுழைந்ததும் டாலர் வீழ்ச்சி பற்றியும் ஏற்றுமதி இறக்குமதி பற்றியும் பேச்சு வருகிறது. சயாமிற்குள் ஜப்பானியர் வரும்போதே அவர்களுடன் இணக்கமான அரசியல் வைத்துக் கொண்டதாகப் பேச்சு வருகிறது. இம்மாதிரி விஷயங்கள் உடனுக்குடன் தோட்டக்காட்டு மக்களின் செவிகளுக்கு வர வாய்ப்பில்லை. நாவல் வளர்ந்து ஜப்பானியரின் ஊடாட்ட அனுபவங்கள் வந்த பின்பு வந்திருந்தால் இன்னும் சுவையாக இருந்திருக்கும்.

நாவலின் வடிவம் சார்ந்து கூட இன்னும் கவனத்தோடு வடிவமைத்து இருக்கலாம். ஒவ்வொரு அத்தியாயமும் வாசகனுக்குச் சிக்கலில்லாமல் திறந்து வைக்கப்பட்டிருக்கிறது. வாசகர்களுக்காக எளிமைப்படுத்த வேண்டும் என்ற அவசியமில்லை. மற்றபடி நாவல் அதன் உண்மைத்தன்மையால் பலமாக நிற்கிறது.

ஓர் இடத்தை, நிகழ்வை, காட்சியை, காட்சி தரும் அனுபவத்தை, காட்சி மனதில் ஏற்படுத்தும் மாயத்தை, வித்தியாசமான எண்ணங்களை, நிலக்காட்சியை அதன் மாயரூபத்தை ரொம்பவும் பிரயத்தனப்படாமலேயே எழுத்தில் கொண்டு வந்துவிட முடிகிறது புண்ணியவானால். அதே சமயம் அவற்றை அளந்து கொஞ்சமாக வைக்கிறாரோ என்ற உணர்வும் சில இடங்களில் ஏற்படுகிறது. இரும்புத் தண்டவாளங்களைத் தூக்கிச் சுமக்கும் அவர்களின் தோல் அழுந்திச் சிவந்திருப்பதை எழுத முடிகிறது. பெருமரம் வெட்டுப்பட்டு மண்ணில் சரிந்து விழும்போது எழும் ஓசை புயலொன்று சடுதியில் ஏறிச்சென்ற சலனமாய் எழுத முடிகிறது. இந்த அளவு போதும் என்று நினைக்கிறாரோ என்று தோன்றுகிறது. பணிபளுவின் முழுச்சித்திரம், அழிக்கப்படும் காட்டின் முழுச்சித்திரம் இன்னும் அடர்த்தி கொண்டதாக இருக்கும். ஒரு மரம் வீழ்வது முழுச்சித்திரத்தைத் தந்துவிடாது.

நிகழ்விற்குப் போதுமான தோற்றங்களை ஏற்படுத்தினால் போதும் என்ற மன அமைப்பு கவித்துவ கணங்களுக்கான புனைவை இழக்கிறது. அது மலரும் போதுதான் நாவலின் கவித்துவ கணங்கள் கூடிவரும். அது புண்ணியவானின் எழுத்துப் பாணியினாலேயே தடைபடுகிறது.

ஓரிடத்தில் சயாமியப்பெண் யானையை ஓட்டிச்செல்லும் பாகியாக ஒரு வரியிலும், சயாமிய பெண்ணின் உடை பற்றி ஓர் இடத்தில் ஒரு வரியும், ஜோசப்பை அழைத்து வந்துவிடும் இடத்தில் ஒரு வரியுமாக வருகிறாள். இதைத்தான் அடர்த்தியற்ற தோற்றதன்மை என்கிறேன். சயாம் நாட்டில் சயாமிய ஆடவர்களைப் பார்க்க முடிவதில்லை. அவர்களது வறுமை, உழைப்பும் கூட அறிய முடிகிறது.

அக்கினீஸ் வரும் பகுதியில் பாட்டாளிகளின் பேச்சில் நிராயுதபாணியாக என்ற சொல் வருகிறது. சிவதாஸ் பிடிபட்ட நிலையில் முதுகுப்புறம்

எழுபத்தைந்து டிகிரிக்குச் சாய்ந்தது என்று கிண்டலாகச் சொல்லப்படுகிறது. செவத்தியின் கையறு நிலையை அவள் படித்துப் போட்ட நாளிதழ் போலக் கிடந்தாள் என்று காட்சிப்படுத்தப்படுகிறது. நன்றாகத்தான் இருக்கிறது. ஆனால், இந்தச் சொற்கள் அறிவார்த்தமான இடங்களில் சொல்லப்படும்போது நெருடலாக இருக்காது. பாட்டாளிகளுக்குப் பழக்கமில்லாத சொற்களை பயன்படுத்தும்போது அம்மக்களுக்கு அந்நியத்தன்மையான சொற்களாக இருக்கின்றன. 75 டிகிரி சாய்வு என்பது நல்ல ஒப்புமையாக இருக்கலாம். சூழலுக்குப் பொருத்தமில்லாதது. கல்விப்புலம் சார்ந்தது.

அதேசமயம் மலேசியத் தமிழர்களிடையே புழங்கும் சில தனித்துவமான சொற்கள், ஜப்பான்காரனின் அதிகார மொழி, இருநூறு ஆண்டுகளுக்கு முன்னமே தமிழகத்திலிருந்து மனதில் ஏந்தி வந்த வட்டார மொழி, சில மலாய் சொற்கள் என மலேசியத் தமிழர்களின் மொழி கலந்து புதுமை பெற்று வெளிப்பட்டிருக்கிறது. இது நாவலை மலேசியத்தன்மை ஆக்குகிறது. மலேசிய மண்ணின் மரங்கள் செடிகள் கொடிகள் என்று வரும்போது இன்னும் வேரூன்றி நிற்கிறது.

இது என் பார்வைதான். இந்தப் படைப்பாக்கச் செயல்பாடுகளையும் தாண்டி கையறு நாவல் நன்றாகவே உருவாகியிருக்கிறது. தேர்வு சார்ந்தும் பார்வை சார்ந்தும் இந்நாவலில் கூடி வந்திருக்கும் விஷய கனம் பலமாக இருக்கிறது.

தங்களோடு வேலை செய்த மனிதன் மரணமுற்ற போது அவனுக்கு ஒரு நடுகல்லைத் தூக்கி வைக்க நினைக்கிறார்கள். கர்ப்பிணியான அக்கினீஸ் மரணமுற்ற போது ஒரு சுமைதாங்கி கல் வைக்கிறார்கள். அக்காலத்தில் பெண்கள் கைலி வேட்டி கட்டி இருந்ததைச் சொல்வது கூட முக்கியம்தான். புனைவுக்கு இவை வலிமை சேர்க்கின்றன.

தெரேசா குனிந்து கதிர்களைச் சேர்த்து கட்டும்போது ‘அவன் நிழல் அவள் மேல் விழுந்திருந்தது’ எனச் சொல்வது, எவ்வளவு நுட்பமான இடம் இது. ராசாத்திக்கு பூப்புச்சடங்கு நடக்கிறது. மூன்றுநாள் தீட்டு கழிக்க, உலக்கை, பூ, சீனச்செய்தித்தாள் வைக்கின்றனர். அதையெல்லாம் விட தாளைச்சுற்றி காத்து கருப்பு அண்டாமல் இருக்க மூன்று விளக்குமாறு குச்சிகளை உருவி தாள் சுற்றி வைக்கிறாள். அந்த எளிமை ரொம்ப அழகானது.

தெய்வானையின் தாலி இறங்கும் சடங்கில், தாலியைப் பால்சொம்பில் போடுவதும், செங்கல்லை நிறுத்தி கணவனின் ஆன்மா நல்ல நிலையை அடைய வேட்டியை வைத்து வணங்குவதும் மலேசியாவில் வழக்கமாக இருக்கிறது. இந்தப் பண்பெல்லாம் கையறு நாவலை அடர்த்தியாக்குகிறது. அழகாக்குகிறது.

— சு.வேணுகோபால்

1.11.2020

என்னுரை

இன்னும் முழுமையாகச் சொல்லப்படாத வரலாற்றிலிருந்து

ஒரு நாவலை எழுத வேண்டும் என்ற மன எழுச்சி என்னிடம் சமீப காலமாக எழுந்ததே இல்லை. அது ஒரு தொடர் நடவடிக்கை என்பதால். தொட்டுவிட்டால் முடித்துவிட வேண்டுமே என்ற எண்ணம் என்னை அழுத்திக்கொண்டே இருக்கும். அந்த வேலை பளுவிற்கு என் அகத்தை ஒப்புக்கொடுக்க இயலவில்லை. தொடங்கியதை முடிக்க இயலாமல் திணறும் இயல்புடையவன் நான். இடையில் நின்றுவிட்டால் எழுதியதெல்லாம் வீணாகிவிடுமே என்ற பின்னடைவு காரணமாக என்னால் தொடங்க முடியவில்லை.

என் ‘செலாஞ்சார் அம்பாட்’ நாவலை இருமுறை வாசித்த ஹரி என்ற என் நீண்டகால வாசகர் என்னை ஒரு நாவல் எழுதச்சொல்லி வற்புறுத்திக் கொண்டே இருந்தார். அந்த அன்பு என்னை அலைகழித்துக் கொண்டே இருந்தது. அந்த வேளையில்தான் கோவிட் 19 தொற்று பரவி உலகை அச்சுறுத்திக் கொண்டிருந்தது. அதன் காரணமாக மலேசியாவில் வீடடங்கு அறிவிப்புக்கு முதல் நாள் நான் பினாங்கில் என் மகன் வீட்டில் இருந்தேன். வீடடங்கில் மனம் மேலும் சோர்வுற்றுவிடுமே என்ற முன் எண்ணமும் ஹரியின் கோரிக்கையும் இணையும் புள்ளியில் இந்நாவல் உருக்கொள்ளத் தொடங்கியது. நாவலின் கருவை மனதுக்குள் நீண்ட காலமாகவே அடைகாத்து வந்திருந்ததால் அதன் வடிவம் சார்ந்த சிந்தனையும் அதன் தொடர்பான தேடலையும் மெல்லத் துவங்கியிருந்தேன்.

வீடடங்கு நேரத்தில் கலை சார்ந்த மனம் மேலும் கொந்தளித்து ‘எழுது... எழுது’ என்ற அசரீரி என்னைத் தொந்தரவு செய்துகொண்டே இருந்தது. வீடடங்கின் முதல்நாள் நாவலின் முதல் வரி மின்னல்போல அடித்தது. உடனே மடிக்கணினியைத் திறந்து அந்த வரியை எழுதத் தொடங்கியதுமே கதை வளரத் துவங்கியது. நல்ல விதை மண்ணை உடைத்து முட்டிக்கொண்டு எட்டிப்பார்ப்பது போல அந்தத் தொடக்க வரி என்னை உள்ளிழுத்துக் கொண்டது. முதல் அத்தியாயத்தை எழுதி முடித்ததும் எனக்கே உற்சாகம் மிகுந்தது. அதன் தொடக்க அத்தியாயம்

எனக்கு ஓரளவு திருப்தியாக இருக்கவே, அதனை அன்றிரவே ஹரிக்கு அனுப்பி வைத்தேன்.

வாசித்த மறுகணம், "சார் எனக்கே சாமி வரும் போல இருக்கு அடுத்த அத்தியாயத்தை எழுதி அனுப்புங்க" என்று வார்த்தைகளில் உற்சாகம் பொங்கச் சொன்னார். அது உத்வேகம் கொண்டு என்னை அடுத்த அத்தியாயத்துக்கு இழுத்துச் சென்றது. ஒவ்வொரு நாளும் அடுத்தடுத்த பகுதிகளையும் எழுதி அவருக்கு அனுப்பிக்கொண்டே இருந்தேன். அவர் அன்றறைக்கே வாசித்து உற்சாகம் குறையாமல் அதுபற்றி விவாதித்துக் கொண்டே இருந்தார். நாவல் சுணங்காமல் சீரான வேகத்தில் வளர்ந்து கொண்டிருந்தது.

என் வாழ்வின் தொடக்க காலம் தோட்டப்புறப் பின்புலம் கொண்டது. தீ மிதி விழாக்கள் தோட்டப்புற மக்கள் கொண்டாட்டத்தின் மிக முக்கிய அங்கமாக இருக்கும். தாங்கள் வழிபடும் மாரியம்மனுக்கான விழா என்பதால், அதனை நெஞ்சோடு அணைத்துக்கொண்டு விழா முடியும் வரை அதனோடு இயைந்து இரண்டறக் கலந்து இன்புறுவர். அதன் நீட்சி, வாழ்வு முழுதும் மறக்க முடியாத ஓர் அனுபவமாக நீண்டிருக்கும். அந்த விழாவைத் தொடக்கப்புள்ளியாகக் கொண்டு நாவலைத் தொடங்கினேன். மனமும் கையும் அன்றிரவு பரபரத்த அதே வேகத்தோடு கடைசி அத்தியாயத்திலும் அதன் வேகம் குறையாமல் செயல்பட்டது.

பெரிய செயலில் ஈடுபட நம்மை மீறிய விசை தேவைப்படுகிறது. அந்த மன எழுச்சியைக் கொடுக்கும் குரலாக ஹரி இருந்தார். முதல் அத்தியாயத்துக்குக் கொடுத்த உந்துதல் நாவல் முடிவுறும் வரை குறையில்லாமல் நீண்டது. சில நாட்கள் சோர்வு காரணமாக எழுத முடியாமல் போகும்போது, "சார் நான் காத்துக் கொண்டிருக்கிறேன்" என்ற நினைவூட்டல் வரும். அக்குரல் என்னை உசுப்பிக்கொண்டே இருந்தது. அவருக்காகவே சோம்பலையும் மீறி எழுதவேண்டியதாயிற்று. சில சமயம் அவர் எதிர்பார்த்த பக்கங்களின் எண்ணிக்கை குறைந்துவிட்டால் ஐந்து பக்கத்துக்குக் குறையாமல் எழுதுங்கள் என்பார். செறிவாக எழுதச்சொல்லியும் கேட்பார். நல்ல வாசகர்களின் உந்துசக்தியும் அபிப்பிராயங்களும் படைப்பிலக்கிய முயற்சிக்கான ஆதார சுருதி என்பது தொன்ம காலந்தொட்டே இருந்து வருகிறது. ஹரி அப்படிப்பட்ட வாசகர். இந்த நாவலை 200 பக்கங்களுக்குள் எழுதிவிடவேண்டும் என்ற எண்ணத்தில்தான் இருந்தேன். ஆனால் ஹரி எனக்கு 300—க்கு மேற்பட்ட பக்கங்களுக்கு மேல் வேண்டும் என பயிற்சி மாணவனைக் கட்டளையிடும் விரிவுரைஞர் போல அன்புக் கோரிக்கையை விடுப்பார். இந்த நாவலின் கள விரிவு 200 பக்கங்களுக்கானது அல்ல என்று எழுத எழுதப் புரிந்தது. அந்த எண்ணிக்கையைத் தொடும் வரை நான் உங்களை விடமாட்டேன்' என்று 'எச்சரித்துக் கொண்டே இருப்பார்'. அவரின் எச்சரிப்பும் வரலாறு சார்ந்த தேடலுக்கான உந்து விசையாக ஆனது.

உண்மையில் இந்த நாவலுக்கான களம் எண்ணற்ற பக்கங்களுக்கு நீளக்கூடியது. இரண்டாம் உலக யுத்த காலத்தின் மலாயாவில் நிகழ்ந்த சப்பானிய வருகையையும் அதன் பாதிப்புகளையும் எழுத 300 பக்கங்கள் போதாதுதான். சில ஆயிரம் பக்கங்களை எழுதினால்கூட நிறைவாக இருக்குமா என்பது சந்தேகம். ஆனால் அப்படி எழுதும் மன ஒருமை என்னிடம் இருந்ததில்லை., காரணம் என் சிந்தனை நேர்க்கோட்டில் பயணம் செய்யக் கூடியது. அதனால் சிக்கலான பாதையை நான் தவிர்த்து விடுவேன். ஹரி அப்படி வாராது நீங்கள் எழுதிக்கொண்டே செல்லுங்கள், அதன் வைப்பு முறையை பின்னர் சீரமைக்கலாம் என்றார். நாவல் 200 பக்கங்களைக் கடந்து போய்க்கொண்டே இருந்தது. ஒரு தருணம் கணினி பக்க அளவில் கிட்டதட்ட 300 பக்கங்களை கடந்துவிட்டது. கோவிட் 19 தொற்று நோயினால் அறிவிக்கப்பட்ட வீடடங்கு அதற்கான சாத்தியத்தைக் கையகப்படுத்தியதற்கு நன்றி. ஹரியின் விடாப்பிடியும் ஓர் முக்கியக் காரணம். நாவலை முடித்த பிறகு அவரே ஒரு சட்டகத்தைப் போட்டு இன்னின்னவற்றை நீக்கி இன்னின்னவற்றைச் சேர்த்தால் நாவல் செறிவாக அமையும் என்று ‘தொல்லை’ கொடுத்துக் கொண்டே இருந்தார். மகுடிப் பாம்பாய் நானும் ஆடிக்கொண்டே இருந்தேன்.

அ.ரெங்கசாமியும் ஆர்.சண்முகமும் இது தொடர்பாக நாவல்கள் எழுதியிருக்கிறார்கள். அவை சயாம் பர்மாவில் ரயில் பாதை போடும் துயர வரலாற்றை மையமிட்டிருந்தது. என்னுடைய இந்த நாவல் அங்கு நடந்த கொடுமைகளோடு மலாயாவில் நிராதரவாக விட்டுச் செல்லப்பட்ட குடும்பத்தினரின் சோக வரலாற்றையும் சொல்கிறது. இந்தியர்களோடு, சீனர்கள் மலாய்க்காரர்கள், பர்மியர்கள், வெள்ளையர்கள், இரண்டாம் உலக யுத்த போர்க்கைதிகள் என எண்ணற்றவர்கள் தண்டவாளம் போட கட்டாய உழைப்புக்கு ஆட்படுத்தப்பட்டிருக்கிறார்கள். அவர்களும் நாவலில் வருகிறார்கள். இருப்பினும், இந்தியர்கள் பட்ட கொடுமைகளை எழுதுவதுதான் என் முதன்மை நோக்கம். அந்த நோக்கம் நாவலுக்குள் நிறைவேறியிருக்கிறது என எண்ணுகிறேன்.

ஆங்கிலத்தில் நிறைய நூல்கள் வலைதளங்கள் இந்த மனிதக்கொடுமை வரலாற்றைப் பதிவு செய்திருக்கின்றன. ஆனால் தமிழில் மிகமிகச் சொற்பமாகவே நூல்கள் கிடைக்கின்றன. வலைதளங்கள் அறவே இல்லை. மலாயாவிலிருந்து கொண்ட செல்லப்பட்டவர்களில் இரண்டு லட்சம் இந்தியர்கள் மரண ரயில் பாதை போடும் கொத்தடிமை வேலையில் இறந்திருக்கலாம் எனத் தகவல்கள் கிடைக்கின்றன. அவற்றை ஆவணபடுத்தப்படாமல் இருந்தது இன்னொரு சோகம்.

சயாம் தண்டவாள வேலைக்குச் சென்று அதிர்ஷ்டவசமாய் உயிரோடு திரும்பிய சிலரைத் தேடிக் கண்டுபிடித்துப் பேட்டி கண்டு ‘சயாம் - பர்மா மரண ரயில்பாதை, மறக்கப்பட்ட வரலாறு’, என்ற நூலில் எழுதியிருக்கிறார் சீ.அருண். அந்நூல் இப்புனைவை எழுதப் பெருந்துணையாக இருந்தது.

சிங்கப்பூரைச் சேர்ந்த ஹேமா ஆய்வு செய்து எழுதிய 'வாழைமர நோட்டு' கட்டுரை நூலில் சில அரிய தகவல்கள் கிடைத்தன. ஆங்கிலத்தில் பதிவான வலைதளங்கள் வரலாற்று தகவல்களைத் திறந்து கொடுத்தன. என் எழுத்து நண்பர் குணநாதன் சியாம் பர்மா மரணத் தண்டவாள வரலாற்றை அறிய சிலமுறை அந்த தளங்களுக்குப் பயணம் செய்து சில கட்டுரைகளை எழுதியிருக்கிறார். அவரும் சில தகவல்களைக் கொடுத்து உதவினார். நானும் 'சப்பான்காரன் காலத்தில்' வாழ்ந்த சில முதியவர்களிடமிருந்து வாய்மொழியாகக் கிடைத்த தகவல்களையும் புனைவாக்கியிருக்கிறேன். ஆங்கிலத்தில் எழுதப்பட்ட வலைதளங்களும் புனைவுக்குப் பெருந்துணையாக இருந்தன.

இந்த நாவலை இரண்டு முறைக்குக் குறையாமல் வாசித்து கருத்து சொன்ன தம்பி ஹரியைத் தவிர, எழுத்தாளர் அ.பாண்டியன் நூலின் பின்னடைவுகளைக் கண்டறிந்து சொன்னார். முனைவர் வே. சபாபதி அவர்கள் கடைசியாக வாசித்து நூல் முழுமை பெற உதவினார். நான் மிகவும் மதிக்கும் எழுத்தாளர் சு.வேணுகோபால் கை நிறைய வேலைகள் இருந்தும் இந்நாவலுக்கு மதிப்புரை வழங்க முன்வந்தார். தாமதமானாலும் அவர்தான் வழங்க வேண்டும் என்ற பிடிவாதத்துக்கு அவர் இசைந்து கொடுத்ததை நான் நன்றியோடு நினைத்துக் கொள்வேன். மெய்ப்பு பார்த்த கவிஞர் வேதநாயக் அவர்களுக்கு என் அன்பு.

ஒரு நாவலுக்குள் அந்தக் கட்டாய கூலி சனங்களின் அழிவின் முழுமுற்றான வரலாற்றைப் பதிவு செய்வது சாத்தியம் இல்லை. எழுதப்படாத பக்கங்கள் பதிவாகாமல் நிறையவே எஞ்சி இருக்கின்றன. நான் தேடிக் கண்டடைந்தவற்றில் புனைவுக்கு சாத்தியமானவற்றையே எழுதியிருக்கிறேன். வாசித்துவிட்டு கருத்துரைத்தால் மகிழ்வேன்.

நன்றி

— கோ.புண்ணியவான்

1

பதினெட்டாம் கட்டையில்..

பதினெட்டாம் கட்டை மக்களில் பாதிப்பேர் ஊருக்கு வெளியே பச்சை இலை போர்த்தியிருக்கும் ரப்பர் மரக்காட்டு அம்மன் சிலையருகே கூடியிருந்தனர்.

நேற்றிரவின் மழை வெள்ளத்தில் ஆற்றின் நீர்மட்டம் உயர்ந்திருந்தது. நீர்ப்பெருக்கு அதிகமாகிச் சலசலவென வெருண்டு ஓடியது. கரை நெடுகிலும் வளர்ந்து கிடந்த நாணல் செடிகள் சாய்ந்து ஒழுக்குக்குத் தலை வணங்கிக் கிடந்தன. ஆற்றங்கரை ஒழுக்கால் அறுக்கப்பட்டதால் அகலம் கூடியிருந்தது. வெள்ள நீர் அடித்து வந்த வண்டல், நாணற் புல்லின் அடியில் சிக்கி அலைபாய்ந்த வண்ணமிருந்தது. குப்பைகளும் செத்தைகளும் செடிகளில் சிக்கி அல்லாடின. தெளிந்து ஓடிக்கொண்டிருந்த நீர் பழுப்பு நிறத்தில் கலங்கியிருந்தது. கலங்கல் நீர் கரையை மோத புரண்டு ஓடிக்கொண்டிருந்தது நதி. ஆறு கோடைகாலத் தோற்றம் மறைந்து, மாரிக்காலத் தோற்றத்துக்கு மருவியிருந்தது.

மின்னல் போலப் பளிச்சிடும் நீண்ட அரிவாள் அம்மன் சிலைக்கு நேரெதிரில் இருந்தது. அது சூலத்துக்கு அருகில் சாய்த்து வைக்கப்பட்டிருந்தது. மிகச் சமீபத்தில் சாணை தீட்டப்பட்ட கத்தி. ஒளிக் கீற்று வாளின் முனையில் கோடு வரைந்திருந்தது. வெயிற்கீற்று தொட்டுச் செல்லும் போதெல்லாம் அது பளபளப்பின் மிகுதியால் கண்களைக் கூசச்செய்தது. அதன் வளைந்த கூர்முனையில் ரத்தச் சிவப்பு குங்குமம் பூசப்பட்டிருந்தது. எலுமிச்சையைக் கூர்மூக்கில் ஒட்டி வைத்ததும், அதனிலிருந்து பிதுங்கிய சாறு முனையில் காயாத பிசுபிசுப்பாய்ப் பிடிவரை ஒழுகியிருந்தது. அசையாத வெள்ளி நிறப் பாம்பாய் நான்கடிக்கு மேல் நீண்டு கிடந்தது அந்த அரிவாள். அரிவாளின் பிடி கிட்டதட்ட இரண்டு கரங்களால் வசதியாய்ப்

பிடிக்கும் அளவிற்கு இரும்பின் கரிய நிறத்தில் திடமாய் அமைக்கப்பட்டிருந்தது. ஆணி அடித்தாலும் இறங்காத ‘மெராந்தி’ மரத்தண்டால் செய்யப்பட்ட பிடி அது. கூடியிருந்த பெரும்பாலான கண்கள் அதன் மீதுதான் படிந்திருந்தன. அவர்களின் கண்களில் அரிவாளின் கூர் முனையும் குங்குமமும் சேர்ந்து நெஞ்சுக்குள் ஏற்படுத்திய மெல்லிய பீதியின் பிரதிபலிப்பு தெரிந்தது. போன ஆண்டுத் தீமிதி முடிந்த கையோடு பூசை செய்யப்பட்டு மீண்டும் அம்மன் சந்நதியில் வைக்கப்பட்ட அது இவ்வாண்டுத் தீமிதித் திருவிழாவின் எல்லைக்கட்டுக்காக வெளியே கொண்டுவரப்பட்டது.

சாமிக்கண்ணு முங்கி எழுந்துவிட்டால் சனங்களின் கவனம் அவர் மீதிருக்கும்.

சாமிக்கண்ணு ஆற்றில் கழுத்துவரை மூழ்கித் தலை மட்டும் தெரிய நின்று மந்திரம் சொல்லிக் கொண்டிருந்தார். மூன்று முறை தலை முங்கி எழுந்தார். ஒவ்வொரு முறையும் அம்மன் துதியை முணுமுணுத்தபடி உடம்பை நீருக்குள் இழுத்து முங்கி எழுந்தார். ஒவ்வொரு முறையும் எழும்போது நீரைக் கோர்த்த அவரின் கரிய முடியின் விளிம்பிலிருந்து ஆற்று நீர் மீண்டும் ஆற்றைத் தேடி உதிர்ந்தது. முங்கி வடிந்த நீர் சுருளான உரோமத்தை நெஞ்சோடு ஒட்டிப் படிய வைத்து விட்டிருந்தது. உதிரும் நீர்ச்சொட்டுகள் வைர மணிகளாய் மின்னின. நதி சுழித்து ஓடிக்கொண்டிருந்தது.

அவர் கரையேறுமுன் ‘அம்மா’ என்றொரு முறை ஓங்கி குரலெழுப்பினார். ஒருமுறை நீரைத் தொட்டு வணங்கினார். கரையின் நீண்ட ரப்பர் மர வேர்களைப் பற்றி நிலத்துக்கு மீண்டார். நீரின் வேகம் அவரை மீண்டும் ஆற்று ஒழுக்குக்குள் இழுக்க, அவர் வேரை இறுகப் பற்ற வேண்டியதாயிற்று. ஆற்றுப் படுகையில் நின்றிருந்த சிலர் உதவிக்குக் கைகளை நீட்டினர். சாமிக்கண்ணு தலையாட்டி அவர்கள் கைகளைத் தொட மறுத்துத் தானே ஏற முயன்றார். கணுக்கால்களில் கரைச்சேறு ஒட்டியிருந்தது. விரல்கள் சேற்றைப் பிதுக்கி நின்றன. இடுப்பு வேட்டி பிட்டத்திலும் தொடையிலும் ஒட்டிக்கொண்டு சிற்சில இடங்களில், சிறிதும் பெரிதுமான வெள்ளைக் கொப்புளங்களாய் விம்மிக் கிடந்தன. கரையேறி வந்து அம்மன் சிலைக்கு முன்னால் கைகூப்பி நின்றார். உதடுகள் மந்திரங்களை உச்சரித்தன. சிலைக்கு முன்னால் நெடுஞ்சாணாக விழுந்தார். இரு கைகளும் இணைந்து மண்ணைத் தொட்டவாறு சிலையை வணங்கின. சில நொடிகளுக்குப் பின்னர் எழுந்தார். தரைமண் ஈர உடலில் அம்மை போட்டது போல

24 கையறு

ஒட்டிக்கிடந்தது. உடல் மெல்ல அதிரத் தொடங்கியது. அருகில் இருந்த பண்டாரம் திருநீற்றுக் குங்குமத் தட்டை அவர் முன்னால் நீட்டினார். சூடத்தீபம் கபகபவென அரையடி உயரம் மேலேறி, மஞ்சள் இலைகளாய் அசைந்து கொண்டிருந்தது. சுடரை அணைத்துவிடும் காற்றின் உபயம் பலிக்கவில்லை. அது ஆக்ரோசமாய் அசைந்தாடியது. சாமிக்கண்ணுவின் உடல் அதிர, கண்களை மூடியபடியே அவர் இருந்தார். தலையை அவ்வப்போது சிலுப்பினார். துகள்கள் சிதறின.

சூடத்தீ கனன்று கொண்டிருந்தது. பண்டாரம் கையை மாற்றிப் பிடித்தார். அப்படியும் சாமிக்கண்ணு கண்களைத் திறக்கவில்லை. மீண்டும் கை மாற்றினார். வெண்கலத் தட்டு சூடேறி கனத்தது. பண்டாரமே திருநீற்றை அள்ளி நெற்றியில் தேய்த்தார். சாமிக்கண்ணுவின் ஈர நெற்றி அதைச் சிதறாமல் வாங்கிக் கொண்டது. குங்குமத்தை நடு விரல்களால் தொட்டுப் புருவ மத்தியில் இட்டார். அது வட்டமாய் இல்லாமல் ஏதோ ஒரு வடிவத்தில் திருநீற்றின் மேல் அமர்ந்தது. அதன் சிதறல்கள் பொட்டைச் சுற்றியும், முகத்திலும் விழுந்திருந்தன. பொட்டு அவர் முகத்தோற்றத்தை மேலும் சினம் கொண்டதாய் மாற்றியது. பழுக்கச் சிவந்த மூன்றாவது கண் போல துலங்கியிருந்தது. நீற்றின் வெண்மைக்குச் சிகப்பின் வெளிச்ச நிறம் வெளிக்கிளம்பி வெகுவாய் ஒளிர்ந்தது.

அதுவரை குந்தி அமர்ந்திருந்த மூக்கன் உடுக்கையைக் கையில் எடுத்தான்.

உடுக்கையின் இடையை இறுக்கிப் பிடித்த காவிநிறத் துணி அரையடிக்கு எஞ்சித் தொங்கியது. துணியின் குஞ்சம் மஞ்சள் குருவியின் சிறகாய் மலர்ந்திருந்தது. உடுக்கையைத் தலைக்கு மேல் கொண்டு போய் வேண்டி, முகத்தின் பக்கவாட்டில் இறக்கினான். சுட்டு விரலாலும் பாம்பு விரலாலும் உடுக்கையைத் தட்டி மெல்லிய ஒலியை எழுப்பினான். அவ்வொலி அவருக்கு உவப்பாய் இருந்தது. அதிலிருந்து விங் விங் என்ற கூரிய ஒலி கிளம்பியது. சுற்றியிருந்த மக்களின் கவனத்தை மேலும் ஈர்க்கும் வண்ணமாய் அமைந்தது அந்த அதிர்வுச் சப்தம். அவ்விசை அவர்களை மேலும் உன்னிக்க வைத்தது.

இப்போது உடுக்கை இசை மேலும் அதிகரித்தது. மெல்லிய ஓசையோடு கிளம்பிய இசை இப்போது அதிரத் துவங்கியது. கிட்டதட்ட ஒரு மைலுக்கு அப்பால் தீம்பாரில் மூடிக்கிடந்த தோட்டக் குச்சிக்காடு வரை வியாபித்தது. ஆத்தங்கரைக்குப்

போகவேண்டாம், மதியம் தீமிதிக்குப் போகலாம் என்று திட்டமிட்டிருந்த சிலரை உடுக்கை ஓசை கவனத்தைத் திருப்பிக் கொண்டிருந்தது. வீட்டு வேலைகளைத் தள்ளிப் போட்டவர்களின் கால்கள் கருமாரி அம்மன் சந்நிதியை நோக்கி நடந்தன.

சாமிக்கண்ணு எல்லைக்கட்டின் போது சொல்லப் போகும் அருள் வாக்கை நேரடியாய்க் கேட்க அக்கால்கள் விரைந்தன. சாமிகண்ணு பதினெட்டாம் கட்டையின் கரகப் பூசாரியாக உருமாறும் நாள் இன்று.

உடுக்கை ஒலி இசைத்த சற்று நேரத்தில் சாமி கத்திமேல் நின்று அருள் பாலிக்கும். எனவே நடையை எட்டிப் போட்டால் பிடித்துவிடலாம். அருகே நெருங்க நெருங்க உடுக்கை இசைத்தாளம் தப்பாமல் கேட்கத் துவங்கியது. 'விங் விங்... விங் விங்' என்ற ஒலி காற்றை நிரப்பிக் கொண்டிருந்தது.

அம்மா கருமாரியே!!!

அருகிருக்கும் மகமாயியே!!!.....

விங் விங்..., விங் விங்...

உடுக்கை ஓசைக்கு ஏற்ப மூக்கன் பாட ஆரம்பித்தான். ஒவ்வொரு இரண்டு வரிக்கும் இடையே விரல்களால் ஒலித்தான்.

முன் வழுக்கையையும் மீறி தோள்வரை தொங்கிய சுருள் கேசமும் புரண்டு ஆடியது. முன்நெற்றியில் விழுந்து பார்வையை மறைத்த முடியைத் தலையைச் சிலுப்பி பின்பக்கம் தள்ளினார். ஆனால் ஓசைக்கு வாகாய்த் தலையை ஆட்டியதில் அது மறுதலித்து மீண்டும் முகத்தின்முன் விழுந்தது. மீண்டும் மீண்டும் பிடிவாதமாய் முகத்தை மறைத்து மறைத்து முன்னும் பின்னுமாய் அலைமோதியது. வியர்வை பிசுபிசுப்பால் சில கற்றைகள் நகராமல் நின்றிருந்தன. அவர் ஒவ்வொரு முறையும் விழும் முடியை இடம் மாற்ற தலையை அசைப்பதுகூட இசைக்கான அசைவுக்கானது போல இருந்தது. நெற்றியை நிறைத்தத் திருநீறும் குங்குமமும் முகத்தை ஆவேச உணர்வு கொண்டு தாக்கின. கழுத்தில் தொங்கிய கருத்த ருத்ராட்ச மாலையும் மந்திரித்துக் கட்டிய மஞ்சள் கயிறும் நெஞ்சின் நெளியும் வெண்முடியைப் புழுக்களாய் நெளிய வைத்தன. வளர்ந்த நரையையும் திறந்த மார்பு பளிச்செனக் காட்டியது. கை புஜத்தில் கட்டிய தாயத்து கயிறு தசைகளை மேலும் விம்மிப் புடைக்கச் செய்தது.

சமய புரத்தாளே!

சாம்ராணி மணத்தாளே!

வெள்ளை குணத்தாளே!

தொல்லைத் தீர்ப்பவளே!

ஊருக்கு ஒன்றென்றால்

ஓடிவந்து காப்பவளே!

நாளை நடப்பதெலாம்

நறுக்கென்று சொல்பவளே!

கருணை காட்டம்மா

கருமாரி தாய் நீயே!

உடுக்கை ஒவ்வொரு வரிக்கும் அதிர்ந்தது. விரல்கள் பாட்டுக்கேற்ப அறைந்தன. கூடியிருந்த மக்களில் ஒரு சிலரின் கால்களும் தலையும் சுழலத் தொடங்கின. மருள் உண்டாகும் சமிக்ஞை அது. இசையின் வேகமும் வரியின் வேகமும் ஒன்றிணைந்து முழக்கமிட சொற்களின் பொருள் தலைக்குள் ஏற கூட்டத்தில் மருளாட்டம் போடும் உடலும் தலைகளும் வேகத்தைக் கூட்டின. திருநீற்றுத் தட்டோடு காத்திருந்த பண்டாரத்தின் அன்றைய உதவியாளர்கள் உடனடியாக ஆடிய தலைகளில் விபூதியை அடித்து மலையேற வைத்தனர். அதையும் மீறி சிலர் அலமலர்ந்து ஆடினர். 'தாய் ஆடுற நேரத்துல வில்லங்கமா சேய்கள் ஆடலாமா?' என்றெண்ணி உடனடியாகத் தலையில் அடித்து முகத்திலும் விபூதியை வீசினர். தலையிலும் முகத்திலும் வீபூதி வெண் தேமல் போலப் பரவியது. கத்தி மேல் அருள் வாக்குச் சொல்லும் சாமிக்கு இடைஞ்சலாய் இருக்கும் சின்ன சின்னச் சாமிகளை மலையேற்றா விட்டால் கரகப் பூசாரிக்குத் தொல்லை அதிகமாகலாம். சாமிக்கு அதிக ஆவேசம் பொங்கலாம். அருள் வாக்கு முழுமையாய்க் கிடைக்கப் பெறாத பாவம் தோட்ட மக்களை நோகடிக்கலாம். ஆங்காங்கே ஆடும் சிரசுகள் தெரிந்ததும் திருநீற்றுத் தட்டோடு ஓடிப்போய் மலையேற வைக்க வேண்டியதாயிற்று. அவர்கள் அங்கேயே சுருண்டு சாய்ந்து பிரக்ஞையற்றுக் கிடந்தார்கள். தெளிந்து விழிக்க நேரமாகலாம்.

உடுக்கைப் பூசாரியின் ஒவ்வொரு வரியும் இருமுறை, மும்முறை என ஒலிக்க ஆரம்பித்தது. அவர் பாடப்பாட அவர் நினைவிலிருந்து சொற்கள் திரண்டுகொண்டிருந்தது. அவை நேரம் கூடக்கூட

உச்சஸ்தாயியை அடையவே, சொற்களுக்கு இடையே உடுக்கை சப்தமும் ஓங்காரமாய் நீண்டது. கரகப் பூசாரிக்குள் சொற்களின் பொருள் இறங்க இறங்க, இசையின் வேகம் கூடக்கூட அவர் அதிர்ந்து சந்நதம் கொண்டு ஆடத் தொடங்கினார். கூட்டம் சுற்றி நின்றிருக்க, அவர் கூட்டத்தை நெருங்கி சுழன்று சுழன்று ஆடி வந்தார். அவர் ஆட இடம் கொடுக்க மக்கள் இரண்டு மூன்றடி பின்நகர்ந்தனர். கல்லெறிந்த குளத்து நீர் போல வட்டம் பெரிதானது. பின்னால் நின்றிருந்தவர்கள் நெருக்கி முன்னே தள்ளினர். வட்டம் மீண்டும் அதே அளவுக்கு ஆனது. கரகப்பூசாரி ஆடிய பாதத்தடங்கள் மண்தரையில் ஒரு வட்டத்தை வரைந்திருந்தன.

வா தாயே வா!, வந்தெங்களை

காவல் காத்து நில் தாயீ!...

உடுக்கை ஒலியை நிறுத்தச் சொல்லி பூசாரி சைகை காட்டினார். ஓங்காரம் சற்றே நின்று திடுமென நிசப்தம் நிலவியது. நான்காய் வெட்டிக் குங்குமம் தடவிய பூசணித் துண்டுகளையும், எலுமிச்சையையும் நான்கு திசையிலும் தூக்கி வீசினார். எல்லைக்கட்டு சகல துர்தேவதைகளின் நுழைவையும் அரணாக நின்று காக்கும் என நம்பிக்கை கூடியது சனங்களுக்கு. எல்லா விதமான துயரங்களுக்கான முடிவு இது எனவும் நம்பினர்.

அம்மன் சிலைக்கு முன்னால் இருந்த நீண்ட அரிவாளை, வேட்டியை மடித்துப் பின்பக்கம் செருகிய இருவர் கையில் எடுத்து அதன் இரு முனையையும் பிடிக்க ஆயத்தமாயினர். ஒவ்வோராண்டும் அவ்விருவருக்கே அந்த தெய்வப்பணி கொடுக்கப்பட்டிருந்தது. அவர்கள் நாற்பது வயதுக்குள்ளானவர்களாக இருக்கக்கூடும். ஆறடிக்கு உயர்ந்து புஜபலம் நிறைந்தவர்களாகக் காணப்பட்டார்கள். வேறு எவரையும் அனுமதிக்க முடியாதத் தலையாயப் பணி அது. கத்தியை ஏந்தி அசையாமல் பிடிப்பதில் பழுத்த அனுபவம் மிக்கவர்களாக இருக்க வேண்டும்.

சாமிக்கண்ணு கத்தியைச் சுற்றி ஆடி வந்தார். மூன்று முறை வலம் வந்த பிறகு முடியைச் சிலுப்பிக் கொண்டார். சுவரில் இறுக்கப்பட்ட ஆணி போல கத்தி அசையாதிருந்தது. வெறி கொண்டவராய்க் கைகளை உயர்த்தி ஓசை எழுப்பினார். கத்தியைக் கைதொட்டுக் கும்பிட்டார். அதனை இருகைகளால் பிடித்தவாறு கண்மூடி தியானித்தார். கத்தியின் பிடியைப் பற்றியவர்களின் அருகே வந்தார். ஒரு முனையைப் பிடித்திருந்த ஒருவரின் புஜத்தைப் பலமாகப்

பற்றினார். அவர் பாறைபோல இம்மி அசையாது நின்றார். இன்னொரு கையால் அவரின் தலை உச்சி முடியைக் கொத்தாகப் பிடித்தார். அரிவாளைப் பிடித்திருந்தவர் அசையாமல் நின்றார். அவர் தொடையின் மேல் வலது காலை ஊன்றி இன்னொரு காலை கவனமாகக் கத்தியின் பளபளக்கும் முனை மீது வைத்தார். பாதத்தைக் கத்தி பதம் பார்த்துவிடும் போல இருந்தது. கூர்முனை மீது வைத்தபோது உடற்சுமையில் அவரின் அடிப்பாதம் வளைந்து கொடுத்தது. இன்னொருவர் தலைமுடியையும் ஆதரவாய்ப் பற்றிக் கொண்டார். இருவரும் லேசாக ஆடினாலும் கத்தி புரண்டுவிடாதவாறு முழு கவனத்தையும் அதன் மீதே வைத்திருந்தனர். அரிவாள் அசைந்து கொடுக்கவில்லை.

சுற்றி நின்றிருந்தோர் மகமாயியின் பெயரைச் சொல்லிக் கொண்டிருந்தனர். சிலர் தாவணி முனையால் வாயைப் பொத்திக் கொண்டனர். வருடந்தோறும் எல்லைக்கட்டின் போது நடைபெறும் இந்தச் சடங்கில் ஒருமுறை கூட பிடி அசைந்ததில்லை. அசுரப்பிடியால் கத்தி இணக்கமாய் நிற்கும். அம்மனின் பரிபூரண அருளை தோட்ட மக்கள் நேரடியாக காணும் தருணம் அது.

இப்போது கரகப்பூசாரியின் இரு கால்களும் கத்தியின் மீது நின்றன. உடலின் பாரத்தைச் சுமந்த சில நொடிகளில் அவை மெல்லிய அசைவை வெளிக்காட்டின. பிடித்திருந்தவர்கள் உடனே சுதாரித்துக் கொண்டனர். கத்தி புரளவில்லை.

"கேளுங்கடா... எதுக்கு என்ன அழச்சீங்க?... கேளுங்கடா" கரகப்பூசாரியின் குரல் ஓங்கி நடுங்கியது. இரு கைகளும் இருவரது உச்சிக் கூந்தலையும் இறுகப்பற்றி இருந்தன. முடியிழுப்பும், கரகப் பூசாரியின் உடற்சுமையும் சேர்ந்து அவர்களின் முகங்களில் ரத்த நரம்புகளை மேலெழுந்து சிவந்தன.

"அம்மா... ஒந் தயவில்லாம தீமிதி நடந்ததில்ல... இந்த வருஷமும் உன் ஆசி வேண்டி நிக்கறோம், எந்த கொறையும் இல்லாம நடத்திக் கொடு தாயீ, சத்திய வாக்கு தா தாயீ," ஊர்க்கோயில் தலைவர் கங்காணி மயில்வாகனம் அவர். கைகூப்பி நின்று கெஞ்சும் குரலில் கோரிக்கையை வைத்தார். துண்டை இடுப்பில் கட்டியிருந்தார். கூனிக்குறுகிய உடலும் அருளாசிக்காக வேண்டியது.

ஊர்மக்களின் செவிகள் கூர்மை கொண்டிருந்தன.

"அப்படி இல்லடா பாலகா... கருமேகம் சுலண்டு கெடக்கு, புயல் மழை பொரண்டு கெடக்கு... நேரம் நல்லால்லியேடா பாலகா...."

கரகப் பூசாரியின் சொற்கள் உள்ளிருந்து பொங்கிக் கிளம்பும் ஆவேசம் கொண்டிருந்தன.

மக்கள் குழம்பினர். அருள்வாக்கை ஏதோ எதிர்ப்பாராத ஒன்றின் எச்சரிக்கையாக எண்ணினர். ஆனால் அது பொருட்டல்ல. கருமாரி இருக்கிறாள்.

“அம்மா தாயே... உன்ன நம்பித்தான கேக்குறோம்... நல்வாக்கு சொல்லுமா, தாய்தான எங்களுக்குக் காப்பு.”

“பாலகா... வென வந்தா சொமந்துதான் ஆகணும், கடுங்காலத்த கடந்துதான் வரணும்... இது அக்கினி ஆறு பொங்குற காலம்டா” விழிகள் சிவக்க வெளிப்பட்டன சொற்கள்.

“தாயே... தாயே நீயே இப்படிச் சொன்னா எப்படி, ரெண்டு வாத்த நெஞ்சு நோகாம சொல்லக் கூடாதா....”

“நேரமாச்சு.... வாக்கு தந்தாச்சுடா... ஹும்ம்ம்... எறக்குங்கடா..” கரக பூசாரி இறக்கச் சொல்லி சைகை செய்தார். கத்தியை மெல்ல மெல்ல கீழே கொண்டு சென்றனர். அவர் பற்றியிருந்த இருவரின் உச்சிமுடி பிடியைத் தளர்த்தி கீழே கால் வைத்தார். கத்தியில் ரத்தச்சுவடு இல்லை. சாமியின் கால்களைப் பிளக்கும் அளவுக்குக் கத்திக்குச் சக்தி உண்டா என்ன?

அருள் வாக்கு பீதியைக் கிளப்பிவிட்டிருந்தது. நல்வாக்கு நாடி வந்தவர்கள் முகங்கள் வாடிவிட்டிருந்தன.

தப்பு அடிக்கத் தோதாய் நெருப்பில் காய்ந்திருந்தது. இடுப்பில் கோவணத்துணி போல தொங்கியது பறை. ‘பப்பர பர பப்பர பர’... என பறை அதிர தப்பு ‘டண் டண் டண்டணக்க, டண் டண் டண்டனக்கா’ என அறைந்து முழங்கியது. தப்பு அக்குள் இடுக்கிலிருந்து நழுவ நழுவ அதனை மீண்டும் சரியான இடத்தில் நகர்த்தி இறுக்கிக்கொண்டே அறைந்தார்கள்.

கரகப்பூசாரிக்கு முன்னால் பத்தடி தூரத்தில் அவர்கள் இசை அதிர்ந்தது. கூட்டத்தில் அதற்காகவே காத்திருந்த சிறுவர்கள், விடலைகள், பெரிசுகள் சேர்ந்து குத்தாட்டம் போட்டனர். தப்பில் தோள் தளர்ந்தவுடன் மீண்டும் நெருப்பில் இறுக வைத்து இசைத்தனர்.

வானம் வெளுத்து சூரியன் உச்சிக்கு ஏறிக்கொண்டிருந்தது. மேகங்கள் நிறம் மாறி வெளிறத் துவங்கின. வெப்பம் சுள்ளென்று உறைத்தது.

தீ மிதிக்க சங்கல்பம் செய்து கொண்டவரகளுக்குக் காப்பு கட்டினார் கரகப்பூசாரி. கழுத்தில் மாலையைப் போட்டு, அவர்களின் உச்சந்தலையில் கைவைத்துத் திருநீறிட்டு ”ஆத்தா கூடயே இருக்காடா” என்றார். அப்போது அவர்களும் சந்நதம் கொண்டு ஆடினர். அவர்களின் ஈர வேட்டிகள் மெல்ல உலர்ந்து கொண்டிருந்தன. இடதுகை உள்ளங்கைக்கு மேல் வலதுகை உள்ளங்கையில் திருநீறு பெற்றுக்கொண்டனர். அவர்களின் உடல் குறுகி சிலிர்த்திருந்தது. பின்னர் இரண்டடி பின்நகர்ந்து நெற்றியில் இட்டுக் கொண்டனர்.

அம்பாளின் சிலைக்கு முன்னால் தீமுற்றிய துண்டங்கள் இப்போது கனகனவென சிவப்பேறித் தகிக்கத் தொடங்கி இருந்தன. துண்டங்களின் மேல் கோர்த்த சாம்பல் உதிர்ந்தது. கரகப்பூசாரி அதனை வாழையிலை மூடிய கைகளால் அள்ளி வேட்டியின் மடியில் வைத்தார். சற்றும் காத்திராமல் மடியில் கனன்றுகொண்டிருக்கும் நெருப்பை ஏந்திக்கொண்டு தீக்குழியை நோக்கி ஓடினார். மஞ்சள் ஆடைகள் தரித்துத் தீயில் இறங்கி நேர்த்திக் கடன் செலுத்த வேண்டியவர்களும் பூசாரியின் ஓட்டத்துக்கு ஈடு கொடுத்தனர். தீக்குழியைச் சுற்றி நடக்கப் போகும் பெண்களும் அதில் சிலர்.

கோயில் நிர்வாகத்தினர் பின்னால் தொடர்ந்தனர். ஊர் மக்கள் வீடு திரும்பிக் கொண்டிருந்தனர். மாலையில் நடக்கும் தீமிதி விழாவுக்குத் தயாராக வேண்டும். ஊர் விழாக்கோலம் பூண்டிருந்தது.

தென்னங்கூந்தலும், மாவிலைகளும், வண்ணத்தாள்களும், கோயிலுக்குச் செல்லும் செம்மண் சடக்கு நெடுகத் தொங்கிக் காற்றில் ஆடிய வண்ணமிருந்தன.

எல்லைக் கட்டுக்குப்பின் தீக்குழியில் இட்ட நெருப்புத் துண்டங்களால் தீக்குழி இளநெருப்பாய் மேலேறியது. புகையும் கலந்து வியாபித்தது.

தலைவர் அக்கடா என்று சந்நிதிக்கு இடப்புறம் உள்ள சுவரில் சாய்ந்து அமர்ந்திருந்தார். ஒரு காலை மடக்கியும் இன்னொன்றை நீட்டியும் சுவரில் முதுகைக் கொடுத்தும் ஏதோ சிந்தனையில் இருந்தார். முகம் ஒளி மங்கியிருந்தது.

“அருள் வாக்கு அர்த்தம் புரியாம தவிக்கிறமே தலைவரே” என்றார் நெருங்கி வந்து அமர்ந்த சந்நாசி.

தன்னைச் சுதாரித்து அண்ணாந்து பார்த்தவர்,

“மனசப் போட்டு கொழப்பிக்க வேணாம்... கடசில வாக்கு தந்தாச்சின்னு சொன்னாங்களே...”

“வாக்குன்னா... நல்வாக்குன்னு எப்படி எடுத்துக்கிறது?”

“இப்படி வில்லங்கமா பேசுனா, நான் எப்படி பதில் சொல்றது?”

“வில்லங்கமா நான் கேக்குல கங்காணி. சாமி சொன்னதத்தான்.... கருமேகம் சுலண்டு கெடக்கு, புயல் மேகம் பொரண்டு கெடகுன்னிச்சே, நெஞ்சு பதறுது கங்காணி”

“எல்லாத்துக்கும் வேறமாரி அர்த்தம் பண்ணிக்கிட்டா எப்படி? மழன்னா நல்லதுக்குத் தானே... மழ காலம் விட்டா பூ பூக்கலையா? மரம் பால் சொரக்கலியா? பயிர் பச்ச செழிக்கலியா? அப்படி எடுத்துக்க..”

“இல்ல கங்காணி அருள் வாக்கு மனச பிலியிற மாரில்ல இருக்கு?

அப்படியில்லடா பாலகான்னுல்ல மறுத்திச்சே!”

“அருள் வாக்குன்னா என்னா?”

....

“வாக்கை கொடுத்தது யாரு... சாமியா?.... ஆசாமியா?”

....

“சொல்லு சந்நாசி.... யாரு?”

“சாமி.....”

“சாமின்னு ஒன் வாயாலியே சொல்றல்ல. நம்புறல்ல.... அதுதான். அந்த நம்பிக்கதான் முக்கியம்.... நம்மல கைவிடாது... கைவிடுற சாமியா அது? போ... தீமிதி நல்லபடியா நடக்கும்”.

“இல்லிங்க தலைவரே... ரெண்டு வருசத்துக்கு மின்ன, நாலு பேருக்கு பாதம் வெந்துப் போச்சே...”

“பாதம் வெந்தது பாவப்பட்ட ஜெம்மங்களுக்கு..! அவங்க செஞ்சத திருப்பி தந்திருக்கா... மகமாயி. வென வெதச்சவன் வென அறுப்பான்னு சொல்லி வக்கலியா... அப்டி! ஆமா, அந்தப் புண்ணல்லாம் இன்னுமா காயாம கெடக்கு? காயற புண்ணதான தாய் தருவா! போய் வேலயப் பாரு சந்நாசி,”

“பெரிய மனுஷன் சொல்றீங்க... மனசத் தேத்திக்கிறம்... கங்காணி”

கங்காணியின சொற்கள் அவர்களின் பலவீனப்பட்ட மனதுக்குத் தேறுதல் அளித்தாலும், உள்ளே சொற்புண் புரையோடிக் கொண்டிருப்பதைப் புறந்தள்ள திராணியில்லை.

சந்நாசியின் குழம்பிய முகத்தைப் பார்த்தவர் "சின்னப்புள்ள கணக்கா அதையே நெனச்சி ஒலப்பிக்கிட்டு கெடக்காத. பின்னால கட்டியிருக்கிற ஆடு கயித்த கழுத்துல சுத்திக்கிட்டு நிக்கப்போது; பல்லப்பய காலையிலியே 'சாப் ஊலார' போட்டுக்கிட்டு நிப்பான், ஒரு வெட்டுல உலுவணும், ஆளு நிதானமா நிக்கணும், அவன கண்காணிச்சிக்கிட்டே இரு, மாரியாயிகிட்ட ஒரு வாளி பாலு கறந்து வைக்கச் சொன்னேன். சைக்கிள எடுத்துட்டுப் போய் பாத்துட்டுச் சுருக்கா வா... பொறைக்கு எல்லாம் சரியா நடக்கணுமில்ல? வேல தலக்கி மேல கெடக்கு... போனமா வந்தமான்னு இருக்கணும்... போ... போ..."

'ஆட்டுக் கழுத்துல மட்டுமா கயிறு சுத்திக்கிட்டு நிக்கும், கரகப்பூசாரி சொன்ன சத்ய வாக்கும்தான் நம்ம கழுத்த நெறுக்குது' என்று சந்நாசியின் மனதுக்குள் எதிரொலித்தது.

சந்நாசி கோயில் தூணில் சாய்த்து வைத்த சைக்கிளைப் பிடித்துக் காலால் தரையை உந்தித் தள்ளிக்கொண்டு ஓடி, குதித்துச் சீட்டில் பசக்கென்று அமர்ந்தான். சைக்கிள் சக்கரங்கள் உருண்ட வேகத்தில் பெடல்கள் இரண்டும் ராட்டினமாய்ச் சுற்றிக் கொண்டிருந்தன. அதனைக் காலால் லாவகமாகத் தடுத்து நிறுத்தி மிதிக்கத் தொடங்கினான். சைக்கிள் காற்றாய்ப் பறந்தது.

அவன் போவதையே கண் பார்த்தாலும் கவனம் அதிலில்லை.

சந்நாசிக்குச் சொன்ன ஆறுதல் மொழி அவர் நாவிலிருந்து மட்டுமே வந்தது. ஆனால் கங்காணியின் உள்மனதில் ஏதோ ஒன்று அறுவிக் கொண்டிருந்தது.

2

பாச்சொக் கடற்கரையில்...

கோத்தாபாரு பட்டணத்துக்கருகில் இருந்த பாச்சொக் கடற்கரை கிராமம் ஆழ்ந்த உறக்கத்தில் இருந்தது. கருநீல விதானமாய் அமைதி பூண்டிருந்தது சுற்றியுள்ள கோத்தாபாரு பட்டிணம். மூடிக்கிடந்தது வானம். சிறுபறவையின் குரல் கூட இல்லை. இராப்பூச்சிகள் அங்கொன்றும் இங்கொன்றுமாய்ப் பறந்து கொண்டிருந்தன. தென்னங்கீற்றுகளின் அலைவு மட்டும் இரவுப் பொழுதின் துணையாக இருந்தது.

கடல் கருத்து விரிந்திருந்தது. பேரொலிகளை எழுப்பி ஆர்ப்பரித்தன அலைகள். இரவின் கடல்நாகமாய் வெண்தலை நீண்டு உயர்ந்து மேலெழும்பி மேலெழும்பி மறைந்தன அலைகள்.

கடலலை கரையை ஓயாமல் அறைந்து கொண்டிருந்தது. அலைகளின் சீற்றத்தைத் தவிர சந்தடியற்றதாய் இருந்தது பாச்சொக். அடுத்தடுத்து கரையை மோதிய அலைகள் மணலை வாரிக்கொண்டு கடலுக்குள் மீண்டும் இறங்கி, அடுத்த வீச்சில் புது மணற்கூட்டத்தை அள்ளிக்கொண்டு வந்து கரையில் சேர்த்தன. ஒவ்வொரு முறையும் மணல்துகள் பரப்பு சலவை செய்யப்பட்டதாய் வெளுத்துத் தூய்மை பூண்டிருந்தது. சலித்துக் கொட்டிய அரிசி மாவாய், மென்மையாய்ச் சீறிவரும் கடலின் அடுத்த அலைக்கு இரையாகவும் காத்திருந்தது.

செத்த மீன்கள் கரை நெடுக சிதறிக் கிடந்தன. முன்தினம் எஞ்சிய மீன்கள், கடல் வாரிக்கொண்டு துப்பிவிட்டு மீண்டும் அணைத்துக் கொள்ளாத மீன்கள் சேர்த்தி அதில். சிப்பிகள், ஆமை ஓடுகள், மீன் முதுகெலும்பு முள்கள், பழைய துணிகள், டின்கள், மக்கிய மரக்கட்டைகள், சேவையை முடித்துக்கொண்ட கைவிடப்பட்ட படகுகள், கடல் கொண்டு வந்து சேர்த்த பழைய பொருள்கள் என கடற்கரையில் ஆங்காங்கே சிதறி கிடந்தன.

மீனவர் படகுகள் இன்னும் கரை திரும்பவில்லை. கடலுக்குப் போகாத சில படகுகளும், சீரமைப்புச் செய்யப்பட வேண்டிய சில தோணிகளும் கரைகளில் தேங்கி இருந்தன. மீன்பிடி வலைகள் மூங்கில் தட்டிகளின் மேல் பரப்பப்பட்டுக் கிடந்தன. பெரு மீன்களாலும் கடலில் மிதக்கும் கட்டைகளாலும் அறுக்கப்பட்ட வலைகள் வாய் பிளந்திருந்தன. அந்தப் பொத்தல்கள் தைக்கப்பட வேண்டி மீனவர்களுக்காகக் காய்ந்து கிடந்தன.

கரையிலிருந்து சுமார் நூறு மீட்டர் தூரத்தில் இரண்டு பெருங்கப்பல்கள் கரையை நோக்கி நகர்ந்து வந்து கொண்டிருந்ததை யாரும் அறிந்திருக்க வாய்ப்பில்லை. இருளுக்கு நிழல் ஏது? இருள் கடலுக்கு மேல் சுருண்டு கிடக்க, கரிய வானம் இரவுக்கு மேலும் கருமை பூசிவிட்டிருந்தது. ஓரிரு நட்சத்திரங்களின் கண்சிமிட்டல்கள் நீங்க வானம் இருளடைந்து பரந்திருந்தது.

அவை இரு ஜப்பானிய போர்க்கப்பல்கள். ஆயிரக்கணக்கான தரைப்படை வீரர்களை விடிவதற்கு முன் கரை இறக்கவிருந்தன.

அவாசியான் மாரு, சக்குரா மாரு என்ற பெயரிடப்பட்ட கப்பல்கள் அவை. இருளின் திரை கரிய தோற்றம் கொண்ட கப்பல்களை மறைத்து விளையாடியது. அவாசியான் மாரு, சக்குரா மாரு போர்க் கப்பல்கள் இரண்டும் கரையை நோக்கி செலுத்தப்பட, மூன்றாவது கப்பலான அயோத்திசான் இன்னும் தென்படவில்லை. இம்மூன்று கப்பல்களும் சைகோனிலிருந்து ஒரே நேரத்தில் புறப்பட்டவை.

உறக்கம் வராமல் விழித்திருந்த ஓரிரு மீனவ கிராமக் கிழடுகளின் கண்களில் பட்டும், அவை கரை ஒதுங்க வருவதாக அவர்கள் நினைக்கவில்லை. பெரிய கப்பல்கள் கரையொதுங்கும் அளவுக்கு அத்துறைமுகம் வசதி கொண்டதல்ல. ஏற்றுமதி இறக்குமதி நடக்கும் துறைமுகமும் அல்ல. ஏதோ இறக்குமதிப் பொருள்களை ஏந்திக்கொண்டு கரையோரமாகப் பயணம் செய்கின்றன என்றே நினைத்துப் புரண்டு படுத்துக் கொண்டார்கள். புரண்டு படுக்கும் அத்தருணத்தில் ஒரு ‘யுகம்’ முடிந்து புது யுகம் பிறப்பெடுத்து ஆடப்போகிறது என்று அவர்கள் அறிந்திருக்க வாய்ப்பில்லை!

அந்த இரு கப்பல்களும் கரைக்கு அப்பால் ஆழ் மணலில் நங்கூரமிட்டு நின்றன. நூற்றுக்கணக்கான சிறுசிறு படகுகள் கப்பலிலிருந்து வடம் கொண்டு கடலில் இறக்கப்பட்டன. அலையின் இயல்பான ஆக்ரோஷமான ஓசைகள் கடலில் படகுகள் விழும் சிற்றோசை எழும்பாதவாறு தடுத்தன. அப்படகுகளில் திமுதிமுவென

ஜப்பானிய இராணுவத்தினர் ஆளுக்கொரு சைக்கிளைத் தோளில் சுமந்து இறங்கி படகின் குறுக்குப் பலகை இருக்கைகளில் அமர்ந்தனர். படகுகள் கொள்ளளவையும் மீறிய ராணுவ வீரர்களின் எண்ணிக்கையைச் சுமந்து கரையொதுங்க முன் நகர்ந்தன. ஒவ்வொரு படகிலும் ஆறுபேர் துடுப்பைச் செலுத்தினர். படகுகள் அலைகளைத் தோற்கடித்து விரைந்து முன்னேறின. ஏதோ பெரு மீன்கூட்டம் கரைப்பக்கம் நீந்துகின்றன என்றே தோன்றியது. கரையைச் சடுதியில் அடைந்துவிடும் ஒரே நோக்கம் அவர்களுக்கு. சில படகுகள் குடை சாயும் நிலைமை ஏற்படும் போதெல்லாம் வீரர்கள் கடலில் குதித்துப் படகின் சுமையைக் குறைத்தனர். சில இயந்திரப் படகுகளையும் அவர்கள் உடன் கொண்டு வந்திருந்தார்கள். அவையும் கரையை அடைந்து வீரர்களை இறக்கி விட்டுக்கொண்டு திரும்பின. அவர்களிடம் அசாத்தியமான பூனைப்பதுங்கலும், சிறுத்தைகளின் துரிதமும் நிறைந்திருந்தன.

எல்லா சூழ்ச்சிகளையும் இரவு மௌனமாகப் பார்த்துக் கொண்டிருந்தது.

அலை சற்று ஒடுங்கிய நேரத்தை அவர்கள் தேர்ந்தெடுத்திருந்ததால் பெரிய பாதிப்பு ஒன்றும் நிகழவில்லை. எல்லாமே திட்டமிட்டபடி இம்மி பிசகாமல் நடந்தேறிக் கொண்டிருந்தன.

இந்தச் சதித்திட்டம் இன்று நேற்று போட்டதல்ல! சப்பானிய உளவுத்துறையினர் ஏற்கனவே மலாயாவின்மீது போர்தொடுத்து வெற்றிகொள்ள உளவுத் துறையினரை அனுப்பி வைத்திருந்தனர். பிரிட்டிஷார் இதனை அறிந்திருக்கவில்லை. அவர்கள் செம்படவர்களாகவும், மருத்துவர்களாகவும், பல் மருத்துவர்களாகவும், கடிகாரக்கடை நடத்துபவர்களாகவும் புகைப்படக் கருவிகளை ஏந்தி ஊர் சுற்றிப் படம் எடுப்பவர்களாகவும் பாவனை செய்து நேசநாட்டுப் படையின் ராணுவ நடவடிக்கைகளை உன்னிப்பாகக் கண்காணித்தனர். தாங்கள் துப்பறிந்து சேகரித்த ரகசியங்களையும் புகைப்படங்களையும் ஜப்பான் தூதரகத்தில் ஒப்படைத்தனர். இது போக பாலியல் நுகர்வு வலைகளையும் வீசியிருந்தனர். ஜப்பானிய விலைமாதுகளின் மடியில் தேனெடுக்க விழுந்த ராணுவ அதிகாரிகள் மது மயக்கத்தில் எல்லாவற்றையும் உளறிக் கொட்டினார்கள். இச்சையைத் தீர்த்துக்கொள்ள வந்த ராணுவத்தினர்களிடமிருந்தும் அவர்கள் போர்பலத்தை அறிந்துகொண்டு தகவல்களை அனுப்பினர். இதுபோக சிறப்பு அதிகாரிகளும் மலாயாவிலிருந்தே செயல்பட்டனர். மலாயாவின் சந்து பொந்துகளையும் அறிந்தவர்களாக மிக நுணுக்கமான வரைபடங்களை ஜப்பானிய ராணுவம் வரைந்தது.

எங்கெங்கெல்லாம் ராணுவத்தளங்கள் இயங்குகின்றன என்பதைத் துல்லியமாகத் தெரிந்து கொண்ட பின்னரே பெரும்படை எலிகள் இரவில் தீனி தேடுவதுபோல உள்ளே நுழைந்தது.

ஜப்பானிய ராணுவத்தினர் சமுராய் வீரர்களின் கொள்கையைப் பின்பற்றியவர்கள். கடுமையான பயிற்சிக்குப் பின்னர் தங்களை முழுமைபெற்ற வீரர்களாகப் பிரகடனப்படுத்திக் கொண்டவர்கள். பின்வாங்குதலுக்குப் பதிலாகத் தங்கள் உயிரையே பணயம் வைக்கும் கொள்கை உறுதி கொண்டவர்கள். வாட்போரிலும், குதிரை ஏற்றத்திலும் கைதேர்ந்தவர்கள். குருதி என்பது வெறும் சிவப்புச்சாயம் அவர்களுக்கு. மனித ஊன் அவர்களுக்கு இறைச்சி மட்டுமே. தினவேறிய தோளினர். எப்பேர்ப்பட்ட நிலைமையையும் சமாளிக்கக் கூடிய மனபல பயிற்சிகளையும் தேறி வந்தவர்கள். எந்தச் சூழ்நிலையிலேயும் தங்களைத் தகவமைத்துக் கொண்டு உயிர் வாழும் போர்குணமிக்கவர்கள். பாம்போ, காட்டுப்பூனையோ, புல்லரிசியோ எது கிடைத்தாலும் அவை அன்றைக்கு உயிர் வாழ வாய்த்த உணவு அவர்களுக்கு. தங்கள் சக்கரவர்த்தி ஹிரோஹித்தோவின் கட்டளைகளைச் சிரமேற்கொண்டு செய்து முடிக்கும் கடமை தவறா அடிமைகள்.

விடிகாலையில் பாச்சொக் மீனவர்கள் கரையை அடையுமுன்னர் இரண்டு கப்பல்களும் கடலின் நடுப்பகுதிக்குப் போய்விட்டிருந்தன. யாருக்கும் எந்தச் சந்தேகமும் வரக்கூடாது. விருவிருவென முடிந்துவிட்டன எல்லாம். அவர்களுக்குக் கொடுக்கப்பட்ட நேரத்தைவிட சீக்கிரமாகவே நடத்தி முடித்தாயிற்று. அவை வணிகக் கப்பல்கள் என்பதாகவே மீனவர்களும் கடற்பயணிகளும் கருத வேண்டும் என்பது அவர்களின் ரகசியத் திட்டம். அவ்வாறே கட்டெறும்புகளாய் மளமளவென காரியத்தை முடித்துவிட்டு, கப்பல்கள் இயல்பான பயணத்தில் இருப்பது போல பாவனை காட்டின. புலனறிய சின்ன தடயம் கூட விட்டுவைக்கவில்லை அவர்கள்.

படகுகள் கரை மணலில் முட்டி நிற்பதற்கு முன்னரே சப்பானியப் படை சைக்கிள்களைச் சுமந்துகொண்டு கடலில் இறங்கி கரையை நோக்கி ஓடினர். கடலைக் கிழித்துச்செல்லும் சலசலப்பு சில மணிநேரம் நேரம் ஓயவில்லை.

கடல் அலைகள் பல்வேறு பயிற்சிகள் பெற்ற அப்பாதங்களுக்கு வழிவிட்டன. நீர் உட்புகாதபடி தயாரிக்கப்பட்ட ராணுவ உடை அணிந்திருந்தனர்.

சக்குரா மாருவின் கப்பல் தலைவன் ஹிரோஸி தக்குமி தன் வீரர்களுக்குச் சைகை காட்டினான். அவன் கையில் வைத்திருந்த வரைபடத்தை தன் சின்ன ‘டார்ச்’ கொண்டு அடித்து கண நேரத்தில் போகும் திசையை அறிந்தான். தான் முன்னே ‘சைக்கிளின் பெடலை’ மிதிக்க ஆயிரக்கணக்கான வீரர்கள் பின் தொடர்ந்தனர். புற்றிலிருந்து மொசு மொசுவென்று கிளம்பிய ஈசல் கூட்டமாய் ஆரவமின்றி கட்டளைக்கு அடிபணிந்தனர். ‘சைக்கிள்’ பின் ‘சீட்டில்’ அவர்களின் தினசரித் தேவைக்கான பொருள்கள் நிரப்பப்பட்டு பை மூட்டை இறுக்கப்பட்டிருந்தது. தோள் பட்டையில் சமுராய் கத்தியும் நீள் துப்பாக்கியும் தொங்கின. மார்புக்குறுக்கில் தோட்டா வார்ப்பட்டை இருந்தது. இடுப்பு ‘பெல்டில்’ குறுங்கத்தியும் கைத்துப்பாக்கியும் தொங்கின. சைக்கிள் கிட்டதட்ட நாற்பத்தைந்து ‘கட்டி’ சுமையைத் தாங்கிக்கொண்டு ஓடியது.

விடிவதற்கு இன்னும் சில மணிநேரம் இருந்தது. விடிந்துவிட்டால் மீனவர்கள் கரையைச் சேர்ந்துவிடுவார்கள். சந்தைக்கு மீன்வாங்குபவர்கள், காதோரம் நெருங்கி ரகசிய விலை பேரம் பேசும் குத்தகையாளர்கள், மீனவர் குடும்பத்தினர் என கூட்டம் கடற்கரையில் பெருத்துவிடும். இந்த எல்லாச் சலனங்களையும் அவர்கள் தவிர்ப்பதற்காக மின்னல் வேகத்தில் வேலையை முடித்துக்கொண்டு நாட்டுக்குள் நுழைந்து விட்டனர்.

ஆயிரத்துக்கும் மேற்பட்ட தரைப்படையினரைத் தலைமையேற்ற ஹிரோஸி தக்குமி ‘சைக்கிளில்’ ஏறி ‘பெடலில்’ கால் வைத்து அவன் தரையிறங்கிய கடலைக் கடைசி முறை நோட்டமிட்டான். கடல் சில அடிதூரமே கண்ணுக்குப் புலப்பட்டது. எஞ்சிய பரப்பு கரிய நிறத்தில் பெரிய மைதானமாய்ப் பரந்து விரிந்திருந்தது. வேறேதும் கண்களுக்குப் புலனாகவில்லை. கெம்பித்தாய்களின் காலணிச் சுவடுகள் மணற்பரப்பிலும், சேறு படிந்த இடங்களிலும் பல்லாயிரக்கணக்கில் அடையாளமிட்டிருந்தன. அவை நில முகத்தில் நோண்டப்பட்ட விழிக்குழிகளாய்ப் பள்ளங்கள் விழுந்து கிடந்தன. விளைந்து மலர்ந்த சோளக்கொள்ளைக்குள் மதயானைக் கூட்டம் புகுந்து துவம்சம் செய்துவிட்ட காலடிக்குழிகளாய் மலிந்து நிறைந்திருந்தன. கர்வம் நிறைந்த ஏளனப் புன்னகையொன்று அவன் முகத்தில் தெரிந்தது.

அவாசியான் மாரு கப்பலில் வந்த வீரர்களின் தலைவனும் கட்டளைகளைப் பிறப்பித்துக் கொண்டிருந்தான். அவர்களும் வேறு ஒரு திசையைத் தேர்ந்தெடுத்திருந்தார்கள். அலைகள் கடலில்

மட்டுமில்லை இராணுவத்தினர் வடிவிலும் கரைதாண்டிக் கொண்டிருந்தன.

மூன்றாவது கப்பல் வந்தடையவில்லை. அதைப்பற்றி பெரிதாய் அலட்டிக் கொண்டிராமல் தங்களுக்கு இடப்பட்ட கட்டளையின் மீது மட்டுமே அவர்கள் கவனம் முழுதும்.

அவர்கள் விட்டுச் செல்லும் அடையாளம் இந்தக் காலடிச்சுவடுகள் மட்டுமே.

அவற்றைக் கடல் அலைகள் பார்த்துக் கொள்ளும்.

ஜப்பான் தரைப்படை ராணுவத்தின் கவலையெல்லாம் கரையோரம் காவல் இருக்கும் நேசநாட்டுப் படைகளின் கண்களில் மண்ணைத் தூவிவிட்டு உள்ளே நுழைந்துவிட வேண்டும் என்பது மட்டுமே.

அது கிட்டதட்ட நிறைவேறிவிட்டிருந்தது.

3

பதினெட்டாம் கட்டையில்...

பார்வதிக்கான பாவாடை தாவணியை எடுக்க கங்காணி மயில்வாகனம் தையற்காரர் மருதமுத்துவின் அருகிலேயே 'ஸ்டூலில்' அமர்ந்து காத்திருந்தார்.

அடிக்கடி வார்க்கடிகாரத்தைப் பார்த்துக் கொண்டார். இரண்டாண்டுகளுக்கு முன்னர் இதே தோட்ட 'மேனேஜராக' இருந்த மெக்டோனால்டு துரை பரிசளித்துவிட்டுப் போனது. அவருடைய நேர்மையான உழைப்பும் அடிபணியும் குணமும் துரையைக் கவர்ந்திருந்ததாம். பிரியாவிடை விருந்தொன்றில் தன் கையில் கட்டியிருந்ததைக் கழற்றி அவர் கையில் கட்டி விட்டார் மெக்கோல். அக்கடிகாரத்தை கணுக்கையில் கட்டிக்கொள்ளும் போதெல்லாம் விசுவாசம் எந்த அளவுக்குப் பெருமையை ஈட்டித் தந்திருக்கிறது என்பதை மனம் பாடமாய்ச் சொல்லிக் கொண்டிருந்தது.

முந்தா நேற்றே தைத்துக் கொடுத்திருக்க வேண்டும். பலமுறை நடையாய் நடந்தும் கிடைக்கவில்லை. 'நாளைக்கு வாங்க, பொறைக்கு வாங்க, முடியல இடுப்பு நங் நங்குன்னு வலிக்குது' என்று காரணங்கள் சொல்லிக் கொண்டிருந்தார் தையற்காரர். மிஷினின் பக்கத்தில் பச்சை வண்ண போத்தலில் கண்ணபுறாத் தைலம் இருந்தது. "ஏன் யா.. நானும் அஞ்சி தடவைக்கு மேல வந்துட்டேன். எப்போ கெடைக்கும்னு கரெட்டா சொன்னாலும் அப்போ வந்து எடுத்திருப்பேன்ல.." தையற்காரர் வாய்க்குள் மென்று கொண்டிருந்த வெற்றிலைக் குதப்பலை அல்லூரில் துப்பினார். அல்லூர் கரையெல்லாம் வெற்றிலைச் சாறின் கருஞ்சிவப்புக் கறையாய் மாறிப் போயிருந்தது. தையல் மிஷினில் அமர்ந்தவாறு துப்புவதற்கு வாகாய்த்தான் மிஷினை அல்லூர் பக்கம் நகர்த்தி வைத்துக்கொண்டு வேலை பார்த்தார். "கங்காணி நான் என்ன

பண்ண? வந்தா ஒரேடியா வருது. இல்லன்னா ஒரண்டையா இல்லாம போது. பூக்குழி திருலாவுக்கு ஒரு மாசத்துக்கு முன்னாலியே கொடுத்திருந்தா, நான் சல்லிசா தச்சி கொடுத்திருப்பேன். இப்டி வண்ணானுக்கு வெள்ளாம கொடுத்த மாரி சீட்டித் துணி குமிஞ்சிருந்தா என்னா பண்ண சொல்றீங்க? ஒத்த ஆளா இருந்து லோல் பட்றத கண்ணால பாத்துக்கிட்டுதான இருக்கீங்க...'' "தய்யக்காரரே.. என் சோலி வேற இன்னிக்கி வெள்ளனையா, நான் மொத ஆளா நிக்கிறதில்லியா? என்ன நம்பிதான நீங்கள்லாம் தலைவரா போட்டீங்க..."

"புரியுது கங்காணி.. தோ சட்டைக்கு காஜா தச்சிட்டிருக்கேன்.. பாப்பாவோட சட்டதான் இது.""வயசுக்கு வந்த புள்ளயாச்சே, புதுத்துணி போட்டு அழகு பாக்க ஆசப்படுற புள்ளயாச்சே." "தோ முடிஞ்சி.. போட்டு அழகு பாருங்க.. 'டவுனுக்குப்' போயி நல்ல பட்டுல துணி வாங்கிட்டு வந்துட்டீங்க.. பெருநா திருநாள்ள போடாம எப்ப போட்டுப் பாத்து ரசிக்கப் போறீங்க?"பாவடையை ஒருமுறை உதறி விரித்துக் காட்டினார். நூல் துகள்களும் துண்டுத்துணிகளும் சிதறிப் பறந்தன. ஜரிகையின் அடிப்பாகம் மாங்காய்களும் இலைகளுமாய்க் கோர்த்து, கறுத்த 'போடருக்குச்' சிவப்பு பொருந்தும் வகையான பூவேலைப்பாடு ரம்மியமாய் இருந்தது. அப்போதே பார்வதிக்குப் போட்டுப் பார்த்து மகிழ வேண்டும் என்றிருந்தது அவருக்கு.

"தய்யக்காரே.. புள்ள மள மளன்னு வளந்துடுவா.. ரெண்டு 'இஞ்ச்சி' விட்டு தய்க்க சொன்னனே.."

பாவாடையின் அடிப்பாகத்தைக் காட்டி, "தோ பாருங்க.. உள்ளார மடிச்சிதான் தச்சிருக்கேன்.. வளர வளர பிரிச்சி விட்டுக்கலாம்.. இடுப்பு பக்கம் சைசுக்குப் போதுமான கயிறு விட்டிருக்கேன். போதுமா?"

மயில்வாகனத்தின் முகம் மலர்ந்தது. "ரவுக்கையும் அப்படித்தான?" என்றார்.

"ந்தாங்க.. கவலப்படாம எடுத்திட்டுப் போங்க. 'பிட்டாருந்தா' கொண்டாங்க.. சரி பண்ணி தரேன். மேமிச்சமா எடம் விட்டிருக்கேன்." பாவாடை ரவிக்கையைச் சுருட்டி வெட்டுத் துணியில் சுற்றிக் கட்டிக் கொடுத்தார்.

கங்காணி 'சைக்கிள்' சம்தாங்கியில் இருந்த 'சைக்கிள் டியூப் ரப்பர்' பிடிமனில் தோதாய்க் கட்டி புறப்பட ஆயத்தமானார்.

"தய்யக்காரே.. டயத்துக்கு வந்துடுங்க.. அப்புறம் பின்னால நின்னுதான் எக்கி எக்கிப் பாக்கணும்"

“எப்டி வர்ரது? எம்பாடே பெரும்பாடாருக்கு! இன்னும் மூனு நாலு பேருக்கு முடிச்சி கொடுக்க வேண்டிருக்கே.. நான் சொல்லி முடில, என் வாய் முகூர்த்தம்.. அங்க பாருங்க... ராமாயி ஆடி ஆடி நடந்து வர்ரத!”

கங்காணி நின்று கேட்க நேரமில்லாதவராய்ச் சைக்கிளை மிதிக்கத் தொடங்கினார்.

அண்ணாந்து வானத்தைப் பார்த்தார். கிழக்குப் பக்கம் ஆறாம் நம்பர் மலைக்கு மேலே கறுத்து குளம் வடிவிலான ஒரு சுருள் மேகம் தவழ்ந்தது. “காத்து தெச மாரி அடிக்குது.. மழ வாராது” என்று உள்மனம் சொல்லிற்று. “மழ வந்தா எல்லாம் பாலாப்பூடும்.. வராம பாத்துக்குவா மகமாயி....”

சம்தாங்கியில் கட்டியிருந்த பாவாடைச் சட்டையை இடது கையால் தொட்டுப் பார்த்துக் கொண்டார். ‘ஹேண்டலிலிருந்து’ ஒரு கையை எடுத்ததால் ‘சைக்கிள்’ லேசாக நிலையிழந்து ஆடியது. காற்று முகத்தில் சில்லென்று உரச சைக்கிளை வீட்டிற்கு விட்டார்.

“பாரு.. இந்தா.. போட்டுக்கிட்டு அப்பாவோட இப்பியே கௌம்பு.. பொறைக்கி நான் வரமுடியாது.”

“அப்பா தச்சிட்டீங்களா? குடுங்க.. குடுங்க..” விரித்து அதன் அழகை ரசித்தாள். “ஹய்ய்யோ.. நல்லாருக்குப்பா” பார்வதியின் முகத்தில் மகிழ்ச்சி ரேகைகள் ஓடின. துணி வாங்கும் போதும், தைத்து முடித்துக் காட்டிய போதும் இருந்த குதூகலம், மகளின் முகமலர்ச்சியில் இரட்டிப்பானது.

“போட்டுக்கிட்டு கௌம்புமா.....”

“இல்லப்பா.. நான் செத்த நேரத்துல கௌம்பிடுவேன்.. ராணி, மேகா, அம்பி எல்லாம் வூட்டுக்கு வரன்னிட்டாங்க.. சேந்து போலான்னாங்க. நீங்க போங்கப்பா.”

‘தாயில்லாப் பிள்ளை. ஒத்தையா வளர்றா. அவ போய்ச் சேந்து மூனு தீமிதி முடிஞ்சி போச்சி. இஷ்டப்படி வரட்டும்..’ – மனம் சம்மதம் சொல்லியது.

“பத்ரம்மா.. அப்பா வேலையா இருப்பேன்.. அங்கிட்டு இங்கிட்டுப் போவாத. ராத்திரிக்கி வள்ளி தேவான நாடகம் ஆடுறாங்க. அப்போ அப்பாகூட இருக்கணும்.. புரியுதா? என்ன அல்லாட வைக்காத. ந்தா..” இருபது காசை உள்ளங்கையில் திணித்தார்.

“சரிப்பா.. சரிப்பா.. தீமிதி முடிஞ்சதோட நான் வூட்டுக்குப் போவல, நீங்க இருக்கிற எடத்துக்கு வந்திருவேன்..”

வேட்டி கம்ஸை போட்டுக் கொண்டு சைக்கிளை மிதித்தார். கம்ஸின் தங்க நிற பொத்தான்களைப் பிறகு போட்டுக்கொள்ளலாம் என கம்ஸ் பையில் பத்திரமாய் வைத்துக் கொண்டார்.

தூரத்திலேயே தப்புச் சத்தம் கோயில் வளாகத்திலிருந்து ஒலித்துக் கொண்டிருப்பது கேட்டது.

கோயிலை நோக்கி நடந்து கொண்டிருந்தது தோட்டச்சனம் மொத்தமும் வண்ணங்களின் ஜொலிப்பில். கஸ்தூரி மஞ்சள் பூசிய முகங்கள் தோட்டத்தின் தோற்றத்தையே மாற்றியிருந்தன. தங்கள் குடும்பங்களின் மொத்த சொத்து மதிப்பு எவ்வளவு என்பதை அவர்கள் அணிந்திருந்த நகை நட்டுகள் வழி பறைசாற்றிக் கொள்ளும் நாளாகவும் இது அமைந்து விட்டிருந்தது.

வெயில் உச்சிக்கு ஏறி வெப்பத்தைக் கக்கிக் கொண்டிருந்தது. சைக்கிளின் வலதுபுறம் இரண்டடிக்கு விழுந்து, குட்டி தேவதையாய்ச் சைக்கிளோடு ஓடி வந்தது நிழல்.

சந்நாசி தீக்குழிக்கு இருபதடி தள்ளி நின்றிருந்தான். கோயில் ‘கமிட்டிகள்’ ஏழெட்டு பேர் இருந்தாலும் அவன் செயலூக்கம் யாருக்கும் வராது. எள்ளென்றால் எண்ணெயாய் வந்து நிற்பான். ரொம்ப ஒத்தாசைக்காரன்.

கங்காணியைக் கண்டதும் அவன் செய்து முடித்தவற்றை ஒப்புவிக்கத் தயாரானான்.

“தண்டலே.. துணிய எடுத்து பாப்பாட்ட கொடுத்திட்டீங்களா? பால் நாலு கேலன் வந்துடுச்சி, எறங்கறப்ப ஊத்திடுவான். மானாகிட்ட சொல்லிட்டேன். ஆட்டுக்கிட்ட பல்லன் போயி நிக்கிறான். இந்த நேரத்தில் அவுத்துக்கிட்டு ஓடிறப்போதுன்னு சொல்லி அனுப்பிட்டேன். ஆத்தங்கரைக்குக் கரகப்பூசாரி போய்ட்டாரு. கூட நம்ம நாலு கமிட்டி நிக்கிறாங்க. கிராணி தொரைங்களுக்கு, தோ பாருங்க சிமிந்து மேடைல நாக்காலியெல்லாம் அடுக்கியாச்சி. கெராணி இப்பொதான் சொல்லிட்டுப் போனாரு ஹார்வாட் தோட்டத்துத் தொரமார், மேம் புள்ளைங்கெல்லாம் அவங்க ஊர்லேர்ந்து இங்க வந்துருக்காங்களாம். நம்ம திருலாவ பாக்க வராங்களாம்.. மே மிச்சமா நாக்காலி போட்டு வைக்கச் சொன்னாரு. போட்டேன். எல்லா வேலயும் முடிஞ்சீ.. கங்காணி.”

“சரிடா.. ஒங்கிட்ட பொறுப்ப ஒப்படைச்சா.. சிட்டாட்டம் செஞ்சி முடிச்சிருவேன்னு தெரியுமே!” என்றுவிட்டு, “கேக்க மறந்துட்டேன்.. கூத்து கட்றவங்கல்லாம் வந்துட்டாங்களா?”

"பூசாரி வூட்ல தங்க எடங் கொடுத்தாச்சி.. குளிச்சிட்டு வேசம் போட்டுக்கிட்டு இருக்காங்க. உள்ளார யாரையும் வுடல. பூசாரி வூட்டுக்காரங்ககிட்ட சொன்னேன், காப்பி டீ ஏதுக்கேட்டாலும் கலக்கிக் குடுக்கச்சொல்லி. அதுக்காக பால் டின், சீனி, காப்பித் தூளெல்லாம் நேத்தே வாங்கிக் கொடுத்திட்டேன்".

தீக்கங்குகள் கனன்று கொண்டிருந்தன. குழிக்குப் பதினெட்டுக்கு நாலடியென கணக்கு. வெட்டப்பட்ட போது குழி சிறிதாகத் தெரிந்தது.

'போய்லரிலிருந்து' எடுத்துவந்த கட்டைகள் எரிந்து நிரவி விட்டபோது தீக்குழி தரை மட்டத்திலிருந்து அது ஓரடிக்கு மட்டுமே உயர்ந்து நின்றிருந்தது. அதன் கணகணப்பு இருபதடிக்கு அப்பால் நிற்பவர் மேலும் பாய்ந்தது. சூரியன் பூமிக்கு மிக அருகில் நெருங்கிவிட்ட தகிப்பு.

துரைமார் குடும்பங்களுக்கும், கிராணிமார் குடும்பங்களுக்கும் சில ஆண்டுகளுக்கு முன்னால் கட்டப்பட்ட மேடை, தீக்குழிக்கு மிக அருகில் இருப்பதாகப் பட்டது. துரைமார்களுக்கு இது சங்கடமாக அமையலாம் என்று நினைத்தார் கங்காணி. ஆனால் ஒருமுறை கூட ஏதும் புகார் வரவில்லை. பின்னர்தான் உறைத்தது அவர்கள் வாழும் தேசம் நான்கைந்து மாதங்களுக்குக் கடுங்குளிர் கொட்டும் பிரதேசமென்று.

பேரடுப்புப் போல கணப்பின் வெப்பம் உடல் மேல் மேவியது. சடசடவென உடல் முழுதும் வியர்வைப்பூக்கள் பூத்தன. தீக்குழியின் நெருப்புத் துண்டங்களை நிரவும் கூலியாட்களின் மேல் மழைபோலக் கொட்டிக் கொண்டிருந்தது வியர்வை. வேட்டி முனையைப் பின்புறம் இழுத்துச் செருகி இருந்தார்கள். வேட்டி ஈரத்தால் பிதுங்கல் தெரிந்தது.

வேட்டி வியர்வை ஈரத்துடன் ஒட்டிக் கிடந்தது. தலையில் தலைப்பாகையை முண்டாசு அளவுக்குக் கட்டியிருந்தார்கள். அதன் முனையிலிருந்து இழைகள் தொங்கிற்று. திறந்த கரிய மேனியில் அறுந்த நூல்போல அலையும் நரையை இரையாக்கிக் கொள்ளும் போலிருந்தது வெப்பம். நீண்ட முள் 'சீசரில்' நிரவ நிரவ துண்டங்களின் கண்கள் விழித்துக் கொண்டது போல தகிப்பு கூடி கனன்று சுட்டது. நிரவ நிரவ தீக்கங்குகளின் மேல்மட்டத்தில் சாம்பல் பூச்சிகள் பறந்தன. தீக்கங்குகள் மாரியம்மனின் ஆயிரம் கண்களை நினைவூட்டின. தீக்குழி ஆட்கள் அவ்வப்போது பழைய

தார் தோம்பில் நிரப்பப்பட்ட நீரை வாளி வாளியாக அள்ளி தலை தொப்பரையாக நனைய ஊற்றிக் கொண்டனர். ஆனாலும் தீக்குழிக்கு மிக அருகில் நிற்க, நீரில் நனைந்தது பொருளற்றதானது! நீரைத் தள்ளிக்கொண்டு வியர்வை பெருத்தோடியது.

கூட்டம் கூடிவிட்டிருந்தது. தோட்டத்துச் சனம் கொண்டாட்டக் களிப்பில் தோய்ந்திருந்தது. மயில்வாகனத்தின் கண் பார்வதியைத் தேடியது. அப்பாவின் விழிகள் அலசுவதைப் புரிந்து கொண்ட அவள் கையை அசைத்து கவனத்தை ஈர்த்தாள். அந்த உடை அவளுக்குச் சுயநம்பிக்கையை கூட்டிவிட்டிருந்தது. அவள் முகமலர்ச்சி அதனை நிரூபித்தது.

பாவாடை சட்டையில் மகள் வளர் இளம்பெண்ணாய்த் தெரிந்தாள். இந்த ஆறு மாதத்தில் அவள் கிடுகிடுவென வளர்ந்து விட்டிருந்தாள். கண் மாறாமல் சற்று நேரம் அவளையே அவதானித்தார். பட்டுப்பாவாடை தாவணியில், கூந்தலில் மல்லிகையுமாய் அமர்க்களமாய் இருந்தாள். வனப்பு கூடியிருந்தது! இன்னும் ஒரு வருஷத்தில் அவள் திருமணத்துக்குத் தயாராகி விடுவாள் போலிருக்கிறது. பொறுப்பு மிகுந்தவளாய் வளர்த்தெடுக்க வேண்டும்! மகமாயி!. மயில்வாகனத்தின் மனம் புற உலக பேரிரைச்சலுக்கு மத்தியில் அக உலகத்தில் சஞ்சரித்துத் திரும்பியது.

பெரிய கிராணி முதல் ஆளாய் வந்து நின்று துரைமார்கள் வருகைக்காகக் காத்திருந்தார். அவ்வப்போது மேடையில் ஏறி நாற்காலியைச் சற்று பின்னால் இழுத்துப் போட்டுக் கொண்டிருந்தார். முன் நாற்காலிகள் சூடேறிக்கொண்டிருந்தன. சூடு அவரைப் பதம் பார்த்துக்கொண்டிருந்தது. உடன் கொண்டுவந்த சீனக் கைவிசிறியைக் கொண்டு முகத்தருகே விசிறிக் கொண்டிருந்தார்.

ஒன்றன்பின் ஒன்றாக 'லேண்ட் ரோவர்கள்' வந்துவிட்டன. வெள்ளைக்காரர்கள் உயரமும் நிறமும் அவ்விடத்துக்குப் பெரிய கம்பீரத்தைக் கொண்டு வந்திருந்தது. 'மேம்கள்' பூலோக தேவதைகளாய் இறங்கி மேடைக்கு நடந்தார்கள். மேடையில் இருப்பவர்களில் மெக்கோல் துரையை மட்டுமே பெரிய கிராணிக்குத் தெரியும். மெக்கோலின் நேரடி மேற்பார்வையில்தான் பெரிய கிராணி பணியாற்றுகிறார். மற்ற வெள்ளைக்காரர்கள் இவருக்கு அறிமுகம் இல்லை. மெக்கோலின் அழைப்பின்பேரில் அவர்கள் வந்திருக்கலாம். அவர்களில் ஒருவர் 'ஹூக்கா' புகைத்துக் கொண்டிருந்தார். அது கையில் பிடிக்க தோதான 'மினியேச்சர்' மண்வெட்டிபோல இருந்தது. துரை அதனை வாயில் வைத்து

இழுக்கும் போதெல்லாம் அதன் தலைப்பாகத்தில் திணிக்கப்பட்ட புகையிலை கனன்றது. ஹுக்கா வாயில் இருக்கும்போதே புகை உதட்டின் ஓர் ஓரத்தில் இருந்து கிளம்பியது.

மேடை நிறைந்து விட்டது. பெரிய கிராணி தயாராய் வாங்கி வைத்திருந்த பத்துப் பதினைந்து விசிறிகளைத் துரைமார்களுக்கும், மேம்களுக்கும் அவர்களுடன் வந்த இரண்டு பிள்ளைகளுக்கும் விநியோகம் செய்தார். அவர்களுடைய "தேங்க் யூ, வெரி கைண்ட் ஆப் யு" சொற்கள் அவருக்குள் மந்திரமாய் நுழைந்தன. கிராணிகள் பின் இருக்கைகளில் அமர்ந்திருந்தார்கள். பெரிய கிராணி அவர்கள் கேள்விக்கு கூனிக்குறுகி விளக்கம் சொல்லிக் கொண்டிருந்தார். தன்னுடைய ஆங்கிலப் புலமை மீது அவருக்குப் பெரிய சந்தேகம் வந்த தருணங்களில் அதுவும் ஒன்று.

பூக்குழியைச்சுற்றி கூட்டம் கூடிவிட்டது. பெரிய கிராணி சைகை காட்டினார். கங்காணி தலையை ஆட்டிக்கொண்டார்.

தீக்குழி முன்னால் கரகப்பூசாரி கரகம் தலையில் சுழல ஆடிக்கொண்டிருந்தார். காற்சலங்கைகளிரண்டும் ஒலி வியாபித்துச் சுழன்றன. கழுத்தில் இருந்த பூமாலை கருகிக் கொண்டிருந்தது. திருநீற்றையும் குங்குமத்தையும் தீ வியர்வையாக்கி முகத்திலும், நெஞ்சிலும் வெண்மை, சிகப்புக்கோடுகளாக வளர்ந்து இறங்க வைத்துக் கொண்டிருந்தது. தீக்கங்குகள் பழுத்து முதிர்ந்திருந்தன.

கரகப்பூசாரிக்குப் பின்னால் ஒன்பது நாட்கள் விரதம் இருந்து நேர்த்திக்கடன் செலுத்தும் தீ இறங்குபவர்கள் மருளுள் இருந்தனர். பூக்குழி சுற்றிவரப் போகும் பெண்கள் ஆட்டம் பெரிதாய் இருந்தது. மஞ்சளில் நனைத்த ஆடை அணிந்து தீச்சட்டி ஏந்தி கையில் வேப்பிலைக் கொத்துப் பிடித்து ஆடிக் கொண்டிருந்தார்கள் சில பெண்கள். தீச்சட்டியிலிருந்து புகை கிளம்பி மேலேறியது. கைக்குழந்தை ஏந்திய தாயொருத்தி பூசாரி சைகை காட்டக் காத்திருந்தாள். குழந்தையின் அலறல் காற்றில் துளைகளை உண்டாக்கின. தாயின் இடுப்பிலிருந்து நழுவிக்கொள்ள நெளிந்தது குழந்தை. குழந்தை சரிந்துவிடாமல் இருக்க இடுப்பில் அவளை அசையாமல் அமர வைக்கும் முயற்சியில் சற்றும் பின்வாங்கவில்லை தாய்.

கரகப்பூசாரி வெட்டுக்கத்தியை எடுத்துத் தேங்காயைத் தீபத்தில் காட்டி, வேண்டிக்கொண்டு இரண்டாகப் பிளந்தார். அதனைக் குழிப்பக்கம் வைத்தார். பூசணியை நான்காகப் பிளந்து குங்குமம் தேய்த்துக் குழியின் நான்கு திசையிலும் எறிந்தார்.

கிடாவின கழுத்துக்கயிறைப் பிடித்தவாறு நின்றிருந்தான் பல்லன். அவன் கைகளில் முனை தீட்டிய அரிவாள் இருந்தது. குங்குமமும் மஞ்சளும் திருநீறும் பூசியிருக்க அதன் உக்ரம் மேலும் அதிகரித்திருப்பதான தோற்றத்தை அளித்தது.

கிடாவின் கழுத்தில் அரச இலையும், வேப்பிலையும் கலந்த இலை மாலை தொங்கியது. அதன் வளைந்து சுருண்ட கொம்புகளில் திருநீற்றுக் குங்குமச் சிதறல் படர்ந்திருந்தது. கோயில் பூசாரி அதன் மீது வாளியிலிருந்த மஞ்சள் கரைத்த தீர்த்தத்தைத் தெளித்தார். கரகப்பூசாரி "பலி கொடுங்க" என்று கட்டளை பிறப்பித்தார்.

பல்லன் அரிவாளைக் கையில் எடுத்தான். கதிரின் கீற்று பளிச்சிட்டுத் தகதகத்தது. கோயில் பூசாரி ஆட்டின் தலையில் தீர்த்தத்தைத் தெளித்தார். ஆடு வாகாகத் தலைகுனிந்துக் காட்டியது. அரிவாளைக் கையில் ஏந்தும்போது அவன் நெஞ்சுக்குள் இனம்புரியா பீதி ஏறிக்கொண்டிருந்தது. அவனது கண்கள் இயல்புக்கு முரணாய் விரிசல் காணத் துவங்கின.

பல்லன் பலிகடாவின் கழுத்துப் பக்கம் வாட்டமாய் நின்று கத்தியை ஓங்கினான். அவன் தலைக்குமேல் கத்தி. கழுத்தை குறிவைத்துக் கொண்டான். சரியாக நடுக்கழுத்தில் வெட்டு விழவேண்டும்.

மறுவெட்டெல்லாம் ஆத்தாவுக்கு உவப்பில்லை! அவன் திரண்ட மார்பு புடைத்து நின்றது! அதன் தசைநார்களின் மடிப்புகளிலிருந்து வியர்வை ஒழுகிச் சரிந்தது. அவன் தன் பணி எப்போது முடியுமென காத்திருந்தான். காலையிலிருந்து ஊற்றிக் கொள்ளவில்லை. சந்நாசி அடிக்கடி வந்து, "வாயத் தொறயா" என்று மோப்பம் பிடித்தார்.

"கிட்ட வந்தாலே, வாட வருதுடான்னுவிங்க! வாய வேற தொறக்கணுமா?" என்று சொல்லிப் பார்த்தான். ஆனால் சந்நாசி அவன் மீதிருந்த கவனத்தை மீட்கவில்லை.

தன்னைச் சுதாரித்துக் கொள்ள வேறுவழி தெரியவில்லை. ஆனாலும் வேட்டியின் இடுப்பு மடிப்புக்குள் மூன்று 'சாப் ஊலார்' சாராய புட்டிகளை மறைத்து வைத்திருந்தான்.

பலி ஆடு அசையவில்லை. அதன் உரோமங்கள் நீரில் நனைந்து உடம்போடு படிந்து நின்றன. "வெட்டவா.." விழிகளால் கேட்டான் பல்லன். அழுத்தமாய் "ம்ம்" என்றார் கையில் வேப்பிலை கொத்து ஏந்தியிருந்த கோயில் பூசாரி.

ஓங்கிய அரிவாள் பலம் கொண்டடிறங்கி கழுத்தில் விழுந்தது. தலை துண்டாகி ரத்தம் பீய்ச்சியது. பல்லனின் மேலும் பூசாரியின் மேலும் குருதி அடித்து நனைத்தது. அவர்களின் வேட்டி குருதிக்கோலம் பூண்டிருந்தது. மார்பு முகமெல்லாம் அதன் தெறிப்பு.

குரல்வளை அறுக்கப்பட்ட ஆடு, கால்களை எம்பி உதைத்துத் தரையில் அடித்துப் பேரோசை எழுப்பியது. சற்று நேரத்தில் முழுதும் ஒடுங்கிப் போனது. முண்டம் ரப்பர்பந்து போல துள்ளிக்கொண்டு நகர்ந்து கொண்டிருந்தது. தலையிலிருந்து வடிந்த ரத்தம் தீக்குழியில் இறங்கி ஓடியது. சற்று நேரத்தில் பார்வையாளர்கள் போலவே குருதியும் உறைந்து போனது. தலைப்பாகம் மண்மீது ஒருக்களித்துச் சாய்ந்து கிடந்தது. வாயிலிருந்து கோழை கொட்டியது. காதுகள் புடைத்துச் செங்குத்தாய் நீண்டிருந்தன. திறந்த வாக்கில் நிலைகுத்தி நின்றன கண்கள். அதன் கருவிழிகளில் இன்னும் மின்னல் இருந்தது.

வெள்ளைக்காரர்களின் விழிகள் பிதுங்கின. மிரட்சியும் அச்சமுமாய்

முகத்தை மூடிக்கொண்டனர் பெண்கள். அவர்களின் குழந்தைகள் மேம்களின் மார்பில் புதைந்து விழி திறக்க மறுத்தன.

கரகப்பூசாரி தலையில் இருந்த கரகத்தைச் சரி செய்தார். பின்னால் கையுயர்த்தி பக்தர்களிடம் பொறுமை காக்கும்படி உத்தரவிட்டார்.

“ஆத்தா” என்றுரைத்தவாறே திரும்பி கோயில் கோபுரத்தை வணங்கினார். மீண்டும் ஒருமுறை மாரியாத்தா என்று சொல்லிக்கொண்டே தீக்கங்குகளின் மீது வலது பாதத்தை வைத்தார். பின்னர் விடுவிடுவென நடந்து தாண்டியவுடனே பாலூற்றப்பட்டுத் தேங்கியிருந்த குழியினுள் நின்றுகொண்டார். அங்கிருந்தவாறு மறுபக்கம் உள்ளவர்களை இறங்கச்சொல்லி சைகை காட்டினார். தயங்கினர். நெருப்பு கண்முன் சிறு குளமென கொட்டிக் கிடந்தது. சிவந்த தீ நாக்குகள் அவர்களைச் சற்றே தயக்கம் கொள்ளச் செய்தன. கால்கள் சில்லிட்டு அதிர்ந்து கொண்டிருந்தன.

“ஆத்தா பக்கத்தொண இருக்கா, அஞ்சாம வாடா,” என்று உரத்துக் குரல் கொடுத்தார் கரகப்பூசாரி.

ஓர் ஆடவர் முதலில் தீயில் கால் வைத்தார். “ஆத்தா.. ஆத்தா” என்று சத்தமாக சொல்லிக்கொண்டே பாய்ந்து பாய்ந்து நடந்து வந்து சேர்ந்தார். பூக்குழியின் மறுமுனையில் பால் ஊற்றி இருந்த குழியில் கால்வைத்து சற்று நேரம் நின்றார். கோயிலை நோக்கி கைதூக்கி கும்பிட்டு விட்டு அங்கிருந்து அகன்றார். மற்றவர்களுக்கு நெஞ்சுத்துணிவு உண்டானது. ஒருவர் அடுத்து ஒருவர் இறங்கி வந்து பால் குழியில் கால்வைத்து ஆசுவாசப்படுத்திக் கொண்டனர். பூசாரி

மீண்டும் அவர்கள் பக்கம் போய் எஞ்சியவர்களைக் குழியைச் சுற்றிவரச் சொல்லி அவர் முன்னே நடந்தார்.

'மகமாயி.. சக்தி தாயே.. மாரியம்மா' என்றெல்லாம் குரல்கள் ஒலித்தன. வேப்பிலை ஏந்திய கரங்களைத் தலைக்கு மேல் உயர்த்தி மருள் கொண்டு ஆடினர்.

பெரிய ஆபீசிலிருந்து வந்த மேனேஜரின் அலுவல் அதிகாரி, மேடைக்கு விரைந்து ஏறி, மேனேஜர் மெக்கோலின் கைகளில் சாம்பல் நிறத்திலான துண்டு காகிதம் ஒன்றை நீட்டினார். இரண்டு வரி வாசகம் அவரைக் கதிகலங்க வைத்தது. அலுவலதிகாரி குழப்பம் மிகுந்து காணப்பட்டார். நிர்வாகி நம்பாதவராய் "எப்போது வந்தது இது?" என்று கைகள் நடுங்கக் கேட்டார். இத்தனை நாட்களாய் மிடுக்கையே பார்த்து வந்த கிராணிமார்களுக்கும், கங்காணி மார்களுக்கும் அவரின் மனப்பதற்றம் அச்சத்தை உமிழ்ந்தது.

"சற்று முன்னர்தான்"

"என்ன? என்ன? வாட்ஸ் த புரோப்ளம்?" என மற்ற வெள்ளையர்கள் வினாக்களால் துளைத்தெடுத்தார்கள். மெக்கோலின் முகமாறுதல் அவர்களைப் பீதியடையச் செய்தது. அவர் ஏதும் சொல்லும் நிலையில் இல்லை. அவரின் உடல் நடுங்கியவாறு இருந்தது. துண்டுத்தாளை மற்றவரிடம் நீட்டினார். அது எல்லாருடைய கைகளுக்கும் வாசிக்கக் கிடைத்தது. அவர்களின் நெஞ்சுக்கூடு பதறியது. கண்கள் சிவப்பேறி, முகங்கள் வெளிறத் தொடங்கின.

பெண்கள் குழந்தைகளை அணைத்தபடி மேடைப்படியிலிருந்து அவசரமாக இறங்கினர்.

'லேண்ட் ரோவர்' இயந்திரம் முடுக்கப்பட்டுச் சக்கரம் சுழல்வதற்குத் தயாரானது.

"ஹரி அப்.. ஹரி அப்" என்று பதட்டம் மிக்கவராய் மற்ற நண்பர்களைத் துரிதப்படுத்தினார்.

லேண்ட் ரோவர்கள் தூசு மண்டலத்தைக் கிளப்பியவாறு பறந்தன. எங்கே போகிறார்கள் என்று புரியவில்லை! எதற்கு இத்துணை அவசரம் என விளங்கிக் கொள்ள முடியவில்லை!

சற்று நேரத்தில் மேடை காலியானது. தோட்ட மக்கள் வெள்ளைக்கார விருந்தினர் அனைவரும் அவசரமாய்ப் புறப்பட்டுவிட்ட மர்மம் புரியாதவர்களாக ஓடி மறையும் வாகனங்களைப் பார்த்தவாறு இருந்தனர்.

சாப் ஊலார் = ஒருவகைச் சாராயம்

கோ.புண்ணியவான் 49

4

பாச்சொக் கடற்கரையில்...

பாச்சொக் 'பீச்' பழையபடி அரவமற்றுக் கிடந்தது.

சூரிய தரிசனத்துக்காகத் தவமிருந்தது கருங்கடல். ஓயாத அலைகளின் ஓசை கரையுடனான தன் விளையாட்டை நிறுத்துவதாய் இல்லை.

இயற்கையின் விளையாட்டு எப்போது நின்றது? அது தன் பாட்டுக்கு இயங்கிக் கொண்டிருக்கிறது. பிற உயிர்களை இயக்கவும், இயங்க வைக்கவுமான அளப்பரிய பிரம்மாண்டம் அது.

ஜப்பானியத் தரைப்படை ராணுவ கால்மிதி அடையாளங்களைக் கரைக்கு வந்து வந்து கலைத்தவண்ணம் இருந்தது ஆழிக்கூத்து. கெம்பித்தாய்களின் சூதுக்குத் தானும் துணை நிற்கும் ரகசியத்தைக் கடல் தன் கைக்குள் இறுக்கமாய்ப் பதுக்கி வைத்துக்கொண்டது போலும்.

வளர்ந்த தென்னைகள் சிலுப்பிக்கொண்டே இருந்தன. கடலின் நூறு அடிக்கு மேல்மட்டத்தில் காற்றின் வீச்சு அதிவேகமாய் இருக்கலாம். பொட்டல் பொட்டலாய்ப் பச்சைக் காடுகள் வான் வெண்மையின் எஞ்சிய சிறு ஒளியில் நிழலாய்த் தெரிந்தன. அலைகள் கூர்நகங்கொண்டு கரையைப் பிராண்டிக் கொண்டே இருந்தன. கரையைத் தின்று தீர்த்துவிடும் பேராசை அதற்கு. மேலும் மேலும் வேண்டும் என பெரும்பசி கொண்ட அரக்கனாய் அலைந்தன. சமுத்திர அலைகள் சில நூறு அடி தூரம்வரை நுரைத்துப் பொங்கித் திரண்டு வந்து கொண்டிருந்தன. கடற்கரையிலிருந்து கிளம்பிய சைக்கிள் படை சற்று தூரத்தில் இருந்த வன முகட்டின் உட்பக்கம் நகர்ந்து போய்க் காத்திருந்தது. அந்தச் சிறிய காடு அவர்கள் முழுமையாய் மறைந்திருக்கப் போதுமானதாக இல்லை. இரவு பகலுக்கு வழிவிடாத அந்நேரத்தில்

ஆள் நடமாட்டம் அறவே இல்லை. அவ்விருளில் அந்தக் குறுக்கு வழி, மக்கள் பயன்படுத்தத் தோதாகவும் இல்லை. அப்படியே கடந்து போக நேர்ந்தாலும் ஜப்பான் படையின் கிஞ்சிற்றும் அசைவற்ற நிலையை அவர்கள் உணர மாட்டார்கள். அத்தனை வீரர்களும் தங்கள் தலைவனின் ஆணைக்காகச் சலனமின்றிக் காத்திருந்தனர். கொசுக்கடி, விஷப்பூச்சிக் கடியிலிருந்து தற்காத்துக்கொள்வதற்கு வசதியான இராணுவ உடையை அணிந்திருந்தார்கள். திறந்து கிடந்த கைகளிலும் முகத்திலும் பூச்சிப்பொட்டு தாக்காமல் இருக்க ரசாயனத் திரவம் தடவியிருந்தார்கள். விடிகாலை இருள் கனத்துக் கிடந்தது. பனிப்பொழிவு மங்கிய திரையெனத் தெரிந்தது. கை முகங்களில் பட்ட தளிர்கள் அதன் ஈரத்தை உணர்த்தின. இரவுப் பூச்சிகள் செவியருகே சுற்றி இரைந்து கொண்டிருந்தன. சில சமயம் முகங்களையும் மோதிச் சென்றன. இலை மடிப்புகளிலிருந்து குரல் எழுப்பிக் கொண்டிருந்தன சில்வண்டுகள். கால்களுக்குக் கீழ் ஏதேதோ சரசரத்தோடின. சிலந்தி வலைப் பின்னலில் சிக்கிய முகங்களில் பிசுபிசுப்பு தட்டியது. அதனை நீக்கிய கைகளிலும் பிசுபிசுப்பு.கப்பலுக்குள்ளிருந்து தரையிறங்கப் பூர்வாங்க வேலைகளில் ஒன்றியிருந்ததால் யாரும் இரவு உணவு எடுத்துக் கொள்ளவில்லை. ஆழ்கடலிலிருந்து கரைக்குப் பாதுகாப்பாய் இறங்குவது மட்டுமே அன்றைக்கான குறி. குறிதப்பக் கூடாது. சிறிது பிறழ்ந்தாலும் நேசநாட்டுப் படைகளின் கைகளில் சிக்கிக்கொண்டு சாகவேண்டியதுதான். புலர்காலை விரிந்து துலங்குவதற்கு முன்னர் பயணத்தைப் பழுதின்றி தொடர வேண்டும். அவரவரிடம் பட்டுவாடா செய்யப்பட்ட உணவுப் பொட்டலங்களைச் சாப்பிடலாம் என உத்தரவு பிறப்பித்தார் ஹிரோஸி தக்குமி. டின்னில் அடைக்கப்பட்ட சாடின், இறைச்சி, அரிசிச்சோறு போன்றவையே அவர்களின் அன்றைய காலைக்கான பசிதீரல். உணவு சில்லிட்டிருந்தது. கடற்பயணத்தின் போது சூடு காட்டப்பட்ட உணவு வகைகள் அவை. ஆனாலும் அள்ளி அள்ளி வாயில் போட்டனர்.

உணவை முடித்துக்கொண்டு தயாராக ஐந்தாறு நிமிடங்களுக்குக் குறைவாகவே நேரம் ஒதுக்கப்பட்டிருந்தது. எல்லாரும் ஒரு சேர நேரத்தைக் கடைபிடித்து உண்டு முடித்திருந்தனர். புலர்ந்ததும் அவர்கள் அடைய வேண்டிய முதல் இலக்கு கோத்தாபாரு பட்டணத்துக்குக் கிட்டதட்ட நூறு அடிகள் விலகி ஒதுங்கி அமைக்கப்பட்டிருந்த நேசநாட்டுப் படைகளின் ஒரு படைப்பிரிவினரான ஆகாயப்படை மையத்தைத் தாக்குவது. அதனைச் செயல் இழக்கச் செய்தால் கோத்தாபாருவை எளிதாகக்

கைப்பற்றிவிடலாம். அதேவேளையில் கடலோரம் எல்லைக் காவல் காக்கும் இந்தியப் படைகளையும் அவர்களால் இலகுவாகக் கையகப்படுத்திவிட முடியும்.

அவர்கள் அந்த ஆஸ்திரேலிய வான்படை தளத்தைச் சென்றடையுமுன், ஜப்பானிய ஆகாயப்படை வானிலிருந்து அதன் மீது குண்டு மழை பொழியும். அதுவரை காத்திருந்து, ஜப்பானிய ஆகாயப்படை குண்டுகள் விழுந்து முடிந்த சில நிமிடங்களில் உள் நுழைய வேண்டுமென்பது இவர்களுக்கு இடப்பட்ட கட்டளை. தரைப்படைத் தலைவர் தக்குமி ஆணைக்குப் பிறகு உட்புகல் நடந்தேறும்.

அவர்கள் இருக்குமிடத்திலிருந்து கிட்டதட்ட இருபது நிமிடங்களில் இலக்கை அடைந்துவிட வேண்டும். குண்டுவீச்சு தெறித்த தளம் கலைந்து கிடந்து, எஞ்சியிருந்த வீரர்கள் மீண்டு வருவதற்கு முன்னர் தக்குமியின் படை உள்நுழையும். முற்றாக ஒழித்துக் கட்டியவுடன் கோத்தாபாரு சரணடைந்து விடும்!

தக்குமியின் படை நின்றிருந்த இடத்திலிருந்து சைக்கிள் பயணத்தைத் தொடங்கினால் இருள் விலகுவதற்கு முன்னர் இடத்தைத் தொட்டு விடலாம். ஒற்றையடி மண் பாதையில் ஓட சைக்கிளே சிறந்த ஊர்தி என்பது சீனாவுடனான போரின் போது கிடைத்த அனுபவ அறிவு. ஆகாய மார்க்கமாக இன்னும் சற்று நேரத்தில் ஜப்பானியப் போர் விமானங்கள் பறக்கத் தொடங்கி விடலாம். வானத்தை நோக்கிப் பார்வையைச் செலுத்திக் கொண்டிருந்தார் தக்குமி. பிற தலைகளும் அண்ணாந்திருந்தன.

மின்மினி ஒளி அளவுக்கே ஒன்று வானில் நகர்ந்தது. அதனைத் தொடர்ந்து ஆறேழு மின்மினிகள். தக்குமி கையை உயர்த்திக் காட்டி ‘அதோ’ என்றார். சற்று நேரத்தில் குண்டுகள் மண்ணை நோக்கி உதிரத் தொடங்கின. ஊசிகள் பாய்வது போன்று சரசரவென பாய்ந்து வந்தன. விழுந்தபோதுதான் அதன் பேரிரைச்சல் கோத்தாபாருவை உலுக்கியது. சற்று நேரம் இடைவிடாத குண்டு மழை.

மண் அதிர்ந்தது. புலர் காலை உறக்கத்திலிருந்தவர்கள் கால்கள் நடுங்கி கண்கள் விரிந்தன. அந்த அதிர்வு பிதுங்கிய விழிகளின் தூக்கத்தைக் கலைத்தது. திடுமென படுக்கையிலிருந்து எழுந்து அமர்ந்தவர்கள் விழிகள் சில நொடிகள் நிலைகுத்தி பிரம்மை பிடித்தவர்கள் போலானார்கள். உடலுக்குள் பீதி ஊர்ந்து குடலைத் அசைத்தது. குழந்தைகள் அலறின. பலர் சன்னலைத் திறந்து வெளியே பார்த்தனர். இருள் அறைந்தது. பட்டென்று மூடிக்கொண்டனர். உறக்கம் விடுபட்ட தம்பதிகள் என்ன ஏதென்று அச்சம் படரும் கண்களால் விசாரித்துக் கொண்டனர்.

அந்தத் தாக்குதல் ஒரு விநாடியில் நடந்து முடிந்துவிடும். எனவே தன் படையை விரைந்து நகரும்படி கட்டளையிட்டார். மந்திரவாதியின் ஊதுகுழலுக்கு இணங்கிய பெரும் எலிக்கூட்டம் போல நசநசவென பின்தொடர்ந்தனர் தக்குமியின் படை வீரர்கள். தக்குமி குரல் எட்டும் போதெல்லாம் கவனமாகக் கேட்டு இணங்கினர்.

சாக்கடை குறுக்கிடும் போதெல்லாம் சைக்கிளைத் தோளில் சுமந்து தாண்டினர். தென்னை மரப்பாலங்களைக் கடக்கும் போதும் சைக்கிள்கள் தோளில் இருந்தன. எல்லா தருணங்களிலும் கைக்குழந்தைபோல சைக்கிள் அவர்களுடன் ஒட்டிப் பிறந்த இரட்டைக் குழந்தைகளாய் இருந்தன. அவை இன்னொரு போர் ஆயுதம் அவர்களுக்கு. காடு, கழனி, வயல் வரப்புகளைக் கடந்து முன்னேற ஏதுவான இருசக்கர வாகனம்.

விமான தாக்குதல் முடிந்து நிலையிழந்து சிதறிக்கிடந்த ஆஸ்திரேலிய ஆகாயப் படைத்தளம் தக்குமியின் தரைப்படை கைவசமாயிற்று. தளத்தில் நின்றிருந்த போர் விமானங்களை நோக்கி ஓடிய விமானிகளை உடனே சுட்டு வீழ்த்தினர்.

போர் ஆயுதக் கிடங்குகள் எரிந்து சாம்பல் குவியல்களாய்க் கிடந்தன.

எங்கு நோக்கினும் குவியல் குவியலாகத் தீ நாக்குகள் மேல் நோக்கி எரிந்தன. எரிந்து முடிந்த குவியலிலிருந்து கரும் புகை மேலேறியது. சாம்பல் கூட்டம் திப்பித் திப்பியாய்க் காற்றில் மிதந்தன. எஞ்சியிருக்கின்ற ஆயுதங்களையும் தளவாடப் பொருள்களையும் ஆஸ்திரேலியர் கைகளில் கிடைக்காமலாக்கினர். யாரும் ஓடித் தப்பிக்காதவாறு எல்லாப்புறங்களிலும் காவலிருந்து மடக்கிப் பிடித்தனர். சப்பானியர்கள் பிடியிலிருந்து மீள முரண்டு பண்ணிய வெள்ளையர்களைச் சுட்டுப் பிணமாக்கினர். துப்பாக்கிமுனை கொண்டு தாக்கிக் கைது செய்தனர்.

குண்டடி பட்டோர் ரத்த வெள்ளத்தில் வீழ்ந்து துடித்துக் கொண்டிருந்தனர். கை கால்கள் தலைகள் முண்டங்களாக ஆங்காங்கே துப்பப்பட்டுக் கிடந்தன. மரண ஓலங்களும் அழுகுரல்களும் காற்றை நிரப்பியிருந்தன. சில குடியிருப்புகளும் அழிந்தன.

சிற்சில காயங்களோடு உயிர் பிழைத்தவர்கள், குண்டு வீச்சில் தப்பித்தவர்களைத் தக்குமி படையினர் உடனே பிடித்து ஓரிடத்தில் மண்டியிட்டு உட்கார கட்டளையிட்டனர். அவர்கள் நகராமலிருக்க கெம்பித்தாய்கள் துப்பாக்கி முனைகளை முகத்துக்கு நேரே நீட்டிக் காவல் இருந்தனர்.

அங்கிருந்து யாரும் தப்பித்திருக்கக் கூடிய வாய்ப்பை முறியடிக்கும் வண்ணம் பசி கொண்ட சில சப்பானிய வீரர்கள் விமானத் தளத்துக்கு வெளியே போய்த் தேடலைத் தொடங்கியிருந்தனர். சந்தேக அசைவுகளும் ஒலிகளும் எழும்பும் புதர்கள், மறைவிடங்கள் என துப்பாக்கி முனை கத்தி கொண்டு செருகிச் சோதனையிட்டனர்.

பலம் வாய்ந்த வான்படை இவ்வளவு எளிதில் கைமாறும் என அவர்கள் நினைத்துப் பார்க்கவில்லை.

ஆனால் தக்குமிக்கு ஒரு செய்தி கிட்டியிருந்தது.

அயோத்திசான் மாரு ஆஸ்திரேலிய ஆகாயப்படையால் தாக்கப்பட்டு வீழ்ந்தது என்று. கப்பலிலிருந்த வீரர்கள் யாரும் தப்ப முடியவில்லை. ஆழ்கடலில் மூழ்கிக்கொண்டிருந்தது அக்கப்பல். ஜப்பானிய முப்படைத் தாக்குதலை நேசநாட்டுப் படைகள் எதிர்பார்த்திருந்ததுதான். ஆனால் இத்துணை விரைவில் நடக்குமென்றும், இன்னின்ன பகுதிகள் தேர்ந்தெடுக்கப்பட்டிருக்கும் என்ற சூழ்ச்சியைக் காலத்தோடு அறியத் தவறி விட்டார்கள்.

அயோத்திசான் மாருவைத் தாக்கி கடலில் மூழ்கடித்தது கோத்தாபாரு விமானத்தளத்திலிருந்து புறப்பட்ட போர் விமானங்கள்தான். அடுத்தடுத்துப் பறக்கவிருந்த விமானங்களை ஜப்பானிய போர் விமானங்கள் முந்திக்கொண்டு தாக்கியிருக்கின்றன.

மலாயா நிலப்பகுதி முழுதும் நிப்போன் ஆட்சிக்கு உட்பட்டுவிடும். மூன்று முனைத் தாக்குதல் ஒருசேர நடக்க வீழ்ச்சி உசிதமானது. சியாம் சிங்கோராவிலிருந்தும், பட்டாணியிலிருந்தும் புறப்பட்ட சைக்கிள் படை ஒன்று பெர்லிஸ் வழியாக நுழைந்து கெடா, பேராக் போன்ற மேற்குக் கடற்கரை பகுதிகளைத் தன்வசப்படுத்திக் கொண்டிருக்கும்.

சைக்கிள் படையினர் மலாயா முழுதும் சிறிய எண்ணிக்கையில் பிரிந்து பல்வேறு திசைகளுக்குப் பயணமாகவிருக்கின்றனர். மலாயா நிலப்பகுதியினை ஒரே நேரத்தில் கைப்பற்றும் நிப்போன் சக்கரவர்த்தியின் ஆணை கிட்டதட்ட வெற்றி பெற்றிருக்கிறது. முழு வெற்றியும் வெகு விரைவில்.

இன்னும் சற்று நேரத்தில் பொழுது புலர்ந்துவிடும். வானத்தில் மெல்லிய வெளிச்சம் துலங்கும். வானம் மறுபடியும் பறவைகளுக்குச் சொந்தமாகும். ஆனால் நிலம் ஒவ்வொரு காலக்கட்டத்திலும் அதிக வலிமை வாய்ந்தவனிடம் கைமாறி விடுகிறது.

5

பதினெட்டாம் கட்டையில்...

இரவு கவியத் தொடங்கியிருந்தது.

காலையில் கோயிலுக்கு வந்த துரைமார்கள் எல்லாம் திடீர் என்று போய்விட்டது மயில்வாகனத்துக்கு சந்தேகத்தைக் கிளப்பிக்கொண்டே இருந்தது. என்னவோ நடப்பதாக அவர் உள்மனது எச்சரித்து கொண்டிருந்தது..

லயத்து வீடுகளில் ஆள் நடமாட்டம் குறைந்திருந்தது. கூலிச்சனம் கொண்டாட்ட மனநிலையிலிருந்து விடுபடத் தயாராக இல்லை. பிரதி தினமும் திரும்பத் திரும்ப ஒரே மாதிரியான வேலை அலுப்பூட்டியிருந்ததால் இந்த மாற்றம் அவர்களுக்கு உற்சாகமூட்டியிருந்தது. ஆண்டுக்கொருமுறை கூட இந்த மனமகிழ்ச்சி இல்லையென்றால் அப்புறம் என்ன வாழ்க்கை இது?

தீக்குழி இப்போது வெறும் சாம்பல் குவியலாய்க் கிடந்தது. இளஞ்சூடு எஞ்சியிருந்தது அதில்.

இப்போது குழந்தைகள் முறை. தீக்குழியில் "தீ இறங்கிக் கொண்டிருந்தனர்". அவர்களுக்குள்ளும் ஒரு கரகப்பூசாரி இருந்தான். அருளாட்டம் இருந்தது. மருள் வந்தாடி தீ இறங்கி நேர்த்திக்கடன் செலுத்துவோரும் கரகப்பூசாரியின் கை அசைவுக்குக் காத்திருந்தனர். அங்கேயும் தீவிரமாய் ஒழுங்கு கடைபிடிக்கப்பட்டிருந்தது. இன்று நேற்று வந்ததில்லை இந்த ஒழுக்க முறைமை. கணக்கிட்டுத் துல்லிதமாய்ச் சொல்ல முடியாவிட்டாலும் சில ஆயிரம் ஆண்டுகள் எனக் குத்துமதிப்பாய்க் கணித்துவிடலாம். மண்விட்டு மண் வந்தாலும் உடன் அழைத்து வரப்படும் முறைகள் அவை.

தோட்ட சனம் கோயில் வளாகத்தில் மெல்ல அதிகரித்துக் கொண்டிருந்தது. அண்டை தோட்டத்துச் சனங்கள் தீமிதி முடிந்து

கூத்துப் பார்க்க தங்கி விட்டிருந்தனர். அவர்களில் சிலர் தொப்புள் கொடி உறவுகளுக்காக வந்தாலும் சாயங்கால சந்தோஷங்களுக்கு இவ்வாறான ஆண்டு விழாக்களின்போது கூடுதல் சுதந்திரம் உண்டு என்ற நம்பிக்கையில்தான். அவர்கள் நாடி வந்த உடன்பிறப்புகள், நண்பர்கள் ஏமாற்றிவிடுவதும் இல்லை.

மனைவிமார்களுக்கு உறவானால் வீட்டிலும், கணவன்மார்களுக்கு உறவானால் கடையிலும் என உபசரிப்புகளுக்குக் குறை வைக்காத நாள் அந்நாள்.

சில கடைகளுக்கு வெளியே ஏபிசி காலி பீர் புட்டிகள் சிறு குன்று போல குவிந்திருந்தன. கடைக்குள்ளிருந்து கவிச்சி வாடை ஐந்தடியை வியாபித்துக் கொண்டிருந்தது. கூட்டத்தைப் பெருமளவில் உள்ளிழுத்துக் கொள்ளும் மந்திரத்தை உடன் வைத்திருக்கும் கடைகள் அவை. நுழைந்தவர்களை மந்திரித்துவிட்டுத்தான் வெளியே அனுப்பும் வைராக்கியம் கொண்ட கடைகள்! கூத்துப் பார்க்க வந்தவர்கள் பாத்திரங்களாகவே மாறிப்போகும் அசல் காட்சிகள் அரங்கேறி விடுவதையும் தவிர்க்க முடியாது அங்கே.

கோயில் வளாகத்தில் தகரக் கூடாரங்களின் கீழ் தற்காலிகக் கடைகள் விரித்திருந்தனர். அவற்றில் பெரும்பான்மையானவை நொறுவை பலகாரக் கடைகள். இரண்டொரு தேநீர், பிராட்டா ரொட்டிக் கடைகள். இட்லிப்பானைகள் ஆவியைக் கக்கிக் கொண்டிருந்தன. கையிழு வண்டி வியாபாரிகளும் இருந்தனர். தரையில் படுதா விரித்துச் சேலைத் துணிமணிகள் பரப்பப்பட்டிருந்தன. எஞ்சிய சேலைகள் இடும்பன் பூசை நாளில் ஏலம்விடும் கடைகளாக உருவெடுத்துவிடும். ஏலம் விடும் நாளில் எடுத்துக் கொள்ளலாம் என்று காத்திருப்பவர்களும் உண்டு. ஆனால் விரும்பிய சேலை ஏல நாள்வரை இவர்களுக்குக் காத்திருப்பதில்லை.

சந்நிதானத்துக்கு எதிர்புறம் உள்ள கூத்து மேடையில் நாடகத்திரைகள் கட்டப்பட்டிருந்தன. கப்பிகள் துணையுடன் அவை தரை மட்டத்திலிருந்து சுருள்வதும் மீண்டும் தரைக்கு நீள்வதுமாய் வெள்ளோட்டம் பார்க்கப்பட்டது. அதனை இழுத்து மூட கூத்துக் கம்பெனியில் ஒரு பணியாள் இருந்தான். மனித வாழ்வுச் சூழலில் தன்னிச்சையான மாற்றங்கள் நிகழ்வதுபோல, நாடகக் கதைக்கேற்ப மாறும் காட்சிகள் வரையப்பட்டருந்தன அவற்றில். அத்திரையில் முருகன் கோயில் படம் வரையப்பட்டிருந்தது. எட்டி இருந்து பார்க்கும்போது அது அசல் கோயில் போன்றே தோன்றியது. காற்று வீசும்போது கோயிலும் அசைந்தது.

மேடைக்குக் கீழ் 'சிமிந்துத்' தரை நெடுக்க கோரைப்பாய்கள் விரிக்கப்பட்டிருந்தன. அவை லயத்து வீடுகளின் படுக்கைகளாக இருப்பவை. தற்காலிகமாய் இடம் பெயர்ந்து இருக்கைகளாக மாறியிருந்தன. விரிக்கப்பட்ட பாய்கள் அதனதன் எல்லைகளைக் கடந்து இன்னொன்றின் மீதேறிக் கிடந்தன!

சில பாய்களின் முனைகளில் நார்நாராய்க் கிழிசல்கள். சிலவற்றில் மெல்லிய மூத்திர வாடை கசிந்தது. சிலவற்றில் மாறாத கறைகள். அதனால் பலன் இருக்கவே செய்தது. கிழிசல்களையும் கறைகளையும் வைத்தே அதன் உரிமையாளர் அடையாளம் கண்டு கொண்டனர். புதுப்பாய்கள் அவற்றின் பாதுகாப்புக் கருதியும், அதன் ஆயுள் நீடிக்கக் கருதியும் பயன்பாட்டிலிருந்து வீட்டின் பரணில் ஓய்வெடுத்துக் கொள்ளும். கோயில் தரையில் பாய் விரித்து இடம் பிடிக்கும் செயல் காலையிலிருந்தே தொடங்கிவிட்டிருந்தது. முந்திக் கொள்பவர்கள் நாடக மேடைக்கு முன்னால் போட்டு இடம் பிடித்துக் கொள்வார்கள். அவை பெரும்பாலும் மேடையை ஒட்டி இருக்கும். குழந்தைகள் அண்ணாந்து பார்த்த களைப்பில் பெற்றோரின் மடியில் துயில் கொண்டிருக்கும்.

சில குழந்தைகள் ஆளில்லாத நேரம் பார்த்து, ஏற்கனவே போடப்பட்ட பாயை நீக்கி அந்த இடத்தைக் கைப்பற்றியிருக்கும். சில சமயங்களில் எது தங்களது பாய் போட்ட இடம் என்ற குழப்பமும் உண்டாகிவிடும்.

மேடைக்கு எதிரில் பலிபீடத்துக்கு அருகில், துரை, கிராணிமார்களுக்குச் சிறப்பு இடம் பிரிக்கப்படிருந்தது. நாற்காலிகள் மிக நேர்த்தியாய் அடுக்கப்பட்டிருந்தன. கூலிச்சனம் அவ்வெல்லைக்குள் நுழைந்து விடாமல் இருக்க ஓர் ஆள் அங்கேயே காவல் வைக்கப்பட்டிருந்தான்.

இருள் கவிவதற்குள் மக்கள் கோயில் மண்டபத்தில் கூடிவிட்டனர். மேடையின் நான்கு மூலையிலும் மண்ணெண்ணெய்யில் எரியும் 'கேஸ் லைட்டுகள்' வெளிச்சத்தை உமிழ்ந்து கொண்டிருந்தன. சில விளக்குகள் மண்டபத்திலும் எரிந்தன. கூத்து ஆரம்பிப்பதற்கு முன்னர் அவை அணைக்கப்பட்டன மேடையில் எரியும் விளக்கைத் தவிர. மேடை நடிகர்களின் முகங்கள் தெளிவாகத் தெரிய இந்த ஏற்பாடு.

கூத்தைப் பார்க்க தாமதமாக வருபவர்கள் கையில் மண்ணெண்ணெய் விளக்கை ஏந்தி வந்தனர். திரியில் எரியும் கொழுந்தைக் காற்று,

தொடர்ந்து எரிய அனுமதிக்காத பட்சத்தில் நெருப்புப் பெட்டியும் உடன் கொண்டு வந்திருந்தனர்.

லயத்துக் காட்டில் எங்காவது மினுக்கு மினுக்கென ஒளி தெரிந்தால் அவை இரத்தம் சுண்டிப்போன வயசான கட்டைகள் வீட்டுக் காவலுக்கு வைக்கப்பட்டிருக்கிறார்கள் என்பது வெளிச்சம்.

கூத்து ஆரம்பிக்கத் தாமதமாகிக் கொண்டிருந்தது. அவித்தோ வறுத்தோ, கையோடு கொண்டுவந்த கடலை, மொச்சை, எல்லாம் கொரித்து முடிந்து கொண்டிருந்தன.

குழந்தைகளிடம் "கோயில்ல வந்து ஒன்னும் கேக்கக் கூடாது. வூட்லியே வவுத்த ரொப்பிக்கணும்," என்ற எச்சரிக்கை பெரும்பாலும் செல்லுபடியாவதில்லை.

"கூத்தப் போடுங்கையா" என்ற குரல் கூட்டத்திலிருந்து எழுந்தது.

கிராணிமார்கள் யாரையும் கண்ணில் படவில்லை. நாற்காலிகள் நிரப்பப்படுவதற்கு மயில்வாகனம் கமிட்டி காத்திருந்தது. கூட்டத்தில் கூச்சல் அதிகரிக்க, மயில்வாகனம் மேடைக்குப் பின்னால் படுதாவுக்குள் நுழைந்து கம்பெனிக்காரரிடம் தொடங்கச் சொல்லி உத்தரவிட்டார்.

திரை விலகி, நாடகம் அட்டகாசமாகத் தொடங்கியது.

மேடையில் இடது மூலையில், ஒருவர் விநாயகர் துதி பாட, ஆர்மோனியும், மத்தளமும், ஜால்ராவும் இசைகூட்டின. சனங்கள் உற்சாக மிகுதியில் கைதட்டி ஆரவாரம் செய்தனர். சீழ்க்கை செவிகளைக் கிழித்தன!

நாடகத்தில் முதல் காட்சி. கோமாளி வந்தான்

வந்தனம் வந்தனம் வந்தனமுங்கோ

வந்திருக்கும் எல்லாருக்கும் வந்தனமுங்கோ

துரைமார்கள் மேம்களுக்கு முதல் வந்தனம்

கெராணிமார்கள் கங்காணிகளுக்குத்

வஞ்சமில்லாமல் தந்தோமுங்கோ

பாட்டாளிச் சனத்துக்குப்

பாங்கான வந்தனமுங்கோ

பாக்கவந்த குழந்தைகளுக்கும்

பாங்குடன் குந்கோமுங்கோ

வந்தனம் வந்தனம் வந்தனமுங்கோ

வந்தமர்ந்து பார்த்து

வாழ்த்தையும் சொல்லிச் செல்லுங்க.... உங்க

வாழ்த்தையும் சொல்லிச் செல்லுங்க

டுன் டுனக்க டுன் டுன், டுன் டுனக்க டுன் டுன்...

எனப்பாடும்போது கூத்துக் கோமாளியின் கோணலான அசைவுகளில் பாட்டு வெகு ஜோராய் அள்ளியது.

ரசிகர் கூட்டத்தில் மகிழ்ச்சி களை கட்ட ஆரம்பித்தது.

அதற்குள் வடமாலை ஏந்தி மேடையில் ஏறினார் ஒருவர். அவர் வேட்டியின் ஒருபகுதி முட்டிக்கு மேலும், ஒருபகுதி கீழும் இறங்கியிருந்தது. தடுமாறி மேடையில் ஏறிக்கொண்டிருந்தார். ஓர் அடியை எடுத்து வைக்க மறு அடி அவரைப் பின்னுக்கிழுக்கப் பார்த்தது. சபையில் கூச்சல் கூடி குழப்பம் நிலவியது.

கையமர்த்தி கூட்டத்தின் கூச்சலை அடக்கப் பார்த்தார். மேலும் சிரிப்பொலி.

“என்.. மச்சான்.., என்.. மச்சான்.. என் சொந்தத் தங்கிச்சி..... புருஷன், கோமாளி வேஷம் கட்டி ஷோக்கா ஆடுன சின்னச்சாமி மச்சானுக்கு.. இந்த மச்சானோட வட மால,” என்று தடுமாறிக்கொண்டே, கழுத்தில் அணிவித்தார். கோமாளியின் பாடலையும் ஆடலையும் விட இவரின் சேட்டைக்கே சனம் குதித்துக் கும்மாளமிட்டது.

சனங்கள் கவலை மறந்திருந்த வேளை அது.

எண்ணம் முழுமையும் கூத்தில் தோய்ந்து விட்டிருந்த தருணம்.

‘தீம்பாரு தீப்பத்திக்கிச்சி’ என்று ஒருவர் கூச்சலிட, கூத்தில் மூழ்கியிருந்த முழு கூட்டத்தின் கவனமும் திரும்பியது. குந்தியிருந்த சனம் செங்குத்தாய் எய்யப்பட்ட அம்புகள் போல எழுந்தது. ‘எவனோ தண்ணி புல்லா போட்டுட்டு கலாட்டா பண்றான்’ என நினைத்தது தப்பாய்ப் போயிற்று!

“கித்தா காடெல்லாம் பத்தி எரியுது” என்று கூட்டத்தில் எழுந்த ஓலங்கள் கதிகலங்க வைத்தன. அவசர அறிவிப்புக்கு ‘ஆபீஸ்’ வாசலில் தொங்கும் இரும்புத்துண்டு ஒலியெழவில்லை.

ஓடும்பிள்ளை தீயணைக்க சனத்தைக் கூவியழைக்கும் எச்சரிப்புக் குரலும் இல்லை.

சனங்கள் மண்டபத்துக்கு வெளியே ஓடிவர.. பெரும் கரும்புகை மண்டலம் வானை மறைத்து, தீ பேருரு கொண்டு திகுதிகுவென மேலேறி எரிந்து கொண்டிருந்தது. நாலாத்திசையிலுள்ள கித்தா மரங்களும் தீயில் வெந்துக் கொண்டிருந்தன. சில இடங்களில் தீப்பிழம்புகள் கொப்பளித்து மேலேறுவதைப் பார்க்க முடிந்தது. அடியில் வெந்த மரங்கள் அரக்கனிடம் அடிபட்டு மண்ணில் வீழும் சத்தமும் எழுந்தது. தீப்பொறிகள் வானத்தின் எல்லை வரை ஆயிரமாயிரம் மின்மினிகளாய்ப் பறந்தன. பொறிகள் தோன்றி மறைவதும் பல்லாயிரப் புதுப்பொறிகள் தோன்றுவதுமாய் இருந்தன. கருகிய வாடை தோட்டம் முழுக்க வியாபித்தது. சாம்பல் துகள்கள் பரவி சுவாசத்தின் சீரைக் கெடுத்தன. நின்று எரியும் நெருப்பின் வெளிச்சத்தில் சாம்பல் காடு பரந்து விரிந்திருந்தது. சனங்கள் மீதும் தொட்டுச் சென்றது அனல்.

கொஞ்சமும் எதிர்ப்பாராத நேரத்தில் தீப்பிழம்பு கன்னத்தில் அறைந்த அதிர்ச்சியில் சனம்.

பால் வார்த்த மரங்கள் சுடுகாடாகக் காட்சியளிக்கக் காத்திருந்தன. நாளையிலிருந்து பிழைப்புக்கு வழியென்ன என எண்ணற்ற விழிகள் பிதுங்கித் தவித்தன!

இது தானாய் எரியும் தீயல்ல. எல்லாத் திசையிலுள்ள மரங்கள் ஒருசேர எரிந்த வரலாறில்லை. இதில் ஏதோ சூது இருக்கிறது.

துரைமார்கள், கிராணிமார்கள் கூத்து பார்க்க வராதது ஏன்? இந்தச் சந்தேகத்தை பெரும்பாலானோர் முணுமுணுத்துக் கொண்டிருந்தனர்.

கூத்து நின்று போய் இன்னொரு ஊழிக்கூத்து ஆடிக் காட்டியிருக்கிறது. கூத்து ஆடுபவர்கள் ஒப்பனையோடு வெளியே ஓடிவந்து பார்த்தனர்.

இக்கூத்து நிஜத்துக்கும் நடக்கும் கூத்து. வயிற்றுச் சோற்றுக்கு உலை வைத்த கூத்து.

தீ பெருகுமுன் அணைக்க மக்கள் என்னதான் முனைந்தாலும் எல்லாப்புறமும் ஒருசேர எரிவதை நிறுத்த முடியாது! அதற்கான உபகரணங்கள் வேண்டும். அவசர நேரத்தில் எழும் ஆலை சங்கொலியோ, எச்சரிப்பு மணி சத்தமோ, தண்டோரா அழைப்போ எதுவுமே இல்லை!

ஒரு தலைமுறையே ஈடுபட்டு வளர்த்த மரங்கள் அவை. ரப்பர் விதைகளைப் பொறுக்கி வந்து, சிறந்ததைத் தேர்ந்தெடுத்து, விதைத்துத், தவரணையில் வளர்த்துப், பராமரித்துச் செடிகளை மண்ணில் நட்டுப் பாதுகாத்து வளர்த்தெடுத்து, வேளை தவறாமல் உரம் போட்டு, பெரிதாகி மதர்த்து நின்று, பால் சுரந்து கொண்டிருக்கும் இந்த நேரத்தில், தாயின் மார்பை வெட்டி வீழ்த்தியதுபோல மரங்களைக் கொடுந்தீ இரையாக்கிக் கொண்டதைப் பார்க்கும் சனம் வாய்வார்த்தையற்றுக் கிடக்கிறது. பதைபதைப்பு அடங்கவில்லை.

இத்தனை நாள் பசித்த வயிற்றுக்கு உணவளித்த மரங்கள் வெற்றுக் கரித்துண்டுகளாய்ச், சாம்பலாய், பெரும் குப்பை மேடாய்க் காட்சி தருகின்றன! பால் கொடுத்து ஒரு வம்சத்தையே பாதுகாத்து வந்தவை திடீரென பால் சுரக்க சுரத்தில்லாமல் மாய்ந்து கிடக்கின்றன. நினைத்து நினைத்து நெஞ்சு பதறுகிறார்கள்.

'பார்த்துப் பார்த்து வளர்த்தெடுத்து இப்படிச் சாம்பல் குவியலாகக் கிடக்கிறதே! ஒரு பூச்சி பொட்டு அண்டாமல் பாதுகாத்து வளர்த்த புள்ளைய இப்படி நெருப்புக்குத் தின்னக் கொடுப்பமா?' – ஒவ்வொரு மனமும் ஒப்பாரி வைத்தது.

இரத்தம் கசியக்கசிய அறுபட்டுத் துடிக்கிறது இதயம்.

எத்தனை குடும்பங்கள் ஒருசேர பட்டினிக் கிடக்கப் போகிறதோ? ஒரு வீட்டில் இல்லையென்றால் இன்னொரு வீட்டிலிருந்து உணவு வரும். எல்லா வீட்டிலும் இல்லாமலாகும்போது? நாளைக்கு எங்கே வேலை தேடி அலையும் இந்தப் பாவப்பட்ட சனம்? யாரிடம் கையை ஏந்தி நிற்கும்? குழந்தைகளின் கதி என்ன?

இத்தனை நாள் தங்கள் உலகம் என எதனை நம்பியிருந்தார்களோ அது கண்ணெதிரிலேயே சிலநிமிடங்களில் இல்லாமல் ஆனது.

யார் செய்த வேலை இது? ஏன் செய்தார்கள்? சூது யாருடையது?

அதற்கு மறுநாள் விடையும் இருந்தது.

6

பதினெட்டாம் கட்டையில்...

இரவு பிரம்மாண்டமான கருஞ்சுவர் போலத் திரண்டிருந்தது. சனம் அழுது ஓயவில்லை. பலருக்கு உறக்கம் கொள்ளவில்லை!

ஒருபக்கம் விடிவதற்கு முன்னர் நூற்றுக்கணக்கான ராணுவப்படை, தோட்டக்காடு முழுதும் நிறைந்து விட்டிருந்தது. தொடக்கத்தில் ஏதோ அவ்வப்போது பார்த்த பிரிட்டிஷ் ராணுவ அணிவகுப்பு என்றுதான் நினைத்தார்கள். அல்லது ஒரு பயிற்சி களத்தின் பூர்வாங்க ஒன்றுகூடல் என்றே கருதினார்கள்.

ஆனால் அவர்களின் சீருடை முற்றிலும் வேறுபட்டிருந்தது. சைக்கிள் ராணுவத்தை அவர்கள் கண்டதில்லை. குள்ளமாகவும் தீர்க்கமான கண்களுடனும் இருந்தனர். அவர்கள் அணிந்திருந்த தொப்பி தடிமனாக இருந்தது. உடல் முழுவதற்குமான காலணியையும் சேர்த்து ஒற்றைச் சீருடையாக இருந்தது. எதையோ அடைந்துவிட வேண்டும் என்ற வெறி அவர்களிடம் தென்பட்டது.

புரியாத மொழியில் பேசிய அவர்கள் யார் என்பதை மக்கள் மெல்ல புரிந்து கொண்டனர். இரண்டாம் உலக யுத்தத்தில் ஆசியாவைக் கைப்பற்ற வந்த நிப்போன் சக்கரவர்த்தியின் சிப்பாய்கள் அவர்கள். அவ்வப்போது வானொலிச் செய்திகளிலும், நாளிதழ்களிலும் அச்சம் தரும் செய்தியாக நிரப்பி வந்த ஜப்பானிய வீரர்கள்தான் அவர்கள் என பெரிய கிராணியின் மூலம் தெரிந்து கொண்டார் மயில்வாகனம். அதை ஜனங்களுக்கும் சொன்னார்.

மெல்ல மெல்ல மக்கள் இந்தப் புதுப்பெருக்கையும் பார்க்க தெருவுக்கு வந்தனர். 'வெள்ளக்காரன் தோத்துட்டானாம்.. ஜப்பான்காரன் வந்துட்டான்' என்ற பேச்சு பெரிய அலையாகக் கிளம்பி தோட்டம் முழுவதும் பரவியது. பெண்கள் கன்னத்தில் கை வைத்தபடி லயத்து அஞ்சடியில் குந்தியிருந்தனர்.

சாம்பல் திட்டுகளில் மைனாக்களும் காகங்களும் புழுக்களைப் பொறுக்கக் கூடியிருந்தன. கிடைத்தவற்றைச் சாவகாசமாய்க் குத்திச் சுவைத்தன. சாம்பலின் மேல் பறந்த பறவைகளால் பனியில் அடங்கியிருந்தவை மேலே சிறு வெண்பூச்சிகளாய் மிதந்தன. சாம்பல் காட்டுக்கு மேல் கழுகுகள் சில அடிதூரம் பறந்து நெருங்கிக் கொண்டிருந்தன. கூர்நகங்களைப் பரப்பி பற்றிப் பறந்து விடும் தோரணை தெரிந்தது. எங்கே இரை மானாவரியாய்க் கிடைக்கும் என்ற மோப்பம் அறிந்த பறப்பன அவை. சரியான சந்தர்ப்பத்துக்காகக் காத்திருந்து வந்த பிணந்தின்னிகள் அவை.

மயில்வாகனம், "நேத்தைக்குக் கித்தா காடு எரிஞ்சிச்சே, இதனாலத்தான்!" என்றார் கண்காட்டி. சேவு, கருக்கான், சாக்கன் அதன் மர்மம் அறிய, மயில் வாகனம் சொல்லப்போவதைக் கூர்ந்திருந்தனர்.

"இவனுங்கதான் பத்த வச்சானுங்களா?" சந்நாசி கேட்டான்.

"இல்ல! வெள்ளைக்கார தொரைங்க கிராணிமாருங்ககிட்ட சொல்லி, நம்ம ஆளுங்கள வச்சி எரிக்கச் சொல்லி உத்தரவிட்டுட்டுத் தலை மறைவாய்ட்டாங்க."

"தலைவரே! புரியும்படி சொல்லுங்க. அவங்க தோட்டத்த அவங்களே ஏன் எரிக்கணும்?"

"மலாயாவ ஜப்பாங்காரன் கைப்பத்திட்டான். நேத்து விடியக்காலைலேர்ந்து ஜப்பான்காரன் ரகசியமா எல்லா வெனையத்தியும் பண்ணிட்டான்.. கிளந்தான்ல மொத குண்டு. அப்புறம் வெவ்வேற எடங்கல்ல சரமாரியா போட்டானுங்க. இவனுங்க சைக்கிள் சிப்பாய்ங்க.. இவனுங்க சிங்கோர்லேர்ந்தும், பட்டாணியிலேர்ந்தும், பெர்லிஸ் பொறங்கான் தாண்டி எறங்கி, கெடா பேராக் பக்கம் கைப்பத்த வந்தவனுங்க. தரப் பட!"

"வெள்ளக்கார தொர ஏன் எரிக்க உத்தரவிட்டான் கங்காணி?" கருக்கான் கேட்டான்.

"கித்தா ஏத்துமதியில பெருத்த வருமானம் பாத்தவன் வெள்ளக்காரன். காருக்கு, சாப்பாத்துக்கு கையொறைக்கின்னு கித்தாதான் மூலதனம். அது எல்லா வெள்ளக்கார நாட்டுக்கும் போச்சு. இத எல்லாத்தியும் சப்பான்காரன் கொண்டு போய்டுவான்னு எரிக்கச்சொல்லி உத்தரவிட்டிருக்கு லண்டன். கித்தா பால் உற்பத்தி பொருள்னால, யுத்தத்துல சப்பான்காரனுங்க கை ஓங்கிடும்னு முன்னெச்சரிக்கையா செஞ்சிட்டாங்க."

“நம்ம பொலப்புக்கு மண்ணவாரிப் போட்டானுங்களே கங்காணி!” சேவு குரல் தழுதழுத்தது. வெள்ளைக்காரன் காலம் போலல்லாமல் ஊரோசை அடங்கியிருந்தது.

வெளித்தெருவுக்கு யாருக்கும் நுழைய தைரியமில்லை.

ஒரு பக்கம் தோட்டம் ரப்பர் தோப்பை இழந்து துடிக்க, இன்னொரு பக்கம் சப்பானிய ராணுவம் நுழைவு சனங்களை நிலைதடுமாற வைத்துக் கொண்டிருந்தது.

எல்லாம் தலைகீழாய்ப் புரண்டு கிடந்தன.

ஏற்றுமதி இறக்குமதி முடங்கிப் போயின. விலைவாசி கழுத்தை இறுக்கியது. ஒரு வேலை கஞ்சிக்கு அல்லாடினார்கள்.

ரப்பர் தொழில் முற்றிலும் முடங்கிப் போனது. கித்தாக்காடு சம்பந்தமான வேலை மட்டுமே தெரிந்தவர்கள் வேறு வேலை செய்யத் தெரியாமல் அல்லாடினார்கள்.

மலாய்க்காரரர்கள் தங்கள் வயலில் இறங்கி வேலை செய்ய முடிந்தது. அன்றாட தேவைக்கு அவர்களிடம் கொஞ்சம் அரிசி இருந்தது. கம்பத்தில் பழமரங்கள் இருந்தன. வயல் மீன்களைச் சமைத்துக் கொண்டார்கள். தோட்டப்பாட்டாளிகள் அற்றைக்கூலிக்கு மலாய்காரர்களிடம் போனார்கள். சம்பளம் அன்றன்றைக்கான உணவு பொருள்களாக இருந்தது. பெண்கள் வயலுக்குப் போனார்கள். தீம்பார் ஓடைகளில் மீன் பிடித்து உண்டார்கள்.

கோடைகாலம் அதற்கும் சத்ருவாய் ஆனது!

ஆண்கள் தென்னைமரம் ஏறி தேங்காய் அறுக்கப் பயில வேண்டியதாயிற்று. ஒரு சிப்பு அரிசி ஐம்பது டாலருக்கு எகிறியது. சீனி அருதியாய் இல்லாமல் ஆனது. அடிப்படை சமையல் பொருள்களுக்குக்கூட பெரும் சிக்கல் உண்டானது. குடிநீர்த் தட்டுப்பாடு உண்டானது.

பஞ்சம் படிப்படியாக மக்கள் வீட்டுக்கதவைத் தட்டத் தொடங்கிவிட்டது.

எனவே, வயிற்றுப் பாட்டுக்காய் புது வழிகளை தேடினார்கள்.

மூன்று நான்கு மாதத்தில் விளையும் மரவள்ளி நட்டார்கள்.

சர்க்கரைவள்ளிக் கிழங்கு, சோளம் என விரைந்து பயிராகும் உணவுக்கு மாறினார்கள். அவை முற்றுவதற்குக் காத்திருந்தார்கள். சீனியற்ற கருங்காப்பிதான் காலை ஆகாரம். கம்போங்கில் கிடைக்கும் பனைவெல்லம் கூட வாங்க வக்கில்லை.

பார்வதி சொன்னாள், "அப்பா.. நா வயல் வேலைக்குப் போறேன்...," மயில்வாகனம் விக்கித்துப் போனார். இன்னொரு மனம் அவள் கோரிக்கையை ஆதிரித்தது. நேற்று முழுதும் முருங்கைக் கீரையைக் கொதிக்கவைத்து உப்பு போட்டு, பன்றிக்கிழங்கை அவித்து உண்ட பாதிப்பில் வந்த வார்த்தைகள்.

சில மாதங்களுக்கு முன்னால் பார்த்த பார்வதியல்ல இவள். பட்டுப் பாவாடையிலும் தாவணியிலும் முதிர்ந்த இளநங்கையாக ஆகிக்கொண்டிருந்தவளை, வறுமை சிலேட்டுக் குச்சியாக்கி இருந்தது. முட்டிக்கொண்டு வந்த மார்பகங்கள் வற்றிக் கொண்டிருந்தன. குதித்து கும்மாளமிட்ட ஓட்டமெல்லாம் நின்று போயின. அப்பா என்று ஓடிவந்து கட்டிப்பிடித்துத் தோளில் தொங்கியவள் சற்றே மாறிப்போனாள். வேலைக்குப் போகிறேன் என்று அவள் வந்து நின்றது அவரைப் பதைபதைக்க வைத்தது. ஒத்தையாய் வளர்ந்து, வயிறாரச் சாப்பிட்டவள், தானே முன்வந்து கேட்ட இந்த வேண்டுகோள் அவரைத் துண்டு துண்டாக்கியது.

"நீ வெளிய போவேனா பாரு... நாந்தான் கம்பத்து வேலைக்குப் போறனே. பாப்பம்" அப்பாவின் ஒளியிழந்த விழிகளை அவளாலும் பார்க்க இயலவில்லை. தொப்பையும் மார்பின் விரிசலும் குறைந்திருந்தது. நெஞ்செலும்புகள் துருத்தி நின்றன.

அதற்கு மேல் வலிந்து கேட்டால் புண்பட்டுப் போவார். கோயில் தலைவராக, தோட்டக்கூலிச் சனங்களை வேலை வாங்கும் மிடுக்கு உடைந்து போய்க் கிடக்கிறார். பழைய நிமிர்ந்த கங்காணியாய் இல்லை அவர். தேங்காய் பொறுக்கக் குனிந்து குனிந்து வேலை செய்ததால் கூன் விழுந்த உடம்பா அல்லது சப்பான்காரச் சிப்பாய்களுக்குக் குனிந்து வளைந்து போன உடம்பா தெரியவில்லை, அவருக்கே!

தோட்டச்சன மக்களின் வாழ்வாதாரமே பறிபோக ஆளாளுக்கு அற்றைக் கூலி வேலைக்காக அலைந்தார்கள்.

காலம் புடையேறிய கால்களாய் மெல்ல நகர்ந்து கொண்டிருந்தது.

★★★

தண்டோரா ஒலி கீழ் லயத்திலிருந்து கேட்டது.

தப்புச் சத்தம் கேட்டு நாட்களாகி விட்ட நிலையில் இந்த ஒலி வியப்பைக் கிளப்பியது.நேரமாக ஆக ஒலி அருகே நெருங்கிக் கொண்டிருந்தது.'டண் டண் டண் டண் டண்டனக்கா டண்.., டண் டண் டண் டண் டண்டனக்கா டண்.'

செங்கல்ராயன்தான் அடித்து வந்தான். மேக்குச்சி பக்கம் வந்து ஒரு வீட்டின்முன் நின்று அறைந்தான்.

ஒரு அடி நீளக்குச்சிகளை ஒரு கையில் பிடித்தவாறு அறிவித்தான்."தாய்மாரே, தந்தைமாரே, அய்யாமாரே, சொல்றத நல்லாக் கேட்டுக்கோங்க. சப்பான் எசமான் உத்தரவு."

'டண் டண் டண் டண் டண்டனக்கா டண்..' கையில் இருந்த குச்சி பறையில் ஆவேசமாக மோதியது

"சியாம் தேசத்தில ரயில் சடக்கு போட ஆள் சேக்குறாங்க. கை நெறைய சம்பளம், சோத்துக்குப் பஞ்சமில்லாம குடும்பம் குட்டிகள் வாழலாம்.."

'டண் டண் டண் டண் டண்டனக்கா டண்..'

"அதனால குடும்பத்துக்கு ஒரு ஆளாவது போகணும். கிழடு கட்டைங்க, சின்னஞ்சிறுசுக வந்துடாதீங்க.. வாலிபருங்க உழைக்க தயங்காதவங்க ஒடனே பொறப்பட்டு வாங்க"

மீண்டும் பறை அதிர்ந்தது

"மாசம் முடிஞ்சா கைநெறைய சம்பளம், தங்க வூடு, நாலே மாசந்தான் வேல.. இந்த பஞ்ச கோலம் ஒழிஞ்சே போச்சு"

"சொல்லிப்புட்டேன்.. நல்ல காலம் பொறந்துடிச்சி.. இது சப்பான் எசமான உத்தரவு." என்று பறைசாற்றிவிட்டு மீண்டும் தப்பை அடித்தான்.

'டண் டண் டண் டண் டண்டனக்கா டண்'

செங்கல்ராயன் தன் கடமை முடிந்து கிளம்பும்போது, கெம்பித்தாய் கொடுத்த வாழைமர நோட்டு வேட்டி மடிப்புக்குள் பத்திரமாக இருக்கிறதா என்று தொட்டுணர்ந்து கொண்டான். மெல்லிய மகிழ்ச்சி உள்ளோடியது.

இதுநாள் வரை சம்பள நாள், பிலாஞ்சா நாள், தீமிதி விழா, நெருப்பணைப்புக்கு அறிவிப்புகள் என ஒலித்த அதே தண்டோரா ஒலி இம்முறை முற்றிலும் வேறு ஒரு பீதியைக் கிளப்பியது.

சிலர் பஞ்ச காலத்தின் சோற்றுக்கான சமிக்ஞையாகவே இதனைப் பார்த்தனர். வயிற்றில் பற்றி எரிந்து கொண்டிருக்கும் பசி நெருப்பு அணையும் உபயமாக எண்ணினர். எனவே, சிலர் கிராணியிடம் பெயர் கொடுத்தனர். கிராணியின் இனிப்பான பேச்சைக் கேட்டுச்

சநநாசியும் பெயர் கொடுத்து விட்டிருந்தான். சிலர் இதன் தந்திரத்தை முன்னுணர்ந்து ஓடி ஒளிந்தனர். பிற இடங்களைப் போலவே பதினெட்டாம் கட்டை சனங்களுக்குள்ளும் குழப்பங்கள் மேலிட்டன.

ஆனால், அன்று மதியமே வேட்டையைத் துவங்கியிருந்தான் கெம்பித்தாய்.

கையில் கிடைத்தவர்களை லாரியில் ஏற்றினான். ஏற முரண்டு செய்தவர்கள் உதைபட்டனர். கத்தியைக் கொண்டு மிரட்டி ஏற வைத்தான். அறைந்தான். வலி தாங்காமல் கதறினார்கள். மனைவிகள், பிள்ளைகள், பெரியவர்கள் கெஞ்சலுக்கு இரங்கவில்லை. வன்மம் விடாப்பிடியாய் நடந்தேறியது.

மயில்வாகனம், சேவு, கருக்கான் எனப்பலர் பிடிபட்டனர்.

அன்று இரவே லாரி அவர்களைச் சுமந்துகொண்டு வடக்கு நோக்கி ஓடியது.

7

ஆர்வார்ட் தோட்டத்தில்..

பெரிய கிராணி மேனன், ஆர்வார்ட் தோட்ட மக்களுக்கு உத்தரவிட்டதன் பேரில் ஊர்க்கோயில் சந்நதிக்கு முன்னால் கூடிவிட்டிருந்தது கூட்டம். கெம்பித்தாய் கிராணிக்கு இட்ட ஆணை இது.

இரு கெம்பித்தாய்கள் காலணிகளோடு கிராணிக்குப் பக்கத்தில் நின்றிருந்தனர். தோட்டப்பாட்டாளிகளுக்கு முன்னரே அவர்கள் காத்திருப்பதாய்த் தெரிந்தது. ஏதோ முணுமுணுத்துக்கொண்டு வந்தவர்கள் ஜப்பான் அதிகாரிகளைப் பார்த்தவுடன் பேசுவதை நிறுத்திக் கொண்டனர். அவர்களுடைய உடையும், இடுப்பில் தொங்கிய உடைவாளும் அச்சுறுத்தின.

வெற்றிலை மென்று அதக்கிக் கொண்டிருந்தவர்கள், அரவமில்லாமல் பாசா பக்கம் ஒதுங்கித் துப்பி, வாயை மேல்துண்டால் சுத்தம் செய்துகொண்டனர். உதடுகளிலிருந்த அதன் கறை நீங்கிவிடவில்லை. பற்களில் செம்மண் நிறக்கறை படிந்து நிரந்தரமாகிவிட்டிருந்தது. பல்லிடுக்குகளிலிருந்த அதன் கருமைக் கறை பிதுக்கி வெளியேறுவதுபோல இருந்தது.

சப்பான் அதிகாரிகள் முன்னால் எல்லாரும் தலை வணங்கி மரியாதை செலுத்தினர்.

எல்லோரையும் அமரச் சொல்லி கை சைகை காட்டினார் மேனன் கிராணி. கெம்பித்தாய்கள் கண்மாறாமல் கூட்டத்தைப் பார்த்துக் கொண்டிருந்தனர். ஐம்பது அறுபது ஆண்கள் கூடியிருந்தார்கள். பெண்களை ஏன் அழைக்கவில்லை என்பது புதிராக இருந்தது. சிலர் சம்மணம் போட்டும் சிலர் குதிக்காலிட்டும் குந்தியிருந்தனர். முட்டிவரையே நீண்டிருந்த வேட்டியை மடியில் செருகி முட்டிக்கால் தெரிய உட்கார்ந்திருந்தனர். சிமிந்துத் தரை சில்லிப்பு வெளியே தகித்த வெப்பத்தை வாங்கிக் கொண்டிருந்தது. பிட்டத்தைத் தொட்ட சிமிந்துத் தரையின் குளிர்ச்சி உடலுக்குள் ஏறியது.

68 கையறு

“எல்லாம் வண்டீங்களா? குப்புசாமி, நல்லப்பன், நாராயணெல்லாம் வர்லியா?” மேனன் கிராணி கரிசனமாய் விசாரித்தார்.

“ஒடம்புக்கு முடில. வூட்ல பத்துக்கினு கீறாங்க” முன் வரிசையில் அமர்ந்திருந்தவர் பதிலிறுத்தினார்.

“நான் சொல்றத கேட்டுக்கோங்க. ஒங்க நல்லதுக்குத்தான் சொல்றேன். தாய்ப்புள்ள ஷேமமா இருக்கத்தான் நெனைக்கிறென். நிப்போன் எஜமான் நமக்காக நல்லத செய்யணும்னு நெனைக்கிறார்.”

‘என்ன குண்ட தூக்கிப்போடப் போறானோ.. கித்தா காட்ல வேல செஞ்சப்போ வெள்ளக்காரன் சம்பளத்துல புள்ளக்குட்டிங்க வயிறார துன்னுச்சிங்க. குள்ளக் கத்திரிக்கா வந்ததும் அதுவும் போச்சி. அவனுக்குச் செய்ற வேலைக்கும் சம்பளம் கொடுக்க மாட்டேங்கிறான். கெப்புறு புடிச்ச கெராணி இவன், அப்பியே ரத்தத்தெல்லாம் உறிஞ்சி எடுத்தவன். தொர எள்ளுன்னா எண்ணயா நிப்பான்’ – என்று மனதுக்குள் எண்ணிக்கொண்டு கூட்டத்தின் முன் மூன்று வரிசைக்குப் பின்னால் அமர்ந்திருந்தார் பீட்டர்.

“தோ பாருங்க ஒங்க புள்ளக்குட்டிங்க நல்லா சாபிடனம்னா கை நெறைய சம்பளம் கெடைக்கணும்னா, கவனமா கேக்கணும். கித்தா பாலு வெல போகல. ஏத்துமதி நின்னு போச்சி. ஆலக்கரைய பாத்தீங்கல்ல. ரொம்ப பேருக்கு வேல போச்சி! ஜப்பானுக்கு மட்டும்தான் ஏத்துமதியாகுது. முன்ன மாதிரி வெள்ளக்கார நாடுங்களுக்கு கித்தாபாலு ஏத்துமதி ஆகாது. இது நிப்பன் ஆச்சி! அதிலியும் வெள்ளக்கார தொந்தரவுனாலயும் ஏத்துமதி கொறையுது. யுத்தம் நடந்துக்கிட்டுருக்கில்ல!” கெம்பித்தாய் அருகில் இருக்க அவர் தான் சரியாகச் சொல்கிறேனா என்பதில் ஐயம் உண்டாக கவனத்துடன் வார்த்தைகளை உதிர்த்தார். வாய் குளறுவது போலவும் இருந்தது. அதனால் செய்தி போய்ச்சேருகிறதா என்ற சந்தேகம் தொனித்தது. சப்பான்காரன் பக்கம் திரும்பத் துணிவில்லை அவருக்கு!. தன்னிடம் சொன்னதைத் தான் சரியாய்ச் சேர்ப்பித்ததாய்க் காட்டிக்கொள்ளும் பாவனை காட்டினார். தொண்டையை ஒருமுறை கமறிக்கொண்டு தொடர்ந்தார்.

கூலிகள் ஆர்வமாகக் கேட்பது போல இருந்தனர்.

“ஒங்களுக்கு சம்பளத்த கூட்டித்தர புது வேலைக்கு ஆள் சேக்குறாங்க. போவ ஒத்துக்கிட்டிங்கனா.. இப்ப கெடைக்கிறதவிட ரொம்பக் கூடத் தருவார்.”

‘என்ன வேல, எங்க போகணும்?’ என்றெல்லாம் கேள்வி மனதளவில் எழுந்தாலும், குரல் ஒடுங்கியே கிடந்தது எல்லோருக்கும்.

“எங்கியும் தூரமெல்லாம் போக வேணாம். தோ...ருக்கிற சியாம்தான். பக்கத்து தேசம். மூனு நாலு மாசத்துக்குப் பெறவு வூட்டுக்குத் திரும்பிடலாம். தாய்ப்புள்ளையோட இருக்கலாம். நல்ல சம்பளம் தர்றதா சொன்னாரு. ஒருநாள் வேலைக்கு ஒரு டாலர் தருவாங்க.” டாலரை அழுத்திச் சொன்னார்.

‘ஒரு டாலர்னா’ என்று மனதில் கணக்குப் போடத் தொடங்கினர் சிலர். நானூறு டாலரை ஒருசேரப் பார்த்ததில்லை கூலிகள். நோட்டுகள் கையில் தவழ்வது போல கற்பனை கூடியது.

பலருக்கு அதில் சதி இருப்பதாகப் பட்டது. ஆனாலும் மேற்கொண்டு வினா எழுப்ப தைரியம் வரவில்லை.

அவர்களின் மன உள்ளோட்டங்கள் துல்லிதமாய்த் தெரியவில்லை.

பேசியிருக்கக்கூடிய வார்த்தைகளே மௌனத்தில் உறைந்திருந்தன. மேனனுக்கு நன்றாகவே இது தெரிந்திருந்தது.

“இந்த நாலு மாசத்துல அங்க தங்குறதுக்கு வூடு, சீக்கு வந்தா ஆஸ்பித்திரின்னு நல்ல வசதியெல்லாம் இருக்கு. சொளையா நானூற வூட்டுக்கே கொண்டாந்துடலாம். ஒங்களுக்கு எந்தச் செலவும் இருக்காது அங்க! எல்லாத்தியும் அவங்களே செய்வாங்க.”

“ஒங்களுக்கு சமச்சிப் போட சமயக்காரன்லாம் கொடுக்கிறது ஜப்பான் சர்க்கார். ஆனா, சம்பளத்துல அதுக்காவ பிடித்தம்லாம் செய்ய மாட்டம்னு வாக்கு கொடுக்கிறாங்க நிப்போன் மொதலாளிங்க”

“என்ன வேல?” என்று கூட்டத்தில் சிறு குரல் அமுங்கிக் கேட்டது.

கேட்டவரை கெம்பித்தாயும் பார்த்தான், கிராணியும் பார்த்தார்.

வினா தொடுத்தவருக்குப் பீதி கிளம்பியது. கூட்டத்துக்குள் ஆமைபோலத் தலையை உள்ளிழுத்துக் கொண்டார். இப்போது அவர் உச்சந்தலை மட்டுமே தெரிந்தது.

“ஆமா.. வுட்டுட்டேன்.. சடக்குப் போடுறது. ரயில் சடக்கு..., கித்தா காட்டுல ஒழச்சி அப்படி என்னா கல்லு வூடு வாங்கிட்டம்? நெலபொலம் வாங்கிட்டம்? நாலு மாசத்துல நானூறு டாலருக்கு மேல வரும்படி இருக்கும்ல. ஏன் நம்ம விசுவாசத்த காட்னா, கூட கொறைய தரமாட்டாங்களா என்ன?”

விழி விரித்துப் பார்த்தனர். ‘மாசம் பூரா கல்லாத் தேஞ்சாலும் இருவது முப்பது கூட கண்ணுல பாக்க முடில. நானூறு டாலர்னா.. அதுவும் நாலு மாசத்துலனா? நாலு மாசம் கண்ண மூடி கண்ண

தொறக்குறதுக்குள்ள மூடி முடிஞ்சிடும்' – மனது பலவாறாய் எண்ணத் தொடங்கியது எல்லோருக்கும்.

"போறவங்க எங்கிட்ட பேரு கொடுத்துடுங்க.. ஆள் நெறஞ்சி போச்சின்னா.. அப்பால வந்து நின்னா நா 'ஜவாப்'தாரியில்ல! வேற தோட்டத்துல இருந்தவங்க.. நான்.. நீன்னு 'ரெஜிஸ்டர்ல' பேர் எழுதி, கைநாட்டு வச்சிட்டாங்க."

நதியில் ஓடும் மீன்களின் நிசப்தம் போலச் சற்றுநேரம் கூட்டம் மௌனித்துக் கிடந்தது. பலருக்கு இதில் சம்மதமில்லை. "ஆடாத ஆட்டமெல்லாம் ஆடுனவன் இந்தக் கெராணி. தொரக்கிக் கைகட்டி சேவகம் செஞ்சிட்டு, மக்கள இம்ச பண்ணவன். வந்த இந்த அஞ்சாறு மாசத்துல சப்பாங்காரனுக்குச் சேவகம் செய்றான். சப்பாங்காரனும் அவனை வெச்சே ஏதோ காய் நகத்துறான்" – என்று தன் எல்லையைத் தாண்டாத மெல்லிய குரலில் பொரிந்து தள்ளினான் சுள்ளாண்டி.

"போக்குவரத்துக்கெல்லாம் பணம் மொதலாளிங்களே போட்டுக்குவாங்க .நீங்கல்லாம் கைகாசு போடத் தேவயில்ல.. இங்குள்ள கஷ்டம் மாரி அங்க இல்ல.. பளுவில்லாத வேல.. வேல வுட்டு வந்தமா, சல்லிசா ஒக்காந்தமான்னு இருக்கலாம்.."

கூட்டத்தில் பலர் இரண்டு மனமாய்க் குழம்பினர்.

"இங்க மாரியில்ல, எல்லா வசதியும் செஞ்சி வச்சாச்சு.. வேல வுட்டு வந்தவொன்னே, பாகவதரு படம், பி யு சின்னப்பா படமெல்லாம் ஓட்டுவாங்க. மௌசா இருக்கலாம்."

அந்தச் சலுகை பலரை உசுப்பிக் கொண்டிருந்தது.

"அங்க, வாரத்துக்கு ரெண்டு நாளு லீவு வேற தர்ரான்".

முன்னால் உட்கார்ந்திருந்த பக்கிரி முதலில் கை உயர்த்த தேனப்பன், சுள்ளாண்டி ஆகியோரும் கைகளை உயர்த்தினர்.

"வாடா.. பக்கிரி.. பேர் எழுதிடுறேன்.. கைநாட்டு வச்சிடு என்று மைப்பெட்டியை நீட்டி பக்கிரியின் வலது கைப்பெருவிரலை ஒத்தி பேப்பரில் அமுக்கினார் மேனன். தேனப்பனும், சுள்ளாண்டியும் ஒப்பமிட்டனர்.

பெரிய கிராணி கூட்டத்தைப் பார்த்து, "வாச வர வந்த லெட்சுமிய வெளியே போன்னு சொல்லாதீங்க. மாரியாத்தா கோயில் சாமி முன்னால வச்சி சொல்றேன், சத்ய வாக்கா நெனைங்க," என்றார்.

ஜோசப்பும் எழுந்தான். வேட்டியின் நுனியைப் பிடித்து இழுத்துத் தடுத்தார் பீட்டர். வேட்டிக்கட்டின் பிடி தளர, பட்டென வேட்டி அவிழாமல் அமர்ந்து இறுக்கினான். பீட்டர் லேசாகத் தொடையைக் கிள்ளி எச்சரித்தார். ஜோசப் கமுக்கமாய் அமர்ந்து கொண்டான். நல்லவேளையாகக் கெம்பித்தாயும், கிராணியும் பார்க்கவில்லை. அவர்கள் கவனம் பெயர் பதிவதில் இருந்தது.

பீட்டரின் மனம் ஏனோ குறுகுறுத்துக் கொண்டிருந்தது.

கூட்டம் கலைந்தது. கூட்டம் எழும்போது கிராணி, “நாளக்கி, பெரட்டு கூட்ற எடத்துக்குக், காத்தாலியே வந்துடணும். என்னா எடுக்கணுமோ மூட்ட கட்டி எடுத்துக்கோங்க!” என்று சொன்னார்.

கூட்டத்தை நோக்கிப் பாய்ந்திருந்தது சப்பான்காரனின் வெறித்த பார்வை.

அவன் முகத்தில் சினம் ஏறியிருந்தது. முகத்தில் நிறம் மாறி சிவப்பு முற்றிக் கொண்டிருந்தது. பதிவுத்தாளை வாங்கிக்கொண்டு சைக்கிளை மிதித்துக் கிளம்பி விட்டான். கிராணியின் உள்மனம் பதட்டமானது. கெம்பித்தாய் அடுத்து என்ன செய்வானோ தெரியவில்லை.

கோயிலை விட்டு இன்னும் கிளம்பாத சிலரை ஏறிட்டுப் பார்த்தார் மேனன். “நான் அவ்ளோ எடுத்துச் சொல்லியும், மங்குனியாட்டம் கேட்டுக்கிட்டு, பேர் கொடுக்காம.. என்னா கெப்புறு ஒங்களுக்கு?”

“கொராணி அய்யா, இங்க தாய்ப்பிள்ளையோட இருக்கிறத வுட்டுட்டு காணாத தேசத்துக்கு போவ யாரு ஒத்துப்பா? கூலோ கஞ்சிசோ.., அர வயிரோ.. கா வயிரோ.. தாய்ப்புள்ளையோட இருந்து குடிக்கிறத பாப்பாங்களா.. சப்பாங்காரன் சொல்றத நம்பிப் போவாங்களா?” என்றார் பீட்டர். கிராணியின் ஜம்பம், மிடுக்கு, சப்பான்காரன் வந்ததோட இல்லாமல் போனதெல்லாம் தோட்ட மக்கள் அறிந்துதான் வைத்திருந்தார்கள்.

“பீட்ரு.. அப்போ சொல் பேச்ச கேட்ட.. இப்போ குளுருட்டுப் போச்சா?”

“கொராணி பேசுனதல்லாம் கேட்டனே.. ஆனாக்கா எத நம்பி குழில வுழச் சொல்றீங்க?”

“நம்ப ஓணாம் பீட்ரு, உன்னிய யார் நம்பச் சொன்னா? கொழந்த குட்டியோட பட்னி கெடந்து சாவனுன்னு தலெய்ல எழுதியிருந்தா.., யார்தான் மாத்த முடியும்?”

“பேச கர்த்தர் சாமி இருக்காரு கெராணி. அவரு பாத்துக்குவாரு.”

“பாத்துக்குவார்.. பாத்துக்குவார்.. வெள்ளக்காரன் ஓட்டிட்டு வந்தப்ப பாத்துகிட்டு இருந்தவருதான.. ஒங்க சேசு. இப்பமட்டம் கைவுட்றுவாரா என்ன!”

சற்று முன்னர் கூட்டத்தில் பேசியபோதிருந்த பாசாங்கு, பாவனை, குரல் மென்மை எல்லாம் தன்னோடு பேசும்போது எங்கே போனது கிராணிக்கு? பீட்டரின் அடிமனம் உஷாரானது.

கிராணி அதற்கு மேல் அங்கு நிற்கவில்லை. தாமதியாமல் ‘சைக்கிள்’ நிறுத்தியிருந்த பக்கம் நடந்தார். விருட்டென ‘பெடலில்’ இடது கால் பதிய உந்தி, வலது காலைத்தூக்கி அரைவட்டம் சுற்றி ‘சீட்டில்’ பொசுக்கென அமர்ந்தார். வலது கால் அடுத்த ‘பெடலைத்’ தொட்டு மிதிக்கத் துவங்கியது. அவரின் மத்தளப் பிட்டம் சீட்டிலிருந்து பிதுங்கித் தொங்கி இடதும் வலதும் அசைந்தது. அவரின் இயல்புக்கு மாறாகச் ‘சைக்கிள்’ சற்று விரைந்து கிளம்பியதாகப் பட்டது.

காற்று அசைவற்றுக் கிடந்தது. மஞ்சள் துணிக்குப் பின்னால் அம்மன், சன்னதி இருளில் மறைந்திருந்தாள்.

“மேரியம்மா..” என்று சிலுவை போட்டார் பீட்டர்.

கூட்டம் முடிந்ததும் பீட்டர் நேராக ஜோசப்பைத் தேடிக்கொண்டு வந்தார். ஜோசப் வேப்பமரத்தடியில் நின்று கொண்டிருந்தான்.

“யாண்டா சோசோப்பு, புத்திகித்தி கெட்டுப்போச்சாடா ஒனக்கு? நானூறு டாலர் கண்ண மறச்சிடுச்சா? பீட்டர் ஆவேசமாகக் கேட்டார்

“வயிறார சரியா சோறு துன்னு, நாலஞ்சி நாளாச்சி. புள்ளத்தாச்சியா கிடக்குறவ மொகத்தைப் பாக்க முடில.. ஆம்பளையா வேற என்னா பண்ண சொல்ற மச்சான்?”

“நாலு மாசம்ன்னுவான், நானூறுன்னுவான், நம்பிடுவியா நீ? வெள்ளக்காரன் இப்படித்தான சொல்லிக் கூட்டியாந்தான். அவன் சொன்னதெல்லாம் செஞ்சானா? ஒரு தடவ பட்டா புத்தி வராதா ஒங்களுக்கெல்லாம்?’

“தேனப்பன், சுள்ளாண்டியெல்லாம் பேரு குடுத்தாங்க.. அதான்”

“முன்னால போன ஏரு லத்தி போட்டா, பின்னாலேயே அத மிதிச்சிட்டு போற ஏராடா நீ? சொய புத்திதான் இல்ல! சொல் புத்தியாவது வேணாம்? அர வயிறாருந்தாலும் தாய்ப்புள்ளையோட சேந்து துன்னனும்.”

ஜோசப் தலையைப் பரக் பரக்கென்று சொறிந்தான். காதுகளை மறைத்துத் தோளைத் தொட்டு வளர்ந்திருந்த தலைமுடியின் உச்சி மண்டை மயிர் சிலுப்பி புதுச்செடியாய் நின்றது.

"கூடிய சீக்கிரம் கெளம்புங்கிறானே.. அக்னிஸ அநாமத்தா வுட்டு கைகலுவிட்டுக் கெளம்பிடுவியாடா நீ? முடிமா உன்னியால? தங்கச்சிய கட்டி கொடுத்த நான் கை ஒசத்தல.. ஒனக்கென்னா வந்துச்சி? போயும் போயும் பாலுங்குழில உலுவனுங்கிற? போ.. இருக்கிற எடத்துல இருந்து பொலக்கிற வேலயப் பாரு.. கூர ஏறி கோழி பிடிக்க முடில, கோவுரம் ஏறி கோட்டைய பிடிக்கிறானாம்.."

ஜோசப் அடியில் கைவைத்துச் சொறிந்து கொண்டான். 'மச்சான் நாலெழுத்து படிச்சவரு.'

அன்று மாலை தேனப்பன் வீட்டில் வேறு கதை நடந்து கொண்டிருந்தது.

தேனப்பனுக்குச் சுற்றியிருந்த உலகம் இருண்டு விட்டிருந்தது.

மாரியாயி வெளியே வருவதும் உள்ளே போவதும் கூடத் தெரியாமல் தேனப்பனின் விழிகள் எதிலோ நிலைத்துவிட்ட மாதிரி இருந்தன.

அவள் இருப்பை உணரும்போதெல்லாம் உட்சுருங்கினான்.

மாரியாயி வீட்டு வேலையில் மும்முரமாயிருந்ததால் தேனப்பனைக் கவனிக்கவில்லை. அவன் ஐந்தடியில் நிலைத்த பார்வை நீங்காமல் இருப்பதைக் கண்ணுற்ற போதுதான் அவனிடம் வழக்கத்துக்கு மீறிய நிலைகுலைவு இருப்பதை உணர்ந்தாள். அவன் முகத்தை இப்போது கூர்ந்து பார்த்தாள். அவள் மனது கருக்கென்றது.

"என்னாய்யா.. கூட்டத்துல ஏதும் நடந்துச்சா? இப்படி கட்னவ உசிராருக்கும்போது கப்ப கவுந்தமாரி கன்னத்துல கைவச்சு ஒக்காந்திருந்தா என்னா அர்த்தம்?!" தேனப்பன் அவளை நேரடியாகப் பார்க்கும் திராணியற்றவனாய்த் தடுமாறினான். விழிகள் அவள் பக்கம் அசைந்தாலும், முகம் திரும்ப மறுத்தது. தான் சொல்வதைக் கேட்டால் சாமி ஆடிவிடுவாள்.

"என்னாயா? கேக்குறன்ல?'

"ஒங்கிட்ட.. சொல்ல.. கஷ்டமா இருக்கு மாரி" தொண்டைக்குழியிலிருந்து வெளிவராமல் குரல் சிக்கியது.

மாரியாயி அவனை இப்போது அணுக்கமாய் நோக்கி நின்றாள்.

“தப்பு பண்ணிட்டன் மாரி” என்றான் தேனப்பன் தாழ்ந்து அஞ்சிய குரலில்.

“வெபரமா சொல்லுய்யா.. ஒன் மொகத்த பாத்தா என் ஈரக்கொல நடுங்குது”

“சப்பாங்காரேன்...”

“சப்பாங்காரேன்...?”

“சியாமுக்கு வேலைக்கு ஆள் எடுத்தான். அவசரப்பட்டு பேரக் கொடுத்திட்டேன்.”

மாரி விக்கித்துப் போனாள். அடுத்த சொல் வெளிவர நேரமெடுத்தது.

“என்னாய்யா சொல்ற? கட்னவள ஒரு வாத்த கேட்டீயா? சியாம்னா.. பெரிலிஸ் பொரங்கான்னு தாண்டின்னு சொல்லுவாங்களே..”

“இல்ல மாரி.. சப்பான்காரன் ஏற்பாடு. பெரிய கெராணி இனிக்க இனிக்கப் பேசி மயக்கிட்டாரு.”

“மேனன் பயல பத்தி ஒனக்கு முன்ன பின்ன தெரியாதா? அவன் ஊலார் குப்பானாச்சேயா!”

“மூனு நாலு பேரு மொதல்ல கொடுத்து, கைநாட்டு போட்டாங்க... நானும் போட்டேன்.”

“வவுத்துல புளிய கரக்காதிய்யா. கைநாட்டு போட்டேனு வேற சொல்ற?”

“சம்பளம் ஒரு நாளக்கி ஒரு டாலர் மேனிக்குன்னு சொன்னாங்க, புத்தி கெட்டுப் போயிட்டேன் மாரி.”

“சரி வுடுய்யா.. நான் வர்லன்னு, பேர வெட்ட சொல்லிட்டு வந்திடு.”

“இல்ல மாரி.. நெலமை நல்லால்ல மாரி. கைநாட்டு போட்டா மீற முடியாதாம். சப்பான்காரன் சொல்லீட்டானு பேசிக்கிறாங்க”

“அடப்பாவி மனுஷா.. புத்தி கித்தி கெட்டுபோச்சாய்யா உனக்கு?.. எல்லாருமா சம்மதிச்சாங்க?”

“சம்மதிச்சிவங்கள மட்டுந்தான் கூட்டிட்டு போவாங்கன்னு இல்லியாம். ஆள் கணக்கு போதலன்னா, கட்டாயப்படுத்தி கொண்டு போவாங்கன்னு பேசிக்கிறாங்க மாரி!”

"நீ என்னா நீ..? வாத்தைக்கு வாத்த பேதி மருந்து கொடுக்கிற..? காசு பணமாயா முக்கியம்? புள்ளங்கள வுட்டுட்டு இருப்பியாயா நீயி?" என்று சொன்னபோது அவள் விழிநீர் கசிந்து கொண்டிருந்தது.

தேனப்பன் வாய் வார்த்தையற்றுக் கிடந்தான். அவளின் கேள்விகளுக்கு அவனிடம் பதிலில்லை. வாழ்க்கை மேலும் சீரழிந்து போவதற்கான எச்சரிக்கைகளாகக் குழப்பங்கள் மேலிட்டன அவனுக்குள். சப்பான்காரன் விரித்த ஆடு புலியாட்டத்தில் புலிகளிடம் ஆடுகள் இரையாவதுதான் முற்றும் முடிவானதாக இருக்கும் போலும்.

"மொதல வாய்ல போய் தலய கொடுப்பாங்களா?" மாரியாயிக்கு உடைந்து அழவேண்டும் போலிருந்தது. தேனப்பனுக்கும்!

ஊலார் குப்பான் - விஷ நாகம்

8

ஆர்வார்ட் தோட்டத்தில்..

வேட்டை துவங்கியிருந்தது.

சாயங்கால வேளை.

ஜப்பான் ராணுவ லாரியில் இரண்டு கெம்பித்தாய்களும், மேனன் கிராணியும் அமர்ந்திருந்தனர்.

மேனன் கிராணி முதலில் காட்டிய வீடு பீட்டரின் வீடு.

பீட்டர் வீட்டுக்கு வெளியே விறகு பிளந்து கொண்டிருந்தார். வீட்டின் ஐந்தடி பிராஞ்சாவின் கீழ் விறகுகள் அடுக்கப்பட்டிருந்தன. வியர்வையில் முற்றிலும் நனைந்திருந்தது உடல். முட்டி தெரிய மடித்துக் கட்டியிருந்த கைலி ஈரமாகிக் கிடந்தது.

தெரேசா குசினிப்புற அல்லூர் ஓரத்தில், சாம்பல் தொட்டு தேங்காய் நாரில் பாத்திரம் தேய்த்துக் கொண்டிருந்தாள். குழந்தைகள் வீட்டினுள் இருந்தனர்.

மேனன் லாரியிலிருந்தபடியே கைகாட்டினார். லாரி உறுமிக் கொண்டிருக்கும் ஓசை கேட்டது. பிளப்பதை நிறுத்திவிட்டுத் திரும்பிப் பார்த்தார் பீட்டர்.

ஜப்பான்காரன் லாரியின் கதவைத் திறந்து, குதித்து இறங்கி அவரை ஆவேசத்தோடு நெருங்கி வந்தான். பீட்டர் அவன் வருவதைப் பார்த்ததும் கோடரியைக் கீழே போட்டு குனிந்து மரியாதை செய்தார்.

குனிந்தவர் நிமிர்வதற்கு முன்னால், அவர் கைகளை முறுக்கி முதுகுக்குப் பின்னால் இழுத்து மடக்கி லாரிக்கு இழுத்துக் கொண்டு போனான். பீட்டர் குழப்ப மிகுதியில் இருந்தார்.

“சுசுமே” “சுசுமே” என்று பிடிவாதமாய்த் தள்ளிக் கொண்டே வந்தான்.

அவன் அதட்டலில் குடல் புரண்டு கொண்டிருந்தது. அதிகாரத்தைக் கையகப்படுத்திக் கொண்டவனுக்கு மிரட்டலும் மிடுக்கும் தன்னிச்சையாக வந்து விட்டிருந்தன.

கோயிலில் கிராணியுடனான கருத்து மோதல் காரணமாக இருக்குமோ? அல்லது சப்பான்காரனிடம் பிராது ஏதும் கொடுத்திருப்பாரா? ஒன்றும் அறிவுக்குப் புலனாகவில்லை!

பிளந்த விறகுகளிலிருந்து எண்ணற்ற புழுக்கள் வெளிக்கிளம்பி வளைந்து நெளிந்தன. ரப்பரால் செய்யப்பட்டவைப்போல ஓர் அங்குலத்துக்குத் துள்ளின. அவை வெயில்பட்டுச் செத்துப்போய் விடும் இன்னும் சில நொடிகளில். விறகு பிளக்காத வரை புழுக்களின் உயிருக்குப் பாதுகாப்பிருந்தது!

“தெரேசா.. தெரேசா” என்று வீட்டுப்பக்கம் திரும்பி பீட்டர் அபயக்குரல் கொடுத்தார். அதிர்ச்சிக் குரல் ஒலிக்கக் கேட்டு அவள் வெளியே ஓடிவந்தாள். அவருக்கு அப்போதைக்கு வேறு யாரை உதவிக்கு அழைப்பதென்று தெரியவில்லை, தெரேசாவைத் தவிர!.

பீட்டர் கதறும்போது அவர் பிடரியில் ஓர் அறை விழுந்தது. அந்தத் தாக்குதலில் திடீரென்று எல்லாம் மங்கலானது. கண்முன் நட்சத்திரங்கள் தோன்றிப் பறந்தன. மயக்கம் வந்து தலை கீர்ரென்றது. பீட்டர் தடுமாறி விழப்போனார். ஆனால் அவன் கைகளைப் பற்றியிருந்ததால் சுதாரித்துக் கொண்டார். அடி விழுந்ததும் அவர் திமிறவில்லை. விறகு பிளந்த களைப்பு வேறு. அடுத்த அடி வாங்க வலிமையில்லை. லாரியில் ஏறச்சொல்லி பிட்டத்தைத் தள்ளினான்.

லாரி கிளம்பிவிட்டது.

தெரேசா லாரியைப் பின்தொடர்ந்து வாயிலும் வயிற்றிலும் அடித்துக்கொண்டு ஓடினாள், கட்டிய கைலியோடும் மேல் சட்டையோடும், தாவணியை எடுக்க மறந்தவளாய். இரண்டு பிள்ளைகள், தாய் தெரேசாவைத் தேடி வெளியே வந்தனர். தாயின் கையறு நிலையைப் பார்த்து ஓலமிட்டனர். கீக்குச்சியிலிருந்த பீட்டரைப் பிடித்து லாரியில் அடைத்ததோடு மேலும் ஆள் வேட்டைக்கு லாரி அலைந்தது.

புளிய மரத்தினோரம் நின்றவாறு பேசிக்கொண்டிருந்த சிலர் மேற்குத்திசையில் லாரி வளைந்து உறுமி விரைவதைக் கண்ணுற்றனர்.

“சேசுவே.. சேசுவே..” என்று தெரேசா கதறி பின்தொடர்வது அவர்களுக்குப் பீதியை உண்டாக்கியது. அவள் கூந்தல் கலைந்து அலையாடியது. மேல் தாவணியில்லாமல் தெரேசாவைப் பார்த்துவிட முடியாது. தெரெசாவின் இந்தக் கோலம் அவர்களை அதிர வைத்தது. இப்படி ஒப்பாரி வைத்து அடிக்குரலில் பீட்டரின் பெயரை அழைப்பதால், அக்காட்சியைப் பார்ப்போருக்குள்ளெல்லாம் அலையாடிக்கொண்டிருந்த புதிர்கள் புலனாக ஆரம்பித்தன.

ஆளுக்கொரு திசைக்கு ஓடினர்.லாரி மேக்குச்சி பக்கம் போனது.

பீட்டர் பிடிபட்டது ஊருக்குள் காற்றாய்ப் பறந்து தோட்ட மக்கள் காதுகளுக்கு எட்டியது. கோயிலில் நடந்த கூட்டத்தில் ஜப்பானியர் போட்ட சதி நாடகத்துக்கு ஆள் சேராததை வைத்துப் பார்க்கும்போது, இப்போது நடப்பது ஆள்பிடி வேட்டை என யூகித்தார்கள்.

தொங்கல் வீட்டில் வசித்த கன்னியப்பனின் தாய் ஆராயி லபோ லபோ என்று அடித்துக் கொண்டாள். லாரி எந்த நேரத்திலும் அவள் வீட்டுப்பக்கம் வந்து விடும். விடலைப் பையனாக வளர்ந்துவரும் கன்னியப்பனை இழுத்துக் கொண்டு உள்ளே நுழைந்தாள்.

“என்னாம்மா.. யேன்? யேன்? கைய வுடும்மா, கெட்டியா புடிச்சிக்கிட் டு..”

“வூட்ல இருக்காத கன்னி. சப்பாங்காரன் ரயில் சடக்கு போட ஆள் புடிக்கிறான்னு சொல்றாங்க. எங்கியோ தொலவா கொண்டுக்கினு போறானாம். நீ குசினி பின்னாலியே ஓடி எங்கியாவது ஒளிஞ்சிடு! ஓடிப்போய் மறைஞ்சிடு,” என்றாள் பின்புறம் ஓடியவாறு. “சுருக்கா... சப்பாங்கார கண்ல படாம மறைஞ்சிரு கொஞ்ச நாளைக்கு,” என்றாள்.

“எம்மா,.. சொம்மா, பயந்து சாகாத நீ.. அப்டியெல்லாம் இருக்காது,” கையை உதறிவிட்டான்.

“சும்மா போறவன் வர்றவனயெல்லாம் புடிச்சி லாரில ஏத்துறானாம். அவன் யாரு எவுருன்னெல்லாம் பாக்கமாட்டேங்கிரானாம்.. காத்தாயி ஓடியாந்து சொன்னா.. யாராரோ மாட்டிட்டாங்க.. நான் சொல்றத கேளு.. போய் எங்கியாவது ஒளிஞ்சிரு.. போ.. போ.” அவன் முதுகைப் பிடித்துத் தள்ளினாள்.

“போ....போ.... நிக்காத.”

கன்னியப்பன் கொஞ்ச நாளைக்குக் கண்முன்னால் நடமாடவில்லையென்றாலும் பரவாயில்லை. ஆனால் கண்காணாத் தூரதேசம் போய்விடக்கூடாது.

அவன் பின்கதவைத் திறந்து கையோடு மேட்டுப் பக்கம் இருக்கும் ஜாமான் கூடு பக்கம் பாய்ந்தான்.

பின்கதவைத் திறந்து அவன் கண் மறையும் வரை பார்த்துக் கொண்டிருந்தாள். ஆராயிக்கு 'அப்பாடா' என்றிருந்தது. நெஞ்சுக்கூடு வலித்துக் கொண்டிருந்தது.

பிறகு பின்கதவை ஓசையில்லாமல் அடைத்தாள். முன்பக்கம் வந்தாள். மரச்சன்னலை மெல்லத் திறந்தாள். சன்னல் எலி கத்துவதுபோல கிரீச் என்ற ஒலி எழுப்பியது. அது சத்தமிடும்போது நிறுத்தி கொஞ்சமாய்த் திறந்தாள். தெருவில் ஒருநாய் மட்டும் பின்காலை தூக்கிச் சொறிந்து கொள்ள முயற்சி செய்து கொண்டிருந்தது. வேறு நடமாட்டமில்லை. இடப்பக்கம் பார்வை கிட்டவில்லை. சன்னல் இடுக்கின் வழியாக கவனித்தாள். ஏதும் சலனமில்லை! முழுவதும் பார்வைக்குக் கிட்டவில்லையே என்ற மெல்லிய சினம் ஏறியது.

கெம்பித்தாய்கள் போய்விட்டிருக்கக் கூடும்.

ஆனாலும் அவளுக்கு முன்கதவைத் திறக்கும் தைரியம் பிறக்கவில்லை. வீட்டினுள் என்றுமில்லாத இருள் பரவிக் கிடந்தது. மனம் லேசாக மறுத்தது.

கன்னியப்பன் லயத்துக் காட்டைவிட்டு வெளியேறியிருப்பான் என்று யூகித்தாள். ஆனால் அவள் பார்வை படும் தூரம்வரை அவன் ஓடிக்கொண்டிருந்தான். அதற்குப் பிறகான தருணங்களில் நடந்தவை என்ன என அனுமானிக்க முடியவில்லை. அதுவே பாரமாக கனத்தது.

அவன் போய் மறைந்திருப்பான் என்ற எண்ணம் உள்நெஞ்சின் ஓசையை அமைதிபடுத்திக் கொண்டிருந்தது.

பள்ளத்தில் சாக்கடையைத் தாண்டும்போது விழுந்து சமாளித்து எழுந்து, எட்டாம் நம்பர் தவரணியின் முள்பாகாரைத் தாண்டி, தொட்டாச்சிணுங்கிப் புதர்களைத் தள்ளி வளைத்து, வெள்ளைக்காரன் போட்ட பத்தடி உயர முட்கம்பி வேலியின் எதிரில் மலைத்து நின்றான். ஜப்பானிய மலாய்க்கார கெம்பித்தாய்கள் பார்த்துவிடுவார்களோ என அஞ்சினான். நாய்கள் நோண்டிவைத்த மண்குழியில் லாவகமாய்க் குனிந்து நுழைந்து வெளியாகித், தீம்பாருக்குள் ஓடி மறைந்தான். லயம் கண்ணிலிருந்து மறைந்திருந்தது. அங்கேயும் நில்லாமல் வன விளிம்பின் ஆறாம் நம்பர் தீம்பார் பக்கம் பாய்ந்து ஓடினான். ரப்பர்த் தோப்புக்குன்றின் மேலேறி மலைக்காட்டுக்குள் நுழைந்தான்.

தான் வனத்துக்குள் காணாமல் போய்விடக் கூடாது என்பதற்காக ரப்பர் காடு கண்படும் சௌகரியமான தூரத்தில் போய்நின்றான். இலைகள் அடர்ந்து மூடிய காட்டின் குளிர் சற்றுக் கதகதப்பைக் கொடுத்தது.

முப்பது நிமிடங்களுக்கு மேல் கண்மண் தெரியாமல் ஓடியதில் மூச்சு வாங்கியது. நா வறளத் தொடங்கியது. தீம்பாரில் ஓடை நீருக்காக அலைந்தான். தேங்கிக் கிடந்த மூத்திர அல்லூரை மிதித்த வாடை, காலிலிருந்து கிளம்பி வீச்சமடிக்கத் துவங்கியது. கால் இடுக்குகள் சேற்றைப் பிசுக்கித் தள்ளிக்கொண்டிருந்தன. புதர் முட்கள் சிராய்ப்பை உண்டாக்கியதால் குருதிக்கோடுகள் கன்னாபின்னாவென்று ஓடின! முதுகில் எரிச்சலை உணரத் தொடங்கினான். தொட்டுப் பார்த்தான், ரத்த அடையாளம் இருந்தது விரலில். முள்வேலி கிழித்து விட்டிருக்கிறது. சிராய்ப்பைக் கைகளால் நீவினான்.

சுற்றுமுற்றும் செவிகூர்ந்து கேட்டான். லாரியின் இயந்திர சத்தம் கேட்காத தூரத்தை எட்டியிருந்தான். அப்போதும் அவன் ஆபத்து எல்லையைத் தாண்டிவிட்டானா என்று சந்தேகமுற்றான். எத்தனை பேர் சிக்கினார்களோ தெரியவில்லை. எங்கே கொண்டுபோக ஆள் வேட்டையாடுகிறான்? சரியாகப் புலப்படவில்லை. ஆனால் அம்மாவின் அச்சமும் பதற்றமும் அவன் ஓடுவதற்கு முன்மொழிந்தன. இதுநாள் வரையிலான, சப்பான்காரனின் இரக்கமின்மை அவனை உடனடியாக இடம் பெயர வைத்தது. நொடி நேரத்தில் நிலைகுலைய வைத்துவிட்டது.

மூச்செறிதல் மெல்ல அடங்கிச் சீராக ஓடிக்கொண்டிருந்தது. நெஞ்சின் துடிப்பு மட்டும் அடங்கவில்லை.

வானைத் தொட்டு நிற்கும் 'ஜெராய்' மலை உம்மென்றிருந்தது.

உயரத்தில் வான்மேகம் புகைக் கூட்டங்களாய்ச் சுருண்டு சுருண்டு அசைவற்றுக் கிடந்தன.

காடு பேரமைதியில் இருந்தது. அச்சலனமின்மையிலும் மழை சன்னமாய் விழுவது போன்ற ஒலி சதா கேட்டுக் கொண்டிருந்தது. கால்களில் சிக்கியிருந்த கொடிகளை நீக்கினான். செத்தைகளிலிருந்தும், மட்கிய மரத்துண்டுகளிலிருந்தும் வாடை புறப்பட்டு வந்தது. வடகயிறுகள்போலக் கொடிகள் மரங்களை ஆரத்தழுவிக் கொண்டிருந்தன. கொடிகள் மேலிருந்து கீழே இறங்கி வளர்ந்திருக்கிறதா அல்லது கீழிருந்து மேல்நோக்கிப் படர்கிறதா

என்று நோக்கினான். அதன் ஆதிவேரைக் கண்டுபிடிக்க முடியவில்லை. இலைகளின் தடைகளை மீறி கீற்றுகள் உள் நுழைய முயன்று கொண்டிருந்தன.

அவன் நெஞ்சுக் கூடு ஏறி இறங்கியது! பீதி அடங்கி விடவில்லை!

லயக்காட்டில் என்ன நடந்துகொண்டிருக்கிறது என்பது மர்மமாய் இருந்தது. யாராவது தன்னைக் காட்டிக் கொடுத்துவிடுவார்களோ என அங்கேயே இருந்தான். அம்மா கொஞ்ச நாளைக்குக் கண் மறைவாய் இருக்கச் சொன்னது அவனுக்குள் நீங்கா அச்சமாய் ஊடுருவியிருந்தது. இரவில் வீட்டுக்குப் போய்விடலாம் என எண்ணிக்கொண்டிருந்தான்.

★

கெம்பித்தாய் லாரி, செம்மண் சடக்கின் தூசு மண்டலத்தை வாரி இறைத்து அலைமோதிக் கொண்டிருந்தது. லாரி எல்லாத் திசையிலும் மாறி மாறி ஓடியது. லாரி நின்று மீண்டும் வந்த திசைக்கே திரும்பியது. ஒரு லயத்தின் முன்னால் சடாரென 'பிரேக்' போட்டுச் சரக்கென்று இழுத்துக்கொண்டு நின்றது. செம்மண் தூசு கிளம்பி மேலேறியது.

சங்கிலியின் வீடு அது.

தெரேசா லாரியைச் சுற்றிவந்து பீட்டரைத் தேடினாள். லாரி பலகைத் தடுப்பால் ஏழடிக்கு மேல் மூடியிருந்தது. "பீட்ரு.... பீட்ரு" என லாரியின் உயர்ந்து நின்ற தடுப்புப் பலகையைத் தட்டினாள். கூவி அழைத்தாள். பித்தம் பிடித்தவள் போல 'பீட்ரு.. பீட்ரு..' என அலைமோதினாள். அதற்குள் சங்கிலியைக் கைது செய்து லாரிக்கு வந்தான் சப்பான்காரன்.

தெரேசாவின் பின்தொடர்தலையும் பிடிவாதத்தையும் ஆவேசத்தோடு கவனித்து வந்தவன், சங்கிலியைப் பிடித்த பிடி தளராது "மியு சிசுமி" என்றான்.

தெரேசாவை நெருங்கி வந்தான்.

"தொமரே" என்று உரக்கக் கத்தியபடி, எட்டி அவள் காலில் உதைத்தான். முட்டிக்கால் மடங்கி மண்ணில் வீழ்ந்தாள். முகம் மண்ணில் பட குப்புறக் கிடந்தாள். கைலி தளர்ந்து கொண்டது. உடலில் செம்மண் திப்பித் திப்பியாய் ஒட்டிக்கிடந்தன. சில இடங்களில் ரத்தக்கீறல்கள் தோன்றி வடிந்து செம்மண் திப்பிகளில் இறங்கிக் கொண்டிருந்தன!

தெரேசாவால் காலை அசைக்க முடியவில்லை. முட்டியில் வலி மிகுந்து கொண்டிருந்தது. முதுகுத்தண்டில் நங் நங்கென ஏதோ ஒலி கிளம்பிக் கொண்டிருந்தது.

லாரி கண் மறைந்ததும் பக்கத்து லயத்து மக்கள் ஓடிவந்தனர். தெராசாவை வீட்டுக்குள் தூக்கிக் கொண்டு ஓடினர்.

சுசுமி = போ
மியூ சுசுமி = விரைந்து போ
தொமெரே = நிறுத்து

9

பதினெட்டாம் கட்டையில்...

குசினிக்குப் பின்புற பலகையில் மாட்டப்பட்டிருந்த வடகயிற்றைப் பார்க்கும் போதெல்லாம் சேவுவின் மனைவி பேச்சாயிக்கு அந்த நினைவு வந்துவிடும். சில நிமிடங்கள் அவள் கவனம் ஒரு குவிமையத்தில் குவிந்து விடுகிறது. சேவுவும் துரையும் சயாமில் சந்தித்துக் கொள்ளும் வாய்ப்பிருக்குமா? சேவுவோடுப் போன மயில்வாகனம், கருக்கான், சந்நாசி, எல்லாம் ஒரே இடத்தில் வேலை செய்வார்களா? என்றெல்லாம் பல கேள்விகளை தொங்கிக் கொண்டிருக்கும் அந்த வடகயிறு மனதில் எழுப்பி விடுகின்றது.

சப்பானியர்கள் பதினெட்டாம் கட்டையில் புகுந்த மறுகணமே யானைக் கூட்டம் சோளக்கொள்ளைக்குள் புகுந்து அதகளம் செய்ததுபோலத் தோட்டம் திக்குமுக்காட ஆரம்பித்தது. சனங்களின் இயல்பு வாழ்க்கை புரண்டு போகிறது. அப்போது தொடங்கிய அந்த இருண்ட காலம் இப்போது நீடித்துக்கொண்டே போகிறது. இன்னும் எத்தனை காலம் இந்த இடர் நீளும் எனத் தெரியவில்லை.

தீமிதியன்று பதினெட்டாம் கட்டையில் துரைமார்கள் மேடையிலிருந்து அரக்கப்பரக்க ஓடும்போதுச் சனங்கள் பெரிதாய் ஏதும் இல்லை என்றே எண்ணினர். ஆனால் அதற்கு மறுநாள் சப்பானிய ராணுவம் குவிந்த பிறகே தெரிந்தது ஏன் துரைமார்கள் அரண்டு ஓடினார்கள் என்று. அப்படி ஓடிய மெக்கோல் துரையையும் இந்தக் கயிற்றையும் இணைத்தே அவள் எண்ணங்கள் முகிழ்ந்தபடி இருந்தன.

அன்றைக்கு, சப்பானிய ராணுவம் நுழைந்த மூன்று தினங்களுக்குப் பிறகு, நன்றாக நினைவில் இருக்கிறது பேச்சாயிக்கு.

ஒரு வெள்ளைக்கார துரையைக் காட்டில் பார்த்தவுடன் அதிர்ந்து போனாள் அவள். அதைவிட அவரின் செய்கை அச்சுறுத்துவதாக

இருந்தது. அவள் ஒருகணம் விதிர்த்துப் போனாள். சில நொடிகள் அவரை உன்னிப்பாகக் கவனித்தாள். ஒரு நீண்ட கயிற்றைக் கிளையில் தொங்கவிடும் முனைப்பில் இருந்தார். அதனைக் கிளையில் தூக்கிப்போட முயன்றபோது அது கிளையில் வாகாய் மாட்டாமல் இருந்தது. கயிறு பாம்பைப்போலத் தொங்கி அசைந்தது. கயிற்றின் ஒரு முனையில் கழுத்தில் மாட்டிக்கொள்ள வசதியாய்ச் சுருக்குப் போடப்பட்டிருந்தது. விறகுக் குச்சிகளைக் கீழே போட்டு அவரிடம் பாய்ந்து ஓடினாள்.

உயரமும் சிவந்த மேனியும் கொண்ட மனிதரை மிக அணுக்கமாகப் பார்த்த முதல் தருணம் அது. அவரின் உடல் மொழியிலிருந்து ஏதோ ஆபத்து அவரை நெருங்குவதாக யூகித்துக் கொண்டாள். முகம் கொதிநீர் ஊற்றப்பட்டது போலக் கனிந்து சிவந்திருந்தது. முகத்தில் காய்ந்த சோளப்பஞ்சு துளிர்விட்டது போலக் குறுந்தாடி. ரத்தச்சோகை படிந்துவிட்ட முகம். கண்களில் ஒளியற்ற சோர்வு. உடையில் அடை அடையாய் அழுக்கு. கைகளிலும் அறுபட்டத் துண்டு நூல்கள் போல செங்கல் நிற உரோமம் சிதறி முளைத்திருந்தன. கைகளிலும் கால்களிலும் முள் கீறல்கள். வியர்வை போல குருதித் துளிகள்.

அவரை நெருங்கியவுடன்தான் தெரிந்தது அவர் மெக்கோல் துரை என்று. சப்பானியர் வருகைக்கு முன்னர் வரை தோட்ட நிர்வாகியாக இருந்தவர்.

“தொர!.. வேணாம் தொர..” என்று அவர் கையிலுள்ள கயிற்றைப் பறித்தாள். துரை, விடாப்பிடியாய்ப் பிடித்து அது அவள் கைக்கு மாறாமல் தடுத்தார். அவள் மன்றாடி இழுத்தாள்.

“நோ! நான் செத்துப் போனம், ‘லெட் மி டை.. டோண்ட் ஸ்டோப் மி’, செத்துப் போறேன்” என்று சொன்னார், குரல் உளறியது பதைபதைப்பு மிகுதியில். வியர்த்துக் கவிச்சி வாடை வீசியது அவர் மேல். மிகவும் களைத்திருந்தார்.

“தொர!.. வேணாம் தொர.., எங்களுக்குச் சோறு போட்டவர் நீங்க... எங்க குடும்பம் ரெண்டு வேளை அரை வயிறாவது சாப்டுச்சின்னா அது நீங்க போட்ட பிச்ச, நீங்க சாகக்கூடாது துரை.”

“நோ!... என்னால இங்க இருக்க முடில.. ‘ஐ காண்ட் சீ மை பேமிலி, பிள்ளை, வைப், நா இங்க செர்வைவ் பண்ண முடியாது..” கயிற்றின் ஒருமுனை துரை கையிலும் மறுமுனை பேச்சாயியிடமும் இருந்தது. கயிற்றின் சுருக்கு முனையைப் பார்க்கும்போதெல்லாம் அவள் திகிலடைந்தாள்.

“தொர!.. ஒங்களுக்கு எந்த செரமமும் வராம நாங்க பாத்துக்குவோம். நாங்க குடிக்கிற கஞ்சியில கொஞ்சம் ஒங்களுக்கும் தற்றம்.. இத்தன வருசமா எங்க குடும்பத்த கடவுள் மாரி காவந்து பண்ணீங்க.. இந்த நேரத்துல ஒங்கள நாங்க பாத்துக்கலன்னா நாங்க கும்புட்ற மகமாயிக்கே பொறுக்காது.. வாணாம் தொர..”

“நீ எப்டி என்ன புரோடெக் பண்ண முடியும்? ‘தி ஜப்பனீஸ் ஆர்மி இஸ் எவ்ரி வேர்’..”

ஜப்பான் என்ற சொல் சமீபகாலமாக அதிகம் புழங்கிய சொல் சனங்களிடையே. சப்பானியர்கள் வெள்ளைக்காரர்களுக்குச் சிம்ம சொப்பனமாக ஆகிவிட்டிருந்தார்கள் என்பதும் அவள் செவிகளில் எட்டாமல் இல்லை!

“இல்ல!.. நீங்க வாங்க... ஒரு வழி இருக்கு...” என்று கயிற்றை அவரிடமிருந்து லாவகமாக இழுத்து பின்னால் மறைத்து வைத்துக் கொண்டாள். “நீங்க ராத்திரி வரைக்கும் இங்கியே இருங்க தொர!, தோ வந்திர்றேன்..,” என்று சொல்லியபடியே விறகைச் சுமந்துகொண்டு லயத்துப் பக்கம் ஓடினாள். தூக்குக் கயிற்றை அங்கே வைக்காமல் உடன் எடுத்துக் கொண்டாள்.

வானத்தில் வெளிச்சம் குறைந்து கொண்டிருந்தது.

விறகுக் கட்டையைப் பின்புறம் கடாசிவிட்டுச் சற்றுநேரம் காத்திருந்தாள். இரவு சூழும் வரை அவளால் பொறுமையாக இருக்க முடியவில்லை. பெரியசாமியிடம் தகவலைச் சொல்லிவிட வேண்டும் என்று துடித்தாள். எப்படியேனும் துரையைக் காப்பாற்றிவிட வேண்டும். அதற்குள் துரை எந்த முடிவுக்கும் வந்துவிடக் கூடாது!

இரவு மலைப்பாம்பு கோழிக்குஞ்சை விழுங்குவதுபோலப் பதினெட்டாம் கட்டையை விழுங்கிக் கொண்டிருந்தது. ஊர் ஓய்ந்து அடங்கி விட்டிருந்தது. வீட்டுக்கு வெளியே தெரிந்த சில மண்ணெண்ணெய் திரி விளக்குகளும் கண்களை மூடிக்கொண்டன.

பேச்சாயி மேலே தாவணியை வாரி போட்டுக்கொண்டு, சந்தடியில்லாமல் பெரியசாமி வீட்டுக்குச் சென்று விசயத்தைச் சொன்னாள். பெரியசாமி விதிர்த்துப் போய்விட்டார். “பேச்சாயி ஜப்பாங்காரனுக்கு தெரிஞ்சதுன்னா நம்ம தலை மண்ணுல உருண்டுடும் பாத்துக்க” என்றார் குரல் நடுங்க. “நாம இப்ப தொரைக்கு ஒதவாட்டி அந்த ஆளு அங்கியே செத்துப் போயிடுவான். எனக்கு குத்த உணர்வா போயிடும்.. கொஞ்சம் ஒதவி பன்னுங்க..” என்று கெஞ்சி பெரியசாமியை அழைத்துக் கொண்டு துரை

இருக்குமிடம் வந்தாள். காலடி எடுத்து வைக்கும்போதெல்லாம் தங்களைச் சப்பானியர் பார்த்துவிடக் கூடாது என வேண்டிக் கொண்டாள். செத்தைகளை மிதிக்க ஓசையெழும் போதெல்லாம் திடுக்கிட்டது அவர்களுக்கு. அடிக்கடி திரும்பிப் பார்த்துக் கொண்டாள். துரையை நல்லபடியாய்க் காப்பாற்றியாக வேண்டும்.

பெரியசாமி மயில்வாகனம் சப்பானியர் கைகளில் சிக்கியதும் மாரியம்மன் கோயிலுக்குப் பொறுப்பேற்றுக் கொண்டவர். வயது காரணமாக அவரை ஜப்பான் ராணுவம் தோட்டத்திலேயே விட்டு வைத்திருந்தது. தன்னால் முடிந்தவரை மகமாயி சந்நிதிக்கு விளக்கேற்ற மட்டுமே முடிந்தது அவரால். பல நாட்களுக்கு அன்னைக்கு அதற்குக்கூட வாய்ப்பில்லாமல் போனது..

மறைவிடத்தை நெருங்கியதும் "தொர!.. தொர!.. நான் பெரியசாமி வந்திருக்கேன்.." என்றார் கிசுகிசுத்தக் குரலில். மெக்கோலின் உயர்ந்த உருவம் நிழல்போலத் தெரிந்தது.

"ஓ! பெரிசாமி..." என்று மறுகுரல் கொடுத்தார் மெக்கோல். இருவர் குரலும் இருளில் பதுங்கி ஒலித்தன. பேச்சாயிக்குத் துரை தன்னை ஒன்றும் செய்து கொள்ளாமல் இருந்தது ஆறுதல் அளித்தது.

பெரியசாமி சொன்னார், "நீங்க கனவிலகூட அப்டி நெனைக்கக் கூடாது தொர!.. நீங்க எங்க தெய்வம்.. கோயில் திருவிலாவுக்கெல்லாம் அள்ளி அள்ளி கொடுத்தீங்க. இன்னிக்கி மகமாயி கோயில் நல்லா இருக்குன்னா அது நீங்க செஞ்ச ஒதவி.. புள்ளைங்க படிக்கிற ஸ்கூலுக்கு எவ்ளோவோ கொடுத்தீங்க.. நீங்க வாங்க நாங்க கும்புட்ற சாமி மாரியம்மா தாய் பாத்துக்குவா." துரையை அந்த நிலையில் பார்ப்பதை அவரால் சகித்துக் கொள்ள முடியவில்லை.

"நோ!.. பெரிசாமி.. தி ஜப்பனீஸ் கொன்னுடும் என்ன!"

"இல்ல தொர.. நீங்க வாங்க.. எங்களுக்கு ஒங்கள, எங்க ஒளிச்சி வக்கணும்னு தெரியும்.. நீங்க வாங்க.." என்று கையைப் பிடித்துக் கொண்டார். கொசுக்கள் அவர்களைச் சூழ்ந்து பிடுங்கின. அதனை அடிக்கும் ஓசையைக் கூட கேட்காமல் செய்தனர். காடு பெரும் மோனத்தில் இருந்தது. இலை அடர்ந்த மரங்கள் உறங்கிக் கொண்டிருந்தன. அவ்வப்போது கால்கள் அசையும்போது மட்டும் செத்தைகளின் சரசரப்பு ஒலித்தது.

"தொர.. நீங்க வாங்க.. நாங்க ஜாமின் ஒங்க உசிருக்கு.." என்று கைப்பிடித்து இழுத்தார். தொர கைகளில் காய்ச்சல் கண்ட சூடு.

“பெரிசாமி.. ஐ எம் ஒல் அலோன்... ஐ ரதர் டை... அதுக்கு நான் செத்துப் போலாம். ஐ மிஸ் மை பேமிலி வெரி மச்..”

“தொர! கொஞ்ச நாளக்கித்தான் இந்த செரமமெல்லாம்.. நீங்க தெகிரியமா வாங்க...”

“பேச்சாயி நீ வூட்டுக்குப் போ.. நான் மத்தத பாத்துக்றேன்.. போ!, நம்ம வயிறு காயாம காத்த தெய்வம் தொர.. அவர காப்பாத்துறது என் பொறுப்பு நீ கெளம்பு.” பேச்சாயி இருளில் நடத்து மறைந்தாள். துரையைப் பொறுப்பான கைகளில் ஒப்படைத்துவிட்டதில் சிறிய திருப்தி.

துரை அவர் பின்னால் போனார். அவருக்குக் கொஞ்சம் நம்பிக்கை துளிர்ந்திருந்தது. மாரியம்மன் கோயிலை அடைந்ததும், “தொர!.. நீங்க இன்னிக்கி ராத்திரி சந்நிதி உள்ள இருங்க.. நாளிக்கி அல்லது நாள மறுநா நான் வேற தோது பண்றேன்.” கோயில் தீப ஒளி மங்கிய ஒளியில் மினுக்கிட்டது. சிலையின் ஒரு பாகம் ஒளியை உள்வாங்கி எதிரொளித்தது. ஒரு குறுகிய இடம் மட்டும் மெல்லிய ஒளி பரவ ஏனைய பாகங்களில் கரிய இருள் வியாபித்திருந்தது. மெக்கோல் காலணியை விலக்கினார். காலணிகளில் சேறு திப்பித்திப்பியாய் ஒட்டிக்கிடந்தது. அவை புழுக்கைகள்போல் உதிர்ந்தன.

துரை காலணியைக் கையில் எடுத்துக் கொண்டார் பெரியசாமி. “தொர செத்த நேரம் உள்ளாரையே இருங்க.. நான் போய் அவிச்ச கெலங்கு கொண்டாறேன்.” என்று ஓடினார். இந்த வேளையில் தான் கோயிலில் நடமாடுவதை யாரும் பார்த்துவிடக்கூடாது என கவனமாக இருந்தார். கண்கள் இருளில் ஏதும் உருவங்கள் தென்படுகிறதா எனத் தேடின. சாதாரணமாக, இந்த வேளையில், யாரும் நடமாடுவதில்லை.

துரை, சாமி சிலையைக் கும்பிட்டு விட்டுப் பின்னால் போனார். கும்மிருட்டு மூடிக்கிடந்தது. அவ்வப்போது உடல் சுவரில் இடித்துக் கொண்டது. சுவர்களுக்கிடையே குறுகிய இடம் இருந்தது. படுத்தால் புரள முடியாது. ஆனாலும் காட்டை விட இந்த இடம் எவ்வளவோ மேல் என நினைத்தார்.

கிழங்கையும் கருப்புச் சீனியையும் கொடுத்துவிட்டு, “தொர!.. இத இன்னிக்கி சாப்டுங்க. நாளைக்கி எங்க சாப்பாட்டுல கொஞ்சம் ஒங்களுக்கும் கொண்டு வந்து குடுப்போம். தெகிரியாம இருங்க. நீங்க.. எறச்சி கோழி மீனுன்னு சாப்பிட்டவரு..., இப்போதைக்கு எங்களால இதத்தான் தர முடிஞ்சது”

"பரவால்ல பெரிசாமி!, நான் தேங்ஸ சொல்றேன். ஆனா ஐ எம் ஸ்கேர்ட்.. பயிம்மா இருக்கு!"

"தொர குள்ளப் பயலுங்க கண்ல படாம நாங்க பாத்துக்கறோம்.. நாளிக்கி வேற தோது பண்ணிடலாம் தொர.. மகமாயி சந்நிதியில இருக்கீங்க.. அவ பாத்துக்குவா ஒங்கள.. நீங்க கொடுத்த காசுல சீர் செஞ்ச கோயில் தொர இது. அவ கூடயே இருக்கா.. கைவிட மாட்டா.."

"தேங்க் யு பெரிசாமி.. தேங் யு வெரி மச்."

மறுநாள் இருள் சூழ்ந்ததும், பெரியசாமி துரையை ரகசியமாக அழைத்துக்கொண்டு காட்டின் விளிம்புக்குச் சென்றார். அங்கு ஏற்கனவே இருந்த குழி ஒன்று ஆள் படுப்பதற்காகச் சீர் செய்யப்பட்டிருந்தது. சுற்றியும் புதர் மண்டிக் கிடந்தது. குழியை மூட குறுக்கும் மறுக்கும் ஆணி அறையப்பட்ட சட்டம் கதவாகச் செய்யப்பட்டிருந்தது. அதன் மீது செத்தைகள் போர்த்தப்பட்டுக் கிடந்தன. முதல் பார்வைக்கு அது புதரை மறைக்கும் மூடியாக அடையாளம் காணமுடியாதவாறு இருந்தது.

"தொர! இனிமே இங்கியே இருங்க.. ஒரு குள்ளப்பய இந்தப் பக்கம் வரமாட்டான். இன்னும் உள்ளாற காட்டுல கம்யூனிஸ்ட் இருக்காங்க. அதனால அவனுங்களுக்கு வர தெகிரியம் இருக்காது.. நீங்க பாதுக்காப்பா இருங்க.."

"நன்றி பெரிசாமி... இங்க 'சேஃப்ன்னு' நெனைக்கிறேன்."

"தொர அன்னாடம் ராவ்ல யாராவது ஒருத்தர் அந்த மரத்தாண்ட சாப்பாடு வச்சிடுவாங்க, நீங்க வந்து எடுதுக்கங்க..."

"தேங் யு பெரிசாமி.. நான்.." என்று அவர் கையைப் பிடித்தார். கண்கள் கலங்கின.

"இல்லிங்க தொர!... நீங்க நன்றியெல்லாம் சொல்லாதீங்க... எங்க கடம ஒங்களுக்கு செய்யணுங்கறது..."

பதுங்கு குழி துரைக்கு சௌகரியமாக இல்லை. அந்த பெரிய உடலுக்கு குழி போதுமானதாக இல்லை. துரை முட்டியை மடக்கிக் கொண்டு மூன்று நாட்கள் உள்ளே இருந்தார். மூன்றாவது நாள் நண்பகலில் மேல்பரப்பில் திடீர் கூச்சல் கேட்டது. சட்டென யாரோ பலகை மூடியை தூக்கி வீசியதும் சூரிய வெளிச்சம் பகீர் என்று உள்ளே பாய்ந்தது. தோட்டத்துக்குள்ளும் வேவு பார்த்துச் சொல்ல சப்பானியனுக்கு ஆட்கள் இருந்தார்கள்.

சப்பானிய ராணுவத்தினரில் ஒருவன் அவரைப் பிடித்துப் பிடரியில் துப்பாக்கி முனையால் தாக்கினான். மண்டியிட வைத்தான். சில நிமிடங்களுக்குப் பின்னர் அவரைத் துப்பாக்கி முனையில் இழுத்துக் கொண்டு போனார்கள். பெரியசாமியாலும் பேச்சாயியாலும் அதனைப் பார்த்துக் கொண்டிருக்க மட்டுமே முடிந்தது. தாங்கள் அவருக்கு உதவிய தகவலும் சப்பானியனுக்குத் தெரிந்திருக்குமோ என்ற பதற்றம் அவர்களுக்கு இருந்தது. உள்ளுக்குள் கலவரம் செய்தது. பேச்சாயி மனதார மகமாயியிடம் வேண்டிக் கொண்டாள்.

பின்னர் துரையையும் சயாமுக்குத் தண்டவாளம் போடக் கொண்டு போனார்கள் என்ற தகவல் மட்டுமே கிடைத்தது.

பேச்சாயி பெருமூச்சு விட்டுக் கொண்டாள். பெரியசாமி சொன்னது மட்டும் செவியருகே கீற்றாய் ஓடி மறைந்தது.

“நம்ம எவ்வளவோ முயற்சி செஞ்சும் தொரைய காப்பாத்த முடியாம பூடுச்சே, பேச்சாயி”

பேச்சாயி சொன்னாள் “நம்மளையே நம்பளால காப்பாத்திக்க முடியல... தொரைய எங்க காப்பாத்துறது. எல்லாம் விதி”

10

ஆர்வார்ட் தோட்டத்தில்...

"ஏன்டா.. எதுக்குடா அக்னீஸையும் கூட கூட்டியாந்த?"

"நான் எங்க மச்சான் கூட்டியாந்தன்.. நானும் கூட வரேன்னு அழுது பொரள்றா.."

"நம்மள கொண்டு போற எடம் இன்னதுதான்னு தெரில, இதுல இவ வேற ஏண்டா?"

"என்ன பண்ணச் சொல்றீங்க. ஒத்த ஆளா கெடப்பாளே! நான் இல்லன்னா அவ கெதி?"

"ஆம்பளைங்க எங்கவொன்னாலும், எப்டிவொன்னாலும் இருக்கலாம், பொம்பள புள்ளை சோசோப்பு!"

"நா எவ்ளோ சொல்லிப் பாத்தேன் மச்சான், ஒத்தக் கால்ல நின்னா. நீ இல்லன்னா நா உத்தரத்தில தூக்கு மாட்டி செத்துபோவேன்னு சொல்றா.. உனிக்கி தெரியும்ல அக்னீசோட பிடிவாதத்தப் பத்தி!"

"சோசோப்பு புரிலியாடா ஒனக்கு? முழுகாம கெடக்காடா.. வயித்துப் புள்ளத்தாச்சியப் போயி.." பீட்டர் வேறு பக்கம் திரும்பிச் செறுமினார். "சேசு கர்த்தாவா!" அவர் வயிற்றுக்குள்ளிருந்து ஏதோ மேலேறி நெஞ்சுக்குள் உருண்டது.

"கூடயே புள்ளமாரி இருந்துட்டா. இங்க ஒட்டுறவுன்னு சொல்லிக்க யாரிருக்கா?"

"சோசோப்பு.. நம்ம சனம் இருக்கேடா.. ஒரேயடியாவா வுட்ற போறாங்க?.. அவளுக்குனு இல்லன்னாலும், வவுத்து புள்ளைக்காகக் கூடவா எரக்கம் காட்ட மாடாங்க?"

"மச்சான்...அதெல்லாம் நம்பி எப்டி உட்டு வர்றது? நாளிக்கு இங்கிருக்கிற சனம் இங்கியே இருக்கும்ன்னு என்னா நிச்சியம்? நம்ம கெதிய பாத்தல்ல?"

பீட்டர் திணறிப்போனார். இந்த நான்கு மாதத்தில் என்னென்னவோ நடந்து போயிற்று. யாரும் எதிர்பார்க்கவில்லை. ஒரு புயலடித்ததுபோல எல்லாம் சாய்ந்து நொறுங்கிப் போயிற்று. இன்னும் என்னென்ன நடக்கும் என்று புதிராய் நிறைந்திருக்கிறது. ஜோசப் சொல்வதில் சிறிதளவு நிதர்சனம் தெரிந்தது. அவரால் அதற்கு மேல் உரையாடலைத் தொடர முடியவில்லை. தொடர்வதும் பலனற்றது. அவளும் சிங்கத்தின் குகைக்குள் சிக்கிக் கொண்டவள்.

லாரி ஓடிக்கொண்டிருந்தது. லாரிக்குள் பிற தோட்டத்துச் சனங்களும் இருந்தனர். சீனர்கள் இருந்தனர். ஆர்வார்ட் தோட்டத்தில் இவர்களை ஏற்றும் முன்னரே லாரியில் கூட்டம் இருந்தது.

ராணுவத் தளவாடங்களை ஏற்றிவந்த லாரி எண்ணெய்க் கசிவுகளால் கறைபட்டுக்கிடந்தது. டீசல் எண்ணெய்யின் நெடி அடித்துக்கொண்டே இருந்தது. அதன் கந்தக நெடியால் வலி ஏறிக்கொண்டிருந்தது அவர்கள் தலைகளில். தோட்டச் செம்மண் சாலையின் குண்டு குழிகளில் ஏறி இறங்கி அதே வேகத்தில் சென்றது லாரி. பலகையில் மோதி மோதிப் பிட்ட எலும்புகள் நொறுங்கின. விலாவரை ஏறியது வலி.

வளைவுகளில் வேகம் குறைக்கவில்லை ஓட்டுனர். பக்கவாட்டுப் பலகைகளிலும் சட்டங்களிலும் முதுகு மோதியது. ஓரிடத்திலிருந்து சில அடிகள் அவர்களை முன்னும் பின்னும் நகர்த்திக் கொண்டே இருந்தது.

லாரி ஆர்வார்ட் மண் சாலையிலிருந்து 'மேய்ன்' சடக்கில் ஏறி மேற்கில் பயணமானது. இம்முறை மேலும் விரைந்து ஓடியது. குறித்த 'டயத்தில்' பிடித்துவிட வேண்டுமென்ற ஆவேசம் கொண்டியங்கியது.

ஒரு மணிநேர ஓட்டத்துக்குப் பின் அலோர் ஸ்டார் ரயில் நிலையத்தில் போய் நின்றது.

அலோர் ஸ்டார் ரயில் நிலையத்தில் மேலும் சில லாரிகளில் மக்கள் இருந்தனர். சரக்கு வண்டி போல இருந்தன எல்லாம். தார்ச்சாலைபோல நீண்டிருந்தது ரயில். இன்ஜின் கருநாகமாய்ப் புகையை ஓயாமல் கக்கிக்கொண்டிருந்தது. வாலைச் சுருட்டிச் சுருட்டி இரையைக் கொத்தப் பாய்வது போன்று புகை மேலேறி மறைந்தன.

ரயிலில் பயணிகள் தென்பட்டனர். உள்ளே ஏற்கனவே கூட்டம் அதிகமாய் இருந்தது உன்னிப்பாய்ப் பார்த்ததும்தான் தெரிந்தது..

கெம்பித்தாய் லாரியை விட்டு இறங்கச் சொல்லிக் கையசைத்தான். இறங்கியவர்களிடம் நிற்கும் ரயிலைக் காட்டி ‘சுசுமே’ என்றான். விரைந்து நடக்காதவர்களை ‘மயீ சுசுமே’ என்று அதட்டினான். கையில் இருந்த பிரம்பால் ரயில் பெட்டியைக் காட்டி ஏறக் கட்டளையிட்டான். அவன் விழிகளில் தீர்ந்துபோகாத வெம்மை இருந்தது.

ஒவ்வொரு பெட்டியும் மனிதத் தலைகளால் நிறைந்து திணறிக் கொண்டிருந்தது. இருக்கைகள் எதிலும் காலி இல்லை.

கடைசியில் கூரையற்ற திறந்த பெட்டிக்குள் ஏறச்சொல்லி உத்தரவிட்டான் உள்ளே இருந்த ஒரு சப்பான்காரன். துண்டுக் கட்டைகள் அடுக்கப்பட்டுக் குவாரிக் கற்கள் கொட்டப்பட்டிருந்தன. பாறையைப் பிளக்கும் கடப்பாறைகள், பெருபாரம் கொண்ட சுத்தியல்கள் சரக்குப் பெட்டியின் மூலையில் குவிக்கப்பட்டிருந்தன. ‘உட்கார்’ என்று அதட்டிவிட்டுப் போய்விட்டான். எங்கே அமர்வது என்று தெரியவில்லை. தண்டவாளத்தில் போடப்படும் கற்கள் விரவிக் கிடந்தன. அவற்றை நீக்கிவிட்டுச் சிலர் அமர்ந்துகொண்டனர். கட்டைகள் அதிர்ந்து அதிர்ந்து நகர்ந்து கொண்டிருந்தன. அவை உருண்டு வந்து மோதுமோ என்ற பயம் நிலவியது.

அக்னிஸ் விரிந்த விழிகளோடு பார்த்துக் கொண்டிருந்தாள். அவள் விழிகளின் ஓரம் ஈரம் மின்னியது. அவளை எப்படிச் சமாதானப்படுத்துவது எனத் தெரியாமல் நிலை தடுமாறினான் ஜோசப். அவள் கண்களில் தேங்கிய ஈரம் அவனை வேறு பக்கம் திரும்பிக் கொள்ள வைத்தது!

“கட்டிக்க வேற துணிமணி கொண்டாந்தீங்களாண்ணே?” என்று தழுதழுத்த குரலில் கேட்டான் சங்கிலி. யாரிடம் கேட்டான் என்று தெரியவில்லை.

“உன்ன எப்படிப் புடிச்சானோ அப்படித்தான் எல்லாத்தியும் புடிச்சான். இதுல துணிமணி ஒரு கேடா? தோ அவன தூங்கிக்கிட்டிருக்கும்போது குண்டுகட்டா தூக்கிட்டு வந்துட்டானுங்களாம்.” என்றார் பீட்டர் ஒருவனைச் சுட்டிக்காட்டி.

“கோய்ச்சிக்காதீங்க.. நாமத்தான் ஒருத்தருக்கு ஒருத்தர் ஒத்தாசையா இருக்கணும், அதான்.”

“எல்லாரும் கட்ன துணியோடத்தான் லாரி ஏறனம். பேர் குடுத்தவங்க மொதகொண்டு ஒன்னித்தியும் கையோட கொண்டார்லியே.. என்னமோ தோட்டக்காட்ல ஒரு அலமாரி

நெறைய எசமான் போல விதத்துக்கொரு சட்ட துணிமணி வச்சிருந்த மாரில்ல கேக்குற?" யாருக்கும் சிரிக்கும் தினவு இல்லை. போகும் பாதை இலக்கு இன்னதென்று தெரியாமல், பயணம் எத்தனை தூரம் என்றும் புரியாமல், அங்கே வாழ்க்கை எப்படி இருக்கும் எனும் விபரமும் அறியாமல், ஆயிரம் பதிலறியாப் புதிர்களோடு ஒரு நெடும் பயணம் தொடங்கியாயிற்று. இது எங்கே போய் முடியும் என்பதும் மர்மமாகவே இருக்கிறது. இதில் எங்கிருந்து முக மலர்ச்சி துலங்கும்?

ஒரு சிறு மின்மினி ஒளிகூட கிட்டாத பேரிரிருளுக்குள் சிக்கியாயிற்று.

ரயில் புறப்பட்டு ஓடிக்கொண்டிருந்தது.

"எல்லாப் பயலும் சொந்த நாட்ட வுட்டுட்டு மத்த நாட்டுக்குக் கொள்ள அடிக்கத்தான் வரானுங்க!" பீட்டர் சொன்னார்.

"ஆமாம். வெள்ளக்காரன் இந்தியா வந்ததும் அதுக்குத்தான். இந்தியாவிலேர்ந்து மலாயா வந்ததும் அதுக்குத்தான்." என்றார் இன்னொருவர்.

"பிரிட்டிஷ்காரன வெரட்டிட்டுச் சப்பான்காரன் வந்ததும் அதுக்குத்தான்." என்றார் பீட்டர் மீண்டும்.

"அவரே தொடர்ந்தார்," அதுகூட பெரிய விஷயமில்ல. இவனுங்க கொள்ளையடிக்க நம்மல கையாள்றான் பாரு, அதான் சாணாக்கியம்ங்கிறது"

"அதவிட சாணாக்கியம் என்ன தெரிமா பீட்டர்?"

"சொல்லு.. பயணம் பூரா பேசிட்டுதான் போப்போறம்ல, வேற வழி!"

"அதவிட சாணாக்கியம், கொள்ளயடிக்க நம்மல பயன்படுத்திட்டு நமக்கே காதுல பூ சுத்திட்டு கௌம்புறது!"

"ஆமாம், வெள்ளக்காரன் தோத்ததும் ரப்பர் காட்டெல்லாம் எரிச்சான்ல. எதுக்கு பெறத்திக்குக் கெடைக்கக் கூடாதுன்னுதான..?" என்றார் பீட்டர்.

"இவனும் அப்படித்தான் பண்ணுவான். இப்படி அடிச்சி மெரட்டி லாரில ஏத்தும் போதே தெர்லியா?" – தற்காலிக மௌனம் நிலவியது

"ஏண்ணே நாளைக்குக் காலில எப்படி பல் வலக்குறது?" சங்கிலி திடீரென்று கேட்டான்.

“ஏண்டா இன்னிக்கி சோறு கெடைக்குமான்னு நிச்சயமில்ல. ஒனக்கு பல்லு வளக்கணுமா? வளக்கலாம்டா.. வண்டி கரியடுப்புலதான் ஓடுது. காலில இஞ்ஜின் பெட்டிக்கு போயி, ஒரு கரித்துண்டு கேட்டா கொடுக்காமலா போய்டுவான் பாய்லர்காரன்?”

சங்கிலி பேசாமல் இருந்துவிட்டான்.

வண்டியின் அதிர்வில் பெட்டியிலிருந்த சரளைக் கற்கள் எகிறி உட்கார்ந்திருந்தவர்கள் பக்கம் குதித்து ஆடி நகர்ந்து வந்தன. அவற்றை அப்புறப்படுத்திக் கொண்டே இருந்தனர்.

பீட்டர் சொன்னார், “சோசோப்பு.. அக்னீஸ வேற பெட்டிக்குக் கொண்டு போ.. யாராவது ஒக்கார எடந்தருவாங்க.. எம்மா நேரம் இந்த கடகடக்கிற பலக மேல ஒக்காந்திருப்பா?”

ஜோசப் அக்னிஸை அழைத்துக் கொண்டு அடுத்தப் பெட்டிக்குப் போனான்.

இருவரும் அந்த நெருக்கத்திலும் நிற்க இடம்பிடித்துக் கொண்டனர்.

“தாயி செத்த நேரம் இங்க ஒக்காருமா, நா நின்னுக்கிறேன்.” என்று எழுந்தார் ஒரு பயணி.

அக்னிஸ் அவரைக் கையெடுத்து வணங்கி உட்கார்ந்துகொண்டாள்.

“இருக்கட்டும்மா... மவராசியா இரு” என்றார் எழுந்தவர். ஜோசப்பை நோக்கி “சம்சாரமா?” என்று கேட்டார்.

“ஆமாங்கய்யா...”

“மாசமா இருக்கா?

“ஆமாங்கய்யா”

அதற்கு மேல அவர் ஏதும் விசாரிக்கவில்லை. வெள்ளம் தலைக்குமேல் போய்விட்டது. விசாரித்துவிட்டு செய்யப்போவதற்கு ஏதுமில்லை!

‘தடக்... தடக்... தடக்... தடக்...’

எங்கோ அடர்வனத்தை நோக்கி ஓடிக்கொண்டிருந்தது ரயில். வெளிக்காற்று உள்ளே நுழைந்து உள் வெப்பத்தைத் தணித்துக் கொண்டிருந்தது. பக்கத்து இருக்கையைப் பிடித்தவாறு நின்று கொண்டிருந்தவர் கண்ணயரும் முயற்சி பலனளிக்கவில்லை. கால்கள் கடுகடுத்தன. உட்காரச்சொல்லி உடல் கெஞ்சியது. நெடுநேரம் நின்றிருந்தவர்களுக்கு உட்கார்ந்திருந்தவர்கள் கரிசனப்பட்டு

இடமளித்தார்கள். இப்படியே இடம் மாறி மாறி பயணம் நீண்டது. ஆனால் யாரும் நிம்மதியாய்த் தூங்கியெழவில்லை. புழுக்கமும் நெருக்கடியும் உடல் நாற்றமும் களைப்பைப் பன்மடங்கு கூட்டின.

ரயில் ஓரிடத்தில் நிற்பதற்காய் அதன் வேகம் கம்மியது. இரும்புச் சக்கரங்கள் தண்டவாளத்தில் உரசும்போது அதன் தடக் தடக் சப்தம் உறங்கிக் கொண்டிருந்தவர்களை எழுப்பிவிட்டது.

'பாடாங் பெசார்' என்றது பலகை அறிவிப்பு. அது ஒரு சிறிய 'ஸ்டேஷன்'. ஆள் நடமாட்டம் குறைவாக இருந்தது. சியாமுக்கும் மலாயாவுக்குமான எல்லை.

வண்டி அங்கே அரைமணி நேரத்துக்கும் மேல் நின்றது.

தலைகளில் சும்மாடு போட்டு நடைமேடையில் நின்று, அகன்ற தகரத் தட்டுகளில் பலகாரங்களைச் சும்மாட்டில் சுமந்து விற்றார்கள் பலர். தலைகளில் தட்டுகள் ஆடாமல் அசையாமல் நின்றன. தட்டை இறக்காமல் கைகளால் பலகாரத்தை எடுத்துக் கொடுத்தார்கள். சிலர் ரயில் பெட்டிக்குள்ளும் குரல் எழுப்பிக்கொண்டே தங்கள் பொருள்களை விற்பனை செய்தார்கள். சப்பான் ராணுவ அதிகாரிகள் கெடுபிடி ஏதும் செய்யவில்லை.

"ஏண்ணே.. இவைங்கள மேபுடியான் ஒன்னும் மெரட்டலையே.. ஏன்?" என்றார் ஒருவர் பக்கத்து இருக்கையில் இருந்தவரைப் பார்த்து.

"அதுக்குக் காரணம் இருக்குடா.."

வினா தொடுத்தவர்.. பதிலுக்காக அவரையே நோக்கினார்.

"அதாவது.....சப்பாங்காரன் மலாயாவ பிடிக்க வியட்நாம்லேர்ந்து சியாமுக்கு மொதல்ல நொலையணும். சியாம்ல மலாயா மாரி வெள்ளக்காரன் ஆச்சி இல்ல. அதனால சப்பான் சியாம தாக்க வேண்டிய அவசியமில்ல. பாதை மட்டும் குடு. நாங்க ஒங்களுக்கு எந்தத் தொந்தரவும் குடுக்காம மலாயாவுக்குள்ள நொலைஞ்சிடுவோம்னு ஒப்பந்தம் பண்ணிக்கிச்சி, சியாம் ராஜாவோட."

"ஓ.. அப்போ சியாம்காரன் இதல்லாத்தியும் ரகசியமா வச்சிக்கிட்டான் ல?"

"ஆமாண்டா.. பெறத்திக்கி என்னா ஆனா என்னா? நம்ம குண்டி காயாம இருந்தா சரின்னுதான் மனுஷ ஜாதி நெனைக்கும்!"

பெருத்த சங்கு சப்தத்துடன் இன்னொரு ரயில் எதிர்ப்புறம் இருந்து வந்து விருட்டென கடந்து ஓடிக்கொண்டிருந்தது.

அதன் பின்னர்தான் இந்த வண்டி நகர ஆரம்பித்தது.

★★★

அதே இரயிலின் வேறொரு பெட்டியில் மயில்வாகனம், சந்நாசி, கருக்கான், சேவு என 18-ஆம் கட்டை ஆள்கள் ஏற்றப்பட்டிருந்தனர். வெவ்வேறு இடங்களிலிருந்து வந்தவர்களும் பெட்டியில் மீன்டின் போல அடைக்கப்பட்டிருந்தனர்.

"இதென்னா சோறா சுண்ணாம்பா? மோந்து பாருங்களேன்" சேவு விரக்தியோடு பிணைந்த சோற்றைக் கையிலேயே வைத்திருந்தான்.

கருக்கான் முகர்ந்து பார்த்தான். சுண்ணாம்பு நெடி அடித்தது. சாக்கன் நாக்கில் தொட்டு வைத்தான். சுண்ணாம்பு கலந்திருந்த காந்தல் நெடி ஏறியது.

"பசிக்கிதே.. சேவு?"

"வேற வழி இல்ல. இதுவும் சாப்டலேன்னா கொல பட்னிதான்" சந்நாசி மெல்ல சாப்பிடத் தொடங்கினான். ஒப்பவில்லை. கருவாட்டைப் பிட்டுச் சோற்றோடு சாப்பிட்டான். அவித்த கீரை பாதி வெந்து பச்சை வாடை அடித்தது.

கருத்தானுக்குக் குமட்டிக்கொண்டு வந்தது. சோற்றைக் கையில் அள்ளி, அருகிலிருந்த சேவுவிடம் காட்டினான். செத்த புழுக்கள் கிடந்தன.

இந்த உணவைக் கங்காணியை எப்படி சாப்பிடச் சொல்வது? என்ற எண்ணம் இவர்கள் எல்லோரின் மனதையும் பிசைந்தது.

மயில்வாகனத்தின் வெறித்தப் பார்வை மாறவில்லை. லாரியில் ஏறியதிலிருந்து அவரிடம் மாற்றமேதுமில்லை!

அவர் யாரிடமும் ஒரு வார்த்தையைக் கூட பேச மறுத்தவராய் ஆகிப்போனார். சந்நாசி உரையாடலைத் தொடங்கும் ஒவ்வொரு முறையும் மயில்வாகனத்திடமிருந்து மௌனமே மறுமொழியாகத் தேங்கியது.

சந்நாசிக்கு எப்படி ஆறுதல் சொல்வதென்று தெரியவில்லை. மௌனம் அவர் மன ஆழத்துக்குள் இறங்கிவிட்ட கத்தியாய்க் கிழித்துக் கொண்டிருந்தது. சரி, புண் ஆற காலம் துணை நிற்கும்

என்றெண்ணி அங்கே நிற்க மனமற்றவனாய்ப் பக்கத்துப் பெட்டிகளின் இருக்கைகளிடையே நேரத்தைப் போக்க நடக்கலானான்.

பெரும்பாலும் தமிழர்களே நிறைந்திருந்தனர். சீன இனத்தவரும் கணிசமான அளவில் இருந்தனர்.

ஓரிடத்தில் நின்று பேச்சுக் கொடுக்க ஆரம்பித்தான்.

“எந்தப் பக்கம் இருந்து வரீங்க?”

“பாலோ பக்கம். பஹாங் கேள்விப்பட்ருக்கீகளா? அந்த ஊர்ல உள்ள சின்ன ‘டெளனு’. பிறையில ரயில் மாத்திவுட்டான். ரெண்டு ராத்திரி ஓடிப்போச்சி...ன்னும் எத்தன நாளு இப்டி கெடந்து சாகணுமோ தெரியாது.. நீங்க எந்த ஊரு?”

“நான் பதினெட்டாங்கட்ட, கிட்டாவுல இருக்கு”

“பதினெட்டாங்கட்டையா? அப்பனா மயில்வாகனத்த தெரிஞ்சிருக்கணுமே? கங்காணியாயிருந்தாரு.”

“இதே ரயில்லதான் இருக்காரு. நானும் அவரோடத்தான் வந்தேன்.”

“ந்த ரயில்லியா? நான் சொல்ற ஆளு.. தாட்டியமா இருப்பாரு. பொண்டாட்டி ஒரு பொம்பள புள்ளய பெத்துப் போட்டு பூடுச்சி,”

“ஆமாய்யா... எங்கூர்ல ஒரு மயில்வாகனம்தான். அடுத்த பெட்டியிலதான் இருக்காரு”

“அடுத்த பெட்டியிலயா? “ என்று விசுக்கென எழுந்தார். சந்நாசிக்கு முன்னால் ஓடினார்.

“மயிலு.. மயிலு “ என்று சொல்லிக்கொண்டே கட்டிப்பிடித்தார்.

மயில்வாகனத்துக்குச் சற்று நேரம் ஒன்றும் புரியவில்லை. அவர் இழப்பிலிருந்து ஒரு இம்மிகூட மீண்டுவிடவில்லை. நெஞ்சம் முழுதும் மகள் வியாபித்திருந்தாள்.

கட்டிப்பிடித்தவரின் உடல் சூடு சுதாரிக்க வைத்தது.

“டேய் நான் சதாசிவம்டா.. மயிலு.. சதாசிவம்டா.” என்றார். சந்நாசி அருகில் நின்று பார்த்துக் கொண்டிருந்தான். இந்த நட்போ, உறவோ, கங்காணி அனுபவிக்கும் சோதனையிலிருந்து அவர் மீண்டுவர வழி செய்யவேண்டும் என்று வேண்டிக் கொண்டிருந்தான்.

கடந்த ஏழெட்டு மணி நேரத்தில் மயில்வாகனம் நிமிர்ந்து

நோக்கும் முதல் முகம் அது. இப்போது அவரும் இறுக்கமாகக் கட்டிப் பிடித்தார். ஒருவர் தோளை இன்னொருவரின் கண்ணீர் நனைத்தது. சற்று நேரத்திற்கு அங்கே எந்தவொரு சலனமுமில்லை. சுற்றியிருந்தவர்கள் அவ்விருவரையுமே பார்த்துக் கொண்டிருந்தனர்.

"சதா.. நீயுமாடா?.."

"நம்ம ரெண்டு பேரையும் சந்திக்க வக்கணும்னே இருந்திருக்கு இந்த ரயில். பொம்பள புள்ள நல்லாருக்காளா?"

"நான் என்னாத்த சொல்ல? ஓரியா வுட்டு வண்டேன். எப்டி பரிதவிச்சிப் போறாளோ? என்று சொல்லிக் கொண்டே விம்மினார். சட்டை நுனியை எடுத்து மூக்கை உறிஞ்சினார்.

"இங்க எல்லாரும் குடும்பம் குட்டி, அங்காளி, பங்காளி, ஊரு ஒறவுன்னு எல்லாத்தையும் வுட்டுட்டுதான் வந்திருக்காங்க.. எல்லார்ட்டேயும் கவலை இருக்கத்தான் செய்து. என்னா செய்றது சொல்லு. நம்ம விதி நம்மல நெழல்மாரி தொரட்டிட்டே வருது."

ரயிலினுள் பட்டென்று இருள் விழுந்தது. ஏதோ காட்டுப்பகுதியை காற்றைக் கிழித்தவாறு கடந்து கொண்டிருந்தது இரயில். சற்று நேரம் ஒருவர் முகத்தை ஒருவர் தெளிவாகப் பார்க்க முடியவில்லை.

சதாசிவம் தொடர்ந்தார். "மயிலு.. நாலே நாலு மாசம்ன்னு சொல்றாங்க.. போன வாக்குல திரும்பிடலாம்.. கவலைய உடுய்யா".

"ரயில் பாத போட நாலு மாசம் போதும்னு நெனக்கிறியா சதா?"

"ஆயிரக்கணக்குல ஆள் சேத்திருக்கான். எத்தன ஆயிரம்னு தெரில. சடக்கு போட போதுமான கட்ட இரும்பெல்லாம் இருந்தா ஏன் முடியாது?".

மயில்வாகனம் ஒன்றும் பேசவில்லை.

"விட்டு வந்துட்டோம், இனி கடவுள்தான் காவந்து பண்ணனும். பாரத்த மேல இருக்கிறவன் மேல போட்ருவோம். நாமெல்லாம் கடவுளோட புள்ளங்கதான!"

"எனக்கு அந்த நம்பிக்கையெல்லாம் நொறுங்கிபோய் ஒரு நாளாச்சி." என்றார் மயில்வாகனம்.

திறந்த சன்னல்கள் வழியே சாரல் அடிக்கத் துவங்கியது. மெல்லிய குளிர்காற்று வீசியது. கொஞ்ச தூரம் கடந்தபின் வெளிச்சம் பாய்ந்தது. பச்சைப் போர்த்திய செடிகொடிகள் குடைகள் போல விரிந்திருந்தன.

இலைகள் மீதும் கொடிகள் மீதும் நீர்த்துளிகள் படர்ந்து வைரத்துகள்களாய் ஒளிர்ந்தன.

தூரத்தில் மலைச்சரிவுகளில் நீரோடை பனிப்படலம் போலப் பாய்ந்து கொண்டிருந்தது. வெள்ளை நிறங்கொண்ட பிரம்மாண்ட நாகம் ஒன்று மலையில் ஊர்ந்து ஏறுவது போன்றதொரு தோற்றத்தைக் காட்டியது. மலையிலிருந்து சரிந்து இறங்கும் சாலை போலவும் இன்னொரு பார்வைக்குத் தெரிந்தது.

"தோ பாரு மயிலு, இந்த மண்ணு பூவால மட்டும் அலங்கரிக்கப்பட்டிருக்குல. முள்ளும் கல்லும் இருக்கு. பூ வாசத்த மட்டும் அனுபவுச்சி மகிழணும்னு ஆண்டவன் நம்மல படைச்சிருந்தா ஏன் முள்ளையும் கல்லையும் படைக்கணும்? ரெண்டும் கலந்ததுதான் வாழ்க்கை. மேடிருந்தா பள்ளமும் இருக்கும். மரம் வச்சவன் தண்ணி ஊத்தாமலா வுட்றுவான்?"

இன்னும் எத்தனை நாள் பயணமோ தெரியவில்லை.

எத்தனையோ சிற்றூர்களைக் கடந்து ரயில் அடிவானத்தை நோக்கி ஓடிக்கொண்டிருந்தது.

சதாசிவத்தைச் சந்தித்த தருணம் முதற்கொண்டுதான் மயில்வாகனத்திடம் சிறு மாற்றம் காணப்பட்டது. அவர்களின் அந்நியோன்யம் சந்நாசிக்கும், சாக்கனுக்கும், சேவுவுக்கும், கருத்தானுக்கும் சற்றே நிம்மதியைக் கொடுத்தது. அவர்களிடையே நடக்கும் உரையாடலின் உயிர்ப்பை வைத்துப் பார்க்கும்போது, மயில்வாகனம் மகளைத் தற்காலிகமாய் மறந்திருப்பதாய்ப் பட்டது அவர்களுக்கு.

"தேவான சௌக்கிய இருக்காளா? புள்ளைங்க எத்தன? ஒரு பொம்பள புள்ள இருக்குதான?" மயிலின் குரல் துருவேறி பிசிறோடு ஒலித்தது..

"ராசாத்தின்னு பேரு.. அங்கிருக்கும்போது பொறந்துச்சே அது ஒன்னுதான். பதினோரு வயசாவுது. ஒன் மகளவிட ரெண்டொரு வயசு சின்னவ.."

சதாசிவம் எதிர்புறம் அமர்ந்திருந்த சந்நாசியின் பக்கம் திரும்பி, "எங்க ரெண்டு குடும்பமும் ஒரே கிராமத்திலேர்ந்துதான் இந்த ஊருக்குக் கப்பலேறினோம். அப்போ ரெண்டு பேருக்கும் பத்துப் பன்னெண்டு வயசிருக்கும். இங்க வந்துகூட ஒரே தோட்டத்திலதான் இருந்தோம். அதுக்கப்புறம் எளமரம் சீவுற வேலை இருக்குன்னு

எங்க அப்பா அம்மாவ பக்கத்து எஸ்டேட்டு கங்காணி கூப்பிட்டிகிட்டே இருந்தாரு. நாங்க அங்க போய்ட்டோம். அங்க ஒரு ஆறேலு வருஷம் இருந்திருப்போம். இவன் எங்கூருக்கு நடந்து வந்திடுவான். சிலசமயம் நா அவங்க ஊருக்குப் போய்டுவேன். அவங்க வூட்லியே தங்கியிருக்கேன். சாப்டுருக்கேன். அப்புறம் கொஞ்சநாள் கழிச்சுக் குடும்பத்தோட வேற எடத்துக்குப் போய்ட்டாங்க. ரெண்டு குடும்பமும் தாயா புள்ளையா இருந்தோம். கடைசியா இவன் கல்யாணத்துக்குப் போனதுதான். அப்புறம் ஒருநாளு இவன் சம்சாரம் தவறிட்டதா சேதி கெடச்சது.'' மயில்வாகனம் எல்லாவற்றுக்கும் தலையை மேலும் கீழும் அசைத்து ஆமோதித்துக் கொண்டே இருந்தார்.

``சொல்லு சதா, தேவான எப்படி இருக்கா?''

``இருக்கா.. சப்பாங்காரன் என்னப் புடிக்கும்போது தீம்பார்ல இருந்தா. அவளுக்கு ஒரு தகவலும் தெரியாது. அக்கம் பக்கம் பாத்தவங்கதான் சேதி சொல்லியிருக்கணும். அவ எப்படி அல்லாடிப் போய்ட்டாளோ தெரில. அவ சமாளிச்சிடுவா மயிலு, எனக்கு நம்பிக்க இருக்கு. இருவத்தி நாலு மணிநேரமும் சிட்டாட்டம் வேல செஞ்சிக்கிட்டே இருப்பா. ஒண்டிக்கட்டயா இருந்து குடும்பத்த கர சேத்துடுவா.. என்ன ஒன்னு.. கொஞ்சம் வெகுளி.. அவ இல்லாம நான் எப்படி காலத்த ஓட்டப் போறேன்னு அந்தக் கடவுளுக்குதான் வெளிச்சம்''. பெருமூச்சுவிட்ட சதாசிவம் சன்னல் பக்கம் திரும்பி வெளியே பார்த்தார்.

வயலில் இளம் நாற்றுகள் வெட்டுக்கிளியின் உணர்வுக் கொம்புகள் போல நீண்டிருந்தன. முனைகளில் மஞ்சள் நிறமேறியிருந்தன. அடியில் இளம் பச்சையாக இருந்தன நாற்றுகள். சில இடங்களில் பொன்னிறமாக வயல் பரப்பு ஜொலித்தது. வயல் நிலம் முழுதும் நீரின் மினுமினுப்பு மிதந்தது. தொலைவில் வயல் நிலம் முடியும் இடத்தில் மலைகள் மண்ணின் பெரும் கூம்புகளாய் விம்மி இருந்தன. அதன் முகடுகளில் வெண்பனி பாலாய் வடிந்து கொண்டிருந்தது.

ரயில் ஓட்டம் மெதுவாகி ஒரு 'ஸ்டேசனில்' நின்றது. அந்த 'ஸ்டேசனுக்குச்' சயாம் எழுத்தில் பெயர் எழுதப்பட்டிருந்தது.

ரயிலிலும் வெளியிலும் நின்றிருந்த சப்பான் ராணுவ அதிகாரிகள் ரயிலைவிட்டுக் கீழே இறங்கச் சொல்லி விரட்டினார்கள். இறங்கி நடைமேடையில் நின்றபோதுதான் பண்ணையிலிருக்கும் ஆடு மாடுகள் போல ஆயிரக்கணக்கில் தலைகள் தெரிந்தன.

மூன்று நாட்கள் சரியான தூக்கமின்மையில் விழிகள் வெளிக்கிளம்பி இமைகள் கனப்பதுபோல இருந்தன. ஒரு குறுகிய எல்லைக்குள் நின்றும் நடந்தும் அமர்ந்தும் வந்ததில் உடல் சோர்ந்திருந்தது.

அவர்கள் இறக்கப்பட்ட ஊர் 'காஞ்சனாபுரி' என்று பேச்சுவாக்கில் காதில் விழுந்தது.

மாயீ சுசுமே = விரைந்து நட

11

பதினெட்டாம் கட்டையில்..

ஒரு மாலைப்பொழுது சைக்கிளில் வந்த சிவதாஸ் கிராணி, ராணியின் வீட்டருகே நின்றார்.

நேராக ராணியின் அம்மாவிடம் "ராமாயி.. வீட்டு வேலைக்கு ஆள் வேணும், கெடைக்குமா?" என்றார்.

வேலை என்றதும் ராமாயியின் செவிகள் விடைத்தன. உடனே சம்மதம் தெரிவிக்க வேண்டுமெனத் தோன்றியது. அற்றைக்கூலியாக இருக்கும் அவள் வீட்டில் உலை கொதிப்பது அவ்வப்போதுதான். கம்பத்துப் பக்கம் வயல் வேலை செய்துவிட்டு அவர்கள் கொடுக்கும் மரவள்ளிக்கிழங்கோ, சோளமோதான் உணவு அவளுக்கு. சமயங்களில் வயல் வரப்புகளில் கீரைகள் பறித்து வருவாள். தேங்காய் பொறுக்கி வந்து துருவிப் பால் பிழிந்து கேழ்வரகுக் கஞ்சியில் கலந்து உண்பதும் உண்டு.

'ஏதும் வேல இருந்தா சொல்லுங்க கிராணி ஐயா', என்று ராமாயிதான் சொல்லி வைத்திருந்தாள் சிலமுறை. அதன் பொருட்டுதான் அவர் வந்திருக்கிறார் என்று நினைத்தாள்.

"நான் வரேன் கிராணி.. எங்க வேல?" என்றாள்.

"இல்ல ராமாயி ஒனக்கில்ல! வயசுப் பொண்ணுங்கதான் வேணும்." அவள் திகைத்தாள். அவன் முகத்தில் அப்போது அந்த அக்கறையின் சூது தோன்றி மறைந்தது.

ராமாயி தன் வீட்டில்தான் பார்வதிக்கு அடைக்களம் கொடுத்திருந்தாள். தாயில்லாப் பிள்ளை. மயில்வாகனத்தைக் கெம்பித்தாய் வலுக்கட்டாயமாக லாரிக்கு இழுத்துக்கொண்டு போகும்போது பார்வதி வீட்டில் இல்லை. ராணியோடு கோயிலுக்குப்

போயிருந்தாள். கோயிலிலிருந்து திரும்பும் போது லயத்துக்காடு குழந்தைகள் கசக்கிக் கிழித்துப்போட்ட நாளிதழ் போல் கிடந்தது.

அந்த இடமே, அதிகார வர்க்கத்தின் வன்மத்துக்குட்பட்டுக் கிடந்தது. வீட்டு ஆண்களைக் கெம்பித்தாய்கள் பிடித்துக்கொண்டு போயிருந்தார்கள்.

அச்சம்பவம், பெண்களைப் பெரும் சோகத்தில் தள்ளியிருந்ததைப் பார்த்தவளின் கால்கள் வீட்டை நோக்கி விரைந்தன.

"ஒங்கப்பாவையும் புடிச்சிக்கிட்டு போய்டாங்க பாரு" என்ற அலறல் கேட்டதும் ஏதோ அசம்பாவிதத்தின் ஓலமாகப்பட்டது அவளுக்கு. அவளை நிலைகுலைய வைத்தது. அப்போதே அவளுக்குத் தலை சுற்றியது. எங்கே என்று யாருக்கும் தெரியவில்லை. பின்னால் ஓடியவர்களைக் கொஞ்சமும் பொருட்படுத்தாது லாரி அத்துவானத்துக்குள் மறைந்துவிட்டது. பார்வதி 'அப்பா' 'அப்பா' என்று நெஞ்சில் அறைந்து அலறினாள்.ஒவ்வொரு குடும்பமும் ஆண்களை இழந்து துடித்துக் கொண்டிருக்க யாரிடம் முறையிடுவது எனப் புலப்படவில்லை.

அப்பா இருந்த வீட்டில் இப்போது அவரின் நிழல் கூட இல்லை. தனக்கு அப்பாவும், அப்பாவுக்குத் தானும் என நிறைந்திருந்த வீடு மயான பூமியாய் மாறிக்கிடந்தது. கண நேரத்தில் எல்லாம் தலைகீழானது. அவளால் அப்பா இல்லாததை நம்ப முடியவில்லை. இருந்த ஓர் ஆதரவும் இல்லையென்றானதும் வீடே கண்ணீரால் நனைந்தது.

ராணிதான் கூடவே இருந்தாள். தேறுதல் சொல்ல அவளிடம் சொற்கள் எஞ்சியிருக்கவில்லை.

அன்றிரவு முழுதும் ராணி பார்வதியோடு அங்கேயே தங்கி இருந்தாள்.

"நாங்கல்லாம் இருக்கம் பாரு.. ஒருத்தருக்கு ஒருத்தர் ஒத்தாசையா இருந்த ஊரு இது. ஒண்டியா வுட்றுவாங்களா? எங்க வூட்டுக்கு வந்திடு. இனி செத்த நேரங்கூட இங்க இருக்காத.."

பார்வதி நகர்வதாயில்லை. இரண்டொரு நாட்களாயிற்று அவளை வழிக்குக் கொண்டு வர.

"இங்க இருக்காத.. பொட்டபுள்ள நீ. ஒன்னு கெடக்க ஒன்னு ஆய்டும்.. ஊர் நெலம நல்லால, கௌம்பு நீ," என பார்வதியை வற்புறுத்தி இழுத்துக்கொண்டு போகாத குறை ஒன்றுதான். ராணியின்

தாயின் அனுசரணை அவளை இளக வைத்தது. அப்பாவின் பிரிவை மெல்ல மெல்ல சீரணித்துக் கொண்டாள். ஆனால் அவர் இல்லாமையில் அடிநெஞ்சு வலித்துக்கொண்டே இருந்தது.

ராணியின் தாய் ராமாயியே வந்து கையோடு அழைத்துக்கொண்டு போன நாள் முதற்கொண்டு அவள் அவர்களின் குடும்பத்தில் இன்னோர் உறவாய் ஆகிப்போனாள். அவள் திக்கற்றவளாகி விடக்கூடாது என்ற ராமாயியின் அணைப்பும் அக்கறையும் அவளுக்கு மருந்தாகிப் போயின.

அவள் வீட்டில் இரண்டு வயசுப்பெண்கள் இருப்பதை அறிந்தே வாசல்வரை வந்திருக்கிறார் கிராணி. சம்பளம் கொடுக்கும் அளவுக்குக் கிராணிக்கு வசதி இல்லை. வெள்ளைக்காரன்கள் விரட்டப்பட்டதிலிருந்து எல்லா வீடுகளும் காய்ந்துபோய்தான் கிடக்கின்றன. கெம்பித்தாய்களுக்கு ஏவலாய் மாறிப்போய் இருக்கும் சிவதாஸ், சப்பான்காரன் வீட்டுக்குத்தான் வேலைக்குக் கேட்கிறார் எனச் சடுதியில் புரிந்து கொண்டாள்.

“இல்ல கெராணி ஐயா, கம்பத்துக்கு வயலுக்கு நாத்து நடப் போறாளுங்க”

“அவன் என்னா அள்ளிக் கொடுத்திடப் போறான்?.. கெழங்கயும் கங்கோங் கீரையும், வயக்காட்டு மீனையும் தருவான். அவ்ளோதான்.. வேல வேணுன்னு கேட்டியே, அதான் மெனக்கெட்டு வந்தன்”

“எனக்கில்ல கேட்டன்.., கெராணி அய்யா?”

“வயசான கட்டங்க வேணான்னிட்டான் கெம்பித்தாய். பங்களாவுக்குத்தான போவப் போறாளுங்க. கை நெறைய காசு கொடுப்பான். மூனுவேள நல்லா சாப்பிடலாம்.”

சப்பான் ராணுவம் கைப்பற்றிய கையோடு துரைமார்கள் அனுபவித்த எல்லாச் சலுகைகளும் கெம்பித்தாய்கள் கைக்கு மாறியிருந்தன.

“இல்ல கெராணி, வயக்காட்டுக்குச் சொந்தக்காரன்.. அந்த மலாய்க்காரன்.. நெரந்தரமா வேல செய்யணும்னு சொல்லித்தான் எடுத்தான்.”

“எதுக்கு வயசுபுள்ளங்க வேகாத வெயில்ல கெடந்து வாடணுமா?”

“இருக்கட்டும் கெராணி.. வாக்குக் குடுத்திட்டென், இப்பப் போயி வேணான்னா நல்லாருக்காது. வேலைக்கி போயி கொஞ்ச நாளாச்சி..”

“வீட்டுக்குள்ளயே வேல. வெயிலு படாது.. முடிஞ்சதும் சாயங்காலமா வூட்டுக்கு வந்திடலாம்.” என்று சொல்லி அவள் முகத்தையே பார்த்திருந்தார்.

“பயப்படாத ராமாயி.. நா ஜாமீன்.” என்றார் தொடர்ந்து.

“நாத்து நடற வேல முடியட்டும், அப்புறம் அனுப்பறேன்.” என்று சமாளித்தாள்.

அவள் விழிப்போடு இருக்கிறாள் எனப் புரிந்தது. இனியும் வார்த்தைகளைப் போட்டு ஆடும் ஆட்டம் சொதப்பலாகிவிடும் என முடிவெடுத்தார்.

சிவதாசின் கண்களில் ஏமாற்றம் தெறித்தன. சைக்கிளை மிதித்துக் கொண்டு கிளம்பிவிட்டார்.

நெஞ்சறிந்து பொய்களையும் தந்திர வார்த்தைகளையும் உபயோகிக்க வேண்டியுள்ளது ராமாயிக்கு. இக்கட்டான வாழ்வுநிலை அதற்குத் தாராளமாக வழிகோலுகிறது. ஆனால் அதில் தப்பில்லை என்று மனதைத் தேற்றிக்கொண்டாள்.

பதினெட்டாம் கட்டை வெறிச்சோடிக் கிடந்தது.

ஆறு மாதங்களுக்கு முன்னர் இருந்த பரபரப்பு இன்றில்லை. ஆண்களின் எண்ணிக்கை கனிசமான அளவுக்குக் குறைந்து போனது. ஆண்கள் இல்லாமலான அத்தருணத்தில்தான் அவர்களின் இருப்பின் வலிமை புரிகிறது. அந்த இழப்புகள் எதைக்கொண்டும் ஈடு செய்யத்தக்கது அல்ல என இதுபோன்ற கீழ்மைகள் நிகழும்போது தெளிவாகிறது.

செம்மண் சடக்குகளில் கெம்பித்தாய் ஜீப்புகள் மட்டுமே தூசு கிளப்பிக் கொண்டு அலைந்தன. காற்று சுவாசமற்றுக் கிடக்கிறது. பச்சை போர்த்திக் கிடந்த தோட்டக்காடு நொய்வ மர இலைகளின் தரிசனமில்லாமல் சூரியன் ஊடுரு வெட்டவெளியாகித் தகித்துக் கிடந்தது.

தோட்டக் கிராணிமார்களின் அலுவலகம் சப்பானிய ராணுவ நடவடிக்கைகளுக்கான இடமாக மாற்றங்கண்டது.

கிழவர்கள், குழந்தைகள், பெண்கள் தவிர ஆடவர்கள் இல்லாத ஊராகப் பதினெட்டாங்கட்டை கலையிழந்து கிடந்தது. அவ்வப்போது பக்கத்துத் தோட்டங்களிலிருந்து வரும் உறவுகள், தத்தம் ஊர்களின் நிலையும் சுரத்திழந்து கிடப்பதாகச் செய்தி சொல்லின. ஓரிரு

தோட்டம் என்றில்லாமல் பெரும்பாலான வெள்ளைக்காரத் தோட்டங்கள் கெம்பித்தாய்கள் ஆளுகைக்கு மாறின. வயசு ஆண்களை வேட்டையாடி சியாமுக்குக் கொண்டு செல்லும் வன்மம் செவிகளில் விழாத நாளில்லை.

மறுநாள் தக்கிடோ, ஒரு சப்பானிய கெம்பித்தாய் சைக்கிளிலிருந்து இறங்கி ராமாயி வீட்டுக்கு நடந்தான். ராமாயிக்கு வயிறு கலங்கியது. கால்கள் வெடவெடத்தன. நா வறண்டு மேலண்ணத்தில் ஒட்டவில்லை. ஒரு கணம் உடல் இயக்கம் மறந்தது. பின்னர் சுதாரித்துக் கொண்டாள்.

அவன் வீட்டு வாசலுக்கு வருவதற்கு முன் ராணியையும் பார்வதியையும் வீட்டுப் பின்வாசலைத் திறந்து ஓடி எங்காவது கண் மறைவாக இருக்கும்படி அவசரப்படுத்தினாள்.

"ஏன்?.. ஏன் மா?.."

"அப்றம் சொல்றன்.. இப்ப வெளக்கம் சொல்ற நேரமில்ல. ஓடிடுங்க!.. ம்ம்ம்ம்.. சீக்கிரம்.."

இது அவசர காலகட்டம். எப்போது வேண்டுமானாலும் கொடுமைகளுக்கு ஆளாக நேரிடும் சூழல் மண்டிய காலம். எனவே நிலைமை புரிந்து பின்பக்கம் பாய்ந்து ஓடினர்.

அவர்கள் லயத்துக்குப் பின்னால் இருக்கும் சரிவில் இறங்கி, பாசாவுக்குள் நுழைந்தார்கள். பாசா லயத்துக்கு மிக அருகில் இருப்பதால், அங்கேயும் நில்லாமல், கிணற்றுப் பக்கம் ஓடினார்கள். பின்னர் கோயில் மேட்டில் ஏறி சீனர்களின் கிழங்குத் தோட்டப் புதருக்குள் மறைந்தார்கள்.

தக்கிடோ பாதி மூடியிருந்த வீட்டுப்பலகைக் கதவை ஓங்கி அறைந்து முழுமையாய்த் திறந்தான். அது சுவரில் மோதி ஓசை எழுப்பிப் படபடத்து மீண்டும் அவன் பக்கமே வந்தது. ராமாயிக்குள் அச்சம் ஊறி கண்கள் வழியே பிதுங்கி நின்றது.

வீட்டுப் பலகைத் தடுப்பை கோபத்தோடு அடித்துவிட்டு உள்ளே நுழைந்தான். ராமாயிக்கு வெடவெடக்க ஆரம்பித்தது. கால்கள் தன்னிச்சையாக நடுங்கின. ஒன்னுக்கு வரும்போல இருந்தது.

உள்ளே காலணியோடு நுழைந்தவன் அறைக்குள் நுழைந்து பார்வையை ஓடவிட்டு, வெளியாகி குசினிப்பக்கம் வந்து பின்கதவு வழியே நின்று பார்த்தான். அவன் வீட்டை அலசும்போது வெம்மையான மூச்சுக்காற்று அவளை உரசிச் சென்றது.

"எங்கே? எங்கே அவர்கள்?" எனச் சைகை பாசையில் உறுமினான். அவள் தூரத்தில் மலைப்பக்கம் கைநீட்டிக் காட்டினாள். அவனுக்குச் சினம் கொப்பளித்துக் கொண்டிருந்தது.

ராமாயியை ஏதோ சொல்லிக் கத்தினான். அவள் அதனை மொழிபெயர்த்துக் கொள்ளும்போது உடல் விதிர்க்கத் தொடங்கியிருந்தது.

அன்றுதான் ஒரு சப்பான்காரனை மிக அண்மையில் பார்க்கிறாள். அவன் விழிகளில் வெறித்த பார்வை அவளை மிரளச் செய்தது. சிறிய கூரிய மூக்கு, மிரட்டும் விழிகள், மங்கிய மஞ்சள் நிறம், குள்ள உருவம் கொண்டவன்.

இடுப்பில் கைத்துப்பாக்கி ஒன்று உறையிலிருந்து வெளியே வரத் துடித்துக் கொண்டிருந்தது. அது எந்த நேரத்திலும் தன் முகத்தின் முன்னால் குறி வைக்கப்படுமோ என்று அஞ்சினாள். துப்பாக்கியின் வெடிச்சத்தம் காதுகளில் மோதிய பிரம்மை உண்டானது.

அவன் மீண்டும் வீட்டுக்கு வெளியே நடந்து சைக்கிளில் ஏறி கிளம்பி விட்டான். அவன் வீட்டினுள் நடமாடியதிலிருந்து வீடு தகிப்பது போலிருந்தது இன்னமும். 'பூட்ஸ்' கால்களின் சப்தத்தைச் சிமிந்து தரை பிரதிபலித்துக் கொண்டிருப்பதுபோல அச்சம் ஊடுருவிச் சென்றது. வீட்டுக்குள் இருந்தபடியே அவன் போவதை கவனித்து உடனே கதவைத் தாழிட்டாள். கதவுகள் எப்போதுமே பாதுகாப்புக்கு உத்ரவாதம் தரும் காவல் அல்ல என கெம்பித்தாயின் நுழைவு உணர்த்தியது.

அவன் வெளியே போனதும்தான் மனம் ஆசுவாசமடைந்தது. ஆனால் அந்த உணர்வு தற்காலிகமானது என்று உள்மனம் எச்சரித்தது.

பின்கதவு வழியே ராணியையும் பார்வதியையும் தேடினாள். அவர்கள் எங்கோ பாதுகாப்பாக மறைந்திருக்கிறார்கள். ஆனால் சப்பான்காரன் போய்விட்டதை எப்படி அறிந்து கொள்வார்கள்?

பின்கதவைச் சாத்திவிட்டுச் சரிவில் இறங்கினாள். கதவு முழுமையாக மூடப்படாமல் காற்றில் ஆடியது. பாசா பக்கம் போய் இருவரின் பெயரையும் சொல்லி அழைத்தாள். பின்னர், கிணற்றைக் கடந்து கோயிலை அடைந்தாள். அங்கேயும் கண்கள் அலசின. வேறு பக்கம் சென்று தேடினாள். கோயிலுக்குப் பின்னால் சீனப்பன்றிக் கிழங்கு கொல்லையின் அடர்த்தி அவள் நினைவுக்கு வரவே, அவர்கள் அங்குப் பதுங்கி இருக்கலாம் என்ற நம்பிக்கை பிறந்தது. கத்திக் குரல் எழுப்ப முடியவில்லை. அதற்குள் ராணியும்

பார்வதியும் வெளியே வந்தார்கள். இருவரையும் கட்டிப்பிடித்துச் செருமினாள்.

“ஏம்மா?.. ஏன் சுருக்கா போய் ஒளியச் சொன்னீங்க?” என்று வினவினாள் ராணி.

“உங்களத் தேடித்தான் வந்தான் கால சனியன் கூட்டிக்குடுத்து எச்சப் பொலப்பு பொலக்கிற கிராணி.. வீட்டக் காட்டிருக்கான். நீங்க அவன் கண்ணுலியும் அந்த கால சனியன் கண்ணுலயும் படாம இருக்கணும்.” என்று சொல்லிவிட்டு சற்று நேரம் நின்று யோசித்தாள்.

“யாரும்மா அவன்? தேட்டு வந்தவன்?”

“குள்ளப்பய சப்பாங்காரன்.” என்றாள். இருவருக்கும் குபீர் என்றது.

“ரெண்டு பேரும் இங்க இருக்கவேணாம்.. கொஞ்ச நாளக்கி தாத்தா கம்பத்து வூட்டுக்குப் போய்டுங்க. கம்பத்துப் பக்கம் அவன் நடமாட்டம் கொறவு. கால சுத்தும் பாம்பு கொத்தாமவுடாது.” என்று சொல்லி இருள் விழக் காத்திருந்தாள்.

இருள் கனத்து இறங்கிய நேரம் பார்த்து, அவர்கள் இருவரையும் யார் கண்ணிலும் படாமல் இரவோடு இரவாகக் கடத்தி கம்பத்தில் தன் அப்பா வீட்டில் விட்டுவிட்டு, விஷயத்தையும் சொல்லி வீடு திரும்பினாள்.

12

காஞ்சனாபுரியில்..

ரயிலுக்குள்ளிருந்த ராணுவ அதிகாரி படியிலிருந்து குதித்துக் கீழே இறங்கினான். பயணிகளை இறங்கச்சொல்லி அதட்டினான்.

இரயில் பெட்டியிலிருந்து கீழே இறங்கி நடைமேடையில் கால்வைத்ததும் மனம் அதிர்ந்தது. இனம்புரியா பயம் உள்நுழைந்து கொண்டிருந்தது. வாய்க்குள் முழுதும் அகப்படாமல் இருக்கும் எலும்புத் துண்டைத் தோதாய்க் கவ்வ முயலும் நாய்போல பீதி கவ்வியபடி இருந்தது .

அந்நிய தேசம்.

சுற்றிலும் அந்நிய முகங்கள். புதிய நிலப்பகுதி. புதிய மொழி. திரள் திரளாய் நின்றிருந்தார்கள். கையில் பீடிமாதிரி ஒன்றைப் பிடித்துக்கொண்டு சிற்றுந்து போன்ற ஒன்றில் சாய்ந்து நின்றிருந்தனர். முட்டிக்குக்கீழ் சிலுவாரும் அல்லாத பாவாடையும் அல்லாத ஒன்றை அணிந்திருந்தனர்.

இவர்கள் அடுத்த ரயிலுக்குக் காத்திருப்பவர்கள். பயணிகளை ஏற்றிச் செல்லவோ, பயணிகளுக்காகக் காத்திருப்பவர்களாகவோ அல்லது பயணிகளாகவோ இருந்தார்கள்.

ஒட்டியுள்ள சாலையில் லாரிகளின் எஞ்சின்கள் தடக் தடக் என்று கூச்சலிட்டுக் கொண்டிருந்தன.

சந்நாசி தனக்குப் பின்னால் மயில்வாகனம், கருக்கான், சேவு, சாக்கன், சதாசிவம் இறங்குகிறார்களா என்று ஏக்கத்தோடு திரும்பித் திரும்பி நோக்கினான். இரண்டொரு முகம் மறைந்தும் மறையாமலும் தெரிந்தன. சிலசமயம் அவர்கள்தானா என்ற சந்தேகமும் நெருடியது. கூட்ட இடர்பாடுகளில் தெளிவாய் அடையாளங் காண முடியவில்லை.

கொட்டடியிலிருந்து திமுதிமுவென ஆட்டு மநதைக் கூட்டமாய்ப் பெட்டிகளிலிருந்து பெருங்கூட்டம் இறங்கிக் கொண்டிருந்தது. ரயிலிலிருந்து இறங்கும் காலடிகளின் ஓசை தகரக்கூரையின் மீது மோதும் மழையென இடைவிடாமல் கேட்டுக் கொண்டிருந்தது.

கொள்ளளவையும் மீறி அந்த ரயில் மனிதர்களை ஏற்றி வந்திருக்கிறது. ஒரு பெட்டியில் இருந்த அதே நெரிசல் பிற பெட்டிகளிலும் இருந்திருக்கிறது. மொத்த பெட்டியில் இருந்து இறங்கும் மனிதர்களை மொத்தமாய் பார்த்தபோது பிரமிப்பாக இருந்தது. எண்ணற்ற தலைகள்.

ரயில், கரும்புகையைத் திணறித்திணறிக் கக்கியவாறு நின்று கொண்டிருந்தது. புகை பெரும் தீவுக்கூட்டங்களாய் வெளியேறிக் கொண்டிருந்தது. ரயிலின் ஒரு முனை மலைப்பாம்பின் வால் பக்கம்போல வளைந்து நெளிந்து நின்றது. புகை விடும் தலைப்பாகம் பெருத்த விநோத முகங்கொண்ட மிருகமாய்க் காட்சியளித்தது. தண்டவாளத்தின் சூடு சில அடிதூரம் வீசியது.

நடைமேடையில் நூற்றுக்கணக்கான சப்பானிய ராணுவம் பணியில் இருந்தனர். ரயிலைவிட்டு இறங்குபவர்களை ஒருங்குபடுத்த அதட்டியும் கூச்சலிட்டுக்கொண்டும் இருந்தார்கள்.

'பிளாட்பாரங்களின்' மரங்களிலிருந்து காய்ந்த இலைகள் சோம்பல் கொண்டு மிதந்து உதிர்ந்தன. தரையின் சருகுகள் இரை கொத்தும் சிட்டுக்குருவியாய்க் காற்றில் பறந்து பறந்து அடங்கின.

இடது கோடியில் திறந்த பெட்டியில் இருந்த கடப்பாரைகள், சுத்தியல்கள், தண்டவாளக் கட்டைகள் எல்லாம் இறக்கப்பட்டுக் கொண்டிருந்தன. அவற்றை உறுமிக் கொண்டிருக்கும் லாரிக்குள் ஏற்றிக் கொண்டிருந்தனர். சுமையின் அழுத்தத்தால் சுமப்பவர்களின் முதுகு வளைந்து கொடுத்தது. ஓரிரு ராணுவ அதிகாரிகளின் வேலை வாங்கும் மிரட்டல் எங்கும் ஒலித்திருந்தது.

சேவு, சந்நாசி இருக்கிறானா என்று அடிவயிற்றை இழுத்து எக்கி எக்கிப் பார்த்தான். அவனின் தேடலைக் கண்ட சந்நாசி கையசைத்துத் தன் இருப்பைத் தெரிவித்தான். சேவுவிற்குத் தைரியம் வந்தது. ஒவ்வோர் அடிக்கும் பின்னால் நகர்ந்தான். சிப்பாய் தன்னைப் பார்த்துவிடப் போகிறான் என அஞ்சிக்கொண்டே அவனையும் ஒரு கண்ணால் நோட்டமிட்டுக் கொண்டான். கூட்டத்தைப் பின்புறத்தில் இடித்துக் கொண்டே முன்னேறினான்.

அவன் முகத்தில் மெல்லிய ஆசுவாசம் உண்டானது.

தாழ்ந்த குரலில், "கங்காணி எங்க?" என்றான்.

சந்நாசி ஏழெட்டு அடி தூரத்தில் உருவங்கள் மறைக்க பின்னால் நின்றிருப்பதைக் காட்டினான். சந்நாசியின் கையைப் பிடித்தவாறு 'வா' என்று இழுத்துக்கொண்டு அவர்களை நோக்கி நத்தைகள் போல நகர்ந்து நெருங்கினான். புதிய மண்ணில் நண்பர்கள் உடன் இருப்பது பதட்டத்தைத் தணித்தது.

புதிய ஊரில், நண்பர்கள் அருகில் இல்லாதபோது, பெருங்கூட்டத்தில் இருப்பதுகூட தனிமையாக இருப்பதற்கு ஈடானது என உணர்த்தியது.

அருகே நெருங்கியவர்கள், "சதாசிவம், சாக்கன் எங்க?" என விசாரித்தார்கள். "நானும் தேடிக்கிட்டுத்தான் இருக்கேன். இந்தக் கூட்டத்துல எங்க நிக்கிறாங்கனு தெரில" என்றான் கருக்கான்.

"தேடுங்க.. பாத்தா, சுருக்கா வரச் சொல்லுங்க. ஒன்னாவே வந்தம்.. ஒன்னாவே போவம்.." - கங்காணி சலனமற்று நின்றிருந்தார். அவரை மடைமாற்றப் பேச்சு கொடுத்தான் சந்நாசி.

"காஞ்சனாபுரின்னு இந்த ஊரச் சொல்றாங்களே.. நம்ம ஊர் பேருமாரில்ல இருக்கு கங்காணி?" அவர் நனவுத் துயரிலிருந்து மீண்டு விடவில்லை! எண்ணங்கள் பதினெட்டாங்கட்டையிலேயே தங்கி விட்டிருந்தன.

"கங்காணி..?"

"ம்.."

"காஞ்சனாபுரி நம்ம ஊர் பேரு மாரில்ல?"

"ஆமா.. சம்பந்தமிருக்கு"

"எப்டி?" சேவு வியப்போடு கேட்டான்.

"அந்த காலத்துல நம்ம ராஜாங்கதான இங்கெல்லாம் ஆட்சி பண்ணாங்க" முட்டையிலிருந்து கோழிக்குஞ்சு மெல்ல உடைத்து வெளியே வருவது போல தன் சோகத்திலிருந்து அவர் விடுபடுவது சந்நாசிக்குத் தெம்பளித்தது.

சேவு வியப்பாகக் கேட்டான்,"அப்பிடியாண்ணே?".

"பின்ன சும்மாவா.. ஆதி காலத்துல இந்தியாவிலேர்ந்து இங்க வந்த ராஜாங்க ஆண்ட ஊருடா இதெல்லாம்." கங்காணியின் குரலில் எங்கிருந்தோ வந்த பெருமிதம் ஒட்டிக் கொண்டது.

"அப்போ நம்ப மொழி பேசுவாங்களா?" என்று கேட்டான் சந்நாசி.

"முன்ன கொஞ்சம் கொஞ்சம் பேசுவாங்க போல. ரொம்ப வருஷமாச்சுனா எல்லாமே மாறிப்பொய்டும்ல!"

சப்பானிய ராணுவத்தினரின் மிரட்டல்கள் கேட்டுக் கொண்டே இருந்தன.

நடைமேடையைத் தள்ளி மாட்டுச்சாணம் ஆங்காங்கு திட்டுத் திட்டாய்க் கிடந்தன. காய்ந்த திட்டிலிருந்து கூட்டமாய்ச் சாணிக்கொசுக்கள் பறந்தன. சாணிகளில் காலடி அடையாளங்கள் பாதி காய்ந்தும் காயாமலும் காணப்பட்டன. மாடுகள் மானாவாரியாய் அங்கொன்றும் இங்கொன்றுமாய்ச் சிதறி இருந்தன. கிடைத்ததை மேய்ந்து கொண்டிருந்தன. அவற்றின் வால்கள் மாட்டுக்கொசுக்களை வீசி விரட்டிய வண்ணம் இருக்க, அவற்றின் முதுகுப்புறம் சாவகாசமாய் நின்ற மைனாக்கள், புண்களில் புழுக்களைக் கொத்தித் தேடின. அதன் வீசும் வால்கள் மைனாக்களை விரட்ட வாய்ப்பற்றுப் போயிருந்தன.

நடைமேடையில் அடுத்த கட்டளைக்காகக் காத்திருக்கும் பெருங்கூட்டத்தில் வெள்ளைக்காரத் துரைமார்கள் இருந்தார்கள். நிறத்திலும் உயரத்திலும் தனித்துத் தெரிந்தார்கள்.

"அண்ணே.. தொரைங்க" என்றான் சேவு.

"இல்ல. வெள்ளக்காரங்களும், இப்போ சப்பாங்காரனுக்கு அடிமை. சண்டையில தோத்துப் போய்ட்டானுங்க!" என்றான் சந்நாசி.

முற்றிய காலை சூரியன் சிமிந்துத் தரையைச் சூடேற்றிக் கொண்டிருந்தது. இப்போது பாதங்களில் ஏறியது அதன் தகிப்பு. கால் மாற்றிக் கொண்டிருந்தனர்.

"அத்துமாரா.. அத்துமாரா" என்று கூவி அழைத்தான் ஒரு சிப்பாய். பெருங்கூட்டத்தில் நூறு பேரை எண்ணி அவர்களை மட்டும் ஒருபக்கம் ஒதுக்கி அனுப்பினான். ஒரு மூலையில் மேசை போட்டு அமர்ந்திருந்தவன் முன்னால் போய் நின்றார்கள். அக்குழுவில் மயில்வாகனம், சேவு, சந்நாசி, கருக்கான் நால்வரும் இருந்தார்கள். சாக்கனையும், சதாசிவத்தையும் காணவில்லை! அவர்களை இடைவிடாமல் தேடின அவர்களின் விழிகள்!

சதாசிவம் இல்லாதது சந்நாசிக்குக் கவலையாய் இருந்தது. மயில்வாகனத்தின் மனதுக்கு ஆறுதலாய் இருப்பவர்.

ஒவ்வொருவர் பெயராய்க் கேட்டு எழுதிக் கொண்டான் மேசைக்காரன்..

ஒவ்வொரு கூட்டத்திலும் நூறு பேருக்கு மேல் இருந்தார்கள். குழுவாகப் பிரித்துப் பதிவு நடைபெறுவது தெரிந்தது. அவர்களில் சதாசிவம் தென்படுகிறாரா என்று தேடிக் களைப்படைந்து கொண்டிருந்தன மயில்வாகனத்தின் கண்கள். ஏமாற்றம் மனதுக்குள் இறங்கிக் கொண்டிருந்தது.

அருகில் நின்றிருந்தவனை அழைத்து, 'தக்கின் புத்தாய்' என்றான் பெயர் பதிந்தவன்.

எதிரில் இருந்த இன்னொரு ராணுவ அதிகாரி "அரிகாத்தோ" என்றவாறு குனிந்து எழுந்தான். ஒரே தோட்டத்திலிருந்து கொண்டுவரப்பட்டவர்கள் ஒரே குழுவில் இல்லாமல் வெவ்வேறு குழுக்களில் கலந்து விட்டிருந்தார்கள். தங்கள் குழுவில் நண்பர்களின் முகங்களைக் காணாமல் பலருக்கும் நிராதரவுணர்வு மேலோங்கியது.

கட்டளை இடப்பட்ட அதிகாரி, ஒவ்வொரு தொழிலாளியையும் ஒரு தனியறைக்குக் கொண்டு சென்றான். எதற்கென்று தெரியாமல் பதற்றம் கூடியிருந்தது அவர்களுக்கு.

போட்டிருந்த வேட்டி சிலுவாரைத் தொடைவரை இறக்கச் சொல்லி அதட்டினான். அவன் சொன்னது புரியாமல் விழித்தபடியே மலங்க மலங்க நின்றிருந்தனர். புரிந்தவர்கள் கூச்சத்தில் தயங்கினர். இரண்டாவது முறை மேலும் உரக்கக் கத்தினான். புரியாமல் விழிக்கவே ஓங்கி அறைந்தான். பின்னர் அவனே ஆடையை பிடித்து இழுத்து இறக்கினான். பிட்டத்திலும் இடுப்பிலும் குச்சியால் அடித்து குனிய வைத்தான். அவர்கள் அரை நிர்வாணமாக குனிந்து நின்றனர். கூச்சமும் அவமானமும் பிடுங்கித் தின்றாலும் ஜப்பானியனின் கட்டளைகளுக்கு அடிபணிந்தனர்.

ஒரு பையில் வைத்திருந்த சிறிய தக்கை போன்ற மருந்தை ஆசனவாயில் திணித்தான். முதலில் திடப்பொருள் போல இருந்தது, சிறிது நேரத்தில் வழவழப்பாகித் திரவமாவதை உணர்ந்தார்கள்.

அறையை விட்டு வெளியே வந்ததும் ஒவ்வொருவரும் மற்றவரின் முகம் பார்த்து பேசிக்கொள்ள வெட்கப்பட்டனர். அப்படியும் சங்கிலி தான் ஆசனவாயில் திணிக்கப்பட்ட பொருள் என்னவென்று மற்றவர்களிடம் விசாரித்தான்.

"சீக்கு வராம இருக்க போட்ற மருந்தா இருக்குமோ? ஊசி மருந்து மாதிரி போல"

"பேதி மாத்திரையா கூட இருக்கலாம்" என்றார்கள் சிலர். யாராலும் அவை எதற்கானது எனப் புரிந்து கொள்ள முடியவில்லை. ஆனால் ஆசனவாய் இறுகுவது போன்ற உணர்வு மேலிட்டுக் கொண்டிருந்தது.

 # அத்துமாரா = ஓரிடத்தில் கூடு

 # தக்கின் புத்தாய் = தக்கின் என்ற பெயர்கொண்ட முகாம்

 # அரிகாத்தோ = நன்றி

13

ஆர்வார்ட் தோட்டத்தில்..

கிட்டதட்ட பத்து நாள்கள் கடந்துவிட்டன.

“போன திங்கக் கெழம போனவன்.. திங்களோட திங்க.. இன்னிக்கி பொதன்..” என கைவிரல் விட்டு எண்ணினாள் ஆராயி. கன்னியப்பன் கெம்பித்தாய்களின் கொத்தடிமைப் பட்டியலிலிருந்த தப்பிக்கத் தலைமறைவான தேதியிலிருந்து ஒவ்வொரு நாளும் புலம்புவதே விதியாகிப் போனது அவளுக்கு. ஒவ்வொரு நாளும் ஒரு யுகம் போல இருந்தது.

அந்தி இரவுக்கு வழிவிட்டுக் கொண்டிருந்தது. மண்ணெண்ணெய் விளக்கை ஏற்ற நெருப்புக் குச்சியைத் தேடினாள்.

பாயில் படுக்கும்போது இமைகள் மூட மறுக்கும். கன்னியப்பனைக் காணாத நினைவு அவளைக் கலங்கடித்துக் கொண்டிருக்கும். ஒருகால் அவனும் கெம்பித்தாய்களிடம் சிக்கியிருப்பானோ என அஞ்சுவாள். அவ்வாறு நினைக்கும் தோறும் திக்பிரம்மை உண்டாகும். இரவில் தூக்கம் வாராது.

“இருக்காது..” பிடிக்கப்பட்டவர் பட்டியல் வாய்மொழியாகச் செவியில் விழும்போது அவன் பேர் அடிபடவில்லை. கொஞ்சம் ஆறுதலானாள். ஆனால் இன்னொரு மனம் பரிதவித்தது. ஒரு வாரத்துக்கும் மேலாக வீட்டுப்பக்கம் வராமலிருப்பதால் பிடிபட்டு விட்டானோ என குறுகுறுத்தது மனம்.

“கொஞ்ச நாளைக்கு இந்தப் பக்கம் வராதே” என்று கன்னியப்பனிடம் சொன்னதை நினைத்துக் கொள்வாள். அப்போதெல்லாம் மனம் ஆறிவிடும்.

அப்படியானால், அவன் இங்கு எங்கோதான் இருக்கிறான். சாப்பிட்டிருப்பானா? நல்லா தூங்கியிருப்பானா? – தாய்மனம் தத்தளித்தது.

பிரதி தினமும் கெம்பித்தாய்கள் வேறு வீடு வீடாகப் புகுந்து சோதனை செய்து கொண்டிருந்தார்கள். இதுபோன்ற தருணங்களில் அவன் கண்மறைவாய் இருப்பதையே விரும்பினாள். நிலைமை சீராகும்வரை அவனின் தலைமறைவை நல்லதென நினைத்தாள். ஆனால் அவள் ஆழ்மனம் அவனைச் சதா தேடி அலைந்தது.

ஆள்பிடி வேட்டை முற்று பெற்றிருக்கவில்லை. கெம்பித்தாய்களின் எடுபிடிகள் மோப்ப நாய்களைப் போல அலைந்து தேடினார்கள். கண்மறைவாகி விட்டவர்களை இழுத்துக் கொண்டு வந்தார்கள்! ஒவ்வொருவராய்ச் சிக்கினார்கள். ஆனாலும் தேடல் தொடர்ச்சியாய் நடந்து கொண்டிருந்தது. ஆண் உறவுகளை இழந்த பெண்களின் பரிதவிப்பும் அழுகையும் ஓயவில்லை. ஊர் நிலைகுலைந்து போய்க்கிடந்தது.

பெரும்பாலான குடும்பங்களில் மரணம் நிகழ்ந்து விட்டது போலான காட்சி அரங்கேறிக் கொண்டிருந்தது.

அவர்களின் விழிகள் விட்டத்தைப் பார்த்தபடியே இருந்தன. உறக்கம் தொலைவில் இருந்தது.

அப்போது வீட்டுப் பின்கதவு மெல்லத் தட்டப்படுவது கேட்டது. உயிர்ப்படைந்தவளாய் எழுந்தாள். கன்னியப்பனை ஒவ்வொரு நொடிநேரமும் நினைத்துக் கொண்டிருப்பவள் கதவைத் தட்டுவது மகனாகத்தான் இருக்கும் என தாய்மனம் நம்பியது. மறுகணம் கதவருகே போய் நின்று மருகினாள். வேறு யாரேனும் இருந்தால்? கெம்பித்தாயாக இருக்காது; இந்த வீட்டில் அவர்கள் வேட்டையாட ஆண்கள் இல்லை.

மீண்டும் தட்டும் ஓசை கேட்டது. மகனாக இருந்தால் வெளியே காக்க வைப்பது இத்தருணத்தில் ஆபத்தானது.

அவள் மெலிந்த குரலில் "யாரது" என்றாள்.

"அம்மா.. கன்னியப்பன் மா."

அவன் குரல் கேட்டதும் அவள் பரவசமானாள். கதவைப் பாதி திறந்தாள். அவன் கையைப் பிடித்து உள்ளிழுத்து உடனே ஓசைப்படாமல் கதவைத் தாழிட்டாள். கட்டியணைத்து அழுதாள். உடல் புல்லரித்தது. அவன் கன்னங்களைத் தொட்டுக், காற்றில் வழித்து இரு புறங்கைகளையும் மூடி இணைத்து நெற்றிப் பக்கவாட்டில் கொண்டுபோய் நெட்டி முறித்தாள். அது கடகடவென முறிந்து ஒலி எழுப்பியது. உடல் மகிழ்ச்சியில் நடுங்கியது. மீண்டும்

கட்டியணைத்துக் கொண்டாள். அவனின் உடற் ஸ்பரிசம் அவளைப் பரவசத்துக்குள்ளாக்கியது.

"நா நல்லாருக்கேம்மா.. நல்லாருக்கேன்.. பாரு"

"என்னாடா சாப்ட்ற? துரும்பா மெலிஞ்சி போய்ட்டியேடா.. கண்ணா."

"அம்மா எனக்கு ஒன்னுமில்ல. நீ மனச போட்டு அலட்டிக்கக் கூடாதுன்னுதான் நான் ஒன்னிய பாக்க வந்தேன்."

"சாப்ட்றியாப்பா.. ஏதும் செய்யவா?" என்று அடுப்புப் பக்கம் போனாள்.

"ஒன்னும் வேணாம் நீ நல்லாருந்தா போதும். நான் நல்லாருக்கேன்னு ஒனக்கு சொல்லத்தான் வந்தேன்..."

அவள் கதவண்டை போனாள். தாழ்ப்பாளிட்டிருக்கிறதா என உறுதி செய்துகொண்டு பின்னர் குசினிக்கதவைப் பரிசோதித்தாள். பின் அவனருகே ஓடிவந்து "ஏதும் செஞ்சி குடுக்கவா?" – என்று மறுபடியும் கேட்டாள்.

"ம்மா... நான் நல்லா சாப்ட்டுதான் வரன்."

"என்னடா உடுப்பு இது.. அஸ்கார் உடுப்பு மாரி?"

"ம்.. அஸ்கார் உடுப்பேதான்.. வேற ஆஸ்கார்"

"நீ என்னடா பண்றே? எங்கருங்கிறே.."

"நம்ம சனத்த பாதுகாக்குற வேல.."

"அப்படின்னா?..."

"ஒனக்கு சொன்னா புரியாது.." தயங்கித் தயங்கி எரிந்து கொண்டிருந்தது மண்ணெண்ணெய் விளக்கு. கொழுந்து இலையெனத் துடித்துக் கொண்டிருந்தது தீபம். திரி காற்றில் அசையும் போதெல்லாம் அவர்கள் நிழலும் ஆடியது. அந்த மெலிந்த ஒளிக்கு நிழலின் வடிவத்தைக் கொணரத் திராணியில்லை. நிழல் என்ற பெயரில் ஏதோ ஒன்றை விழச் செய்திருந்தது. வெளிச்சத்தையும் தர முடியாமல், நிழலையும் தர முடியாமல் தள்ளாடியது விளக்கு.

"என்னடா.. ஒன்ன குள்ளக்கார பயலுங்ககிட்டேர்ந்து காப்பாத்துனா.. நீ அஸ்காருங்கிற?" அவளை அச்சொல் பீதியடையச் செய்து விட்டிருந்தது. அந்த ஒளி கம்மிய இருளில் அவன் இடுப்பின் பின்புறம் செருகியிருக்கும் கைத்துப்பாக்கியை அவள் பார்க்கவில்லை.

“ம்மா நீ இப்போ எப்டி பயப்படுறே பாத்தியா? நம்ம சனம் எவ்ளோ பயத்துல இருக்கு. ஏன்னு தெரியும்ல..? என்ன சியாமுக்குப் பிடிச்சி இழுத்துக்கிட்டுப் போயிருவானுங்கனுதான பயந்த? இந்த பயத்த உண்டாக்கினவன சொம்மா வுடுலாமா? நீ எங்கிட்ட முன்கூட்டியே சொல்லித் தப்பிக்க வச்சிட்ட.. இங்க எத்தன பேரு கட்டன புருஷன, பெத்த புள்ளய, தகப்பன, மாமாவ பறிகொடுத்திட்டு நிக்கிறாங்க.. இதுக்கெல்லாம் காரணமானவன பழிவாங்கணுமா இல்லியா? அதான் இந்த வுடுப்பு?” அவனிடம் மீசை துளிர்விடும் இளைஞனின் துடுக்குத்தனம் கூடுதலாகவே இருந்தது.

ஆராயி புரியாதவளாய்ப் பார்த்தாள்.

“ஐயோ, நீ சொல்றதெல்லாம் கேட்டா, எனக்குப் பகீர் பகீர்ன்னுதே.”

“அம்மா பயப்படாம கேளு. நான் இந்த காட்லதான் இருக்கேன்” கையைக் காட்டுப்பக்கம் சுட்டிக் காட்டினான்.

“காட்லயா?” அவள் உடல் அதிர்ந்தது.

“ஆமாம்மா.. இப்ப இங்கே இருக்கிறத விட காடு எவ்ளோ பாதுகாப்பு தெரிமா?.. அங்க இல்லாத வசதியா? ஆத்துல மீன் இருக்கு. ஓடத்தண்ணிக்குப் பஞ்சமில்ல, காட்ல பண்டி, மான், குருவி இருக்கு.. படுக்க கொக இருக்கு.. மரத்து மேலயும் கொட்டா கட்டி படுத்துக்குவேன், அரிசி பருப்பு சீனின்னு கொடுக்கறவங்க இருக்காங்க.. எல்லாம் கொற இல்லாம கெடைக்குது அங்க!”

“டேய் ஓரியா எப்புரா.. காட்டுக்குள்ள...?

“புரியாம பேசாத நான் தனியா இல்ல. ஒரு பெரிய கூட்டமே இருக்கு. வெள்ளக்காரங்கிட்டேருந்து ஆயுதம், சாப்பாடுன்னு கொறவில்லாம வந்து எறங்கிகிட்டே இருக்கு.”

அவளுக்கு அவன் சொல்வது புரிவதுபோலப் பட்டது. புரியாதது போலவும் இருந்தது. மேலும் பதைபதைத்தது மனம்.

தணிந்த குரலில் பேசும் அந்த இருவரின் குரலை, மேலும் அமுங்கிக் காட்டியது மினுக்கி மினுக்கி எரியும் அந்த ஒளி. தீபத்தின் ஒளியைவிட, அது கக்கி வளைந்து மேலேறும் கரும்புகையே வேகமாக வியாபித்துக் கொண்டிருந்தது அறையில்.

அவள் மீண்டும் முன்னும் பின்னும் ஓடினாள். என்ன செய்கிறாள் என்று அவளுக்கே புரியவில்லை!

தாயின் மிகையான பரபரப்பைக் கவனித்தவன் சொன்னான், “ம்மா ஒரு எடத்தில நிக்கிறியா...? எதுக்கு இப்டி பயந்து சாவுற?”

“டேய் என்னடா சொல்ற.. காட்ல இருக்கேன்னா.. நீ..?”

“ஆமா.. நீ நெனக்கிறது சரிதான்.” அவன் சொல்ல வந்ததை முழுமையாய்ப் புரிந்தவுடன் ஆராயி ஆடிப்போனாள். பின்னர் சுதாரித்துக் கொண்டு..

“ஏண்டா ஒனக்கு இந்த வேல?” என்றாள்.

“நீதானம்மா அன்னிக்கி ஒளியச் சொன்ன.. இப்ப அதுவும் நல்லதுக்குன்னு ஆயிடுச்சி!”

“டேய் இதெல்லாம் ஆபத்து இல்லியாடா? ஒனக்கு எதுக்குடா இந்த ஊர் வம்பெல்லாம்.”

“இப்ப இருக்குற நிலையில இங்க இருக்குறதுதான் ஆபத்து.. பாத்தில்ல எத்தன பேத்த லோரியில ஏத்தனான்னு..”

மகன் சொல்வதில் ஒரு ஞாயம் இருப்பதாகவே ஆராயிக்கு பட்டது.

இப்போதைக்கு அவன் ஜப்பான்காரன் கண்ணுல படாம இருந்தா போதும் என்பதே அவள் எண்ணமாக இருந்தது.

நினைவு வந்தவளாய் முன்பக்கம் ஓடி கதவின் இடுக்கு வழியே நோட்டமிட்டாள். பின்னர் மீண்டும் வந்தாள். கிட்டத்தட்ட பித்துப்பிடித்த நிலைக்கு ஆளானாள்.

“இல்லம்மா.. வெள்ளக்கார இருக்கும் போதே இந்த படையும் இருந்திச்சி. அப்போ அவன எதுத்துப் போராடினாங்க.. இப்போ எல்லாம் மாறிப்போச்சி.

அவன் சொல்லச் சொல்ல இப்போது அச்சம் மேலோங்கியது. பரிதவிப்பு அதிகமாகியது.

“அம்மா நீ எதுக்கும் பயப்படாத.. நான் ரொம்பப் பாதுகாப்பாத்தான் இருக்கேன்.”

அவனையே கண் மாறாமல் நோக்கினாள்.

“ஆமாம், லயத்துல இருக்கிறத விட, நான் இருக்கிற எடம் ரொம்பப் பாதுக்காப்பும்மா.”

ஆராயி பொறுமை இழந்தவளாய் மீண்டும் முன்பக்கம் போய் சன்னல் வழியே கவனித்தாள். பின்கதவில் குரல் கேட்கிறதா என்று பார்த்து வந்தாள். அவள் உடலில் இடைவிடாமல் பதற்றம் இருந்தது.

“கன்னி.. பாக்கார் கேட்டாண்ட மலாய்க்கார எஸ் சி ஜாகா இருக்காங்களேடா.. எப்ட்ரா வந்த?”

வெளியே தொலைவில் நாயின் குரைப்பொலி கேட்டது. பின்னர் அது சோம்பல் முறிக்கும் ஊளையும் ஒலித்தது.

“ம்மா அவனுங்கல்லாத்துக்கும் தண்ணி காட்டிடுவம். ரெண்டு வாரமா நான் புலி, யான இருக்கிற காட்டுல இருந்திருக்கேன். அதுங்களுக்கே பயப்படுல்ல.” என்று அலட்சியமாக கூறினான்.

“ம்மா நா ரொம்ப நேரம் இருக்க முடியாது.. உனக்கு ஏதாவது ஒன்னுன்னா நான் ஓடியாந்திடுவேன்.. எனக்கு எப்படியும் தாக்க வந்திடும். கவலப்படாத..” என்று அவள் தோள்களைத் தொட்டுக் குலுக்கினான்.

“வூட்டுக்கு சாப்பாடு தட்டுக்கெட்டுப் போனா சொல்லு.. எல்லாம் கணக்கா வந்து சேந்திடும்.. என்ன பத்தி கவலப் படாத.. என்ன?”

முதன்முறையாக அவனைப் பெருமையாக ஏறிட்டுப் பார்த்தாள்.

அவனுடைய உடையும் நம்பிக்கையான பேச்சும் அவளுக்குள்ளும் கொஞ்சம் தைரியத்தை விதைத்தது.

அவன் கைகளை இறுகப் பற்றிக்கொண்டாள். விடவில்லை.

“பாத்து போய்யா.. எஸ்ஸி போலிஸு ஜாகா இருக்கானுங்க! கையில துப்பாக்கி வச்சிருக்கானுங்க.”

“ம்மா எங்க ஆளுங்க.. வெள்ளக்காரன் போட்ட பெரிய வேலி கிட்டதான் இருக்கானுங்க. எனக்காக காத்திருக்காங்க.. எனக்கு ஒன்னுன்னா.. போட்டுத் தள்ளிடுவானுங்க.. சொம்மா இருக்க மாட்டானுங்க..”

“பாத்துய்யா.. சப்பான்காரனுங்க ஓயாம ஆள் புடிச்சிக்கிட்டு இருக்கானுங்க.”

ஆராயிக்கு மற்ற எல்லாவகை அச்சங்களையும் விட ஜப்பான் ராணுவம் வேலைக்கு ஆள் பிடிப்பதுதான் மிகுந்த ஆபத்தானதாக இருந்தது.

கதவைத் திறந்தான். கரிய இருள் முகத்தில் பாய்ந்தது.

அவன் மெல்லப் புன்னகைத்துப் புலியின் பதுங்கலான பாய்ச்சலோடு இருளில் காணாமல் போனான்.

ஆராயி எல்லா பக்கமும் தன் பார்வையை ஓடவிட்டுப் பின்கதவை ஒலி எழாமல் மூடித் தாழ்ப்பாளிட்டாள். மீண்டும் முன்பக்கம் போய் கதவில் முகம் ஒட்டி இடுக்கில் நோட்டமிட்டாள்.

கனத்த இருள் காட்சிப்படுத்த மறுத்து விட்டிருந்தது.

 # பாக்கார் = வேலி

14

தாத்தா கம்பத்தில்..

இரவு கவிந்து கிடந்தது. சிறுபூச்சிகள் குரல் எழுப்பிக் கொண்டிருந்தன. காரிருளுக்குள் சிக்கிக் கிடந்தன லயத்துமேடுகள்.

எங்கோ தூரத்து இருள்வானில் சிணுங்கும் நட்சத்திரங்களாய் ஓரிரு மண்ணெண்ணெய் விளக்குகள் ஒளிமங்கிக் கிடந்தன. இருளோடு போராடிப் போராடிக் களைத்துப்போய் அந்தச் சிறு வெளிச்சமும் சற்று நேரத்தில் மடிந்துவிடும். கனத்த மௌனம் சூழ்ந்து இருளின் தனிமையை மேலும் இறுக்கமாக்கிக் கொண்டிருந்தது.

ராமாயி உள்ளே வீட்டுக்குள் இருந்தாள். விளக்கின் நீண்ட திரியை என்ணெய்க்குள் கொஞ்சம் இறக்கினாள். கைகளில் எண்ணெயின் பிசுபிசுப்பு. தலையில் தேய்த்துக் கொண்டாள். ஒளி குறுகிய வட்டத்துக்கென சிறிதாகிப் போனது. விளக்கை அணைக்க ஏனோ பயமாக இருந்தது. கருமை இருள் அவளைச் சன்னஞ் சன்னமாய்க் காவு கேட்பதாய்ப் பட்டது. ராணியையும் பார்வதியையும் நினைக்கும்போது இப்படியான துர்க்கனவுகள் வந்து தொலைக்கின்றன.

முன்கதவும் பின்வாசல் கதவும் தாழ்ப்பாளிட்டிருக்கிறதா என்று அவ்வப்போது உறுதிபடுத்திக் கொண்டாள். இப்போதெல்லாம் முன்கதவைத் திறந்து வைப்பதே இல்லை. அப்படியும் தாழ்ப்பாளிட்ட கதவின் வழியாக அச்சம் ஊடுருவி உள்நுழைந்து விடுகிறது.

அது ஆளில்லா வீடு போன்றே பார்வைக்குப் பட்டது எல்லா வேளையிலும்.

இருளின் நிசப்தத்தைக் கிழித்துப் பார்க்கின்றன சில்வண்டுகள். அவை சரியான இடைவெளியில் சீராக குரல் எழுப்பி விடுகின்றன. செவியருகே சுற்றும் கொசுக்கள் ஏதோ சொல்ல நினைக்கின்றன.

இரவில் மட்டும் என்றில்லாமல், பகலிலும் பெரும்பாலும் லயத்துவீடுகளில் உயிர்ப்பு குறைந்து போயிருந்தது.

சிமிந்துத் தரையில் பாய்விரித்து உறங்கத் தயாரானாள். பெண் பிள்ளைகள் இரண்டும் இல்லாது தனியாளாக இருப்பது அசௌகரியமாக இருந்தது அவளுக்கு. அங்கிருந்தவரை, அவர்கள் இருவரும் ஒருவருக்கொருவர் துணையாக இருந்து ராமாயியின் தனிமையுணர்வையும் புறமொதுக்கச் செய்தனர். அதன்வழி, கவலை அவர்களைத் தின்னாதிருந்தது.

ஆனாலும், இருவரின் பாதுகாப்பின் அவசியத்தைக் கருதும்போது தனிமை ஒரு பொருட்டல்ல என்றுணர்ந்தாள் ராமாயி.

பாயில் உடலை அக்கடா என்று சாய்க்கும் தருணத்தில் இடி இடிப்பது போல தடதடவென சத்தம் கேட்டது. விதிர்த்துப்போய்க் கதவைப் பார்த்தாள். பலகைக் கதவின் அதிர்வு உலுக்கியது ராமாயியை. கதவிடுக்கின் சிறு ஒளியின் வழி ஓர் உருவம் நின்றிருந்தது. கீழே அதன் நிழலின் எச்சம் இடுக்கின் வழியே ஒழுகிக் கொண்டிருந்தது.

மீண்டும் கதவின் தடதடப்பு. இம்முறை மேலும் வேகமாக!. திடுக்கிட்டாள்.

அவளால் இப்போது யூகிக்க முடிந்தது. பின்கதவு வழியே ஓடிவிடலாமா என்று நினைத்தாள். ஆனால் எல்லா வீட்டுக் கதவுகளும் இந்நேரம் சாத்தியே கிடக்கும். பெண்பிள்ளைகள் வீட்டில் இல்லை என்று கொஞ்சம் தைரியத்தை வரவழைத்துக் கொண்டு கதவுப்பக்கம் போனாள். மேலும் பேரொலியோடு கதவு ஒலித்தது. அவளின் நெஞ்சு படபடத்தது. கதவின் மிக அருகில் தக்கிடோ நின்று கொண்டிருக்கும் உணர்வு நடுக்கத்தை உண்டாக்கியது.

அவள் பலகை தாழ்ப்பாளை இறக்குவதற்கும் தக்கிடோ கதவைப் படாரென தள்ளித் திறந்து கொள்வதற்கும் சரியாய் இருந்தது. கதவு நிலை கொள்ளாமல் அதிர்ந்தது.

தக்கிடோ உள்ளே துரிதமாக நுழைந்தான்.

சப்பானிய மொழியில் "குனியா.. குனியா.." என உறுமினான். பின்கதவுப் பக்கம் போனான். உள்பக்கம் தாழ்ப்பாளிட்டிருந்தது. "எங்கே?" என்று கத்தினான். அவன் கையில் வைத்திருந்த 'டார்ச் லைட்' வெளிச்சத்தைப் பாய்ச்சி ஓர் இடம் விடாமல் தேடினான். வட்டமான டார்ச்சின் ஒளி இருளைக் கிழித்துக்கொண்டு அலை

பாய்ந்தது. அவன் எதிரபபார்த்தவர்கள் இல்லாத பட்சத்தில் கோபாவேசம் கொண்டு சீறினான்.

“எங்கே.. எங்கே..?” என்று அவன் திரும்பத் திரும்ப மிரட்டும் போது ராமாயிக்குக் கழுத்துக்குப் பின்புறம் சிலிர்த்து ஊர்ந்தது.

‘ஐயோ இவனோட ஒரே ஓத்திரியமா போச்சே’ என்று எண்ணியவள் அவர்கள் வெளியூர் போய்விட்டதாகச் சைகை காட்டினாள். அவள் முகத்தில் பளாரென அறைவிட்டுச் சடுதியில் வெளியானான். ஒரு கணம் தடுமாறி நின்றாள். கன்னம் பழுத்துச் சிவந்து விட்டிருந்தது. விழிப்படலத்தில் ஈரம் அலைந்தது.

அவன் உடல் பசி கொண்டலைவது தொடரும். இரவு பகல் என்று பாராமல் திடீரென வரக்கூடும் என்று உள்மனது சொன்னது. காமம் அவனை விரட்டிக் கொண்டே இருக்கிறது. காமம் அடங்கும் வரை வேட்டையை நிறுத்த மாட்டான்.

இந்தப் பிரச்னையை யாரிடமும் முறையிடும் நிலைகூட இல்லாமல் போய்விட்டது.

சிவதாஸ் விசாரித்து இடத்தைக் கண்டுபிடித்துவிடக் கூடும் என அஞ்சினாள். காலை ஒரு பக்கம் விடிவதற்குள் கம்பத்துக்குச் செய்தி சொல்லி அனுப்பியிருந்தாள்.

தாத்தாவின் கவனமும் கூர்மை அடைந்திருந்தது. ஆட்டுக் கொட்டகைப் பக்கம் இருக்கச் சொல்லி எச்சரித்தார் ராணியையும் பார்வதியையும். வாழைமரத் தோப்பின் அடர்த்தி கொட்டகையைப் பார்வையிலிருந்து மறைத்திருந்தது. அதுகூட கண்மறைவாக இல்லை என உணரும்போது, கொல்லையைச் சற்றுத் தள்ளியிருக்கும் ஒரு பகுதியைத் தேர்ந்தெடுத்து வைத்திருந்தார். ஓர் ஆள் ஆழத்துக்குக் குழியைத் தோண்டி அதனுள் வைக்கோலை நிரப்பி வைத்திருந்தார். அவர் கொடுக்கும் ஒரு சமிக்ஞையில் ஓடி குழிக்குள் ஒளிந்து வைக்கோல் போரைத் தலைக்குமேல் போட்டுக்கொள்ளச் சொல்லியிருந்தார். கண நேரத்தில் அதில் தலைமறைவாகிவிட முடியும். பாதுகாப்பாயும் அமைந்துவிடும்.

ராணியையும் பார்வதியையும் வைத்து ஒத்திகையும் பார்த்துக் கொண்டார்.

அவருக்கு எந்த இடமும் முழுத்திருப்தியைத் தரவில்லை. அதன் முழு பாதுகாப்பின்மை அவரைக் கலவரப்படுத்தியது. வயசுப் பெண்பிள்ளைகள் என்ற நினைப்பே அலைக்கழிக்க வைத்தது.

பெண்பிள்ளைகளின் பதட்டமும் அதிகரித்துக் கொண்டிருந்தது. தங்களை எப்படிக் காப்பாற்றிக் கொள்வது என்ற வியூகம் புலப்படவில்லை! தாத்தா சொல் கேட்பதற்கப்பால் வேறு ஒன்றும் செய்வதை அறிந்திருக்கவில்லை இருவரும்!

சிவதாஸ் அன்று மாலையே கம்பத்து வீட்டைக் கண்டுபிடித்து வேவு பார்க்க வந்துவிட்டிருந்தான்.

"வாழக்கன்னு வேணும், கெடைக்குமா" என்று சைக்கிளில் இருந்தபடியே கேட்டான்.

கிழவன் மண்வெட்டியைக் கையில் வைத்துக் கொண்டே "யாருப்பா நீ.. உன்ன முன்ன பின்ன எனக்குத் தெரியாதே.. இப்டி திடுதிப்புனு வூட்டாண்ட வந்து நிக்கிற!"

"இல்ல.. வாழக்கன்னு எங்கியாவது இருக்குமான்னு தேடிட்டே வந்தேன். வாழத்தோப்பு தெரிஞ்சிச்சி அதான்....."

"இல்ல.. இல்ல நீ யாரு எவருன்னு தெரியாம நான் தர்றதில்லை", என்று அடாதுடியாய் மறுத்தார்.

சைக்கிளை விட்டிறங்கி கிழவன் பக்கம் நடந்தான். அவனது பார்வை அலைமோதிக்கொண்டிருந்தது.

"நான்தான் இல்லன்றென!"

"இல்ல.. சும்மா கொல்லைய பாக்றேன்"

அவன் பார்வையின் அலசலும், உடல் மொழியின் சூதையும் உணர்ந்தவர் கவனமானார். பார்வதியும் ராணியும் வைக்கோல் குழிக்குள் இருப்பது அவனால் கண்டுபிடிக்கப்பட்டு விடுமோ என பயந்தார். அது நிம்மதியை இழக்கச் செய்தது.

சிவதாஸ் வெகுநேரம் நிற்கவில்லை. கிழவனின் அண்டவிடாமை அவனை விரட்டியது.

இரவு சூழ்வதற்குள் தக்கிடோ, கிழவன் வீட்டுக்கு வந்திருந்தான். கிழவன் அப்போது மண்வெட்டியைக் கழுவிக் கொண்டிருந்தார். உள்ளே போய் தண்ணீர் குடிக்க வேண்டும் என நினைத்துக் கொண்டிருந்தபோது சைக்கிள் ஓசை கேட்டு நிமிர்ந்து பார்த்துத் திடுக்கிட்டார்.

கெம்பித்தாய் அருகில் வந்து விட்டிருந்தான். அவன் நடையின் துரிதம் அவரை அச்சுறுத்தியது. அவன் நெருங்க நெருங்கத் தலைக்குள் குருதி அசுரவேகத்தில் ஏறியது.

அவரைக் கண்மாறாமல் பார்த்தபடியே நெருங்கி வந்தான் கெம்பித்தாய்.

“குனியா,... குனியா?” எனக் கேட்டுக்கொண்டே விழிகளை எல்லாத் திசையிலும் பாய விட்டான். கிழவன் தாழக்குனிந்து நிமிர்ந்தார். பதறும் கண்களால் அவனை நோக்கினார்.

கிழவன் “யார்?” என்றார் சைகை மொழியில்.

அவன் இரு கை விரல்களையும் விரித்து மார்புகளின் மேல் கைவைப்பதுபோல தன் நெஞ்சின் மீது கைவைத்துக் காட்டினான்.

அப்பரிபாசை அவரை எரிச்சலூட்டியது.

அவர் இல்லை என்று தலையாட்டினார். அவன் மிரட்டினான். தோளைப் பிடித்துத் தள்ளினான். தடுமாறி மண்ணில் சாய்ந்தார். அவருக்குச் சினம் தலைக்கேறியது. ஆனால் அவன் இடுப்பில் இருக்கும் ஆயுதமும் நீண்ட அரிவாளும் அவரை அச்சுறுத்தியது. தனக்கு அவனோடு பொருதும் சக்தியில்லை என்றுணர்ந்து கீழே சாய்ந்த வாக்கிலேயே இருந்தார்.

பூனை ஒன்று அவனைப் பார்த்து மிரண்டு ஓடியது.

வீட்டுக்குள்ளே நுழைந்து அலைமோதினான். கொல்லைப்புறம் போய் அலைந்து கண்களால் மேய்ந்தான். இடுப்பில் கைவைத்துக் கடுமையான கவனத்துடன் வாழைத் தோப்பை நோக்கினான்.

அதுவரை கிழவன் எழுந்திருக்கவில்லை. அவன் செய்கையைக் கவனித்தபடியே இருந்தார். நெஞ்சைப் பிடித்துக்கொண்டு சாய்ந்தே கிடந்தார். எழுந்தால் மீண்டும் தாக்குவான் எனத் தெரியும்.

இந்த நேரத்தில் ராணியும் பார்வதியும் வைக்கோல் குழிக்குள் ஓடி மறைந்திருந்தார்கள். அவ்விடம் பாதுகாப்பானதா? இவன் கண்டுபிடித்து விட்டால் என்னாவது என்ற படபடப்பு நெஞ்சை இடைவிடாமல் தட்டிக்கொண்டே இருந்தது. ஆனால், அந்த மறைவிடம் அவனுக்குச் சந்தேகத்தை எழுப்பவில்லை.

அவன் ஏதோ கத்திக்கொண்டே புறப்பட்டுப் போய்விட்டான். சைக்கிள் ஒருமுறை நிலைகொள்ளாமல் அசைந்து ஆடிக் கிளம்பியது.

அவனின் பிடிவாதம் கிழவனை எச்சரிக்கைப்படுத்தியது. நண்பர் வழி மகளுக்குத் தாக்கல் சொல்லி அனுப்பியிருந்தார்.

“போய்ச் சொல்லு பயப்பட வேண்டான்னு, இன்னும் ரெண்டொரு நாள்ள எல்லாத்தையும் தீத்துவைக்க முடியுனு சொல்லு.. பிரச்னை

வரும்போது பயந்துக்கிட்டிருக்கிறவன் நான் இல்ல. அப்றம் கடசிவர பயந்துக்கிட்டே தான் இருக்கணும். பட்டுனு அத தீக்கிறதுக்கு ஒரு வழி காணணும். வழி இருந்தா பயம் பஞ்சாப் பறந்து போய்டும்னு..

பிரச்னையிலேர்ந்து சின்னாங்க வெளியாயிடலாம். என் வயசுல இவன மாரி எத்தன கொம்பன பாத்திருப்பேன்? போய்ச் சொல்லு ராமாயிகிட்ட, இனி தொல்ல தரமாட்டான்னு.. இன்னும் ஒன்னியும் சொல்லு, நெலம சீராகுற வரைக்கும் ரெண்டு பொண்ணுங்களும் இங்கியே இருக்கட்டும். இவனுங்க ஆட்டம் ரொம்ப நாளக்கி இருக்காது. அப்றம் கொண்ணாந்து வுடுறேன்னு. ராமாயியையும் இங்க வரப்போவ இருக்கவேனான்னு சொல்லு.."

 # குனியா = கன்னிப்பெண்

15

காஞ்சனாபுரியிலிருந்து நடைபயணத்தில்..

கிராமப் பகுதிகளைத் தாண்டி, சிறு சிறு புதர்களைக் கடந்து, களிமண் நிறத்திலான பாதை வழியாக, இருபுறமும் மலைகள் சூழ நடந்து கொண்டிருந்தார்கள். மலைகளின் ஊடாக பெருங்காட்டை எட்டிப்பிடித்த போது ஈரக்காற்று மோதித் தழுவியபடி இருந்தது. அதன் பின்னர் நெடுக்க பிரம்மாண்ட வனம் எதிர்கொண்டு அழைத்துச் சென்றது.

காட்டைக் கடந்து போகும்போது பாதங்களிலிருந்து முதுகெலும்பில் ஊர்ந்து பிடரிவரை ஏறிய ஓர் உணர்வு முழு உடலையும் சிலிர்க்க வைத்துக் கொண்டே இருந்தது. கால்கள் பதறின.

வழியெங்கும் அடர்காடு விம்மிப் பெரிதாகிக் கொண்டே இருந்தது. பூமிப் பரப்பெங்கும் பெரும் பச்சைக்குடையென விரிந்து துலங்கியது. மலை உச்சிகளில் மூடுபனி மேலேறிக் கொண்டிருந்தது. சில இடங்களில் ஒற்றைப் பாறையாலான மலை செங்குத்தாய் வளர்ந்திருந்தது. பாறை மலையின் நடுவே வெடித்து விலகியது போல ஆழமான பிளவுகள் உண்டாகியிருந்தன. பிளவுகளிலிருந்து இருள் வெளிவரத் துடித்துக் கொண்டிருந்தது. பாறை விளிம்புகளில் பாசிகள் வளர்ந்து தொங்கிக் கிடந்தன. பெரும் போராட்டத்தில் வெற்றி கண்டு கொடி நாட்டியது போல பாறைகளின் இடை இடையே மரங்கள் எழுந்து நின்றிருந்தன. சில மரத்தண்டுகளிலிருந்து ஆயிரமாயிரம் நகங்கள் முளைத்திருப்பதுபோல முட்களே கிளைகளாக நீண்டிருந்தன. மரப்பட்டைகள் வெடித்து நாக்குகள் போலத் தோன்றின. முடிச்சுகள் முழிகளாகப் பிதுங்கி நின்றன. பெரிய முண்டு முடிச்சுகளிலிருந்து இலைகள் வளர்ந்து மடிந்து தொங்கின. அடிமரம்தொட்டுக் கிளைகள் வரை திருடனைக் கட்டிப்போட்டது போல கொடிகள் இறுகப்பற்றிச் சுற்றிக் கொண்டிருந்தன.

மண் சாலை மிகச்சமீபத்தில் போடப்பட்டிருந்தது. வாகனம் ஓடுவதற்கான சாலையாக இல்லை அது. சமதளத்தில் இல்லை. நெடுக்க பாறைகள் ஆமை ஓடுகள் போல முதுகு தூக்கி நின்றன. கற்களைக் கடக்காமல் நடக்க முடியவில்லை. குழிகளில் கால் இடறாமல் கவனமாகப் பார்த்து நடக்க வேண்டியிருந்தது.

ஜோசப், பீட்டர், அக்னிஸ், சுள்ளாண்டி, சங்கிலி என ஆர்வார்ட் தோட்ட சனம் இந்த நூற்றுக்கும் மேற்பட்டவர்கள் குழுவில் இருந்தார்கள். ஆனால் தேனப்பன் இதில் இணைக்கப்படவில்லை. காஞ்சனாபுரி ரயில் நடைமேடையில் அவனைத் தேடிக் கலைத்ததுதான் மிச்சம். தோட்ட சகாக்களிடம் அவனில்லாத குறை புலம்பலாகவே நீடித்தது.

கிராமப் பகுதிகளைத் தாண்டி, சிறுசிறு புதர்களைக் கடந்து, களிமண் நிறத்திலான பாதை வழியாக, இருபுறமும் மலைகள் சூழ நடந்து கொண்டிருந்தார்கள். மலைகளின் ஊடாக பெருங்காட்டை எட்டிப்பிடித்த போது ஈரக்காற்று மோதியது. அதன் பின்னர் நெடுக்க எத்தனை மைல்கள் நடந்து வருகிறார்கள் எனத் தெரியவில்லை. கால்கள் கடுகடுத்தன. உடல் விண்டு போவது போலத் துடித்தது. கற்களை மிதித்த பாதங்கள் கன்றிச் சிவந்திருந்தன.

பீட்டர் உடன் இருப்பது பெரிய ஆறுதலாக இருந்தது நண்பர்களுக்கு. சமயம் பார்த்து, ஜோசப் கேள்வி கேட்டான்.

"ஏன் மச்சான்? நம்ம எறங்கின ரயில்ல ஆயிரம் பேர் இருந்திருப்பமா?, சனம் ஜே ஜேன்னு இருந்திச்சே.. டேசன்ல?"

"கூடயே இருக்கும்."

"நூறு நூறு பேருக்கு மேல பிரிச்சாங்களே.. ஏன்?"

"எனக்கு சரியா தெர்ல.. ஆனா ரயில் சடக்கு போட்டு முடிக்கிற அவசரத்துல இருக்கானுங்கன்னு தெரியுது. சண்டை நடக்குதுல்ல அதனால இந்த அவசரம்னு நெனக்கிறேன். நம்மள இவ்ளோ வேகமா வெரட்டி புடிச்சி லாரியில ஏத்தனப்பேர்ந்தே இந்தச் சந்தேகம்."

"அதுக்கு ஏன் மச்சான் இவ்ளோ பேரு?"

"இத விட பல தடவ பெரிய கூட்டத்த புடிச்சி கொண்ணாந்திருப்பானுங்கன்னு நெனக்கிறேன்."

சுள்ளாண்டி சொன்னான், "ஆமாண்ணே.. ரயில்ல வரும்போது பேசிக்கிட்டாங்க.. பக்கத்துப் பக்கத்துத் தோட்டத்துல இருந்தெல்லாம் ஆள்புடிச்சாங்களாம்," என்றான்.

அதற்குச் சங்கிலி, "அது மட்டுமில்லை.. சீனவுங்க, மலாய்க்காரங்க, ஏன் வெள்ளக்காரங்க மொதக்கொண்டு பாத்தம்ல நாம?" என்றான்.

"ஆமா ஆமா.."

"அப்படின்னா நம்ம வந்த ரயில்ல மட்டும் கொண்டார்லன்னு மட்டும் வெளங்கிக்க முடிது."

ஒரு நீரோடை மண் சாலையின் இடதுபுறம் ஓடியது. காட்டுச்செடிகளையும் பாசி படிந்த பாறைகளையும் நனைத்துக் கொண்டு நகர்ந்து கொண்டிருந்தது. நீண்ட நேரமாய் நீர் வேண்டி வறட்சியில் இருந்த சுள்ளாண்டிக்கு இறங்கி குடிக்க வேண்டுமென்று இருந்தது.

பின்னால் சப்பான் ராணுவத்தினர் சைக்கிளில் பின்தொடர்ந்து கொண்டிருந்தனர். நீர் கண்முன்னால் ஓட, நா வறட்சி கூடியது சுள்ளாண்டிக்கு.

முன்னும் பின்னும் வரும் சப்பான்காரனைப் பார்த்தவாறே ஓடைப்பக்கம் இறங்கினான். செடி செத்தைகளைத் தள்ளி ஒதுக்கினான். ஓடையின் அடிநீர் கலங்கி மேலேறி வந்தது. அவை கைகளில் அகப்படாமல் இரு கைகளாலும் விரைந்து அள்ளிப் பருகினான்.

"சுசுமே" என்று கத்தினான் ஒருவன். அவன் நடக்கச் சொல்லி விரட்டுகிறான் எனப் புரிந்துகொண்ட சுள்ளாண்டி, மேலும் சிலமுறை அள்ளி பதட்டத்தோடு விழுங்கினான். சற்று பின்தங்கிப்போன சுள்ளாண்டி ஓடி கூட்டத்தைப் பிடித்தான். ஈரக்கைகளைச் சிலுவாரில் தேய்த்தான்.

ஓடை, மண் சாலையிலிருந்து விலகிக் காணாமலானது. 'நல்லவேளயா தாகத்தைத் தீத்துக்கிட்டோம்' என்றிருந்தது சுள்ளாண்டிக்கு.

சற்று நேரம் யோசிக்க நேரம் எடுத்தானோ என்னவோ, சுள்ளாண்டி திரும்பியதும், விட்ட இடத்திலிருந்து பதில் சொன்னான் ஜோசப்.

"இருக்கலாம் மச்சான்.. நம்ம பாத்தது ஒன்னுதான.. பாக்காதது எத்தினியோ?"

“ரயில் சடக்கு எத்தன மைலுக்குப் போடப்போறான்னு தெரில. ஆனா சியாம்லேர்ந்து பர்மான்னா, அடுத்த தேசம் இந்தியாதான்.. அதுவரைக்கும் போடுவான்னு நெனக்கிறேன்,” என்றார் பீட்டர்.

“இந்தியாவுக்கா?” அதிர்ச்சியாய் இருந்தது எல்லாருக்கும். பீட்டரின் முகத்தைப் பார்த்தனர். அவர்களின் மனம் கனக்கத் துவங்கியது.

கூட்டத்தில் இன்னொருவன் கேட்டான், “ஏன்.. இந்தியா?’

“என் ஊகப்படி.. இந்தியா இப்போ வெள்ளக்காரன் கையில இருக்கு, இவனுக்கும் வெள்ளக்காரனுக்கும் ஆகாது. அதனால அவன அடிச்சு வெரட்ட கெளம்பிருக்கான்னு நெனக்கிறேன்.”

“வெரட்டிட்டு..?”

“இந்தியாவுக்கு சொதந்திரம் வாங்கி கொடுக்கப் போறாங்களாம்..”

“அப்பிடியாண்ணே.. இவனுங்க வெள்ளக்காரனவிட மோசமால்ல இருக்கானுங்க.”

“அதச்சொல்லு.. இந்த குள்ளப்பயலுங்கள நம்பி நாசமா போக வேண்டியதுதான் போல.”

“அப்படின்னா தண்டவாளச் சடக்கும் ரொம்ப தூரத்துக்குப் போடுவான்னு சொல்லுங்க?”

இந்தக் கேள்வியால் சங்கிலிக்குப் படபடப்பு மிகுந்தது. இதைக் கேட்டுக் கொண்டிருந்த சுற்றியிருந்தவர்களுக்குப் பகீரென்றது. பீட்டரின் சொற்களை உள்வாங்கிக் கொள்ள பீதியாய் இருந்தது. அப்படி இருக்காது என பலர் மனதளவில் மறுதலித்துச் சுய ஆறுதல் தேடினர். ஆனால் பீட்டர் விஷயம் தெரிந்தவராக இருக்கிறார் என்று மறு எண்ணம் ஓடும்போது மனதை அது ஏதோ செய்தது.

அப்போது ஜோசப்பின் கரங்களை இறுக்கமாகப் பிடித்தாள் அக்னிஸ். ஜோசப், பிடித்த கையை ஆசுவாசப்படுத்த மெல்ல வருடினான். அவளால் ஆண்கள் வேகத்துக்கு ஈடு கொடுக்க முடியவில்லை. இருவரும் கொஞ்சம் பின்தங்கினர்.

மண் சாலையிலிருந்து பிரிந்த ஒரு கிளைச்சாலையிலிருந்து, கருத்து பெருத்த உருவம் அவர்கள் நடக்கும் சாலைக்குள் நுழையும் பிம்பம் விழவே திரும்பிப் பார்த்தார்கள். வெட்டப்பட்ட தேக்கு மரங்களை இழுத்துக்கொண்டு வந்தன இரண்டு யானைகள். அவற்றைப் பெண் பழக்குநர்களுள் ஒருத்தி குதப்பிய வெற்றிலைக் கோழையை துப்ப அது மண்ணைத் திரட்டிச் சுருண்டு ஓடியது. அவர்கள் கட்டியிருந்த

கைலி முட்டிவரை ஏறிச்சுருங்கி நின்றது. நிறம் மங்கிய தொளதொளத்த சட்டை போட்டிருந்தார்கள். கையில் பிடித்திருந்த குச்சியில் வால்மாதிரி கட்டப்பட்ட கயிற்றின் அசைவுக்கு யானையின் நடையைத் துரிதப்படுத்த முடிந்திருந்தது ஒருத்தியால்.

“சோசோப்பு.. யானை யானை..” அமுக்கி அமுக்கி திணிக்கப்பட்ட கோணிச்சாக்குபோல அதன் வயிறுகள் தொங்கிக் கிடந்தன. மண்ணை அதிர வைத்தன அதன் மரத்தின் அடித்தண்டுக்கு இணையாக உள்ள காலடிகள். அதன் பாதங்கள் புதையப் புதைய மண்ணில் குழிகள் விழுந்து கொண்டே இருந்தன. நிலத்தில் மெல்லிய அதிர்வை உணர முடிந்தது. அதன் கால் விரல்களில் சேறு இறைச்சித் துண்டுகள் போல ஒட்டிக் கிடந்தன. துதிக்கையை வளைத்துத் தன் உடல் பின்னால் தட்டிக்கொண்டே வந்தன. செவிகள் சாமரம் மாதிரி மூடி மூடித் திறந்து கொண்டிருந்தன.

“எவ்ளோ பெரிசா இருக்கு.. புக்குல பாத்தது தான். நீ பாத்திருக்கியா சோசப்பு?” என்றாள் அக்னிஸ், பிரமிப்புத் தாளாமல்.

“நான் மட்டும் என்னா காட்டுக்கு முன்ன பின்ன வந்தனா.. இஸ்டேட்டுக்குள்ளயே அடைஞ்சிதான கெடந்தேன்.” அதை மிக நெருக்கத்தில் பார்ப்பது பேரனுபவமாக இருந்தது. அக்னிஸ் ஜோசப் கையை இறுக்கமாகப் பிடித்தாள்.

“இவ்ளோ பெரிய சீவனுக்கு எவ்ளோ குட்டியூண்டு வால்...” என்றான் ஜோசப்.

“ஆனைக்கு வாலு அளந்துதான் வச்சிருக்கானு எங்க ‘சாரு’ பழமொழி சொல்லுவாரு. இப்பதான் பாக்குறேன். வா.. கூடயே நடப்பம் ஜோசப்.”

“ஆம்மா.. சரியாத்தான் சொல்லி வச்சிருக்காங்க நம்ம பெரியவங்க, யானைக்கும் அடி சறுக்கும்னு இன்னொரு பழமொழியும் இருக்கு,” என்றான் சப்பானியனை ஓரக்கண்ணால் பார்த்தவாறு. “ஒனக்கு பயமா இல்லியா? யானையப் பாத்தா?”

“இருக்குதான்.. ஆனா இவ்ளோ பெரிசா இருக்கிற மிருகம் நம்மல ஒன்னும் பண்ணாம, அது பாட்டுக்குப் போவுது.. அதான் தெகிரியம் வந்துடுச்சி.”

இதுங்கெல்லாம் சொமைய இழுக்க பழக்கின யானைங்க.. அதான்” முன்னால் போய்க்கொண்டிருந்தவர்களும் ஒதுங்கி நடந்தார்கள். யானைகள் அசையும் மலைகளாய்த் தெரிந்தன. சிலர் கைகூப்பி யானைகளை வணங்கினர்.

யானை கடந்து போய்க்கொண்டிருந்தது. யானையை நேரடியாகக் கண்ட மலைப்பு நீங்கிப் பீட்டரைக் கேள்விகளால் துளைத்தெடுத்தார்கள். யானை தந்த வியப்பை விட தங்களுக்கு உண்டாகப் போகும் நிலை குறித்த பயம் எல்லோருக்குள்ளும் மேலோங்கிக் கொண்டிருந்தது.

"இல்லண்ணே நாலு மாசத்துல வூட்டுக்கு அனுப்பிருவேன்னு வாக்கு தந்தானே?.."

"எனக்கும் அப்படித்தான் இருக்க வேணும்னு சேசு சாமிய வேண்டிக்கிறன். ஆனா சண்டையில் கை ஓங்கியிருக்கிற சப்பான்காரன் குறுக்கு புத்தி அப்படி இருக்காதுன்னும் இன்னொரு எண்ணம் சொல்லுது சங்கிலி. இது யுத்தம். ஒரு தரப்பு ஜெயிக்கிற வரைக்கும் சண்ட ஓயாது. அப்படின்னா....." என்றுவிட்டு நிறுத்தினார்.

"என்னேண்ணே சொல்றீங்க?"

"ரொம்ப நாளக்கி நம்மள விடமாட்டான் போலருக்கு!" என்று சொல்லும்போது அவரின் குரல் கமறியது.

கூட இருந்த எல்லோர் கண்களும் கலங்கி நின்றன.

"அப்டின்னா ரயில் சடக்க ரொம்ப தூரம் போடுவானாண்ணே?"

"சியாம்லேர்ந்து.. பர்மா அப்றம் இந்தியான்னா.. கணக்குப் போட முடில.. அது நீளுது," என்றார் பீட்டர் கண்களைத் துடைத்தவாறு. "ரயில் பாதைய எணைக்க நூறு நூறு பேருக்கு மேல பிரிச்சிருக்கான். ரயில் பாத எணையுற எடத்திலெல்லாம், நம்பள வேலைக்கு வைக்கப் போறான். நம்ம நூறு பேரு சில மைல்தூரம் போடுவோம், அது வேற ஆளுங்க போட்ட தடத்துல போயிச் சேரும். அப்படித்தான் இருக்கும். அவங்க போட்ட சடக்கு அந்தாண்ட உள்ளவங்க போட்ட சடக்கோட போய்ச் சேரும். அதனாலத்தான் நூறு நூறு பேரா...!" – சொல்லி முடிக்கும்முன் நெஞ்சுள் ஏதோ நெருடல்.

சாலையை ஒட்டிய வனத்தில் ஏதோ சரசரத்து ஓடியது. செடிகள் வளைந்த வேகத்தில் நிமிர்ந்து ஆடின. வனம் எழுப்பிய ஓசையைக் கேட்கும்போது ஏதோ வன மிருகமாக இருக்கலாம் எனத் தோன்றியது. எல்லாருடைய கால்களும் தன்னிச்சையாகச் சாலையின் மறு ஓரத்துக்கு ஒதுங்கின. கானகத்தின் அடர்த்தி என்னென்ன மர்மங்களை மறைத்து ஆட்டங்காட்டப் போகிறதோ தெரியவில்லை!

பீட்டரின் பேச்சில் கலங்கிய பலர் மேலும் விசாரிக்கத் தைரியம்

அற்றவர்களாய் அதிர்ச்சியில் வாயடைத்துப் போனார்கள். நெஞ்சின் மீது பாரம் ஏறி நசுக்குவதாய்ப் பட்டது. ஒருவர் விழிகளை பிறிதொருவர் விழிகள் மிரட்சியோடு நோக்கின. காட்டைப் பார்த்தவாறே நடந்தனர்.

சுள்ளாண்டி வயிற்றைப் பிடித்துக் கொண்டு திணறினான்.

“அண்ணே வவுத்த ஏதும் வலிக்குதா?” கரிசனையோடு விசாரித்தாள் அகினிஸ்.

“பெசையுது.. கடுக்குது” வயிற்றில் கைவைத்தபடி நெளிந்தான்.

அக்னிஸுக்கு அவனைப் பார்க்கப் பாவமாக இருந்தது.

“வெளிக்கு வந்தா.. அப்டியே காட்டுப்பக்கம் ஒதுங்கிடுங்க.” என்றாள்.

“வழியில சுண்ணாம்புச் சோற அள்ளி அள்ளி சாப்டும்போதே சந்தேகப்பட்டன்..” என்றான் சங்கிலி.

“எல்லாருந்தான சாப்டம்!”

சுள்ளாண்டி நடக்க வலுவற்றவனாய்.. அடிவயிற்றைப் பிடித்துக் கொண்டு குனிந்து குனிந்து நிமிர்ந்தான். அவனால் முன்போல நேராக நிற்க இயலவில்லை. உள்ளே குடல் மேலும் கீழும் சுழன்றது.

காட்டோரம் ஓடினான். மறைவான இடம் தேட அவகாசமில்லை. அவசரமாய்க் குதிக்காலிட்டுக் குந்தினான். கீழே ஏதும் பூச்சிகள், பாம்புகள் இருக்கிறதா என்று பார்க்கும் யோசனையற்றவனாக்கியிருந்தது வயிற்றுப்போக்கு. அமர்ந்தபோது செடிகள் மறைந்து நின்றன. கடுத்து கடுத்துப் போனது. எழுந்தான். மீண்டும் அங்கேயே குந்தினான். குடல் புரண்டு கொண்டிருந்தது. மலமும் நீருமாய் வெளியானது. மீண்டும் எழும்போதே கடுத்தது.

கூட்டம் சில அடிதூரம் முன்னால் போய்விட்டிருந்தது. சப்பான் சிப்பாய்கள், தேங்கும் கூட்டத்தை “மாயி சுசுமே” என விரட்டினார்கள். யாரும் சுள்ளாண்டியைத் திரும்பிப் பார்க்கக்கூட முடியவில்லை.

ஒரு சிப்பாய் கைகாட்டி விரைந்து வரச்சொன்னான் சுள்ளாண்டியை.

வயிற்றைப் பிடித்தவாறே கூட்டத்தைப் பிடிக்க முயன்றான். மலம் முழுதாய் வெளியாகாமல் முகம் கோணலாகிக் கிடந்தது. அடிவயிறு வலி கொண்டு தாக்கியது.

“வெளிக்கி நல்லா போய்ட்டா.. சரியாயிடும்” என்றான் ஜோசப். அக்னிஸ் சுள்ளாண்டியின் முகத்தை நோக்கினாள். அவர்கள் பார்த்துக் கொண்டிருக்கும் போதே மீண்டும் பாசா பக்கம் அரக்கப்பரக்க ஓடி ஒதுங்கினான்.

திரும்பி வந்தவன் “என்னால முடில” என்று அங்கேயே குந்திக்கொண்டான். அவன் கைகள் அடிவயிற்றைப் பிடித்துக் கொண்டிருந்தது. இந்த வகை வலியும் உபாதையும் அவன் அனுபவித்ததில்லை.

“ஓரிரோ..” குந்தியுருந்த சுள்ளாண்டியின் புட்டத்தில் ஓர் உதை விட்டான். சுள்ளாண்டி அங்கேயே தடுமாறிச் சாய்ந்தான். கால் பரத்தித் தவளை போலக் கிடந்தான். வயிற்றில் வைத்த கை வைத்த வாக்கிலேயே இருந்தது. கால்கள் இரண்டும் வயிற்றுப் பக்கம் இடுங்கின.

“ஓரீரோ..” மீண்டும் மிரட்டினான். சுள்ளாண்டியால் எழ முடியவில்லை. மிக அருகில் வந்து எழும்படி கையை ஆட்டினான்.

பின்னர் காலால் தட்டி ‘எழு’ என்றான்.

இன்னொரு ராணுவ அதிகாரி அருகே வந்தான். இருவரும் இரண்டொரு வார்த்தை ஏதோ பேசிக்கொண்டார்கள். கூட்டத்தில் இருவரைக் கூப்பிட்டு அவனைத் தூக்கிக்கொண்டு முன்னேறச் சொன்னார்கள்.

சுள்ளாண்டியின் பின்புறம் ஈரமாகி வாடை பலமாய் வெளியானது. இருவரும் முகத்தைத் திருப்பிக் கொண்டார்கள். முகம் ஆயிரம் கோணலில் நெளிந்தது.

“யாராவது.. அவண்ட சொல்லுங்க.. எனக்கு பேதி நிக்காம.. ம்மா.. போவுதுன்னு,” மூச்சிரைத்தது அவனுக்கு.

“ஒடம்பு சுடுது” என்று சுமந்தவன் ஒருவன் சொன்னான்.

“சுள்ளாண்டி.. அவண்ட மருந்து ஏதும் இருக்கிற மாரி தெரிலியே. சமாளிச்சிக்க.” என்றார்கள்.

“என்னால முடில. வெடவெடங்குது. வாந்தி வர மாறி இருக்கு” என்று சொல்லி முடியுமுன்னே குமட்டிக் கொண்டு வந்தது அவனுக்கு. அவர்கள் சுமந்து கொண்டிருக்கும் போதே வாந்தி பீறிட்டுக் கொண்டு கொட்டியது வாயிலிருந்து. அவர்கள் மேலும் சிதறியது.

பின்னால் வந்து கொண்டிருந்த சப்பானியன் "மாயி சுசுமே" என்று அடித்தொண்டையில் கத்தினான் கூட்டத்தை நோக்கி.

பீட்டர், அருகிலிருந்த சாப்பான்காரனிடம் மருந்து கொடுக்கணும் என்று சைகையில் சொல்ல முயன்றார். அவனுக்குக் கண்டிப்பாய்ப் புரிந்திருக்கும். "சுசுமே" என்றான் துளியும் இரக்கம் காட்டாமல். பின்னர் இன்னொருவன் 'கிட்டே' வந்து விட்டோம் என்பதுபோல ஏதோ சொன்னான்.

"இரு சுள்ளாண்டி.. கொஞ்சம் பொறுத்துக்க இடத்துக்கு வந்திட்டோம்னு சொல்றான் போலருக்கு," என்றான் ஜோசப்.

சுள்ளாண்டியின் முகம் சோகை தட்டிக்கொண்டிருந்தது. உடல் நெளிந்தது.

"இல்லண்ணே.. நெசமாலுமே முடில..."

அவர்கள் சியாமின் சிம்போங் முகாமை அடைந்திருந்தார்கள்.

ஒரிரோ = நட

16

தக்கின் முகாமில்..

காஞ்சனாபுரியிலிருந்து தக்கின் புத்தாய் எத்தனை மைல் தூரமென்று தெரியவில்லை.

மூன்று நாள் நடைப்பயணத்தில் தக்கினை வந்தடைந்திருந்தார்கள். அந்த மூன்று நாள்களில் யாருக்கும் 'வெளிக்குப் போகவில்லை'.

கருக்கான் கேட்டான், "சந்நாசி. வெளிக்கே வர்ல, மூனு நாளாச்சி, வவுத்த கொடைஞ்சிக்கிட்டே இருக்கு."

"ஆமா.. நானும் கேக்கணும்னுதான் நெனச்சேன்.. ஒனக்கும் போலியா?"

கருக்கான் சேவுவையும் கேட்டான். சேவுவும் இல்லை எனத் தலையாட்டி, "ஒனக்குமா?" என வியந்தான். பிறரையும் விசாரிக்க அவர்களிடமிருந்தும் ஏமாற்றமான பதிலாக வந்தது.

சந்நாசி சொன்னான், "கௌம்பும்போது வெளிக்கு வர்ற எடத்துல என்ன எளவையோ திணிச்சானுங்க, அதுனால இருக்குமோ?"

"இருக்கலாம்.. மூனு நாளக்குள்ள எங்கியும் நேரத்த வீணாக்காம வெரசா வந்து சேரணும்னு, இந்த எளவ செஞ்சிருக்கலாம்னு தோணுது," என்று மயில்வாகனம் தன் அபிப்பிராயத்தைச் சொன்னார்.

சிலருக்குக் குமட்டல் உணர்வு உண்டானது. சிலருக்கோ, வாய்க்குள் ஒம்பாத ஒன்று நுழைந்துவிட்ட தத்தளிப்பு. குடல் புரள்வது போல உணர்ந்தார்கள் எல்லோரும்.

"சண்டாளப் பயலுங்க. ஏதோ ஒடம்புக்குச் சீக்கு வராம இருக்க, மருந்து கொடுத்தானுங்கன்னு நெனச்சா, சீக்க உண்டாக்கல்ல கொடுத்திருக்கானுங்க.. இப்பிடிக் கூடவா செய்வானுங்க?" என்றான் சேவு.

“அவனுங்களுக்கு வேல நடக்கணும். அதுக்காக என்னவொன்னாலும் செய்வானுங்க போல!” என்றான் சன்னாசி கடுப்போடு.

ஆங்காங்கே உணவு வழங்க இடைவெளி விட்டாலும் அந்த இடைவெளிகள், களைப்பைப் போக்கவில்லை. உட்கார்ந்து எழுந்தபோது மூட்டெலும்புகள் விண்டு தெறித்தன. இறுகிய தசைநார்கள் தளர்ந்து கொடுக்க மறுத்தன. கால்கள் வலுவற்றுக் கிடந்தன. இன்னும் தூரத்தைக் கடக்க வேண்டும் என்ற முன் எண்ணம் எழும்போது, மேலும் வலுவிழந்து போனார்கள். எழுந்தபோது கால்கள் தள்ளாடின.

காஞ்சனாபுரியிலிருந்து கால்நடையாகவே இவ்வளவு தூரம் வரவேண்டுமென்று அவர்கள் தெரிந்திருக்கவில்லை. சப்பானிய ராணுவம் அவர்களின் அடுத்த நடவடிக்கையைக் கூலிகளிடம் சொல்ல வேண்டிய அவசியமும் இல்லை என்று செயல்பட்டுக் கொண்டிருந்தார்கள். கொத்தடிமைகள் ஏவலுக்கு மட்டுமே காத்திருக்க வேண்டும். சொன்னதைச் செய்து முடிக்க வேண்டும். இப்படித்தான் இன்னல்களை அடுத்தடுத்து அனுபவித்தனர். முன்னறிவிப்பு ஏதும் இல்லை. அடுத்தது என்ன என்ற புதிர்கள்தான் அவர்களை அலைக்கழித்தன.

ரயிலிலிருந்து காஞ்சனாபுரியில் இறங்கியதும் அவர்களின் தோள்களிலும் சுமை ஏற்றப்பட்டிருந்தது. கடப்பாரைகள், பெரிய சுத்தியல்கள், மண்வெட்டிகள், மரக்கட்டைகள், ரம்பங்கள், பலகைப் பெட்டிகள் என மனிதத் தோள்கள் சுமைதாங்கிகளாக மாற்றப்பட்டிருந்தன. மூன்று நாள்களுக்கு அவை தோளிலேயே கிடந்தன. தோள்பட்டை விளாறுகளால் அடித்ததுபோல ரத்தக் கோடுகள் கிளம்பியிருந்தன. தோல் சற்று விம்மிக் கருத்திருந்தது. வறண்டும், கன்றியும் போயிருந்தன. விலா எலும்புகளில் ‘ணங்’ கென்ற வலி நீங்காமல் நீடித்தது.

ரயிலில் கொடுத்த உணவைப் போலவே ஓய்வு இடைவேளையிலும் கொடுக்கப்பட்டது. பழுப்பு நிறத்திலான அரிசிச் சோற்றில் செத்த புழுக்கள் இருந்தன. சிலசமயம் கரிய நிறத்தில் ஏதோ கிடந்தது. வாயில் வைத்தவர்கள் எலி புழுக்கைகளென்று துப்பினார்கள். கொடும்பசி போனாலே போதும் என அதையும் வாயில் போட்டவர்கள் அதிகம்! சிலருக்கு வாயில் போட்டதும் குமட்டியது.

“அங்கதான் கெலங்கையும் கேவுறு கஞ்சியும் சாப்ட்டம்னா.. இங்க அதவிட மோசமா இருக்கே.” என்றான் சேவு கையை முகர்ந்து பார்த்து முகஞ்சுளித்தபடி.

“அங்க அதையாவது குடும்பத்தோட ஒக்காந்து சாப்டம், மூனு வேளக்கு நல்ல சாப்பாடு கெடைக்கும்னு சொன்னத நம்பி நாமலா முடிவெடுக்குறதுக்குள்ள அவனுங்களா வாரி போட்டுக் கொண்டாந்துட்டானுங்க. போகப்போக எப்படி இருக்குமொன்னு நினெச்சாலே பயமா இருக்கு,” என்றான் கருக்கான்.

“அரசன நம்பி புருஷன கைவிட்ட கதையா போய்டுச்சி”

“ஒவ்வொரு தடவையும் இதியேதான கொடுத்துத் தொலைக்கிறானுங்க.. அப்படின்னா வேல எடத்திலியும் இதையே குடுக்க மாட்டானுங்கன்னு என்னா நிச்சயம்?” சேவு அப்படிச் சொன்னதும் எல்லார் வயிறும் புளியைக் கரைத்தது. பக்கிரி அவர்கள் உரையாடலில் கலந்து கொள்ளவில்லை. ஆர்வார்ட் நண்பர்கள் இந்த ‘கேங்கில்’ இல்லாததால் எதையோ இழந்து விட்டதைப் போல உணர்ந்தான்.

காட்டின் ஒரு பகுதி சீர்செய்யப்பட்டு மூங்கில் கொட்டடி கட்டியிருந்தார்கள். மிகச்சமீபத்தில் கட்டப்பட்ட குடில் அது. நீள்வாக்கில் இருந்தது. பச்சை மூங்கிலின் மணம் வியாபித்தது. சீவப்பட்ட மூங்கில் கழிவுகள் சில இடத்தில் குன்றுபோல குவிந்திருந்தன. துண்டு மூங்கில்கள், மூங்கில் சீவல் சுருள்கள் பூரான்கள் போலக் கிடந்தன. பச்சையும், சாம்பல் நிறத்திலும் காய்ந்தும் காயாமல் மூங்கில் கிளைகள் குவியலில் நீண்டு கிடந்தன.

கொட்டடியின் தரைப்பகுதி, பக்கவாட்டுத் தடுப்பு என எல்லா முனையும் மூங்கில் மயம். தரை மட்டத்திலிருந்து சுமார் இரண்டடி உயரத்தில் தூக்கிக் கட்டப்பட்டிருந்தது அது. மூங்கில் தரை சமதளத்தில் இல்லை. முண்டும் முடிச்சுகளுமாகக் கிடந்தது. சில இடங்களில் முடிச்சுகள் விம்மிக் கிடந்தன. முடிச்சுகளின் கூர்மை ஊசிமுனைகளாய்த் தைக்கக் காத்திருந்தது. அடுக்கி ஆணி அறையப்பட்ட மூங்கில்களில் இடைவெளி இருந்தது. கீழிருந்து விஷப்பூச்சிகள் எளிதில் நுழைந்துவிடலாம்.

இத்தனை பேரும் படுத்துறங்க போதுமான இடம் இருப்பதாகத் தெரியவில்லை. கைகால்களை நீட்டிப் படுக்கும் அளவுக்குக் கூட இல்லை. அகலம் குறுகி, நீளமும் குறைந்து காணப்பட்ட கொட்டடி அது.

அத்தாப்பால் வேய்ந்த கூரை போடப்பட்டிருந்தது. காய்ந்து செம்பட்டை நிறத்திலான கூரை. ஐந்து ஐந்தரை அடி உயரமுள்ளவர் விட்டத்தைத் தொட்டுவிடலாம் போலிருந்தது.

“இருலதான் குடியவைக்கப்போறானுங்க பாவிங்க..” நடந்து வந்த களைப்பைப் இரட்டிப்பாக்கியது கொட்டடியின் அமைப்பு.

“என்னெண்ணே ஆட்டுக்கொட்டா மாரி இருக்கு?”

“அதாவது தேவலாம் போலருக்கே?” இடைவெளி இல்லாமல் ஒலித்தது கூட்டத்தின் முனகல் ஒலி.

சப்பானிய கங்காணிகள் கிட்டதட்ட இருபத்தைந்து பேர் கொட்டடி முன்னால் நின்றனர். அவர்களுக்கான முகாமில் ஓய்வெடுத்துவிட்டுச் சீக்கிரமே திரும்பியிருந்தனர்.

ஒருவன் அக்கூட்டத்தின் தலைமைக் கங்காணியாக இருக்கக்கூடும். அவன் ஆணையிட்டான்.

“அத்துமாரா அத்துமாரா..” அந்த வார்த்தையின் பொருளை ஏற்கனவே காஞ்சனாபுரி ரயில் நிலையத்தில் உள்வாங்கிக் கொண்டவர்கள் முன்னால் ஓடிவர, பதறியடித்துக் கொண்டு தொடர்ந்தனர் மற்றவர்கள்.

வேலைக்கான தளவாடங்கள் விநியோகிக்கப்பட்டன. ஒவ்வொரு சிறு கேங்குக்கும் ஐந்தைந்து கங்காணிகள் முன் நடக்க, இருபதிருபது கூலிகள் அவர்கள் கட்டளையிடும் வேலைகளைச் செய்ய ஆயத்தமானார்கள்.

அடையாளக் கழிகள் ஊன்றப்பட்ட நிலப்பகுதி அது. அக்கழிகள் நீண்ட தூரம் நடப்பட்டு இருப்பதாகக் கணிக்க முடிந்தது. கண்ணுக்கெட்டிய தூரம் நீளும் அந்த அடையாளங்களைச் செடிகளும் பாறைகளும் மரங்களும் மறைத்து நின்றன.

மயில்வாகனம், சந்நாசி மேலும் சிலரிடம் ரயில் சடக்கு நிறுவப்படும் நிலப்பகுதியைச் சமதளமாக்க மண்வெட்டிகள் கொடுக்கப்பட்டிருந்தன. பானை வயிறுகளாய் முட்டி நிற்கும் பாறைகளை நீக்கவும், கட்டைகளை அப்புறப்படுத்தவுமான வேலை அவர்களுக்கு.

காட்டின் இயல்பான ஈரமண் நிலம். அதிலும் காலைவேளையின் குளிர் தாக்கிக் கொண்டிருந்தது. மண்ணைக் கொத்திக் கிளரும்போது எண்ணற்ற மண்புழுக்கள் வெளிக்கிளம்பின. நெளிந்தும் துள்ளியும் தங்கள் விடுதலை பறிபோனதை அறிவித்துக் கொண்டிருந்தன.

சப்பானியக் கங்காணிகள், கழுகுக் கண்களால் மேற்பார்வையிட்டு அலைந்து கொண்டே இருந்தனர்.

மலை பள்ளத்தாக்குகளிலிருந்து சூரியன் முகம்காட்டிக் கொண்டிருந்தான். பிரபஞ்சத் திரையில் சித்திரம் வரையப் போகும் பல்லாயிரம் கீற்றுத் தூரிகைகளாய் நீண்டிருந்தன கதிர்கள்.

சப்பானியக் கங்காணிகள் சற்று விலகிப்போன சிறிய இடைவெளியில் மயில்வாகனம் ஒடுங்கிய தொனியில், "வயசுப்புள்ள.. இப்ப என்ன செய்றாளோ, எங்க இருக்கா ளோ, மனசு அதயே சுத்திக்கிட்டிருக்கு!" என்றார்.

"கங்காணி.. ஒன்னும் பயப்படாதீங்க.. நம்ம பொம்பளைங்க நெறைய பேர் அங்க இருக்காங்க.. வயசுப் பொண்ண அநாமத்தா வுட்ற மாட்டாங்க," மண்ணிலிருந்து முகத்தைத் தூக்காமல் சொன்னான்.

"அப்படி இருக்கணும்னு மாரியாத்தாள வேண்டாத நேரமில்ல.. சந்நாசி"

"நீங்க.. அவ கோயில்ல நெறைய சேவ பண்ணிருக்கீங்க.. கைவுட்ற மாட்டா கங்காணி."

"மாயீ" என்று அதட்டினான் எங்கிருந்தோ சற்று பின்னால் தோன்றிய ஒரு சப்பான்காரன். சில நிமிடங்கள் அங்கேயே மரம்போல நின்று கவனித்தான். அவர்களின் உடல் தன்னிச்சையாய்க் குன்றிச் சுருங்கியது. பிறகு வேறு கூலிகளின் இடம் நோக்கி நடந்தான்.

"வர சத்தமே இல்ல.. கழுகுக் கண்ணு" என்று சந்நாசி எரிச்சல்பட்டுவிட்டுச் "சொந்தக்காரங்ககூட யாராவது கூட்டிட்டுப் போய் இருக்கலாம்," என்றான்.

"என் ஒறவுக்காரங்க ஜொகூர்ல இருக்காங்க.. வல்லுசா தொடர்பு அந்து போய் வருசமாச்சி.. அவங்களுக்கு என் நெலம தெரிஞ்சிருக்கும்ங்கிறதுக்கு சந்தர்ப்பமே இல்ல!. ப்ச்ச.. அது கெக்கேன்னு கவுடு இல்லாம சிரிக்கிறது மனசிலியே நிக்குது.. சந்நாசி."

சப்பானியக் கங்காணி வந்து தொலைத்துவிடப் போகிறான் என நிமிர்ந்து பார்த்துக் கொண்டார்கள்.

"என் பொஞ்சாதிகூட கூட்டிப் போயிருக்கலாம். ஆனா, அது கொஞ்சம் மருவாதிக் கொறச்சலா இருக்கும் ஒங்களுக்கு,"

மயில்வாகனம் சந்நாசியை மிகக் கனிவோடு ஏறிட்டுப் பார்த்துச்

சொன்னார். “சந்நாசி.., நம்ம இருக்கிற நெலையில எதப் பேசுற நீ?.., நெழல் இல்லாம இருக்கும் பார்வதிக்குப் பாதுகாப்பா ஒரு எடம் கெடச்சா அதுவே போதும் சந்நாசி.. நீ என்ன மத்தவனா எனக்கு?.. இவ்ளோ நாளு அப்படியா பழகுனோம் நாம..?”

“அவ கூட்டிட்டுப் போவலன்னே வச்சிக்குவமே.. அவ மட்டும்தானா இருக்கா?.. ஒருத்தர் இல்லனா, இன்னொருத்தர் கண்டிசனா ஒத்தாசையா இருப்பாங்க.. நம்ம ஒரே எடத்துல ஒட்டுறவாவே இருந்திருக்கோம்.. ஒரு ஆளுக்கு ஒன்னுன்னா இஸ்டேட்டு சனமே ஓடிவந்திடும். ஒத்தாசையா இருந்தே பலகின சனம் நம்ம சனம்.. விதிகெட்டுப் போனா பாத்திட்டு சொம்மா இருக்கிற சனமில்ல கங்காணி..”

“நீ என் பக்கத்திலியே இருக்கிறது.. எனக்கு எவ்ளோ ஆறுதலா இருக்கு தெரிமா?..”

“நீங்க அப்டி சொல்றீங்க.. நான் இல்ல ஒங்கள தூணா நம்பிட்டு இருக்கேன். நீங்க எங்கூடயே இருக்கிறது எனக்குப் பெலமா இல்ல இருக்கு..” கங்காணி அவனை கண்தூக்கிப் பார்த்தார். கண்களில் சின்னஞ்சிறிய ஒளிக்கீற்று மின்னிச் சென்றது. உடலெங்கும் வியர்வை பொங்கி எறும்புகள் போல் கீழ்நோக்கி ஊர்ந்து சென்றன.

சப்பான் கங்காணி அருகில் நடந்து வந்து கொண்டிருந்தான். உரையாடல் சட்டெனு நின்றது. அவன் நிழல் சந்நாசியின் மீது விழுந்திருந்தது. சந்நாசியின் தலையை மறைத்து அவன் நிழல் படிந்திருந்தது. அந்நிழல் பின்னர் வேறு திசைக்கு நகர்ந்தது.

அவன் விலகிய பிறகு மயில்வாகனம் சொன்னார். “சந்நாசி.. இந்த ஒலகம் எவ்ளோ சொயநெலமானது பாத்தியா?”

“எத கங்காணி அப்படிச் சொல்றீங்க? இவனுங்க நம்மள அதட்டி வேல வாங்குறத சொல்றீங்களா?”

“அவனுங்க மட்டுமா சொயநலவாதிங்க.. தோ ஒன் முன்னுக்கு நிக்கிறனே நானும்தான்!”

“ஏன்? ஏன் அப்டிச் சொல்றீங்க?” அண்ணாந்து பார்த்த வேகத்தில் தலையைக் கீழ்நோக்கித் திருப்பிக் கொண்டான்.

“இல்ல.... நான்தான் என் மகளப் பத்தி கவலப்படுறேன்.. உன் சம்சாரத்தைப் பத்தி ஏதும் கேக்கறனா பத்தியா?” மண்வெட்டியைப் பிடித்தபடி சிலையானான் சந்நாசி.

"இல்ல கங்காணி.. நாலு மாசத்துல வந்துடுவேன்னு நாஞ் சொன்னதும், போய்யா.. சம்பாதிச்சிட்டு வரத்தான போற.. இந்த ஒரு சாண் வவுத்துக்காகத்தான் ஒலக்கிறொம்.. எங்க போனாலும் ஒலச்சாதான் சாப்ட முடியும்னு" சொல்லி நல்லபடியா அனுப்புனா! அவ அப்படியே நம்பிட்டு இருக்கட்டும் கங்காணி.. இங்க என்னா நடக்குதுன்னு அவளுக்குத் தெரியாம இருந்தாலே போதும்."

"சந்நாசி ஒனக்கிருக்க தெகிரியம் எனக்கில்லாம போச்சி பாத்தியா?"

"கங்காணி.. வந்திட்டம்.. விதியேன்னு கெடக்க வேண்டியதுதான்".

இரண்டு குட்டைக் கங்காணிகள் அவர்களை நெருங்கி வந்து கொண்டிருக்கும் பிம்பம் கண்களில் விழுந்தது.

சில அடி தூரத்தில் ஒரு கங்காணி கத்துவதும் கழியால் தாக்குவதுமாய்க் குரல் கேட்டது. யாரை என்றுதான் தெரியவில்லை. எந்தக் கண்களின் பார்வையும் துணிந்து அப்பக்கம் திரும்பவில்லை! நூறு பேரையும் பாதித்தது அந்தத் தாக்குதல்.

அறுக்கப்பட்ட மரம் ஒன்று மண்ணில் சரிந்து விழும்போது மண்ணை அறைந்து சத்தியம் செய்தது போல ஓசை எழுப்பியது. அது வீழ்வது அதிகாரத்துக்கு அடிபணிவது போலும் இருந்தது. புயல் ஒன்று சடுதியில் சீறிச்சென்ற சலனத்தை எழுப்பி அடங்கியது அவ்விழுகை. தண்டவாளம் அமைக்கப்போகும் குறிக்கோளுக்குக் குறுக்கே நிற்கும் மரங்கள் தங்களுக்கும் ஏற்படப்போகும் முடிவுகளால் அஞ்சி அசைவற்றிருந்தன. அதில் கூடுகட்டி வாழ்ந்த பறவைகள் படபடத்து வானத்தை நோக்கிப் பறந்தன. அவற்றுக்குக் கூடுகட்ட ஏகப்பட்ட மரங்கள் இடம் தரும்! மரங்களைக், கிளைகளை, பொந்துகளைத் தேர்ந்தெடுத்துக்கொள்ளும் சுதந்திரத்தை இயற்கை அவற்றுக்குத் தாராளமாய் வழங்கிய வண்ணம் இருக்கிறது. ஒரு கூடு பறிபோனால் இன்னொன்றை எழுப்பிக் கொள்ளும் தன்னம்பிக்கையை அதன் சிறகடிப்புக் கற்பித்துக் கொண்டே இருக்கிறது.

மரம் தங்கள் மேல்தான் விழுகிறதோ எனத் திகைத்து அண்ணாந்து நோக்கின பல விழிகள்.

"மாயீ" என்ற அடித்தொண்டை குரல் அதட்டலாய் எழுந்தது.

பேரோசையோடு வீழ்ந்த மரம் இப்போது சாய்ந்து அடங்கிப் போயிருந்தது. நீர்ப்பெருக்கு, நெருப்பு காடழிப்பு என எல்லாவகை இடர்களையும் தாண்டி மீண்டெழக்கூடியவன் தான் என மதர்த்து

நின்றிருந்தது காடு. காய்ந்து மட்கி மண்ணாகி தன் அடுத்தடுத்த சந்ததி வளர்ந்து பெருக, பெரும் தியாகியாய் வளர்ந்து நின்றன மரங்கள், வேர்கள், செடிகொடிகள். தன் தளிர்கரங்கள் விண்ணைத் தொட, அடிவேர் ஆழ்மண்ணைப் பற்றி நிற்க வானையும் மண்ணையும் இணைத்தன பெரு தருக்கள்.

முகம் சுளித்த ஒருவர், "இவனுங்க.. பாசையே அடித்தொண்ட பாசைதானோ?.., பேசும்போது ஜாமாங்கொட்டாயில முக்குற மாரியே கேக்குது" என்றார். சிரிப்பது கூடக் குற்றமாக பார்க்கப்பட்டும் இடம் அது.

ரயில் தண்டவாளத்துக்கான நிலம் சமதளமாகி இருந்தது சில அடி தூரம். பாறைகள் அப்புறப்படுத்தப்பட்டிருந்தன. அவை சின்னஞ்சிறு குன்றுகளாய் அடக்கமாய் ஓர் ஓரத்தில் ஒதுங்கிக் கிடந்தன. ஒரு பக்கம் பாசி படிந்தும், சில இடங்கள் பழுப்பு நிறத்திலும் உருண்டுபோய் நின்றிருந்தன. நீக்கப்பட்ட கற்கள் அம்மை நோய் பீடிக்கப்பட்டதுபோல சிதறிப் பரந்து இருந்தன நிலத்தில்.

"எப்போ வுடுவான்? ஒஞ்சி ஒக்காரலாம்னா முடியலியே.." என்றான் கருக்கான்.

"தண்டவாளச் சடக்க சுருக்கா போட்டு முடிக்கிறதுல இருக்கான்.. நம்ம ரத்தத்த உறிஞ்சாம வுட மாட்டான்.." – அருகில் இருந்தவர் தெம்பற்றுச் சொன்னார்.

கருக்கான் சொன்னான், "விடிகாலைல வயித்த பொறட்டிச்சி, காட்டுப் பக்கம் ஓடிப்போய் ஒக்காந்தேன், வர்ல. முக்கிப் பாத்தேன்.. என்னமோ அடச்சிக்கிட்டு இருக்கிற மாரியே இருக்கு!"

"ஆமாம் எனக்கும், வவுத்த பொரட்டுது.. ஆனா வெளியாக மாட்டேங்குது!" என்றார் அவர்.

நடுப்பகல் வெப்பம். சூரியன் உச்சந்தலைக்கு மேல் ஏறி நின்று சுள்ளென்று எரித்துக் கொண்டிருந்தது. நிழல் தட்டையாய் விழுந்து கிடந்தது. தலை மட்டுமே காலுக்குக் கீழ் ஆடி அசைந்தது.

"தண்ணி கெடைக்குமா பாருங்க.. ஓட ஏதாவது ஓடுமே, காடாச்சே.." – எச்சில் வற்றிய வறண்ட வாயால் கேட்டான் கருக்கான்.

"கண்டிசனா இருக்கும்.. எந்தப் பக்கம்னுதான் தெரில.."

திடீரென எங்கிருந்தோ கேட்டது சப்பானிய கங்காணியின் அதட்டல். மேலும் நா வரண்டது. மேலண்ணம் ஒட்டவில்லை.

அருகில் வந்த கண்காணிப்பாளரிடம் "தண்ணி" என்றான் வாயில் நீரூற்றும் உடற்செய்கை காட்டி. தொண்டைக் குழி காய்ந்ததில் சொல் வெளியாகவில்லை.

கையிலிருந்த கழியை ஓங்கி 'சாகியோ' என்றான். மேலும் கெஞ்சினால் அடிப்பான் என்று அமுக்கினால் சத்தமில்லாது செத்துப் போகும் பூச்சி போல ஆனார். எட்டத்தில் யாரையோ தாக்கியதைப் பார்த்த பயம் அப்படியே தங்கியிருந்தது உள்நெஞ்சில்.

நிலம் சமதளமாக ஆக கோரிக்கற்களைக் கூடை கூடையாகக் கொட்டி நிரவிக் கொண்டிருந்தார்கள். நிரவும் போதெல்லாம் வெயிலில் காய்ந்த கற்கள் சுட்டன. அவை முட்கற்களென கூம்பிக் கூராயிருந்தன. அவற்றை மண்ணில் அறைந்து அறைந்து மேலும் கொட்டினார்கள்.

முன்னே சமதளமாக்கப்பட்ட மண் பகுதி நீண்டுகொண்டே போனது.

"அண்ணே சாப்பாடுக்கு வுட மாட்டானுங்க போலருக்கு, நெழலப் பாருங்க கொஞ்சம் நீண்டு போய்க்கெடக்கு." – என்றான் சந்நாசி.

"எனக்கென்னவோ அப்படித்தான் தோணுது.. வைறு கபா கபாங்குது"

அதிகாலையில் அடர்ந்த காடாக இருந்த ஒரு பகுதி இப்போது, பொட்டலாகிக் காட்சி அளித்தது. அதனூடே வான்வெண்மை கண்களைக் கூசச்செய்தது.

திடீரென வேட்டுச் சத்தம் கேட்டுத் திடுக்கிட்டார்கள். பேரமைதி நிலவியது அக்கணம். ஒரு நொடியில் பூமிப்பந்து நிலைகுத்தி நின்றது. எல்லாப் பார்வையும் சுடு சத்தம் வந்த திசை நோக்கின.

"பாவிப்பயலுங்க, நம்ம ஆள சுட்டுட்டான்களோ?' பதறினார்கள் கொலையோசை கேட்டு.

சப்பான்காரக் கங்காணி ஒருவன் ஒரு பூட்ஸால் ஒரு பாம்பின் தலையை மாறி மாறி மிதித்தான். பாம்பின் உடம்பு சுருண்டு சுருண்டு நெளிந்தது. வால் பகுதி மண்ணைச் சிலமுறை அறைந்தது. பின் கழியால் அப்பாம்பைத் தூக்கினான். பாம்பு நெளிந்து கொண்டிருந்தது. அதன் தலைப் பகுதியிலிருந்து குருதி வடிந்து கொண்டிருந்தது. வாய் பிளந்து நாக்கு தள்ளி விட்டிருந்தது. மஞ்சள் நிறத்தில் அளந்தெடுத்த இடைவெளியில் கருப்புக் கோடுகள் வால்வரை நீண்டிருந்தன. எண்ணெயில் குளித்ததுபோல அது

வழவழப்பாக இருந்தது. சற்று நேரத்தில் அதன் அசைவு ஸ்தம்பித்துப் போனது.

நாலைந்து சப்பான்காரன்கள் விரியனைச் சுற்றி நின்று ஏதேதோ பேசிக்கொண்டார்கள். முதன்முறையாக அவர்களில் சிலரின் முகம் பூத்திருந்தது. அதனை ஒரு கோணிச்சாக்கில் போட்டு முகாமுக்குக் கொண்டு சென்றான் ஒருவன். பின்னால் இரு சப்பானியர் நடந்தார்கள்.

“என்ன செய்யப் போறானுங்க?” – அவர்கள் போகும் திசையைப் பார்த்தவாறே கருக்கான் கேட்டான்.

“என்ன செய்வானுங்க.. சுட்டு சூப் போட்டுச் சாப்பிடுவானுங்க நாதாரிங்க” மீண்டும் மண்ணைக் கொத்த ஆரம்பித்த அருகிலிருந்தவர் சொன்ன பதிலைக் கேட்டு, கருக்கானின் விழி பஞ்சப்பசியிலும் வெளிவருவது போல விரிந்தது.

“அது கட்டு விரியனாச்சே.. போட்டா உசுரு பூடுமே.. அத்தை எப்படி சாப்டுவானுங்க?”

“இதுக்கு மேலயும் அவனுங்க ஒடம்புல ஏர்றதுக்கு வெஷம் இருக்கா என்ன?.. பாம்புதான்யா பாவம்..”

கருக்கானின் முகம் இயல்பு நிலைக்கு மீண்டது.

பொழுது சாய்ந்து விட்டிருந்தது. கீழ்வானம் செவ்வொளியை பரத்திக் காட்டியது. ஆகாயத்தில் குருவிகள் ஒன்றிரண்டு மட்டுமே பறந்தன.

எல்லோரும் கொட்டடிக்குத் திரும்பச் செல்லும்படி கட்டளை வந்தது.

 # மாயி = வேகமாக

 # சாகியோ = வேலை செய்

17

தாத்தா கம்பத்தில்..

மறுநாள் வெள்ளன சைக்கிள் மிதித்துக் கொண்டு இரண்டாவது கட்டையிலிருந்து பிரியும் ஒரு மண் சடக்கில் நுழைந்தார் ராமாயியின் அப்பா. மண் சாலையிலிருந்து காளியின் கொல்லை பத்து நிமிட ஓட்டம். நுழைவாயிலை அடைந்து சைக்கிளை மரத்தூணில் சாய்த்தார். பலகை வாசல் கதவு சாய்ந்துவிடாமல் இருக்க கம்பி இணைப்பை விலக்கித் திறந்தார். கொல்லைக்குள் நுழைந்தார். காளி அப்போதுதான் துயில் எழுந்து செடிகளுக்குக் களை பறித்துக் கொண்டிருந்தான். கிழவனின் வருகை வியப்பூட்டியது. ஆடு வெட்டிய தகவல் அனுப்பினால் மட்டுமே இறைச்சிக்காக வருவார். முன்னறிவிப்பின்றி வந்திருக்கிறார்.

மலாய்க்கார நிலத்தைப் பாஜா எடுத்து விவசாயம் செய்துவந்தான் காளி. கிழவன் தான் அதற்கு ஏற்பாடு செய்து தந்தவர்.

"என்ன மாமா.. காலங்காத்தாலியே"

"இல்ல.. களையெடுக்கணும்.. நீதான் அதுக்குச் செரியான ஆளு."

குறிப்பறிந்தவன், "உள்ளார வாங்க, எளனித் தண்ணி குடிக்கிறீங்களா?" என்று அழைத்தான்.

"காளி நா.. இங்க ரொம்ப நேர இருக்க முடியாது.."

"மொதல்ல 'குர்சியில' ஒக்காருங்க." மர முக்காலியை இழுத்துப் போட்டான். அதில் உட்காரும் இடம் பிட்டம் தேய்த்த அடையாளமாய்த் தோசை வட்டத்துக்கு வர்னீஷ் வெளுத்துக் கிடந்தது. முக்காலியின் ஒரு கால் அரையங்குலம் தேய்ந்து சிமிந்துத் தரையில் பாவவில்லை.

"ஒக்காந்து பேச இது நேரமில்ல.. காளி"

“சொல்லுங்க.. ஏதோ காரியம் ஆகணும்னு ஒரு பக்கம விடியறதுக்கு முன்னயே வந்திருக்கீங்க.”

“ராமாயி பொண்ணு ராணியையும், மயில்வாகனம் பொண்ணு பார்வதியையும் குள்ளப்பய ஒருத்தன் வெரட்டிகிட்டே இருக்கான். இதுக்கு அந்தப் பனங்கொட்ட கிராணி சிவதாஸ் மாமா வேல பாக்குறான் அவனுக்கு.”

“ம்.... சப்பான்காரனா?’

“கேப்பாரு மேப்பாரு இல்லன்னா.. அவனவனுக்குக் கொம்பு மொளைச்சிருமில்ல.. இந்த நாய்க்குக் கெப்புறு. மக ராமாயி வீட்டு வரைக்கும் போயிருக்கான். அது மெரண்டு கெடக்கு. ரெண்டு பொண்ணுங்களையும் என் வூடு பாதுகாப்புன்னு கொண்ணாந்து வுட்டா, குள்ளப்பய என் கொல்லை வூட்டுக்கும் நேத்தைக்கு வந்துட்டான், தேடிட்டு! நா ஜாக்கிரதியா ராம்லி வூட்ல இருக்கச் சொல்லியிருக்கேன்.. ராமாயிய அறைஞ்சிருக்கான் நாசமாப் போனவன்.”

“அறஞ்சானா...?”

“அவனுங்க செய்ற அக்ருமத்துக்கு அளவில்லாம போச்சி காளி. நான் இங்க இல்லடான்னென்.. எனன் நெஞ்சில கைய வச்சி தள்ளிட்டான்.”

“ஒங்கலியுமா மாமா? இப்ப ரெண்டு பேரும் ராம்லி வூட்லதான் இருகாங்களா?

“ஆமா, பெறத்தியார் வூட்ல வுட எனக்குச் சம்மதமில்ல. ஆனா, வேற வழி தெரில காளி..”

“மாமா.. நான் என்ன செய்னம் சொல்லுங்க..”

“அவன் மறுக்கா வருவான்.. ராமாயி வூட்டுக்கே ரெண்டு தடவ போய்ட்டான்.. என் கொல்ல வூட்டுக்கு நேத்திக்கி வந்துட்டான்.. அவநால முடில. அறுப்பெடுத்தவனா இருக்கான். மறுக்கா கண்டிசனா வருவான்..”

காளி சற்று நேரம் யோசித்தான். “நீங்க தைரியமா வூட்டுக்குப் போங்க மாமா.. பாத்துக்குறேன்..”

“காளி அவன் மேல யாரு கைய வச்சாங்கனு தெரியக் கூடாது. கவனமா இருக்கணும்.. ராமாயிக்கு எதுவும் ஆயிடக் கூடாது..”

“எனக்குத் தெரியும் மாமா.. நீங்க கவலப்படாம போங்க.”

“நான் சொல்றத நல்லா கேட்டுக்க.. கம்னீஸ்டுக்கும் சப்பான்காரனுக்கும் ஆகாதுன்னு ஆய்ப்போச்சி. அதக்காரணமா வச்சி ஆள தொலச்சிக் கட்டிடலாம்.. யாரு மேலயும் சந்தேகம் வராது.”

“நானும் அதத்தான் நெனச்சிட்டிருந்தேன் மாமா. கம்னீஸ்டுங்க கொஞ்சம் பேரு எனக்குப் பழக்கம். வூட்டு வரைக்கும் வந்து அரிசி பருப்பு சீனின்னு வாங்கிட்டுப் போவானுங்க. அவங்ககிட்ட தாக்கல் சொல்லிர்றேன். அவனுங்க தாக்குனதா இருக்கும். நேத்திக்கு எத்தன மணிக்கு வூட்டுக்கு வந்தான்னு சொன்னீங்க?”

“பொலுது சாஞ்ச வொன்னே.. ராமாயி வூட்டுக்கும் ராவ்லதான் போயிருக்கான்.”

“அவனுக்கு அந்த நெனப்பு வர நேரம் அது.. நான் ஒங்க வூட்டுக்கு இன்னிக்கி சாயங்காலம் வந்திடுவேன்.. அவன் ஒண்டியாத்தான வரான்?’

“இதுக்கெல்லாமா தொணைக்கி ஆள அலச்சிட்டு வருவாங்க?..”

“சரி மாமா.. நீங்க எங்கயாவது சைக்கிள எடுத்திட்டு வெளிய போய்டுங்க.. நீங்க போறது கம்பத்துகாரனங்களுக்குத் தெரியணும்.. நீங்க ராத்திரி அங்க இல்லன்னு தெரியணும்”

“ம்ம்ம்.. ஆமா எம்மேலயும் சந்தேகம் வராதுல்ல!”

“மாமா யாரு மேலயும் சந்தேகம் வாராது.. கண்டிசனா. இவ்ளோ தூரம் தேடிட்டு அலையறான்னா கொலுப்பு ஏறிப்போச்சு அவனுக்கு... கொறச்சாகனும்.. கண்டிப்பா!”

“ம்’ என்று பால் நிறத்திலான நரைத்த மீசையை நீவியது கிழம்.

“நம்ம யாரு மேலயும் வராது.. எத்தனியோ சப்பாங்காரன் வெள்ளக்காரன் போட்ற குண்டுல செத்துப் போறானுங்க.. எல்லாத்துக்கும் கணக்கா வச்சிருக்கானுங்க.. பத்தோட பதினொன்னாயிடும்.. விடுங்க.. சாவவுந்தான சண்டைக்கு வந்தானுங்க..?”

ஆட்டுக் கொட்டகையிலிருந்த ஆடுகள் காளியின் நடமாட்டத்தைக் கண்டதும் ம்ம்மே என்று கத்தின. ஒன்றையொன்று மோதி வெளியே வரத்துடித்தன. பலகைத்தரை அதன் பாதங்கள் பட்டு கடகடத்தது. அங்கிருந்து புழுக்கை வாடை தாக்கியது.

“கசிகடா ரெண்டு மூனு இருக்கு.. வெட்டி கூறு போட்டு விக்கலியா?”

“விக்காது.. சனங்க நெலமதான் தெரிமே. வாய்க்கும வயித்துக்குமே அல்லாடுதுங்க.. நாளக்கிதான் ஒரு ஆட்ட கூறு போடப்போறனே.. மாமா.” என்று சொல்லிக் கிழவனின் தோளைத் தட்டினான். கிழவன் காளியின் தோள் அளவே நின்றார். மீசையைத் தள்ளிக்கொண்டு உதடுகள் கோணி புன்னகைத்தன. காளியும் நம்பிக்கையோடு சிரித்தான்.

★★★

தக்கிடோவின் தொல்லை தாள முடியவில்லை சிவதாஸ் கிராணிக்கு. பார்வதியையோ ராணியையோ இரையாக்கினால்தான் ஆயிற்று என்ற நிலை. தன்னால் இருவரும் இருக்கும் இடத்தைக் கண்டுபிடிக்க முடியவில்லை என்றதும், கனன்ற விழிகளோடு கை ஓங்கிக்கொண்டு வந்தான். அவன் இச்சையைத் தீர்க்கும்வரை அவன் முன்னால் போக முடியாது. இன்னொரு முறை தோல்வியோடு போனால் என்னாகுமோ என பயந்தார். அவன் காமம் தலைக்கேறி கிறுகிறுக்க வைத்துவிட்டது. அந்த உடற்பசியைத் தீர்த்தால்தான் அடங்குவான்.

சிவதாஸ் முனகிக்கொண்டே தாத்தா வீட்டைச் சுற்றுயுள்ள கம்பத்துப் பக்கம் அலைந்து தேடிக்கொண்டே இருந்தார். சைக்கிளை மிதித்துக் கொண்டு பலமணி நேரத்தைச் சளைக்காமல் அதற்காகவே செலவிட்டார். தக்கிடோவின் சிவந்த விழிகள் அவரைப் பீதிக்குள்ளாக்கிக் கொண்டே இருந்தன. அவர்கள் இருக்குமிடம் தெரியவில்லை என இன்னொரு முறை போய்ச் சொன்னால் என்ன நடக்கும் என்று நினைக்கும் போது பேதி பிடுங்கியது. பித்து பிடித்தவர் போல அலைகழிந்தார் பார்வையைக் கூர்மையாக்கிய வண்ணம்.

மரவள்ளிக் கிழங்கு செடிகளுக்கிடையே இருந்து வெளிப்பட்ட சைக்கிள் சிவதாஸ் கண்களில் பட்டது. அவர் பார்வை கூர்மையானது.

அவருக்கு ஆச்சரியம். அது கிழவனேதான். இந்த நேரத்தில் கிழவன் எங்கிருந்து வருகின்றான்? அந்தப் பாதை கம்பத்துக்குப் போகும் பாதை என்பதை சிவதாஸ் அறிவார். சிவதாஸுக்கு கிழவனின் ரகசியம் பிடிபட்டு விட்டதுபோல் இருந்தது. மனம் துள்ளிக் குதித்தது. கிழவனை போகவிட்டு மூசாங்கைப் போல கிழவன் வெளிப்பட்ட கம்பத்து பாதையில் சைக்கிளை விட்டார். கொஞ்ச தூரம் சென்றதும் சிற்றாறு ஒன்று குறுக்கிட்டது. ரெட்டை தென்னைமரத் தண்டுகளை பாலமாக போட்டிருந்தார்கள். சிவதாஸ் கரையிலேயே நின்றுகொண்டு அக்கரையை நோட்டம் விட்டார்.

அக்கரையில் வீடுகள் ஒற்றை ஒற்றையாய் நின்றிருந்தன. ஒரு வீட்டுக்கும் இன்னொரு வீட்டுக்கும் கூப்பிடு தூரம் இருக்கும். அத்தாப்புக் கூரை, மூங்கில் தட்டிகள், பலகைத்தரை, தூண்களால் தூக்கி நிறுத்தப்பட்டவை போன்ற வடிவமைப்புகள். நான்கு கால்களால் நிற்கும் மிருகம் போல வீடுகள் எழுந்து நின்றிருந்தன. பலகைப் படியேறிதான் வீட்டுக்குள் செல்ல முடியும். பலகை தரைக்குக் கீழ் மழைக்கால ஈரத்தில் நிலைத்துப்போன சொதசொதத்த மண். சிலவகைச் செடிகள் வளர்ந்து செழிப்பிழந்து கிடந்தன. கிராமத்தைச் சுற்றி இலைசெறிந்த பலவகைப் பழ மரங்கள்.

சிவதாஸ் கண்களுக்குத் திடீரென மின்னலடித்தது.

அவர் எதிர்பார்த்தபடியே ராணி ஒரு வீட்டின் படியில் அமர்ந்திருந்தாள். அது ராணிதான். கைலியும் சட்டையும் போட்டிருந்தாலும் அவருக்கு ராணியை அடையாளம் தெரிந்தது. அவள் யாருடனோ பேசிக் கொண்டிருந்ததைப் பார்த்துவிட்டார். ராணி இங்கிருக்கிறாள் என்றால் பார்வதியும் இங்குதான் இருக்க வேண்டும். அவர் மனம் வெற்றிக் களிப்பில் கும்மாளம் போட்டது. பூனைபோல சந்தடியில்லாமல் நகர்ந்துகொண்டே பார்வையைக் கூர்மையாக்கினார். ‘அதோ’ பார்வதியும் படியில் வந்து அமர்ந்தாள். அவர்களேதான்! கண்டுபிடித்து விட்டதால் மகிழ்ச்சியில் உடல் குலுங்கியது அவருக்கு.

சைக்கிளை மிதித்துக் கொண்டு விரைந்து பறந்தார். தக்கிடோவுக்குச் சொல்லும் இந்தத் தகவலால் அவன் விமோசனம் அடைவான். அவர் தலையும் தப்பும்.

தக்கிடோவை அழைத்துக்கொண்டு வந்து வீட்டைக் காட்டிவிட்டுப் புறப்பட்டுப் போய்விட்டார்.

மாலை கனிந்து சிவந்து கொண்டிருந்தது.

தக்கிடோ மளமளவென படியேறி மலாய்க்கார வீட்டின் கதவை வலுக்கட்டாயமாய்த் தள்ளிக்கொண்டு உள்ளே நுழைந்தான். அவன் வேகம் அப்போதே ஒரு கன்னிப்பெண்ணை காவுகொள்ளும் முனைப்பைக் காட்டியது.

கதவை பலாத்காரமாய்த் தள்ளிவிட்டு, அதே வேகத்தில் நுழைந்தான். அவன் நுழைவை யாரும் எதிர்பார்க்கவில்லை. பலகைக்கதவு பக்கச்சுவரில் மோதி மீண்டது. அவன் பூட்ஸ், பலகைத் தரையைத் தடதடவென மிதிக்கும் ஓசை எழும்ப அவன் பார்வதியைப் பற்றியிருந்தான். பின்னாலிருந்த ரம்லி ஓடிவந்தார்.

சப்பான்காரனைப் பார்த்ததும் திடுக்கிட்டார். தான் பயந்த மாதிரியே நடந்துவிடுமோ என் அஞ்சினார். இந்த இடத்தை அவன் கண்டுபிடித்த மர்மம் புரியவில்லை. பார்வதியை அவன் கைப்பற்றிப் படிகளில் இறங்கி வேகமாக நடந்து கொண்டிருந்தான்.

எதைப்பற்றியும் யோசிக்க நேரமில்லாமல் படியில் இறங்கிப் பாய்ந்தார். தன்னிடம் ஒப்படைக்கப்பட்டவர்களைப் பொறுப்போடு கவனித்துக்கொள்ள வேண்டும் என்ற நினைப்பு மட்டுமே மேலோங்கியது. ஓடிப்போய் அவன் கையை விலக்க யத்தனித்தபோது அவர் செவிப்பறையில் ஓங்கி அறைந்தான். ரம்லி கீழே தடுமாறி விழுந்தார். கைமுட்டியில் சிராய்ப்பு ஏறி ரத்தம் பொடிப்பொடியாய்த் துளிர்த்தது. அவரால் உடனே எழ முடியவில்லை! அடியின் உக்ரம் தலையைச் சுழலச் செய்தது. கைலி தளர்ந்து விட்டிருந்தது. தக்கிடோ உடனே உறையிலிருந்த கத்தியை உருவி அவர் கழுத்தருகே வைத்து தொமரே என்றான்.

ராணி மிரண்டுபோய்க் கத்தினாள். "பாரு!... பாரு!..." என்று இரண்டு கைகளையும் நீட்டிக் கதறினாள். விசும்பி விசும்பி அழத் தொடங்கினாள். ரம்லியின் மனைவி ஏதும் செய்யமுடியாமல் அதிர்ந்துபோய் அசையாமல் நின்றுவிட்டாள். அவள் கூச்சல்போட முயற்சித்தபோது குரல் எழவில்லை. ஓடி வந்து கணவனின் அருகில் நின்று "யா அல்லாஹ்!" என்றாள்.

தக்கிடோ பார்வதி கதறக்கதறத் தூக்கிக்கொண்டு காட்டுப் பக்கம் நுழைந்தான். அவள் அவன் முதுகை அறைந்தாள். தோளைக் கடித்தாள். அவன் நோக்கம் தீரும்வரை அவளின் தாக்குதல் அவனைப் பெரிதாய் ஒன்றும் செய்துவிடவில்லை.

அவளைக் கீழே வீழ்த்தியபோது அவள் ஓட எழுந்தாள். உடைவாளை எடுத்து அவள் கழுத்தருகே வைத்தான். அதன் நீளமும் பளபளப்பும் அவளை அசையவிடாமல் செய்தது. விழிகள் அகல விரிந்து மருண்டன. தன்னை என்ன செய்ய இப்படி மண்ணில் வீழ்த்த முயலுகிறான் என்று அவளுக்கு விளங்கவில்லை. கத்தியைக் கையில் பிடித்தவாறே அவளை மண்ணில் விழச்செய்தான். அவளின் சாய்ந்த உடல் அவனை மேலும் கிளர்ச்சி கொள்ள வைத்தது. தன் இடுப்புக்குக் கீழ் அவன் உடையை விரைந்து தளர்த்தினான். அவன் உடை குதிக்கால் வரை சுருங்கி நின்றது. அவள் அவன் தோளில் கைவைத்துத் தள்ள முயன்றாள். அவளால் அத்துனை பலம்கொண்ட அரக்கனை அசைக்கக்கூட முடியவில்லை. முகத்தை நகங்கள் கொண்டு பிராண்டினாள். அவள் முகத்தில் ஓங்கி அறைந்துவிட்டு,

இயங்க ஆரம்பித்தான். அவள் கூச்சல் மரத்தோப்புகளிடையே எதிரொலித்தது. மரக்கிளைகளில் அமர்ந்திருந்த பறவைகள் கூச்சல் கேட்டுப் படபடத்துக் கிளம்பின. பின்னர் அவள் ஓலம் முற்றாய் அடங்கிப் போனது.

அவளை அப்படியே கிடத்திவிட்டுக் கிளம்பிப் போய்விட்டான் தக்கிடோ. பார்வதி செத்தைகளின் நடுவே சுயநினைவிழந்து கிடந்தாள். சற்று நேரத்தில் அவளைத் தேடிக்கொண்டு ரம்லியும் அவன் மனைவியும் வந்துவிட்டனர். பார்வதியைத் தூக்கிக்கொண்டு வீட்டுக்கு ஓடினார் ரம்லி. அவன் மனைவி வாயில் துணியால் மூடிக் கண்ணீர்விட்டபடியே பின் நடந்தாள்.

தகவல் அறிந்து, தாத்தா தலையில் தலையில் அடித்துக் கொண்டார். 'ராமாயிக்கு என்ன பதிலு சொல்றது?' என புலம்பிக்கொண்டே இருந்தார். 'என்ன நம்பித்தான வுட்டுட்டு போனா!.. இவனைக் கொல்லாமல் வுட்டா இன்னும் நாசம் பண்ணுவான்.' அவருக்குத் தலை சுற்றியது.

காளியின் வீடு நோக்கி சைக்கிளை மிதித்தார். அவர் இரு பெண் பிள்ளைகளையும் அவன் கண்ணில் படாமல் மறைத்து வைத்த வியூகங்கள் தோல்வியில் முடிந்ததை நினைத்து ஆங்காரம் பொங்கியது. கொஞ்ச தூரம் போயிருப்பார். அதற்குள் காளி எதிரே வந்துவிட்டிருந்தான்.

பதறும் கண்களுடன் "காளீ!.. காளீ!.. எல்லாம் கெட்டுப் போச்சியா.. ஐயோ!.." என்று உரத்த குரலில் அலறினார். சைக்கிள் அவர் பிடியை மீறி மண்ணில் சாய்ந்து அதிர்ந்தது. கால்கள் தளர்ந்து மடங்கி மண்ணில் வீழ்ந்தார். மண்ணைக் குத்தி ஆவேசம் பொங்கக் கத்தினார். மூக்கிலிருந்து சளி வழிந்து கண்ணீரோடு கலந்தது.

"என்ன மாமா?.. மாமா சொல்லுங்க! என்ன ஆச்சு?"

"நாம பூப்போல பொத்தி பொத்தி காவந்து பண்ணத, பாவிப்பய சப்பான் கம்னாட்டி ஒரு நொடியில கசக்கி எறிஞ்சிட்டான்.. காளீ!..." தக்கிடோ செய்த காரியத்தை மாமா சொன்னதும் அவன் உடல் தகித்தது.

காளி சைக்கிள் 'சீட்டில்' அமர்ந்தவாறே ஒரு காலை மண்ணில் ஊன்றி அவரை விழிவிலகாமல் பார்த்தான். மாமா துடித்து அழுவது அவனைத் தொந்தரவு செய்தது. 'ஹேண்டில் பாரை' ஓங்கி அடித்தார். சீற்றம் ஏறிக்கொண்டே இருந்தது. சைக்கிளை நிறுத்திவிட்டு அவரைத் தூக்கி நிறுத்தினான்.

"அவன் வரட்டும் இங்கியே கொரவளைய கடிச்சி ரத்தத்த உறிஞ்சிடுறேன்.." என்று பல்லைக் கடித்தான் காளி. அவன் இரு கைகளும் பரபரத்தன. நரம்புகள் சூடேறின.

"அவன வுடாத காளி!.. கொன்னுடு...அவன் பொணத்த பாத்தாத்தான் என் மனசு ஆறும்! சாவடிச்சிடு!.." மூச்சிரைத்தது கிழவனுக்கு. நெஞ்சுக்கூடு விம்மி விம்மி இறங்கியது.

"மாமா!.. இன்னிக்கி இல்லன்னாலும் கண்டிப்பா சீக்கிரமே இங்க வருவான். அவன் ருசி கண்ட பூனை. நான் அன்னாடம் அந்த நாய்க்காகக் காத்திருப்பேன். அவன் ரத்தத்த பாக்குற வரைக்கும் நான் ஓயமாட்டேன்.. நீங்க பாத்துகிட்டே இருங்க..! மலாய்க்காரன் வூட்டுக்குப் போவமாட்டான். இனிமே, புள்ளைங்க அங்க இருக்காதுன்னு அவனுக்குத் தெரியும். இங்கதான் இருப்பாங்கன்னு ஊகிச்சிருப்பான். வருவான்.. கண்டிப்பா வருவான், கொடல புடுங்கிட்றேன்.." அவன் கண்களும் கன்னங்களும் துடித்தன.

கிழவர் அரற்றினார், "ராமாயிய நெனச்சாத்தான்.. கடவுளே!.. அவன வுட்றாத.."

"அவன் எல்லாரியுமே கோழைன்னு கணக்கு போட்டுட்டான். அதனால் ஓட ஓட வெரட்றான். இங்க காளின்னு ஒரு பத்ரகாளி இருக்கிறத அவனுக்குக் காட்டணும், காட்டுவேன்!"

காளி காத்திருந்தான்.

காளி யூகித்தது போலவே இரண்டு நாள் கழித்து மீண்டும் வந்தான் தக்கிடோ.

கொல்லைப்புறம் ஓய்ந்து விட்டிருந்தது. மண் பாதையில் நடமாட்டமில்லை. இருள் விழத்தொடங்கி சூன்யமாகிக் கொண்டிருந்தது.

சுற்றிலும் புதர் மண்டி இருளை மேலும் கனமாக்கியது. கொல்லைக்கு மிக அண்மையில் இருக்கும் காடு கரிய மிருகம்போலப் படுத்துக் கிடந்தது.

காளி வாழைத்தோப்புக்குள் புலிபோலப் பதுங்கிக் காத்திருந்தான். விரித்திருந்த வலைக்குள் சிக்க கெம்பித்தாய், கிழவன் வீட்டை அடைந்திருந்தான்.

சைக்கிளை நிறுத்தினான். வீடு அரவமற்று இருந்தது. வாசல் பக்கம் போனான். கதவு தாழிட்டிருந்தது. முகம் ஏமாற்றத்தில் கன்றிப்போனது. சுற்றிலும் டார்ச் அடித்துத் தேடினான்.

பின்னால் வாழைத் தோப்புப் பக்கம் போனான். மடிந்து தொங்கிய வாழை இலைகள் அவன் அசைவை சரசரப்பு ஓசை எழுப்பி அறிவித்தது. கையில் வைத்திருந்த சிறிய 'டார்ச் லைட்' வட்ட ஒளி வெள்ளை விழிப்படலமென அலைபாய்ந்தது. ஆனால் தோப்பின் அடர் இருள் இடராய் இருந்தது.

"நாம போய் தாக்கணும்னு நெனச்சோம்.. அதுவே வந்து மாட்டுது! இன்னிக்கு ஒரு கொல விழப்போவுது.." அவன் கைகள் சுத்தியலை மேலும் இறுகப் பிடித்தன. விரல் நரம்புகள் புடைத்திருந்தன. அவன் கண்களில் ஜுவாலை கனன்றது.

அவன் வாட்டமாய்ச் சிக்கவேண்டும் எனப் பொறுமையாக இருந்தான். வாழைமரச் சருகுகள் மிதிபடும் ஓசை கேட்டது. அவன் நெருங்கிவரும் காலடி ஓசை கேட்டுக்கொண்டே இருந்தது. தலைக்குள் குருதி பாய்ந்து கொண்டிருந்தது காளிக்கு.

அவன் அருகில் நெருங்கி விட்டதை உணர்ந்தவுடன் காளி விருட்டெனப் பாய்ந்து, கையில் வைத்திருந்த சுத்தியலால் ஓங்கிப் பிடரியில் தாக்கினான். அவன் சுருண்டு மண்ணில் சாய்ந்தான். அப்போது வாழை இலைகளின் சரசரப்பு மட்டுமே கேட்டது. பிடரி ரத்தம் அவன் முகத்தில் பீய்ச்சியிருந்தது.

ஓடிப்போய் கெம்பித்தாயின் சைக்கிளை மறைத்து வைத்தான். ஊர் கும்மிருட்டில் மூழ்கியிருந்தது. வேதாளத்தைச் சுமந்த விக்ரமாதித்தன் போல தோளில் கெம்பித்தாயைச் சுமந்துகொண்டு காட்டுப் பக்கம் ஓடினான்.

காட்டின் ஓரத்தில் முசுடு மேயும் மரமொன்றில் கொண்டு வந்த கயிற்றால் கைகளைப் பின்னால் இழுத்துக் கட்டினான். கால்களையும் இறுக்கினான். அவனுக்கு மயக்கம் தெளிந்திருக்கவில்லை. தலை தொங்கி உடல் செத்த பாம்புபோல துவண்டிருந்தது. மரத்தின் பெருத்த வேர்போல மரத்தோடு ஒட்டிக்கிடந்தான் அவன்.

"சாவுடா... சாவுடா... வயசுப் பொண்ணு கேக்குதா ஒனக்கு?"

காளியின் மேலும் நெருப்பெறும்பு ஏறிக்கொண்டிருந்தது. தட்டிவிட்டுக் கொண்டே ஓர் 'ஆட்டை' பலிகொடுத்த பூர்வாங்க வேலையை முடித்திருந்தான்.

அங்கிருந்து கீழுதட்டை விரல்களால் பிதுக்கி அடையாள விசில் சத்தம் எழுப்பினான். இரண்டொருமுறை விட்டு விட்டு எழுப்பியதும் மறு ஒலி காட்டுப் பக்கம் இருந்து புறப்பட்டு வந்தது.

இனி காளி நிற்கத் தேவையில்லை. நம்ம கோம்ரெட்கள் கவனித்துக் கொள்வார்கள்.

ஒரேயொரு வேலைதான் பாக்கி. சைக்கிளை இல்லாமல் ஆக்கிவிட வேண்டும்.

★★★

மகளை என்ன சொல்லித் தேற்றுவது என்று தெரியவில்லை ராமாயியின் அப்பாவுக்கு. தாவணி முனையை வாயில் வைத்து மூடிக்கொண்டு சுவரில் சாய்ந்து அமர்ந்திருந்தாள். கண்ணீரில் துணி நனைந்த ஈரம் ஒரு தீவு போலப் பரவியிருந்தது.

"இப்படி அணிப்புள்ள கடிச்ச பழமாயிட்டாளே.. அப்பா."

"ராமாயி... தப்பு அவ பேர்ல இல்லியேம்மா... பொத்தி பொத்திதான் பாத்துக்கிட்டேன். கைமீறி நடந்து போச்சே.."

கேவிக்கேவி அழுதபடி ராமாயி சொன்னாள், "வூட்ல கெடந்தவள நா இல்ல வலுக்கட்டாயமா கூட்டியாந்து நம்ம வூட்ல வச்சேன். நான்தான பொறுப்பேத்துக்கணும்"

"நீ செஞ்சதெல்லாம நல்லதுக்குத்தான... இப்படி நடக்கும்னு யாருக்குத்தான் தெரியும்? நாம ஒன்னு நெனைக்க கடவுள் ஒன்னு நெனச்சா என்னதான் செய்றது?"

"கசக்கிப்போட்டுட்டானே அப்பா" கங்காணி கேப்பாரே... ஒன் வவுத்துப் புள்ளயா இருந்தா இப்படி நடக்க வுட்ருப்பியான்னு... நான் என்ன ஜவாப் சொல்றது அவருக்கு?"

"நாம வேலி போட்டுத்தான் பயிர காவந்து பண்ணொம். பொயலு மழை வந்து அடிச்சா... அத எப்படி தடுக்க முடியும்?"

"வாழப்போற பயிராச்சே..."

"ராமாயி..." என்று தோளைத் தொட்டுச் சொன்னார், "இங்க பாரு அவ சின்னபுள்ள... வெவரம் தெரியாதவ... இது நல்லது... இது கெட்டதுன்னு நாமதான் சொல்லி வளக்கறொம்... அவளா தேடிப்போயிருந்தா... அது தப்புதான்... அவள மீறி நடந்த ஒன்னு... அதுக்கு அவ பாத்தியப்பட மாட்டா... கங்காணி எப்போ வருவாரோ தெரியாது... இதெல்லாம் காதும் காதும் வச்ச மாதிரியே நமக்குள்ள இருக்கட்டும்... இதையெல்லாம் ஏன் அவருகிட்ட சொல்லுவானேன்... அவரே மக நல்லாருப்பாங்கிற நெனப்புலியே வருவாரு... அந்த நெனப்பு அப்படியே இருக்கட்டும்... அந்த நெனப்புல மண்ணவாரி

போடுவானேன். நாம் சொல்ற வார்த்தையில ஏன் வெஷம் ஏத்தணும்? நல்லதும் கெட்டதும் நாம பேசுற வார்த்தையால உண்டாவுறது தானம்மா...”

ராமாயி தந்தையை வெடுக்கென ஏறிட்டுப் பார்த்தாள். “என்னப்பா சொல்றீங்க..? பொம்பள மனச அறிய பொம்பளையா பொறக்கணும்னு சொல்லுவாங்க... அது சரியாத்தான் இருக்கு...” என்றாள் அடிக்கடி மூக்கைச் உறிஞ்சிக்கொண்டு. இறங்கிய சளியை ‘செர்ருக், செர்ருக்’ என்று இழுத்துக் கொண்டாள்.

“அம்மா... நாலுபேருக்குத் தெரிஞ்சாத்தான் அது தப்பு... தெரியாதவரைக்கும் அவ நெரபராதிதான்...”

“அப்பா அவள கட்டப்போறவனுக்குத் தெரிஞ்சா அவ வாழ்க்கையே நரகமாயிடுமேப்பா.”

“பார்வதிக்கு இதப் பெரிசா சொல்லி அவ மனசுல ஏத்தாத வரைக்கும் அவ தரப்புல தப்ப இல்லேன்னு ஆயிடும்... அவள பொருத்தவரைக்கும் அவ கற படாதவன்னு நாமதான் பக்குவமா சொல்லி வைக்கணும்...”

“ராணிக்குத் தெரியுமேப்பா...”

“ ராணியும் பார்வதி மாரி சின்ன புள்ளதாம்மா. அவன் மனசிலேயும் மாச ஏத்தக் கூடாது. இது மலாய்க்கார கம்பத்துல நடந்தது. குச்சிக்காட்டு வரைக்கும் போவாது. நம்ம சனம் யாரும் இங்க இல்ல.”

“பொட்ட புள்ளப்பா...”

“நாம ஏன் ராமாயி ஒடம்புல துணி போட்டு மூடிக்கிறம்... அம்மணம் தெரியக்கூடாதுன்னுதான? அந்தப் புள்ளைக்கு நாளைக்கு நல்லது நடக்கணும்னா... நாம வெளிய வாயத் தொறக்கக் கூடாது, எங்கப்பன் குதுருக்குல்ல இல்லன்னு நாமளே சொல்லக்கூடாது.”

ராமாயி அப்பாவை கூர்ந்து பார்த்து பின்னர் சொன்னாள், “நம்ம புள்ளக்கி இப்படி நடக்கலன்னுதான, நீங்க இதெல்லாம் மறைக்கச் சொல்றீங்க...”

“நம்ம புள்ளயா இருந்தாலும் இதத்தான் செய்திருப்போம்... நல்லா ஓசிச்சி பாரு... நீ!”

“அவளுக்கு நல்ல வாழ்க்க அமையணுமேப்பா!”

“அமையும், அதெல்லாம் மேல உள்ளவன் பாத்துக்குவான், பார்வதிக்கு எங்கனா கொடுப்பன இல்லாமயா போய்டும்? எத்தனியோ பொண்ணுங்க நல்லா வாழ்றத எங்கண்ணால பாத்திருக்கேம்மா.”

ராமாயிக்கு அப்பாவின் சொற்களில் திருப்தியில்லை. அப்பா ஆணாக இருந்து பார்க்கிறார். இந்த விசயத்தில் மனதைக் கல்லாக்கிக் கொள்வது எப்படி என்றுதான் அவளுக்குப் புலப்படவில்லை.

ராமாயிக்கு மேலும் கலக்கமானது. அவள் முகம் இருளுக்குள் சிக்கிக் கிடந்தது.

 # பாஜா = வாடகை

 # தொமாரே = நிறுத்து

18

சிம்போங் முகாமில்..

சப்பான்காரன் கொட்டடியைக் காட்டி ஏதோ ஆணையிட்டான்.

சுள்ளாண்டியைச் சுமந்து வந்தவர்களுக்கு முகாமை அடைந்ததும் போதும் போதும் என்றாகி விட்டது. பிறர் தோள்மாற்றக் கேட்டபோது, "பரவால்ல.. ன்னும் கொஞ்ச தூரம்ன்னுதான் சொன்னான்.." என்று சொல்லி விட்டார்கள்.

ஜோசப்பும் பீட்டரும் தோள்கொடுக்க பின்னாலே நடந்து வந்து கொண்டிருந்தனர். அவ்வப்போது சுள்ளாண்டியைக் கவனித்துக் கொண்டே வந்தனர். அவன் முகாமை அடையும் வரை ஒன்றும் ஆகிவிடக் கூடாது என்று மனம் கெஞ்சியது.

கண்ணுக்கெட்டிய தூரத்தில் பறந்த பறவைக் கூட்டம் தாழப் பறந்து கைக்கெட்டும் அருகில் வந்து மீண்டும் ஆகாயத்துக்குச் சிறகடித்தது. இரண்டு பட்டங்களைக் கட்டிக்கொண்டது போல ஒரு பருந்து இறக்கையை விரித்துப் பறந்து வேறு கிளைக்குத் தாவியது. கிளை அதன் சுமை தாங்காமல் கீழே தொங்கி ஆடியது. பருந்துக்கு அந்த இடம் சரிபட்டு வரவில்லை போலும். மீண்டும் தன் பெரும் குடைச்சிறகை வீசி வேறொன்றுக்குத் தாவியது. பின்னர் நின்று வெறித்தது. தன் இரைக்காக எதனையோ பார்த்துவிட்டு அதனைத் தன் கூரிய நகங்களால் பற்றும் வியுகத்தை அமைத்துக் கொண்டிருந்தது.

சுள்ளாண்டியைத் தோளிலிருந்து இறக்க பிறர் கை கொடுத்தனர்.

மூங்கில் கொட்டடியின் ஐந்தடியில் கிடத்தினார்கள். தூக்கி வந்தவர்களுக்கும் அந்தச் சூடு தோள்களிலும் கைகளிலும் தகித்தது. அது அடங்க சில நொடிகள் ஆயிற்று.

அவன் உடலில் அசைவு இல்லை. கண்கள் மேலே செருகி விட்டிருந்தன. அரைகுறையாய் மூடிய விழிகளிலிலிருந்து வெள்ளை விழி மட்டுமே சன்னமாய்த் தெரிந்தது.

“ஒடம்பு கொதிக்கிது” ஒடுங்கிய குரலில் சொன்னார் சுமந்து வந்தவர்களில் ஒருவர்.

“அத்துமாரா” என கூட்டத்தை நோக்கி கட்டளையைப் பிறப்பித்த சப்பான்கார அதிகாரி ஒருவன், படுக்கப் போட்டிருக்கும் சுள்ளாண்டியைக் கண்கொண்டு பார்க்கவே இல்லை.

நாளை அதிகாலையிலேயே வேலைக்குத் தயாராகும்படி தான் கட்டியிருந்த கை கடிகாரத்தைக் காட்டிச் சொன்னான். பின்னர், சப்பானிய அதிகாரிகள் யாரும் அங்கு நிற்கவில்லை. அவர்களுக்கென்று தங்குமிடம் இங்கு எங்காவது இருக்கலாம். சிலர் அவர்கள் போகும் திசையைப் பார்த்தார்கள். ஏதும் குடியிருப்புப் பகுதி இருப்பது போல தென்படவில்லை. மருந்து கொண்டு வரலாம் என்று காத்திருந்தனர்.

ஜோசப் சுள்ளாண்டியை மெல்லத்தட்டி, “இப்பொ எப்டி இருக்கு?” என்றான். சுள்ளாண்டியால் பேச முடியவில்லை. அரை மயக்கத்தில் இருந்தான். படுத்த வாக்கிலேயே வாந்தி குபுக்கென வெடித்துத் தரையை நனைத்தது. அவனைச் சுற்றி மலவாடை நிரந்தரமாகியிருந்தது. அருகில் வந்தவர்கள் உடனே சில அடிகள் பின்னால் நகர்ந்தனர்.

சுள்ளாண்டியைச் சுமந்து வந்தவர்கள் தண்ணீர் தேடிப்போய் திரும்பியிருந்தார்கள். தண்ணீர் சேந்தும் வாளியில் தண்ணீர் கொண்டு வந்தார்கள். சுள்ளாண்டியைக் கொஞ்சம் விலக்கி, கழிவின் மேல் வீசி ஊற்றினார்கள்.

“கெணறு தோ அங்கிருக்கு..”

“இங்க யாருக்காவது இவருக்கு என்னான்னு சொல்ல முடியுமா? யாராவது ஆஸ்பித்திரியில வேல செஞ்சவங்க இருக்கீங்களா?” என்று உரக்கக் கேட்டார் பீட்டர்.

அதற்கு முன்னால் தகவல் அறிந்து ஓடிவந்தார் ஒருவர். சுள்ளாண்டியின் நாடியைப் பிடித்துப் பார்த்தார். “எத்தன மொற வயித்தால போனிச்சு? வாந்தி எத்தன தடவ?” என்று ஜோசப்பைக் கேட்டார்.

“நெறைய தடவ.. வாந்தி விடாம எடுத்துக்கிட்டே இருந்தார்”

“அவனுங்க கொடுத்த சாப்பாட்ட தவர வேற எதையும் சாப்ட்டாரா?”

“வேற சாப்பாடா? என்னா இருக்கு? ஒன்னுமில்லியா..”

“ஒங்களுக்குத் தெரியாம ஏதும் வச்சிருந்தாரா?”

“இல்லிங்கையா.. நான் அவர் பக்கத்திலியேதான் இருந்தேன்” இருவருக்குப் பின்னால் நின்ற அக்னிஸ் சொன்னாள்.

பீட்டர் கேட்டார், “நீங்க டாக்டராங்க?”

“இல்ல.. நான் எஸ்டேட் குரூப் ஆஸ்பிட்டல் ‘டிரஸ்ஸர்’.”

“புண்ணியமா போவுது.. பாருங்க, ஆளு மூச்சு பேச்சில்லாம இருக்கார்.”

“ரொம்ப சீரியசா இருக்காரு.. ஒடம்புல தண்ணி மோசமா கொறஞ்சிருக்கு. வாந்தியெடுத்ததுலயும் பேதி போனதுலயும் நெறைய தண்ணி போயிடுச்சு.. ஜுரம் நெருப்பா அடிக்குது. மருந்து ஒடனே வேணும்..”

“இந்த நேரம் பாத்து ஒருத்தனையும் காணம். ஆள சேக்கும்போது சின்னப் புள்ளைங்களுக்கு முட்டாய் காட்ற மாரி என்னென்னெமோ ஆச காட்னானுங்க. இப்பப் பாரு.. நடு காட்ல அனாமத்தா வுட்டு கெளம்பிப் போய்ட்டானுங்க எவன் எக்கேடு கெட்டா என்னான்னு!”

“சாவப் பொலக்க கெடக்கறான்னு கூட மருந்து கொடுக்கலையே” என்று கூட்டத்தில் இருவர் புலம்பித் தீர்த்தனர்.

“மருந்துக்கு எங்க போறது. அத்துவானக் காட்ல வந்து மாட்டிக்கிட்டில்ல இருக்கம். சப்பான்காரனுங்க எங்க போனானுங்கனே தெரில”

“நீங்க யாராவது வயித்தால போறதுக்கு மாத்திரய கையோட கொண்ணாந்தீங்களா?” எல்லாரும் உதட்டைப் பிதுக்கினர்.

சுள்ளாண்டி மட்கின கட்டையாகப் படுத்துக் கிடந்தான். கால் பெருவிரல் மட்டும் அவ்வப்போது அசைந்தது. விழிகள் திறக்கவில்லை.

“யாருக்காவது பச்செல வைத்தியம் தெரியுமா?” என்று மேலும் கேட்டர் டிரஸ்ஸர்.

“திருநீற்றுப்பச்சைன்னு ஒரு செடிவகை இருக்கு. அத மூனு வேள கசக்கி வாய்ல ஊத்னா போய்டும்,” என்றார் கூட்டத்தில் ஒருவர்.

“ஒங்களுக்கு நல்லா தெரிமா?”

“எங்க பாட்டி குடுத்திருக்காங்க.. நான் எங்கூர்ல இருக்கும்போது பாத்திருக்கேன்”

“ஒங்களுக்கு அந்த எலையை நல்லாத் தெரிஞ்சா தேடிப்பறிச்சி கொண்டாங்களேன்.. நீங்களே கசக்கிக் கொடுங்க.”

அவர் சொல்வதற்கு முன்னாலேயே வைத்தியம் சொன்னவர் காட்டுக்குள் தேடி ஓடினார். அவர் பின்னாலேயே இன்னொருவரும் சேர்ந்து கொண்டார்.

எங்கும் அடர்த்தியான புதர் மண்டிக் கிடந்தது. சில இலைகள் தேடிவந்த அதே இலையின் வடிவத்தில் இருந்தன. ஒவ்வொன்றாய்க் கிள்ளி முகர்ந்து பார்த்தார். உறுதிப்படுத்த நாக்கில் வைத்துப் பார்த்தார். ஏமாற்றத்தோடு கீழே போட்டார். விடாமல் தேடியபடி இருந்தார். அவர் முகர்ந்து பார்க்கும் போதெல்லாம், “அந்த எலதானா?” என்று விசாரித்தபடி இருந்தார் நண்பர். அவர் கேட்கும் ஒவ்வொரு முறைக்கும் இல்லை என்றே திருப்தியின்மையில் தலையாட்டினார்.

மீண்டும் கணுக்கையைப் பிடித்து நாடி பார்த்தார் ட்ரஸ்ஸர். அவர் கண்களில் நம்பிக்கை ஒளியில்லை. நாடியின் துடிப்பு விரலுக்குள் சிக்காமல் போக்குக் காட்டியது. “இது சாதாரண வயித்துப் போக்கு மாரி தெர்ல.. இந்த மாரி கேசுங்க நான் வேல செஞ்ச ஆஸ்பிட்டலுக்கு வந்திருக்கு...” என்று சொல்லி நிறுத்தினார்.

“நிக்காத வைத்தால, வாந்தி, காய்ச்ச ஏறிக்கிட்டே இருக்கும்.. ‘பிரஸ்ஸர்’ மோசமா இருக்கும்.. நாடித்துடிப்பு படிக்க முடியாது, அது அப்படியே இவருக்கிருக்கு!” சுற்றியிருந்தவர் கண்களில் அவநம்பிக்கை துளிர்ந்தது.

“சொல்லுங்க ‘டிரஸ்ஸர்’ என்னா அவருக்கு?”

பச்சிலை மருந்து தேடப்போனவர் திரும்ப வந்திருந்தார். “ஒன்னும் கெடைக்கல.. ‘டிரஸ்ஸர்’ சார். பொழுது சாய்து வேற. வெளிச்சத்திலதான் தெளிவாத் தெரியும்.”

“எனக்கு என்ன செய்றதுன்னு தெரில.. வாய்வழியா தண்ணி கொடுக்கிற நெலமையில இப்போ அவரு இல்ல...!”

சுற்றியிருந்தவர் அனைவரும் உணர்வில்லாமல் கிடக்கும் சுள்ளாண்டியையே கண்மாறாமல் பார்த்துக் கொண்டிருந்தனர், திகில் மண்டிய விழிகளோடு. என்ன செய்வதென்று புரியவில்லை யாருக்கும்.

காடு அசாதாரண மௌனம் பூண்டிருந்தது.

பீட்டர் சுள்ளாண்டி அருகில் குந்தி அமர்ந்து தொட்டுணர்ந்தார். உடலின் அனல் அவரது கைகளைச் சுட்டது.

"என்ன இப்டி கொதிக்கிது? என்னமோ சொல்ல வந்தீங்களே.. சார்?" திரும்பி அண்ணாந்து பார்த்து டிரஸ்ஸரைக் கேட்டார். அவர் மனம் எடை கூடியிருந்தது.

"ம்.. எல்லாத்துக்கும் தயாரா இருங்க.. நாளக்கி வரைக்கும் பாப்பம்"

"நீங்களே கை விரிக்கிறப்ப, ஒன்னுந் தெரியாத நாங்க என்னதான் செய்ய முடியும்?"

"என்னால ஒன்னுமே பண்ண முடிலனு, எனக்கும் வருத்தமாதான் இருக்கு!"

சுள்ளாண்டியின் உடல் மெல்ல அதிர்ந்தது. காய்ச்சல் பினாத்தல் கேட்டது.

கொட்டடியைச் சுற்றி இருள் சூழத் தொடங்கியிருந்தது. கொட்டடிக்குள் விளக்கு ஏதுமில்லை. சுற்றி நின்றிருந்தவர் பலர் களைப்பின் மிகுதியால் கொட்டடியில் இடம் பிடிக்கப் போனார்கள்.

சூழ்பச்சை இருள், கரிய பச்சையாகிப் பின்னர் கரிய நிறத்திலும் பரிணாம மாற்றம் அடைந்து இருண்டு கொண்டிருந்தது.

டிரஸ்ஸர் பீட்டரைக் கைகாட்டி அழைத்தார். ஜோசப்பும் அக்னிஸும் கூட வந்தார்கள்.

பீட்டர் அருகில் சென்றவுடன் சொன்னார். "மருந்தில்ல.. பெருவிரல் நுனியை அமுக்கிப் பாத்தா ரத்த நெறத்த பாக்க முடில, எனக்கு சொல்ல பயமா இருக்கு," என்றார். பீட்டருக்கு அதை எப்படி உள்வாங்கிக் கொள்வதென்று விளங்கவில்லை.

"நான் நெனக்கிறேன்.. என் அனுபவத்தில சொல்றேன்.." என்று சொல்லிச் சற்று நேரம் குரலைத் திருத்திக்கொண்டார். "இதே நோய் அறிகுறிகள் கொண்டவங்கள நான் பாத்திருக்கேன்.. பொலக்க.."

"என்ன சொல்றீங்க..?"

"நீங்க புரிஞ்சிப்பீங்க.. யாரும் அவருக்குச் சொந்தம் இருக்காங்களா இங்க?'

"நாங்க ஒரே எஸ்ட்டேட்காரங்க. சொல்லுங்க டிரஸ்ஸர்," என்றான் ஜோசப்.

“அவருக்கு.. காலராவா இருக்க...லாம்னு தோணுது. அதுக்கு மருந்தே கண்டுபிடிக்கல இன்னும். நாடித்துடிப்பே இருக்காது.. அந்த சீக்கு உள்ளவங்களுக்கு. தண்ணியில் பரவுற சீக்கு” என்றார்”

“ஆமாம்.. அவரு வரப்போ ஆத்துத் தண்ணிய குடிச்சாரு..” அக்னிஸ் சொன்னாள்.

“அப்பொ அதுதான்.. நீங்க வேற யாரும் குடிச்சீங்களா?”

“இல்ல.. இவரு மட்டுந்தான் எறங்கி குடிச்சாரு. மத்தவங்க கொஞ்சம் பேரு வேற எடத்துல எறங்கிக் குடிச்சாங்க.”

“அது குடிச்சி நாலஞ்சு மணிநேரத்துல வவுத்தால போனிச்சி.. அப்றம் வாந்தி..”

“நாளக்கி வரைக்கும் இருப்பாரான்னுகூடச் சொல்ல முடில.. எதுக்கும் தயாரா இருங்க..” டிரஸ்ஸர் அப்படிச் சொல்ல பீட்டருக்கு இருந்த நம்பிக்கையெல்லாம் மலை உச்சியிலிருந்து விழும் கற்களெனச் சரிந்தது. அக்னிஸ் குமுறத் தொடங்கினாள். ஜோசப் அவளைத் தேற்ற அங்கிருந்து கைத்தாங்கலாகக் கூட்டிப் போனான்.

மிக அருகில் கோட்டான்களின் குரல் கேட்டது. வனச் சிற்றுயிர்களின் ஒலி விடாமல் ஒலித்தது. எல்லாத் திசையிலிருந்தும் புறப்பட்டுச் செவிகளை மோதின சத்தங்கள். மிகக் கோரமாகச் சூழ்ந்து கொண்டன அவற்றின் இடைவிடாத ஒழுங்கற்ற ஓசை. ஒன்றின் மேல் இன்னொன்று, ஒன்றையடுத்து ஒன்று, ஒன்றோடு இன்னொன்று என பல்லாயிரம் குரல்கள் ஓலமெனக் கேட்டுக்கொண்டே இருந்தன.

விடியும் போது சுள்ளாண்டியின் உடல் சில்லிட்டு விட்டிருந்தது.

பீட்டர் ஓடிப்போய் டிரஸ்ஸரை எழுப்பிக் கொண்டு வந்தார். தொட்டுப் பார்த்தவர் கைவிரித்தார். அக்னிஸ் வாய்விட்டுக் கதறினாள். பீட்டர், ஜோசப், சங்கிலி, ஆகியோர் உணர்ச்சியற்று நின்று கொண்டிருந்தனர். அக்னிஸ் ஜோசப்பின் தோளைப் பற்றி உலுக்கிப் பீறிட்டாள்.

கொட்டடியில் இருந்தவர்கள் சூழ்ந்து கொண்டனர்.

நான்கைந்து சப்பானியக் கங்காணிகள் அங்கே வந்தனர். இருவரைச் சுட்டிக்காட்டிச் சுள்ளாண்டியைத் தூக்கச் சொன்னார்கள்.

‘என்ன செய்யப் போறானோ?’ என யோசித்துக் கொண்டிருக்கும் போதே சுமந்தவர்களைப் பின்னால் தொடரச் சொல்லி “ஹியாகு செயோ” என்று ஆணையிட்டான் அதிகாரியொருவன்.

காட்டின் உள்ளே நுழைந்து ஓடினார்கள். பீட்டரும் ஜோசப்பும் அவர்களைக் கொஞ்ச தூரம் பின்தொடர்ந்து கொண்டிருக்க, சப்பான்காரன் இருவரையும் கொட்டடி பக்கம் கைகாட்டிப் போகச் சொல்லி மிரட்டினான்.

நின்று அவனைப் பார்த்தார்கள். "சுசுமே" என்று மீண்டும் கத்தினான்.

வனத்துக்குள் நுழைந்தவர்கள் சற்று நேரம் கழித்துத் திரும்பி வந்தார்கள். கூட்டம் நின்ற இடத்திலேயே அசையாமல் இருந்தது.

"பாவிப்பய.. காட்டுப் பள்ளத்தாக்குல போடச் சொல்லிட்டான்.." என்றார் திரும்பியவர்களில் ஒருவர் வாயில் துண்டைப் போட்டு மூடியபடி.

"இந்தக் கையினாலதான் அந்தப் பாவப்பட்ட காரியத்தை செஞ்சேன்.." என்று தலையில் அடித்துக் கொண்டார் இன்னொருவர். அவர் கைகள் பதறின.

"நாங்க தயங்கிப்போயி நின்னம். கம்பெடுத்து விளாசறான் எங்கள. வேற வழி இல்ல எங்களுக்கு." என்று குமுறினார்கள்.

திகைப்பும் சினமுமாய் கூட்டம் பொங்கிக் கொண்டிருந்தது. கைகள் மாயக்கயிற்றால் அவிழ்க்கவே முடியாத நிலையில் கட்டிப்போட்ட உணர்வு எல்லாரையும் குடிகொண்டது. நெஞ்சிலிருந்து குருதி வெளியே பீய்ச்சியடிப்பது போன்றதொரு கொடுங்கனவு வந்து போனது. அவர்கள் வாழ்க்கை இந்தக் காட்டில் கருகிச் சாம்பலாகப் போகும் அறிகுறியை இந்தச் சம்பவம் உணர்த்திக் கொண்டிருந்தது.

"சின்னுதா ஒரு சடங்கக்கூட செய்ய விடலியே.. பாவிங்க!" இது பீட்டர்.

கடப்பாறை, மண்வெட்டி, சுத்தியல், சுலோப் இவையாவும் கொட்டடி முன்னால் தயாராக இருந்தன. ஆட்களைச் சிறு சிறு கூட்டமாய்ப் பிரித்து அவற்றை எடுத்துக் கொள்ளச் சொன்னான். கொட்டடிக்கு முன்பக்கம் போகச் சொல்லி விரட்டினான்.

"சுள்ளாண்டி குடும்பத்துக்குக் கூட தாக்க சொல்ல முடியலியே.. அவன் சாவு இப்பிடியா அமையணும்..? அவன் சம்சாரம் குப்புச்சிக்குத் தெரிஞ்சா பதறிப் போய்டுவாளே. ஆறு மாசங்கூட முடிலையே தாலி கட்டி! அவன் திரும்பி வந்திருவான்ல காத்திருப்பாங்க! கடுதாசி போட்டு தாக்க சொல்லலாம்னா

அதுக்குக்கூட இந்தக் காட்ல வக்கில்லையே!" என்று கடப்பாறையைத் தூக்கிக் கொண்டே விசும்பினார் பீட்டர். பீட்டர் அழுவதைத் தோட்டத்தில் ஒருபோதும் பார்த்ததில்லை அக்னிஸ். அண்ணன் கண்ணீர் விடுவது அக்னிஸின் கவலையைப் பன்மடங்காக்கியது. தங்கை அருகிருப்பதை உணர்ந்தவர் விசும்பலை நிறுத்த முயன்றார்.

"சாவ நெனச்சா எல்லாருக்கும் பயமாத்தான் இருக்கும், ஆனா கண்முன்னால் இப்படி நடக்கும் சாவப் பாக்கறப்போ நாமே நம்ம சாவப் பாத்துட்ட மாரி இருக்கு" எனக் கூட்டத்தில் ஒருவர் சொல்லிக் கதறி அழுதார்.

"மாயி சுசுமே.." என்ற கட்டளைக்குரல் எல்லோர் நெஞ்சிலும் வெப்பத்தைச் சுரந்து கொண்டிருந்தது.

ஹியாகு செயோ = விரைவாக

19

ஆர்வார்ட் தோட்டத்தில்..

தோட்டத்தில் எங்கு நோக்கினும் துவைத்துப் பிழிந்தெடுத்தது போன்று ஒவ்வோர் உடலிலும் கிரங்கிய இரு விழிகள். வற்றிச் சுருண்ட குடல் கொண்ட வயிறுகள். சாப்பிட ஏதாவது கிடைக்குமா என்று உணவு ஒன்றிற்கே இருபத்தி நான்கு மணிநேரமும் ஏங்கி எதிர்பார்க்கும் சனக்கூட்டம். எதிர்கொண்ட மனிதர்களை "சாபிட்டீங்களா?" என்று கேட்கத் தோனாத யுகம் அது.

தெரேசாவுக்கு மனம் ஒப்பவில்லை. ஒவ்வொரு நாளும் இந்தச் சத்தற்ற உணவுக்கு வெயிலில் வேக வேண்டியதாய் இருக்கிறது. நெல்வயல் சொந்தக்காரன் கூலியாகக் கொடுத்தனுப்புவது குழந்தைகளுக்கு அரைவயிறு கூட போதுவதில்லை. சில சமயங்களில் ஆற்றில் இறங்கி, கட்டியிருக்கும் கைலியை முறம்போல விரித்து அதனை நீரில் அமிழ்த்தி கிடைக்கும் கெண்டைகளை பிடித்து வருவாள்.

பெரியவன் ஜேம்ஸ் புரிந்து கொள்கிறான். தாஸைத்தான் சமாளிக்கச் சிரமமாக இருக்கிறது. தட்டைத் தூக்கிக்கொண்டு குசினி வரை வந்து விடுகிறான். வீட்டில் இரண்டு மூன்று நாள்களாக அடுப்பு புகையவில்லை. வீட்டுக்குப் பின்னால் அலையும் பூனை ஒன்று அடுப்படியில் வந்து படுத்துக் கொள்கிறது. தெரேசாவின் நடமாட்டத்தைப் பார்த்தவுடன் எழுந்து குதித்து நழுவிப் போய்விடுகிறது. அதன் உரோமங்களில் ஒட்டியிருந்த சாம்பல் குதித்த இடத்தில் சிந்திக் கிடக்கிறது..

'வூட்ல வல்லிசா ஒன்னுமில்ல, அவனுக்கு இத எப்டி புரிய வைக்கிறது?' என உள்ளுக்குள் குமைந்தாள்.

பீட்டர் ஆள்பிடி வேட்டைக் கண்ணியில் சிக்கிக்கொண்ட பின் சில நாள்களில் அது நடந்தது. பின்னால் குசினியில் டின் உருளும்

ஓசை கேட்டு ஓடினாள். தாஸ் மர நாற்காலியின் மேல் நின்றவாறு தெரேசாவைக் கண்டு அஞ்சிக் கொண்டிருந்தான். 'அம்பாட் சாக்கி' ரொட்டி டின் கீழே புரண்டு கிடந்தது. அது எப்போதோ காலியான டின். பீட்டர் இருக்கும்போதே அதில் உள்ள ரொட்டிகளைப் பிள்ளைகள் சாப்பிட்டு முடித்தாயிற்று. பிள்ளைகள் விரும்பிச் சாப்பிடுகிறார்கள் என்பதற்காக சம்பள நாளில் அந்த ரொட்டி வகை டின் தவறாமல் வீட்டுக்கு வந்துவிடும். அதற்கப்புறம் அதனை வாங்குவதற்கு வாய்க்கவில்லை. யுத்த காலம் என்பது மட்டுமல்ல காரணம். பீட்டர் சொன்னான் சீன வணிகம் முழுதும் குடைசாய்ந்து விட்டதென்று. ஏன் என்று தெரேசா கேட்டாள். சப்பான்காரன் வந்ததிலிருந்து ஒட்டுமொத்தச் சீன இனத்துக்கும் சிம்ம சொப்பனமாகிவிட்டதென்றும், அதனால் அந்த இனம் செய்து வந்த சிறு வணிகம் கூட குப்புறக் கவிழ்ந்து விட்டதென்றும், சீன இனத்தைக் கண்டாலே கொலைவெறி கொண்டுதான் அலைவான் சப்பான்காரன் என்றும் பதிலுரைத்தான் பீட்டர்.

ரொட்டி என்னவோ இல்லாமல் போய்விட்டது. ஆனால் ரொட்டி மீதுள்ள மோகம் பிள்ளைகளுக்குத் தீர்ந்து போய்விடவில்லை.

"தாஸ்.. அதுல ரொட்டி தீந்துபோச்சின்னு ஒங்கிட்ட தொறந்து காட்டிடேன்ல, பின்ன யாண்டா அடிக்கடி அத எடுக்கிற?"

தாஸ் அசையாமல் நின்றான். அவன் விழிகளில் அச்சம் நெளிந்தது. வயிறு பலூன் போல முன்தள்ளி விலா எலும்புகள் துருத்திக் கொண்டிருந்தன. கண்களில் கிறக்கம்.

"அம்மா அடிக்க மாட்டேன்.. சொல்லு, ஒனக்கு நல்லா தெரியும் தான..?"

அவன் வாய் திறக்கவில்லை.

"சொல்லுடா" என்று விளக்குமாறு கட்டிலிருந்து நாலு குச்சியை உருவினாள்.

"அம்மா.." என்று குறுக்கிட்டான் ஜேம்ஸ். "அவன் அத தெறந்து மோந்து மோந்து பாத்துட்டு மூடி வச்சிடுவான்" என்று சொன்னதும் தெரேசா பதறிப் போனாள். குச்சிகளைக் கீழே போட்டுவிட்டு, நாற்காலியில் நின்றிருந்தவனை கட்டியணைக்க ஓடினாள்.

'முடிந்து போயிற்று' என்று சொல்லும் போதே கலங்கி விடுகிறாள் தெரேசா. தான் ஏதோ மறைத்து வைத்துவிட்டதாய்க் காலி பானைகளைத் திறந்து பார்க்கிறான். இல்லை என்று முடிவாய்த்

தெரிந்தபோது மூலையில் போய் அமர்ந்து அழ ஆரம்பித்து விடுகிறான். பின்னர் மரவட்டைபோல் சுருண்டு அங்கேயே படுத்துறங்கி விடுவான்.

இரவில் படுத்துறங்கும்போது குழந்தைகளின் வயிறையே பார்க்கிறாள். ஒட்டிய கன்னங்களைப் பார்க்கிறாள். காய்ந்த விறகுக் குச்சிகளாய்த் துவண்டு போயிருக்கும் கைகால்களைப் பார்க்கிறாள். உலர்ந்து போன உதடுகளைப் பார்க்கிறாள். அந்தக் காட்சி அவளைப் பதைபதைக்க வைக்கிறது. அவனைப் பார்க்குந்தோறும் நெஞ்சைப் பிழிந்தெடுக்கிறது. அவளால் இந்தத் துயரைக் கடந்துவர முடியவில்லை.

'பீ...ட்...ட...ர் நீ பாத்துக்கிட்டுதான் இருக்கியா?'

★★★

தாஸ் சோள ரொட்டித் தட்டைக் கையால் தூரத் தள்ளி வைத்தான்.

"தாஸ் சாப்பிடு.. நாளக்கி வேற செய்து தரேன்"

"அன்னாடும் இதான சொல்ற!" அவள் முகத்தைப் பார்த்துச் சொன்னான். அவளுக்கு அவனது கண்களை நேரடியாகப் பார்க்கத் துணிவில்லை. அந்தச் சிறு விழிகளின் ஒளி அவளை ஏளனத்துக்குள்ளாக்கியது. தன் இயலாமையைச் சுட்டிக் காட்டியது. தன் சொற்களில் உண்மையில்லை என்று உணரும்போது அந்தப் பார்வை அவளைத் தைத்தது.

குழந்தைகளை விஷம் கொடுத்துக் கொன்றுவிட்டுத் தானும் மாய்ந்து விடலாமா என்று பலமுறை நினைத்திருக்கிறாள். பீட்டர் ஒருநாள் கண்டிப்பாய்த் திரும்பி விடுவார் என்ற எண்ணம் மட்டுமே அந்த முடிவைத் தள்ளிப்போட்டுக் கொண்டிருக்கிறது.

வாழ்வுக்கும் மரணத்துக்குமான ஓர் ஊசலாட்டம் நடந்து கொண்டிருக்கிறது. கடந்த நான்கைந்து மாதங்களாய். அதைக் கடந்துவர எந்த வழியும் புலப்படவில்லை அவளுக்கு.

"சாப்பிடு.. பசியோட போய்ப் படுக்காத.." சோளத்தை அவித்துத் தட்டிச் சுட்ட ரொட்டி மங்கை நீட்டியபடி கெஞ்சினாள்.

"எனக்கு இது வேணாம்," என்றான் தாஸ்.

"அம்மா நாளக்கி வேலைக்கி போனம்யா. வெள்ளன படுக்கணும், சாபிட்றுய்யா.. என் கண்ணுல.. இந்தா.. ஆ..," என்றாள்.

"நீ போ. எனக்கு வேணாம்," என்றான் மீண்டும். குழந்தைகள் சோறு சாப்பிட்டு நாட்களாகின்றன. அவன் சோற்றுக்குத்தான் பிடிவாதம் செய்கிறான். சோற்றின் மேல் ஊற்றப்படும் குழம்புக்கும். யாரிடம் போய்க் கையேந்துவது? சொல்லிவைத்தாற் போன்று, எல்லாருடைய நிலையும் ஒன்றுபோலத்தானே இருக்கிறது.

"அப்பா வந்தவொன்ன.. சோறு சாப்புடலாம். நெறைய அரிசி வாங்கியாருவாரு."

"இது பலக மாரி இருக்கு, நீயே சாப்டு."

ஜேம்ஸ் இடைமறித்தான். 'அம்மா நீங்க போங்க அவன் சாப்பிடுவான்' என்றான்.

அதற்கு மேல் தெரேசாவிடம் வார்த்தைகள் இல்லை அவனை உண்ண வைக்க.

அவள் எழுந்து குசினிக்குப் போய்விட்டாள்.

'உண்ட எல்லாவற்றையும் வயிறு செரித்துக் கொள்கிறது. ஆனால் உணவு இல்லாத வயிறு உயிரையே காவு கேட்கிறதே!' என்று குமைந்தாள்.

"தாஸ்... சாப்பிடு.. நாளக்கி ஒரு எடத்துக்குப் போறம்." என்றான் ஜேம்ஸ் ரகசியமாக.

"எங்க?" தாஸின் குரல் கிசுகிசுத்தது.

"சாப்ட" என்று கையை வாய்ப்பக்கம் கொண்டுபோய்க் காட்டிய ஜேம்ஸ் "இப்ப சாப்டு... இல்லன்னா நீ வரவேணாம்," என்றான்.

தாஸ் தலையாட்டியபடியே சாப்பிட்டு முடித்தான்.

"எங்க, என்ன சாப்ட?" என்றான் மீண்டும்.

"உஷ்.... அம்மா" என்று சொல்லி அப்போதைக்குத் தாஸின் வாயை அடைத்தான்.

தெரேசா மறுநாள் காலையிலேயே வயல் வேலைக்குப் போயிருந்தாள். தாய் வெளியானதும் இரண்டு பையன்களும் வீட்டில் இல்லாமல் வெளியே கிளம்பி விட்டார்கள். விளையாடும் நோக்கம் அருதியாய் மறந்து வேறொன்று இருந்தது அவர்களுக்கு. வீட்டுக்குத் தொலைவில் உள்ள மரவள்ளிக் கிழங்கு கொல்லைப் பக்கம் போனார்கள். சுற்றுமுற்றும் ஆள் நடமாட்டமில்லை. மரவள்ளிச் செடிகளைக் காற்று அசைத்துக் கொண்டிருந்ததைத் தவிர வேறு சலனமில்லை.

ஜேம்ஸ் யாரும் இல்லை என்று கண்காட்டினான்.

"வேணம்டா, மாட்னும் செத்தம்." என்றான் தாஸ், அடிக்கடி இடுப்பிலிருந்து நழுவும் சிலுவாரைப் பிடித்தபடியே. சட்டை என்பதே வெற்றுடம்புதான் என்றாகி வெகுநாட்களானது இருவருக்கும்.

வயிற்றைத் தட்டிக் காட்டி, "ஒனக்குப் பசிக்கிலியா?" என்று கேட்டான் ஜேம்ஸ்.

"ம்....ம்..." என்ற தாஸின் கண்கள் குழி விழுந்து கிடந்தன. பயம், பசி இரண்டுக்குமிடையே போராட்டம் நடந்து கொண்டிருந்தது அவனுக்குள்.

"பசிக்குதுல்ல. பேசாம இரு. நான் பிடுங்குறன். யாரும் வராங்களா பாத்துக்க?"

"சேம்சு சொன்னாக் கேளுடா.. போயிர்லாண்டா." கால்களில் மெல்லிய நடுக்கம் இருந்தது.

"சொம்மா இரு. செத்த நேரந்தான்.. இப்ப யாரும் வரமாட்டாங்க."

அரண்ட விழிகளால் எல்லாத் திசையையும் நோட்டமிட்டுக் கொண்டிருந்தான் தாஸ். அந்தத் தனித்த இடமும், சூழலும் மனதை அச்சத்தால் கனமாக்கியிருந்தன. அவனது வயிற்றுக்குள் பசி தீயாய்ப் பற்றி எரிந்து கொண்டிருந்தது. நேற்று பகலில் சாப்பிட்ட சோள ரொட்டியை வயிறு அரை மணிநேரங்கூட தாக்குப் பிடிக்கவில்லை. அப்போதிருந்து இன்னும் வாயில் போட்டுக் கொள்ள எதுவும் இருக்கவில்லை. வயிறு காகம் போலக் கரைந்து கொண்டிருந்தது. மாலையில் தெரேசா வீடு திரும்பி ஏதாவது செய்து கொடுத்தால்தான் ஆயிற்று. அதுவரை நெருப்பு அணையாது. கனவெல்லாம் உணவாகவே இருந்தது இருவருக்கும்.

ஜேம்ஸ் மரவள்ளிக் கிளைகளைச் சந்தடியில்லாமல் உடைத்து அப்புறப்படுத்தினான். செடி ஆடுவது பிரளயத்தையே உண்டு பண்ணுவது போலிருந்தது தாஸுக்கு. ஒவ்வொரு கிளையை முறிக்க முறிக்க அது அங்குமிங்கும் அசைந்தது. அந்த அசைவு காட்டிக்கொடுத்துவிடுமோ என பீதி கூடிக்கொண்டே இருந்தது இருவருக்கும்.

"அண்ணா போயிர்லாம்"

"டேய் பாதி வேல முடிஞ்ச்சி. சொம்மா இரு, நீ நல்லா பாத்துக்க,

ஆளு வராம," என்று அதட்டிக் கொண்டு செடியின் அடிப்பகுதியைப் பிடித்து இழுத்தான். அது அசைந்து கொடுக்கவில்லை. மீண்டும் மீண்டும் ஆட்டினான்.

"டேய் வா, சேந்து இழுத்தா வந்திடும்." பலமுறை கிழங்குக் கொள்ளைக்குப் போக முடிவெடுத்தும் துணிவில்லாமல் போகாமல் இருந்து விட்டார்கள். இம்முறை பின்வாங்கக் கூடாது என திட்டவட்டமாய் இருந்தான் ஜேம்ஸ்.

தாஸ் மீண்டும் சுற்றுமுற்றும் பார்த்துவிட்டுக் கை கொடுத்தான். இருவரும் சேர்ந்து பிடுங்கியும் வரவில்லை.

"தாஸ் ஒன்னு ரெண்டு மூனு சொல்றன். மூனு சொல்லும்போது சேந்து இழுப்பம், வந்திடும்." என்றான்.

ஜேம்ஸ் வலது காலை நன்றாக ஊன்றினான். செடியின் அடிப்பகுதியைப் பிடித்து மெல்ல மெல்ல அசைத்தான். அதனால் மண்ணின் செடியோடு ஒட்டிக் கொண்டிருக்கும் அடிவேரும் ஆட்டங்கண்டது. ஒரு குச்சியை எடுத்து அடிமண்ணைக் கீறிக்கீறித் தள்ளி வேரின் பிடியைத் தளர்த்தினான். இருவரும் சேர்ந்து இழுத்தபோது கிழங்கு வேரோடு வந்தது. நான்கைந்து கிழங்குகள் அவர்கள் தொடை தடிமனுக்கு இருந்தன. கொஞ்சம் பொச பொசத்த ஈர மண்.

இருவர் கைகளும் சிவந்துவிட்டிருந்தது.

கிழங்குக் கொத்தின் ஒரு கிழங்கு மட்டும் முக்கால்வாசி முறிந்து மண்ணுக்குக் கீழ் சிக்கிக் கொண்டிருந்தது. அதன் பளிச்சென்ற வெண்மை நிறம் நாவில் ஈரத்தைச் சுரந்தது. கிழங்கில் ஒட்டியிருந்த மண்ணை உதிர்த்துவிட்டுக் கிழங்குகளை மட்டும் உடைத்துக் கொண்டு வேறிடத்திற்குக் கிளம்பிப் போனார்கள்.

தாஸ் ஜேம்ஸுக்குப் பின்னால், சிலுவாரைப் பிடித்துக்கொண்டே ஓடினான்.

ஜேம்ஸ் நடக்க நடக்க விறகுக் குச்சிகளைப் பொறுக்கிக் கொண்டே போனான். கிழங்குக் கொல்லையைத் தாண்டி வந்ததும் குச்சிகளைக் குறுக்கும் மறுக்கும் வைத்துச் செத்தையால் மூடினான்.

"தாஸ் நெருப்புப் பெட்டிய எடு."

குச்சியைப் பெட்டியில் தேய்த்துத் தீயுண்டாக்கிச் செத்தையில் வைத்தான். மெல்ல எரிய ஆரம்பித்தது. மெல்லிய புகை கோடுகள்

மேலேறின. காய்ந்த குச்சிகள் தீயை உள்வாங்கிக்கொண்டு பற்றின. குச்சிகள் எரிந்து தீக்கங்குகள் நொறுங்கி விழத்தொடங்கின. அதன் மேல் தடித்த விறகுக் குச்சிகளை அடுக்கினான். தாஸ் மேலும் கட்டைகளைக் கொண்டு வந்து கொடுத்தான்.

சற்று நேரத்தில் தீ ஓாடிக்கு மேலேறி எரியத் தொடங்கியது. கிழங்குகளைத் தீயின் மேல் அடுக்கினான். ஈர மேல்தோல் பொசுங்கிக் கிழங்கிலும் தீ தொட்டுக் கொண்டிருந்தது. கிழங்கு வேகவேக இருவரின் உடலும் நடுங்கியது. கிழங்கு தீயில் வெந்து கொண்டிருக்க அவர்கள் வயிற்றின் வெம்மையும் நொடிக்கு நொடி ஏறிக் கொண்டிருந்தது. கண்கள் இருண்டு கொண்டு வந்தன.

வெந்து கொண்டிருக்கும் கிழங்கிலிருந்து வாசம் வெளியாகி வாயில் நீரூறச் செய்தது. தீயின் சூட்டில் கிழங்கின் மேல்தோல் பிளந்துகொண்டு நெளிந்தது.

கிழங்கு முழுமையாய் வெந்து விட்டிருந்தது. கனன்று கொண்டிருக்கும் தீயிலிருந்து கிழங்கை வெளியே எடுத்தான் ஜேம்ஸ். ஒரு குச்சியை எடுத்துக் குத்திப் பார்த்தான். வெந்தப் பகுதிக்குள் எளிதாய் இறங்கியது குச்சி. ஜேம்ஸ் தம்பியைப் பார்த்துத் தலையை ஆட்டினான். தம்பியின் முகத்தில் என்றுமில்லாத மலர்ச்சி.

கிழங்கின் மேற்தோளிலிருந்த நெருப்பு தகித்தது. வெப்ப மிகுதியில் ஆவி வெளியாகிக் கொண்டிருந்தது. ஆனால் கிழங்கைப் பிளக்க முடியவில்லை. வயிற்றிலும் ஆவி கிளம்பி கொதித்தது இருவருக்கும்.

கொஞ்ச நேரம் பொறு என்று சைகை காட்டினான் ஜேம்ஸ். அதற்குள் கையை வைத்த தாஸ், பட்டென்று தொட்ட கையை நீக்கிக் கொண்டான். கையை ஊதினான். "டேய் நா சொன்னல்ல. அதுக்குள்ள என்ன அவசரம்?.. சுட்டுக்கிட்டியா? கையக் காட்டு"

"இல்ல இல்ல" என்று ஊதிக்கொண்டான். யாராவது வந்துவிட்டால் என்ன செய்வது என்று இருவருக்கும் பயம் கூடியது. சூடேறிய கிழங்கைக் கவட்டை குச்சி கொண்டு பிளக்க முனைந்தான் ஜேம்ஸ். ஆவி அடுக்கடுக்காய் வெளியாகி மேலேறியது.

"வெந்துடுச்சி.. இரு இரு, சாப்பல்லாம்," என்றான் அண்ணன். மீண்டும் கவட்டைக் குச்சியால் பிளந்தான். கிழங்கு பிளந்துகொண்டு அதன் அடுக்குகளின் வெண்மையிலிருந்து சூடு பறந்தது. "முடிஞ்ச்சி ன்னும் கொஞ்ச நேரம்" என்று இரு விரல்களைச் சிறிய அளவில் குறியிட்டுக் காட்டினான்.

தாஸின் கண்கள் கிழங்கின் மேலேயே தியானித்துக் கிடந்தன. அவனது விழிகள் வேறெங்கும் நோக்கவில்லை அப்போது. நா உமிழ்நீரைச் சுரந்து ஆடியது.

ஜேம்ஸ் எழுந்துபோய்க் காட்டுச் செடியில் அகன்ற இலைகளைப் பறித்து வந்தான்.

மெல்ல வெந்த கிழங்கின் மேற்பகுதியைப் பிட்டு பிட்டு இலையில் வைத்தான். விரல்களில் சூடு தகித்தது. தாஸ் கதனை கதனையாய்ப் பிளந்திருக்கும் கிழங்கை, வைத்த கண் வாங்காமல் பார்த்துக் கொண்டிருந்தான்.

"சாப்பிடு" என்றான் ஜேம்ஸ்.

கையை அருகில் கொண்டுபோனான். விரல் தொடும் முன்னரே சூட்டை உணர்ந்தான். கையை ஊதிக்கொண்டான். ஆனாலும், தாஸ் அடுத்தடுத்து வாயில் வைத்தான். ஆவி அடங்காத கிழங்கு நாவைச் சுட்டது. வயிறு கெஞ்சியது. சமாளித்துக் கொண்டு இப்போது அவனே கிழங்கைப் பிய்க்க முனைந்தான். கிழங்கு பிடும் அளவுக்கு வாகாய்ச் சூடு தணிந்து விட்டிருந்தது. பிட்டு பிட்டுச் சாப்பிட்டார்கள் இருவரும்.

அதன் ருசி கண்களில் பரவசத்தைக் கொடுத்தது. தம்பி சாப்பிட்டுக் கொண்டே இருந்தான். உடல் சிலிர்த்து அடங்கியது. விழித்திரைகள் ஈரக்கசிவால் மின்ன ஆரம்பித்தன. அடைத்துக் கொண்டிருந்த செவி இயல்பு நிலைக்கு மீண்டது. உடலுக்குள் புதிய ரத்தம் பாய்ந்து துலங்கியது. சுருங்கிப் போன வயிறு புடைக்கும் வரை உண்டார்கள். விரல்களைச் சூப்பி அதன் எஞ்சிய பருக்கையையும் ருசித்தார்கள். விரல்களில் சூட்டின் தழும்பேறிச் சிவந்து கிடந்தது. கன்னங்களில் புது மெருகு ஓடியது இருவருக்கும்.

வீசும் காற்றில் குளிர் கூடியது இப்போது. சுற்றியிருந்த உலகம் ஒளிகூடிப் பளிச்சென மின்னியது.

தாஸ் சொன்னான். "அண்ணா இன்னோரு கெழங்க வூட்டுக்கு கொண்டு போலாம்."

"வேணாம் தாஸ், அம்மா ஏதுன்னு கேப்பாங்க." நெருப்பை அணைக்கக் காலால் மண்ணைத் தள்ளி மூடிக்கொண்டிருந்தான். புகை எஞ்சி மேலேறியது. கையில் மேலும் மண்ணை அள்ளிப் புகை எழாமல் நிரப்பினான்.

"அம்மா சாப்டுவாங்கல்ல.."

"வேணாண்டா"

"யாரோ குடுத்தாங்கன்னு சொல்லலாம்."

"யார் எவருன்னு கேட்டா ..என்னா சொல்றது?

தாஸ் ஏதும் சொல்லவில்லை. அவனது முகக்குறி திட்டத்தை விட்டுவிட்டதன் பிரதிபலிப்பைக் காட்டுவதாய்த் தெரியவில்லை.

"சொன்னா கேளுடா டேய்.. வேணா, நோண்டி நோண்டி கேட்டா மாட்டிக்குவம்"

"அப்டின்னா கொண்டு போலாம். மறைச்சி வச்சிடுவம். நாளக்கி சாப்பல்லாம்"

"செரி.. செரி.." என்றான் தம்பியின் திருப்திக்காக. கிழங்கைப் பார்த்துக் கொண்டே நடந்தான் தாஸ்.

யாரும் எதிரில் வந்துவிடக்கூடாது எனப் பர்வையை நாலாபுறமும் செலுத்தியவாறே நடந்தார்கள். இப்போது, வீட்டுக்கான வழித்தடம் இருவரின் கண்களுக்கும் தெள்ளத்தெளிவாய்த் தெரிந்தது.

20

தாத்தா கம்பத்தில்..

தலைதாழ்த்தி மரியாதை செலுத்தினார் சிவதாஸ்.

கெம்பித்தாய் நாற்காலியில் கால்மேல் கால்போட்டு அமர்ந்திருந்தான். அவன் அருகில் மேலும் இரண்டு அதிகாரிகள் அமர்ந்திருந்தனர். வேறு இடத்திலிருந்து வந்த உயர் அதிகாரிகள். பழக்கமற்ற அந்த முகங்கள் சிவதாசைப் பதற வைத்தன. இரண்டொரு முறை தக்கிடோவோடு அவர் பேசிக்கொண்டிருந்ததையே அவர்களின் விசாரணை அடிப்படையாக வைத்து மையமிட்டிருந்தது.

அவரை மீண்டும் மிரட்டினான். சிவதாஸ் கடைசியாய்த் தக்கிடோவைப் பார்த்தது அலுவலகத்தில்தான் என கிளிபிள்ளைபோலச் சொல்லிக் கொண்டிருந்தார். சிவதாஸின் சப்பானிய கெம்பித்தாய்கள் மீதான விசுவாசம் அவரின் கூற்றை நம்ப வைத்தது. அவர் கிழவனைக் காட்டிக் கொடுக்க முடியும். ஆனால் அவர்களுக்குக் கம்யூனிஸ்ட் பயங்கரவாதிகளோடு தொடர்பிருக்கலாம் என்று சமீபமாக அவருக்குப் பலத்த சந்தேகம் இருந்தது. பல்வேறு இடங்களில் சப்பானியர்களுக்கு உடந்தையாக இருப்பவர்கள் மீது கம்யூனிஸ்டுகளின் இரக்கமேயற்ற தண்டனைகள் அவரின் கவனத்தைக் கூர்மைபடுத்தி விட்டிருந்தன. ஒரே ஒருமுறை கிழவன் வீட்டுக்குப் போனதோடு சரி. மறுமுறை கம்பத்துப் பக்கம் போகும் துணிவு எழவில்லை. தன்னைக் கிழவன் துல்லிதமாக அடையாளங் கண்டு கொள்ளலாம். தன் மனைவி, குழந்தைக் குட்டிகள்தான் தனக்கு முக்கியம்.

ஓர் எஸ்.சி அப்போது பரபரப்பாக அலுவலகத்துக்கு வந்தான். அவனுக்கு மூச்சிரைத்தது. விழிகள் வெளிறி இருந்தன. அவன் சிரம் தாழ்த்தி வணக்கம் வைத்தான்.

“காட்டில் தக்கிடோ இறந்து கிடக்கிறார், இப்பதான் பார்த்துவிட்டு நேராக இங்கே வருகிறேன்!”

திடுக்கிட்ட சப்பானிய அதிகாரி, “தக்கிடோவா? நன்றாகப் பார்த்தாயா?” என்றார்.

“ஆமாம்...அவரேதான்.”

“வா.. கிளம்பு,” என்று ஜீப்பைக் கிளப்பினார்கள். செம்மண் புழுதி பேரலைபோல எழும்பிப் பறந்தது. எஸ் சி முன் சீட்டில் அமர பின் இருக்கையில் அந்த இரு அதிகாரிகள் ஏறி உட்கார்ந்திருந்தனர். எஸ் சி பாதை காட்டிக் கொண்டு வந்தான்.

தக்கிடோவின் சடலம் காளி கட்டிப் போட்ட இடத்தில் இல்லாமல் காட்டின் விளிம்பில் செத்தைக்ளின் மேல் இருந்தது. கட்டெறும்புகள் உடல் முழுதும் மேய்ந்து கொண்டிருந்தன. கன்னங்கள் விம்மிப் புடைத்து உதடுகள் வெடித்துக் கிடந்தன. காட்டு ஈக்கள் உடலைத் தொட்டுத் தொட்டு மேலே பறந்து, அங்கிருந்து போக மனமற்று, மீண்டும் உடலையே மையமிட்டிருந்தன. பின் மண்டையிலிருந்து கசிந்த ரத்தம் உறைந்து போய்க் கிடந்தது. ரத்தக்கட்டி கரிய நிறம் கொண்டு கொப்பளித்த புண்போலத் துருத்தி நின்றது.

“ஆம் தக்கிடோதான்” என்றான் சிவதாசை விசாரித்த அதிகாரி. கெம்பித்தாய்கள் அதிர்ச்சியடைந்து போனார்கள்.

“இங்கே அதிக நேரம் நிற்க வேண்டாம்!” என்றார் ஓர் அதிகாரி. வனத்தில் ஒவ்வொரு மரமும் பயங்கரவாதிகள் போல் தோன்றின. ஒரு கெம்பித்தாயின் பார்வை மரங்களின் மேற்பகுதிகளை அலசிக் கொண்டிருந்தது. பிறிதொருவன் செத்தைகளின் சரசரப்பு ஓசை கேட்டு மிரண்டு கொண்டிருந்தான். தக்கிடோவின் சடலத்தைப் பார்த்ததைவிட காட்டின் முகம்தான் அச்சுறுத்துவதாய் இருந்தது. காட்டின் ஈரக்காற்று அவர்களுக்குப் வெப்பமாகத் தகித்தது.

“வாருங்கள் போகலாம்..இங்கே இருப்பது ஆபத்து.” என்றான்.

“தக்கிடோ..?”

“இங்கேயே புதைத்து விடட்டும்” என்று எஸ் சியைப் பார்த்தான். எஸ் சி-யின் உடல் நடுக்கம் கண்டது. தெரியாதது போல இருந்திருக்கலாமே என்ற எண்ணம் பிறந்தது. ‘புத்தி கெட்டுப்போய் சொல்லி விட்டோமே.’

ஜீப் காட்டைவிட்டுக் கிளம்பியது.

“இது கண்டிப்பாகக் கம்யூனிஸ்ட்டுகள் வேலை!” என்றார் ஓர் அதிகாரி. அவன் முகம் பழுத்த மிளகாயைப் போல சிவந்து விட்டிருந்தது.

“ஆமாம்.. வேறு யாரும் இருக்க முடியாது. மலாயாவில் நமக்கான முதல் எதிரி அவர்கள்தானே! தோட்டச் சனம் நமக்குப் பயந்தவர்கள். இது அவர்கள் வேலையாக இருக்க முடியாது”

“கம்யூனிஸ்டுகள், தனித்திருந்த வேளையில் அவனைப் பிடித்திருக்கலாம்..”

“தக்கிடோ ஒரு முட்டாள். அவன் மேற்கொண்ட ராணுவப் பயிற்சியெல்லாம் வீண், இப்படிப் போய் சிக்கிக் கொண்டானே!”

“சரி அதுபற்றிப் பேசிப் புண்ணியமில்லை.. இனி அடுத்து எடுக்க வேண்டிய நடவடிக்கை குறித்து யோசிக்க வேண்டும். இதுபோன்ற சம்பவங்கள் நடவாமல் பார்க்கவேண்டும்.”

ஓர் அதிகாரி, “சீனத் தேவிடியா மகன்கள்” என்று முணுமுணுத்தான்.

★★★

பதினெட்டாம் கட்டைக்கு அருகில் இருக்கும் காட்டின் ஓரத்தில் ஓர் விவசாய நிலத்தில் இருந்த இரண்டு சீனர்களைப் பிடித்து இழுத்து வந்திருந்தார்கள் கெம்பித்தாய்கள். ஜீப்புக்குள் கூண்டில் சிக்கிய விலங்கு போல உடல் கூசிப்போய் அமர்ந்திருந்தார்கள். உயிர் அச்சம் கொண்டு நடுங்கினார்கள் அவர்கள். சப்பானியர்கள் மலாயாவைக் கையகப்படுத்திய நாள் தொட்டு, சீனர்களுக்கு எதிராக அவர்கள் அரங்கேற்றிய வன்மங்கள் கண் முன்னால் விரிந்து கொண்டிருந்தன. தங்களுக்கு அப்படி ஒன்று உறுதியாக நடக்கப் போகிறதென அஞ்சினார்கள்.

ஜீப்பை நிறுத்தி இறங்கச் சொன்னான் அதிகாரி ஒருவன்.

இருவருக்கும் அறுபதை எட்டியிருக்கும். தலையில் இடைவெளி தெரியுமளவுக்கு முடி உதிர்ந்துபோய் அடர்த்தி குறைந்திருந்தது. முகம் துவண்டு கிடந்தது. தலை முதல் கால் வரை உதறல் வெளிப்பட்டது. விழிப்படலங்கள் ரத்தச் சிவப்பேறிக் கிடந்தன. தலைதான் அதிகச் சூட்டை சுமந்து கனத்தது. சில மாதங்களுக்கு முன்னர் இவர்களின் இளவயது மகன்களைக் கட்டாயப்படுத்தி சியாம் ரயில் தண்டவாளம் நிறுவக் கொண்டு போயிருந்தார்கள்.

“எங்களுக்கு ஒன்றும் தெரியாது.. எங்களை விட்டு விடுங்கள்”

என்று எண்ணற்ற முறை உடலை வளைத்து மரியாதை செலுத்தினார்கள்.

"உங்களுக்கும் அவர்களுக்கும் தொடர்பு உண்டு. இதனை நீங்கள் மறைக்க முடியாது" எனக் கூச்சலிட்டான் ஒரு கெம்பித்தாய்.

"எங்களுக்கும் இதற்கும் சம்பந்தமில்லை.. அவர்கள் காட்டில் இருப்பவர்கள். நாங்கள் விவசாயம் செய்பவர்கள்."

ஒரு கெம்பித்தாய் சினத்தோடு நாற்காலியைவிட்டு எழ, நாற்காலி சில அடி தூரம் பின்னால் சறுக்கிக்கொண்டு நின்றது.

"சரி இதில் உன் பெயரை எழுது" என மிரட்டி, ஒரு வெள்ளைத் தாளையும் பேனாவையும் தள்ளினான். அவன் மேசைக்கருகில் போய் பேனாவைக் கையில் எடுத்தான். தாளருகே பேனா முனை உதறியது. அவனது இரண்டு சொட்டுக் கண்ணீர் தாளில் விழுந்து, தாளை ஈரப்பதமாக்கியது. அது மெலிந்து நெளிய வைத்தது. சீன எழுத்தைப் பார்த்தவன், "ஓ நீ கம்யூனிசா?" என்றான். கிழவன் இல்லை என்று பலமாய்த் தலையாட்டினான்.

இன்னொருவனை எழுதச் சொன்னான். அவன் ஆங்கில லிபியில் எழுதினான். "அப்படியானால் நீ பிரிட்டிஷ் ஆதரவாளன், அப்படித்தானே?" என்றான். கெம்பித்தாய்களின் உதடுகள் கேலிப் புன்னகையைச் சிந்தின. அவன் என்ன பதில் சொல்வதென்று தெரியாமல் வாலாக வளைந்திருந்தான்.

"பதில் சொல்... பிரிட்டிஷ் நாய்களுக்கு ஆதரவு தருபவனா நீ?"

"இல்லை.." அவனுக்கு அடி வயிறு புரண்டது.

"பொய் சொல்லாதே கம்யூனீஸ் கைக்கூலிகள் இங்கே நடமாடுகிறார்கள். நீங்கள் அவர்களின் ஆட்கள்தானே?" அங்குள்ளவர் எல்லோர் கண்களும் இமைக்காமல் அவர்களை மொய்த்தன. அவர்களுக்கு அப்பார்வையே தங்களைக் குற்றவாளிகள் என உறுதிப்படுத்துவதாக உணர்த்தியது. கெம்பித்தாய்கள் தங்களை விடுவிக்கும் நோக்கத்தில் இல்லை என்பது உறுதியானது.

"இல்லை இல்லை.. எங்களை விடுவியுங்கள்."

"காட்டின் அருகில் இருந்துகொண்டு கம்யூனிஸ்களுக்குத் தகவல் கொடுக்கும் உளவாளிகள் நீங்கள். இல்லையா?"

"இல்லை.. எங்களின் வயிற்றுப் பிழைப்புக்கு உழைக்கவே நேரம் போதவில்லாதபோது நாங்கள் எப்படி இதுபோன்ற வேலைகளில் ஈடுபடப் போகிறோம்?."

“பொய் பொய்.. உங்கள் இனம் முக்கால்வாசிப்பேர் கம்யூனிஸ்டுகள். எங்களுக்கும், உங்களுக்கும் தீராத பகை உண்டு. அந்தப் பகையின் காரணமாகத்தான் பழி தீர்க்கும் நடவடிக்கையில் ஈடுபடுகிறது உங்கள் இனத்தின் பெரும்பகுதி. அதில் உங்களுக்குக் கண்டிப்பாய் பங்குண்டு.”

“நாங்கள் எப்படிச் சொல்லி நம்ப வைப்பது.. வீட்டுக்கு வந்து ஆராய்ந்து பாருங்கள், ஏதாவது தடயங்கள் இருக்கிறதாவென்று. நீங்களே தெரிந்துகொள்வீர்கள்.” நெஞ்சறிந்து அவர்கள் எந்தத் தவறையும் இழைக்கவில்லை! ஒருமுறை சீன தேசத்துக்குள் சப்பானியர்கள் ஊடுருவிப் போர் தொடுத்தபோது, அந்தப் போருக்கான நன்கொடை திரட்டப்பட்டது. தங்கள் தாய்நாட்டின் மீது கொண்ட பற்று காரணமாகத் தங்களின் பங்களிப்பாகச் சிறிய தொகையை அளித்திருந்தார்கள். அது இப்போது அவர்களுக்கு நினைவுக்கு வந்தது. ஆனாலும் விசாரணையின் போது அது எழுப்பப்படவில்லை என்பது சிறிது ஆசுவாசமாக இருந்தது. இருப்பினும் இந்த அபாண்டக் குற்றச்சாட்டு அவர்களைக் கதிகலங்க வைத்தது.

“எங்களுக்கு அது அவசியமற்றது..”

“நாங்கள் வயதானவர்கள். கொஞ்சம் இரக்கம் காட்டுங்கள்,” என்று எண்ணற்ற முறை தலைதாழ்த்திக் கெஞ்சினார்கள்.

“சரி கடைசியாக ஒருமுறை கேட்கிறோம். யார் கொலை செய்தது என்று சொல்லிவிடுங்கள். விட்டு விடுகிறோம்!”

“சத்தியமாய்த் தெரியாது மாஸ்டர்.”

ஓர் உயர் அதிகாரி விருட்டென எழுந்து , “இவர்கள் கண்களைக் கட்டுங்கள்.” என்று கட்டளை பிறப்பித்தான். ஒரு கெம்பித்தாய் தலைவணங்கி மரியாதை செலுத்தி துணியை எடுத்து வந்தான். துணியைக் கட்டுவது அவர்களுக்கு உச்சபச்ச பீதியைக் கிளர்த்தியது. சப்பானியர்கள் என்ன செய்யப் போகிறார்கள் என்ற பெரும் புதிர்களை உண்டாக்கும் நோக்கம் கொண்ட செயல் அது. கண் கட்டப்பட்டிருக்கும் தருணத்தில் மனம் எதை எதையோ கறபனை செய்து கொள்ளும். அந்தப் பயமே அவர்களைச் சன்னஞ்சன்னமாய்க் கொன்றுவிடும். சாகடிப்பதற்கு முன்னர் நடக்கும் இன்னொரு கொலை உத்தி இது.

சீனக்கிழவர்களுக்குத் தங்கள் மரணத்தின் வாடை அடித்தது. சாவு அவர்களுக்கு மிக அருகில் நெருங்கிவிட்டதை உணர்த்திக்

கொண்டிருந்தது கெம்பித்தாய்களின் ஒவ்வொரு செயலும். சப்பானிய ராணுவம் எதிரிகளை அழித்தொழிக்கக் கையாளும் 'டாய் கென்ஷோ' முறை இது.

கண்கள் கட்டப்பட்டன. சீனக் கிழவர்களுக்கு அழுத்தம் உச்சத்தைத் தொட்டது. குடல் அதிர்ந்தது. வியர்வையின் பிசுபிசுப்பில் முகம் ஈரமானது. மூத்திரப்பை நிறைந்து குறியின் நுனியில் காத்திருந்தது.

'ஜீப்பில் ஏற்று இவர்களை,' என்று கை சைகை செய்தான் அதிகாரி.

ஜீப் தக்கிடோ இறந்து கிடந்த வனத்தின் அருகே நின்றது. முன்னரே தோண்டி வைக்கப்பட்ட ஒரு குழிக்கு அருகே முதுகில் துப்பாக்கி முனை வைத்துத் தள்ளிக்கொண்டு போனார்கள். கால்கள் தடுமாறித் தடுமாறி கடந்தன. இருவரையும் குழிக்கு மிக அருகில் நிற்க வைத்தனர். கண்கள் கட்டப்பட்டிருப்பினும், சாவு விழிக்குப் பக்கத்தில் வந்து நின்றிருந்தது. மேல்மூச்சு கீழ்மூச்சு வாங்கியது. சுவாசத்தின் வெப்பம் நாசியை உரசிச் சென்றது. தாங்கள் எங்கே நிற்கிறோம் என்கிற மர்மம் மேலும் அச்சம் கொள்ள வைத்தது. இவர்களின் கால்களில் மிதித்து முறிந்த குச்சிகளும், சரசரக்கும் செத்தைகளும் ரப்பர் காட்டுக்குள் கொண்டு வந்திருக்கலாம் என உணர்த்தியது. ஜீப்புக்குள் இருந்ததைவிட இங்கே காற்று சில்லிட்டுக் கிடந்தது.

"சரி இறுதியாக ஒரு வாய்ப்பு உங்களுக்கு! யார் கொலை செய்தது? அவர்களைக் காட்டிக் கொடுத்தால் விடுவித்து விடுவோம்."

"எங்களுக்குத் தெரியாது. கம்யூனிஸ்டுகள்தான் செய்திருக்கலாம். திட்டவட்டமாகத் தெரியாது." குரல் இடறியது. வாய் ஈரம் சுரக்காமல் காய்ந்து போயிருந்தது. எச்சிலைக் கூட்டும் முயற்சி பலனளிக்கவில்லை. இவர்களை ஜீப்பில் ஏற்றும்போது, அவர்களின் மனைவிகள் கண்ணீரோடு வாசலில் நின்றது நினைவுக்கு வந்து கொண்டிருந்தது.

'சுடு' என்று சைகை செய்தான் அதிகாரி.

வெடிப்புச் சத்தம் காடு முழுவதும் எதிரொலித்தது. நெஞ்சுப் பகுதியிலிருந்து செங்குருதி சிதறிப் பாய்ந்து மண்ணில் விழுந்தது.

 # டாய் கென்ஷோ = அப்புறப்படுத்தும் முறை

21

தக்கின் முகாமில்..

முகாமை வந்தடைந்தபோது இருள் காத்திருந்தது.

அந்தி சாயும் நேரத்தில் வேலை தளத்திலிருந்து கிளம்பியவர்கள் நடக்க நடக்க வான்வெளி வெளிச்சத்தையும் இருள் விழுங்கிவிட்டிருந்தது.

மங்கிய ஒளிகொண்ட விளக்கு எரிந்து கொண்டிருந்தது கொட்டடியில்.

முகாமில் சமைத்து வைத்த உணவைப் பார்க்கும்போதே யாருக்கும் சாப்பிடத் தோன்றவில்லை. ஒவ்வொரு நாளும் சாம்பல் நிறத்தில் குழைந்த சோறு என்று ஏதோ ஒன்றை வடித்துக் கொட்டுகிறார்கள். கையில் பிசையும் போதே சுண்ணாம்பின் நெடி முகத்தில் அடித்தது. கருவாடு கல்லாய்க் கெட்டிப்போய் உப்பு மிகுதியாகக் கரித்தது. அரை வேக்காடு கூட இல்லாத கீரை இலைபச்சை நிறத்திலிருந்து மாறாமல் கிடந்தது. மனம் நிராகரித்தாலும், வயிற்றில் கொதிக்கும் பசி அதனைக் கையில் அள்ளியது. சுண்ணாம்பின் வாடையை உள்ளிழுக்கக் கூடாது என்று மல்லுக்கு நின்றாலும், நாவைத் தாக்கும் காந்தல் அதனை நினைவுபடுத்தி விடுகிறது, சோற்றை அள்ளி அள்ளி வாயில் போட்டார்கள்.

சாவகாசமாய்ச் சாப்பிட்டால் குமட்டல் புரண்டு கிளம்பும். வாந்திக்குப் பின்னர் மயக்க நிலை நீளும். தலை கனக்கும். தலைவலி போய் திருகுவலிக்கு ஆளாக நேரிடுகிறது. உணவோடு போராடுவதும் கூடுதல் சாபம்!. மறுநாள் கனத்த வேலையைச் செய்ய இந்த உணவு தரும் சக்திதான் ஆதாரம். எனவே புலன்களின் சுவையைப் புறந்தள்ளி மாதக்கணக்காயிற்று.

கருக்கான் சோற்றிலிருந்து தட்டுப்பட்ட ஏதோ ஒன்றை விரல்களால் நசுக்கிச் சொன்னான், “சேவு.. தோ பாரென்!”

“நானே அத மறந்து துன்னிட்டிருக்கேன்.. நீ கையில எடுத்து காட்டுறியா, ஏண்டா?” என்றான் வெறிகொண்ட பார்வையில் .

“அதான் பழகிப்போச்சே.. எத்தன நாளக்கி அதப்பத்தி யோசிப்ப?” என்று சந்நாசி இடைமறித்தான்.

“ஓம்பல..” என்று கருக்கானைப் பார்த்து முறைத்தான் சேவு.

தொண்டைக்குழிக்குள் குமட்டல் எட்டிப் பார்த்துவிட்டுச் சென்றது. “நான் கடசியா சொல்றன்.. வவுத்துக்குத்தான் ஆகாரம்ன்னு ஆய்போச்சி. நாக்குன்னு ஒன்னு இருக்கிறதையே மறந்தாச்சி” ஒரே இடத்திலிருந்து வந்த நண்பர்கள்தான். ஆனால் சூழல், உடலை வாட்டும் வேலை, வீட்டு ஏக்கம் எல்லாம் சேர்ந்து முன்கோபத்தைக் கிளர்த்திவிடுகிறது.

“கருக்கான், நான் மறுகா சொல்றேன். துன்னும்போது, ஞாவகமூட்டாத.. நான் சொம்மா இருக்க மாட்டன்.. கம்முனு துன்னுட்டு எஞ்சிடு.”

இருவரும் மாறி மாறித் திட்டவே கருக்கான் நாவை உள்ளிழுத்துக் கொண்டு முகத்தைக் கீழே போட்டுக்கொண்டான்.

பேச்சு அறுபட்டு நின்றது.

சில நொடிகள் கழித்து குமுறி அழத்தொடங்கினான் சேவு.

தட்டிலிருந்து கையை நீக்கி, “ஏன் ஏன் என்னாச்சி?” என்று சேவுவின் தொடையைத் தொட்டவாறு கேட்டான் சந்நாசி.

விசும்பிக் கொண்டே, “கறி நல்லால்லண்ணா மங்க ஒதச்சி தள்ளியிருக்கேன் நான். அப்போ என் தாய் மனசு என்னா பாடு பட்டிருக்கும்?.. அந்த பாவத்தத்தான் இப்போ அனுபவிக்கிறேன்.. ஓடிப்போய் அடுப்புல சட்டி வச்சி.. குச்சி கருவாடு பொரிச்சி கொண்ணாந்து வச்சி.. கெஞ்சுவா.. சாப்புர்ரா.. சாப்புர்ரான்னு..” சோற்றுத்தட்டில் விழிநீர் விடாமல் சொட்டியது. சந்நாசி அவன் தோளைத் தொட்டு ஆசுவாசப்படுத்த முயன்று கொண்டிருந்தான்.

“இந்தக் காலாலதான் ஒதச்சித் தள்ளினேன் மங்க. நான் மனுஷனே இல்லை!” என்றான் தன் வலது காலை விடாமல் அறைந்து கொண்டு. மயில்வாகனத்தால் அங்கு நிற்க முடியவில்லை.

சந்நாசி சொன்னான், “அத நெனச்சி இப்போ வருத்தப்பட்டு என்ன செய்றது சேவு? வயித்த ரொப்பிக்க. நாளைக்கி எலும்பு ஒடிய ஒடிய வேல வாங்குவானுங்க.. அதுக்கு ஒடம்புல பெலம் வேணுமில்ல? நம்ம குண்டி காய்ஞ்சா எப்படி வேலை செய்றது?”

“சாப்பிடு சேவு, முள்ள முள்ளால் எடுக்கிற மாரி, வெசனத்த இன்னொரு வெசனத்தாலதான் தீத்துக்கணும், இப்போ, நீ விடுற கண்ணீர், நீ செஞ்ச தப்புக்கு, ஒன் மனச தேத்துதில்ல. அதான் அதுக்கு மருந்து,” என்று சொல்லிக்கொண்டு மயில்வாகனம் அங்கிருந்து விலகினார்.

கொட்டடிக்கு வெளியே போய் மூங்கில் துடைப்பத்தை எடுத்தார். செத்தைகளைக் கூட்டிச் சேர்த்து, நேற்றைய தினம் கருகி சாம்பலாக எஞ்சியிருந்த இடத்தில் கூட்டிச் சேர்த்தார். அதன்மீது சில சுள்ளிகளை அடுக்கினார். அவற்றைத் தீ மூட்டினார். இள நெருப்பு நாகத்தின் நாக்கு போலத் துடித்தெழத் தொடங்கியது. நெருப்பு நன்றாகப் பிடிக்கும் வரை மேலும் சுள்ளிகளைப் போட்டார். காய்ந்த மரக்கட்டைகளை மேலே வைத்தார். நெருப்பும் புகையுமாகக் கிளம்பி மேலேறியது.

கட்டைகளின் அடிப்பாகத்தில் கணகணப்புத் தெரிய, பச்சை இலை கிளைகளை உடைத்து வந்து அதன்மீது வைத்தார். புகை கபகபவென மேலேறியது. கண்களில் புகை பரவி எரிந்து விழிநீரைச் சுரந்து எரிச்சல் மேலும் கூடியது. புகை மூட்டம் அருகே நின்றிருந்த ஐந்தாறு பேரும் கொஞ்சம் விலகிப் போனார்கள்.

“நீங்களுந்தான் தெனைக்கும் மூட்டம் போடுறீங்க.. கொசு பயந்தா ஓடிடுச்சு? ஹ்ம்ம்ம்.. இந்தப் பச்ச எலைக்கா ஓடிடும். அது இதுக்கெல்லாம் தண்ணி காட்டிடும்..!” என்றான் கருக்கான்.

“அவரு வேல மெனக்கட்டு, இந்த அசதிலியும் நாம கொஞ்சம் தூங்கணும்னு பாக்குறாரு.. நீ என்னடான்னா..?” என்றான் சந்நாசி.

“கொஞ்சமாவது கொறையுதுல்ல,” மயில்வாகனம் கண்ணைக் கசக்கிக் கொண்டிருந்தார். புகை மண்டலம் அவர் நாசியின் மீதேறிச் சவாரி செய்தது. விழிகளைத் திறக்கும் போது புகை தாக்கியது. எரிச்சல் கொண்ட கண்கள் நீரைச் சுரந்து தள்ளின.

“எங்க கொறையுது.. பொகதான் மிஞ்சுது..”

“கங்காணி.. காடு பத்திக்கப் போவுது.. அப்றம் இந்த அத்தாப்புக் கொட்டாயும் நாமலும் சாம்பலாத்தான் இருப்பம்.. காலி!”

“அப்டி தூக்கத்துல போய்ச் சேந்துட்டா பரவால்ல.. இந்த நரகத்துல நாக்குத் தொங்கிச் சாகிறதவிட மேல்னு தோணுது.” புகை சுற்றிச்சுற்றி அலைந்து முகத்தில் மோத அவர் சிலஅடிகள் பின்வாங்கினார்.

“கங்காணி.. வேணாம்.. நாம நல்லபடியா ஊர் போய்ப் பொண்டாட்டி புள்ளைங்களோட சேரணும்..”

“ஒன் வாய்வாக்கு பலிக்கணும்.. ஆனா நாலு ராவ், பகல்னு மாறி மாறி ஓடிக்கிட்டே இருக்கே. இன்னிக்கி என்னா தேதின்னே தெர்ல.” மயில்வாகனம் பெருமூச்செறிந்தார்.

“தீவாளி நாளு எப்ப.. பொங்க எப்ப.. முடிஞ்சா.. அடுத்து வருதா.. ஒன்னுமே தெரில”

“திருநா பெருநாள்னா அங்க துணி எடுத்து கொடுக்கிற நெலம கூட இருக்காது” என்றான் சந்நாசி.

அங்கே சிலபொழுது சலனமில்லை. மரக்கிளைகளிலிருந்து பூச்சிகளின் குரல்கள் மட்டும் உரத்துக் கேட்டன. அத்தாப்புக் கூரையின் மேல் ஏதோ சரசரத்தது.

“நம்புங்க.. இவனுங்க கொட்டத்தெல்லாம் ஆத்தா பாத்துக்கிட்டுதான் இருக்கா” என மேலே காட்டினான் கருக்கான்.

மயில்வாகனம் சொன்னார்,” மேலமட்டுமா இருக்கு சாமி? நம்ம சாமிய கல்ல வச்சும் கும்பிடலாம், மரத்தயும் கும்பிடலாம். நம்மள காக்குற சாமிய நாமளே உண்டாக்கிக்கலாம், “

“என்ன சொல்றீங்க கங்காணி?” சந்நாசி அவர் முகத்தைப் பார்த்தவாறே கேட்டான்.

“நாளக்கி வேலவுட்டு வந்தவொடனே மொத வேலையா, ஒரு கல்ல சாமியா நட்டு வச்சி, கையில கெடக்கிற கருவாடோ சோத்தையோ படையல் வச்சி, பூ போட்டு பூச பண்ணி கும்புட ஆரம்பிச்சிடணும். நாம வச்சி கும்புடுற சாமிதான் நமக்கு இனிமே காவ, இங்க நடக்குற கெட்டத அது கண் தொறந்து பாக்கட்டும்.” என்றார் மயில்வாகனம். அவர் அப்படிச் சொல்லும்போதே கருக்கானுக்கு மனம் கிளர்ச்சி அடைந்தது. கைகூப்பி வானை நோக்கிக் கும்பிட்டான்.

கருக்கான் மறுமொழி பகன்றான், “ஆமா, இவ்ளோ நாளா நமக்கெல்லாம் இந்த ஓசன தோணல பாத்தியா? நம்ம கொறைய சொல்லி மொறையிட நமக்குன்னு யாரு இருக்கா? அவருக்கு மட்டுந்தான இது தோணியிருக்கு!“

“நாளக்கி எல்லாரும் குளிச்சிட்டு சுத்தபத்தமா வந்திடுங்க, கங்காணி கையாலேயே கல்ல நடட்டும். மொத பூச போட்டு தொவக்கி வைக்கட்டும், நமக்குன்னு இங்க ஒரு சாமித்தொண இருக்கிறது நல்லதுதான்,” என்றான் சந்நாசி பூரிப்போடு.

இந்த நிர்கதியான நிலையில் ஒரு சாமித்துணை வரப்போகும் தைரியம் எல்லாருடைய மனதிலும் அப்போது ஏறி அமர்ந்து கொண்டது.

எல்லோரும் கொட்டடிக்குள் நுழைந்தனர். மயில்வாகனம்தான் முதலில் ஏறினார்.

இரவு முதிர்ந்து கொண்டிருந்தது. 'தீபாவளி' 'பொங்கல்' என்ற சொற்கள் மயில்வாகனத்தைத் தூங்கவிடாமல் அதிகம் இம்சித்து விட்டிருந்தன.

காட்டுக்கொசுக்கள் அவர்களைச் சுற்றிப் போர்த்திக் கொண்டிருந்தன. தொடையில் அடித்தால் கன்னத்திலும், கன்னத்தில் அடித்தால் கையிலும் என சரமாறியாகத் தாக்கிக் கொண்டிருந்தன. ஆயிரம் கைகள் செய்ய வேண்டிய வேலைக்கு இரு கைகள் எந்த மூலை? கடித்த இடத்தில் அரிப்பு. சிறிய சிறிய வீக்கங்கள். கண்ணயர முடியாமல் செவியருகே ராப்பாடல் வேறு. உடல், களைப்பைப் போக்க உறக்கத்தைக் கெஞ்சிக் கொண்டிருந்தது. புரண்டு புரண்டு படுத்துத் தூங்கியும் தூங்காமலும் காலை அரக்கர்களின் கட்டளைகளுக்கு அடிபணிந்தாக வேண்டும்.

நூறு பேருக்கும் மேல் நெருக்கி நெருக்கிப் படுத்துக் கிடந்தார்கள்.

படுக்கையில் புரண்டு கொண்டிருந்த சேவு ஒரு விதை முளைத்தெழுவது போல பைய எழுந்து உட்கார்ந்தான். கொசுக்களை அடிக்க முடியவில்லை. அறையும் சப்தம் உறக்கத்தைக் கலைத்து விடும். மெல்ல எழுந்துபோய்க் கொட்டடியின் ஒரு மூலையில் செருகி வைத்திருந்த பழைய தாளை எடுத்தான். ஒரு சிறுதுண்டைக் கிழித்து மற்றதை அங்கேயே திணித்தான்.

விளக்கின் அருகே நெருங்கித் தாளைக் கிழித்துச் சுருட்டினான். தீக்கொழுந்தில் நீட்டினான். அது பற்றிக்கொண்டதும் அதை ஊதி அணைத்தான். தீக்கங்கு நெற்றிக்கண்ணெனச் சிவந்து நின்றது. அது அணையும் முன் புகையை உள்ளிழுத்தான். நெஞ்சுக்குள் சூழ்ந்து நிறைந்தது. உடல் புத்துயிர் அடைந்ததுபோல நிறைவு உண்டானது. சடாரென தொண்டை அறுவி, மூக்கு எரிந்து இருமல் பீறிட்டது. கொஞ்ச நேரம் விடாமல் இருமினான்.

"அந்த சனியன வுட்டுத் தொலஞ்சா என்னடா?.. அந்நாடம் நடுராத்திரில எஞ்சி இறுமுற.." கருத்தானின் குரல் இறுகிக் கமறியது.

"வுட முடில கருக்கான்.. வேல எடத்துல சப்பாங்கார பயத்துல மறந்து போது. இங்க வந்தா ஞாவகம் வந்துடுது. நெஞ்சு நெறைய

சுருட்டு வாசம் இருந்துட்டே இருக்கு. நாக்கு தட்டித்தட்டிக் கேக்குது. என்னா செய்ய..? ஒதடு காஞ்சி போய் எழுப்புது. கெட்ட கெட்ட கனவா வருது!"

"நெனப்பு வரப்ப, ரெண்டு நாளக்கி வைராக்கியமா படுத்தே கெட.. அப்றம் மொல்ல மறந்திடும் சொல்லிருக்கேன்ல" என்றார் மயில்வாகனம்.

"கங்காணி.. ஒங்களையும் எழுப்பிட்டானா.. தூங்குங்க கங்காணி.."

கொட்டடி புறக்குளிரை உள்ளேயும் திரட்டிக் கொண்டிருந்தது. தரையின் மூங்கில் தட்டிகளில் ஈரத்தை உணர்ந்தார்கள். மூங்கில் தட்டிகளின் துவாரங்கள் வழியே ஈரக்காற்று நுழைந்து நிறைந்த வண்ணம் இருந்தது. .

குளிர் உடல்களின் மேலேறிக்கொண்டிருந்தது. முட்டிக்கால்களை மடக்கி நெஞ்சோடு ஒட்டிக் கொண்டார்கள் கருவறை சிசு போல. உடல் உதறியது. வாய் வறண்டது. முன்னும் பின்னும் புரண்டு புரண்டு இமைமூடித் தன்னை இழக்கும் முயற்சிகள் பலனளிக்கவில்லை!

ஒவ்வொரு உரோம வாசல் வழியாக இரத்த நாளங்களுக்குள் குளிர் ஊடுருவி நுழைந்தது.

வெளியே கூரையின் மீது கனத்த பனி கொட்டிக் கொண்டிருந்தது. இலை தழைகள் குளித்து மூழ்கிக் கொண்டிருந்தன.

சில சொட்டுகள் அத்தாப்பு கூரை வழியே சேவுவின் வெற்றுடம்பில் விழுந்தன. ஊசியால் நறுக்கென்று குத்தப்பட்டதுபோல துடித்து எழுந்து உட்கார்ந்தான் அவன். பின்னர் கூரையைப் பார்த்தான். கருமை இருளைத் தவிர வேறொன்றும் தெரியவில்லை.

'பாத்து என்னத்த பண்ண முடியும்?' என்று நகர்ந்து படுத்தான். எந்தப் பக்கம் நகர்ந்தாலும் அது வேறொருவர் இடமாக இருந்தது. எல்லோரும் உறக்கத்தோடு பொருதிக் கொண்டிருந்தார்கள். நீர் சொட்டுமிடத்திலிருந்து சில அங்குலங்கள் தள்ளிப் படுத்தான். அவன் சிலுவாரின் முனையில் நீர்பட்டுப் பரவிக் கொண்டிருந்தது.

எங்கோ தூரத்தில் ஓநாயின் குரைப்பு கேட்டது. அவனுக்குக் குடல் ஆடியது.

மணி என்ன ஆகியிருக்கும் என கணிக்க முடியவில்லை.

காலையில் கங்காணிகள் வந்து நிற்பார்கள். அந்தச் சிம்ம சொப்பனத்தில் அவன் கண்கள் உறங்க மறுத்தன.

22

மேய் குவாங் முகாமில்..

குவாய் நோய் நதிக் கரையோரம்தான் சில முகாம்கள் அமைக்கப்பட்டிருந்தன. காஞ்சனாபுரியிலிருந்து குவாய் இருபது மைல் தூரம் இருக்கும். இங்கேதான் போர்க்கைதிகளின் தங்குமிடம் இருந்தது. இன்னொரு முகாமில் சிங்கப்பூரிலிருந்தும் மலாயாவிலிருந்தும் பிடித்துக் கொண்டுவரப்பட்ட கொத்தடிமைகள் வைக்கப்பட்டிருந்தார்கள்.

குவாய் நோய் நதி மேய் குலோங் நதியில் இணையும் சந்திப்பிலிருந்து சில மீட்டர் வட திசையில் மேய் குலோங் நதியின் மேல் தண்டவாளப் பாலம் அமைப்பதற்காகப் போர்க்கைதிகளைப் பயன்படுத்தினார்கள். அவர்கள் பல்வேறு தொழிற்திறன் துறைகளைச் சார்ந்தவர்கள் என அடையாளம் காணப்பட்டவர்கள். பாலம் அமைக்கும் பணிக்கு அவர்களின் தனித்திறன்கள் அவசியம் கருதி கொண்டு வந்திருந்தார்கள்.

நதி சுழித்து ஓடிக்கொண்டிருந்தது. கோடை காலமாதலால் நதியின் நீர்மட்டம் தாழ்வாக இருந்தது. தரை மட்டத்திலிருந்து நதி கிட்டதட்ட ஐம்பது அறுபதடி ஆழம் இருக்கலாம்.

ஆற்றின் படுகையில் முப்பது பேருக்குமேல் இருந்தார்கள். பாலம் உறுதியாக நிற்க தரைமட்டம் வரை காண்கிரீட் போட்டாக வேண்டும்.

“ஏண்ணே, இங்க ஏன் காண்கிரீட் போடறம்?” என்று சாக்கன் தலையை உயர்த்தி மேலே பார்த்தவாறு கேட்டான். சரிவு செங்குத்தாய் இறங்கியது. அது முகத்தின் மீது மோதும் சாய்வைக்கொண்டிருந்தது.

“ரெண்டு பாலம் கட்ட போறானுங்க…ஒரு வெள்ளக்காரன் சொன்னான்,”

“ஒங்களுக்கு இங்கிலிஷ் தெரியுமாண்ணே?”

“அவர் நல்லா தமிழ் பேசுறாரு.. எஸ்டேட்ல இருந்தாத்தான் தமிழ்ல பேச கத்துக்க முடியுமே. நம்மலமாரியே அவரையும் புடிச்சி இழுத்திட்டு வண்டானுங்க” ரகசியம் பேசுவது போல இருந்தது அவர்கள் உரையாடல்.

“எவ்ளோ பெரிய பதவி அது?”

“வெள்ளக்காரன் ஆட்சி இருந்தவரைக்கும்தான் பதவிங்கிறதெல்லாம். இப்ப சப்பான்காரனுங்களுக்கு அடிமைங்க. வெள்ளக்காரனுங்களோட ஜம்பத்த எல்லாம் மலாயாவுல இல்லாம ஆக்கிட்டானுங்கல்ல. நீதான் பாத்திருப்பியே.. இந்த முகாம்ல நெறைய வெள்ளக்காரனுங்க இருக்கிறத! அவனுங்கெல்லாம் இஸ்டேட்ல இருந்த தொரைமாருங்களும்.. நேசநாட்டு படை ராணுவ வீரர்களும்தான். போருல தோத்துப்போய்ப் பிடிபட்டவனுங்க.”

ஜப்பான்காரக் கங்காணி ஒருவன் சத்தம் போட்டான். இவர்கள் தணிந்த குரலில் பேசுவது கேட்டு பேச்சை நிறுத்தினார்கள். அருகே நெருங்கிக் கொண்டிருந்தான். ஏறிட்டுப் பார்க்கும் துணிவில்லாதிருந்தார்கள். அவன் பிம்பம் நின்று கண் விலகாமல் பார்ப்பதுபோல இருந்தது.

ஒன்றோடொன்று பின்னிப்பின்னி இறுக்கப்பட்ட இரும்புகள், அகன்ற வாயுள்ள வலைகள் போல விரிந்து கிடந்தன. ஆறேழு பேர் மேலிருந்து வடம் கட்டி இறக்க, கீழே உள்ளவர்கள் அதனை வாங்கி இறக்கி வைத்துக் கொண்டிருந்தார்கள். அதன் கனம் பன்னிரெண்டு பேர் கை வலிமையையும் போக்குக் காட்டியது. மேலிருந்து கீழிறக்கும்போது அது பள்ளத்தாக்கின் மண்ணில் இடித்து இடித்துச் சரிந்து இறங்கும். அவை ஒரேயடியாய் கீழே சரசரவென இறங்காமல் இருக்க படுகையின் இடை இடையேயும் கூலிகள் தாங்கிப் பிடித்து இழுத்து இறக்கிக் கொண்டிருந்தார்கள். சரிவில் நிற்பவர்களுக்கும் பிடிமானமாகப் பாறைகள் மட்டுமே இருந்தன.

பாறைகளின் பாசி படியாத இடங்களாகப் பார்த்து பற்றிக்கொள்ள வேண்டியிருந்தது. வேறெந்த பாதுகாப்பும் இல்லை. வாட்டமாக நின்று கம்பி வளையங்களை வாங்கி கீழ்நோக்கி மெல்லத் தள்ள வேண்டும். சாகசம் நிறைந்த வேலை. கம்பியின் சொரசொரப்பும், அவற்றில் ஒட்டியிருந்த சிறுசிறு கற்களும் இறுகப் பிடிக்குந்தோறும் கைகளை அறுவின. கைககள் சிவந்து பழுத்துவிடும். கற்கள் குத்திய அடையாளம் இரவுவரை மாறாது.

கீழே நிற்பவர்கள் ஓடும் நதிநீரிலும், சேற்றிலும், கற்கள மேலும் காலூன்றி நின்று கொண்டிருந்தார்கள். நீர் பாதங்கள் வழியாகச் சில்லிட்டு ஏறியது. நீண்ட நேரம் தண்ணீரில் நின்று கொண்டிருப்பதால், முழங்காலுக்குக் கீழ் வெளிறி இருந்தன தோல். சேற்றின் பிசுக்கை விரல் இடுக்குகள் கரிய புழுக்களாய்க் கக்கிக் கொண்டிருந்தன. மெல்லிய மலநாற்றம் கிளம்பியது அதிலிருந்து. விரல்களுக்கிடையே அரிப்பெடுக்க, சொறிவதற்காகக் கைவைத்தபோது அட்டைகளின் வழவழப்பு அசௌகரியத்தைத் தந்தது. அதனைப் பிடுங்க முடியாமல் அதன் கடி இறுகப் பற்றியிருந்தது. அவற்றை நீக்க இடைவெளி கொடுக்காதிருந்தது கங்காணிகளின் கூர்ந்த பார்வை. பாதங்களில் ஆற்றின் அடியில் படிந்திருக்கும் கற்களின் கூர்மைகள் விஷ மீன்களாய்க் குத்திக் கொண்டிருந்தன.

மேலே மண்தரையில் இருக்கும் கூலியாட்கள் இரும்புக் கம்பிகளை வெட்டித் துண்டாக்கிக் கொண்டிருந்தார்கள். அவற்றைச் சதுர வடிவில் குறுக்காக அடுக்கி ஒன்றோடொன்றைச் சிறுசிறு துண்டு இரும்புக் கம்பிகளால் கொரடாக்களைக் கொண்டு இணைத்துக் கொண்டிருந்தார்கள். அவர்கள் தங்கள் கைகளை அவ்வப்போது விரித்துப் பார்த்து எச்சில் உமிழ்ந்து தேய்த்துக்கொண்டு மீண்டும் வேலையில் ஈடுபட்டார்கள். கைகள் சிவந்தும் கொப்புளங்களாயும் காப்பேறியும் கிடந்தன. சப்பானியர் நிழல்கள் நெருங்குவதை உணரும்போது அந்த நொடி நேர இடைவெளியையும் நிறுத்திக் கொள்ள வேண்டியிருந்தது.

மிக அண்மையில் ஒரு பாம்பு நீரின் ஒழுக்கின் எதிர்திசையில் சறுக்கி ஓடியது. பாம்பு ஓடிய நீரின் தடம் அதன் நிழல்போல தொடர்ந்து ஓடி மறைந்தது.

“புள்ள ராசாத்தியும் தேவானையும் நெனச்சா மனசு பகீர்ன்னுது. இப்பியே விட்டாக்கூட ஓடிப்போய் கட்டியணைச்சிக்கனும்னு இருக்கு,” என்றார் சதாசிவம். விருட்டெனத் திரும்பிப் பார்த்து, மீண்டும் கம்பி வலைக்காக அண்ணாந்தார்.

“எனக்கும் என் சம்சாரம் நெனப்பு வந்துகிட்டே இருக்கு.”

“எப்ப கல்யாணமாச்சி சாக்கன்?”

“சப்பாங்காரன் வர்றதுக்கு மூனு நாளக்கி முன்னாலதான்.”

கம்பி வலையை கீழே இறக்கிக் கொண்டிருந்தார்கள். கீழே இருந்தவர் கைகள் அதனை வாங்கத் தயாராயின. சரிவில் நிற்பவர்கள்

அதனைப் பிடித்து நிறுத்தி அதைச் சமமாக்கி இறங்கத் தோது செய்து கொண்டிருந்தார்கள். இரும்புக்கம்பி வலையின் கூர் முனைகள் இறங்கி வரும்போது கண்களை நோக்கிப் பாய்வது போலிருந்தது. ஒவ்வொரு முறையும் இரும்புக்கம்பி இறங்கும்போது பெரும் ஆபத்து நெருங்கி வருவதாக பட்டது.

“அந்தப் பக்கம் உள்ளவங்க மொல்லமா எறக்குங்க.. இந்தப்பக்கம் அப்படியே புடிச்சிக்குங்க” என்றார் சரிவில் பாறை விளிம்பில் நின்றிருந்த தேனப்பன்.

கம்பிவலை ஒரு நிலையில் நில்லாமல் ஆடியது. சிலரை இடித்தது. அதனை ஒரே நேரத்தில் பிடித்து நிறுத்த முடியவில்லை.

கட்டுக்கடங்காமல் ஆடியது. கீழே அண்ணாந்து பார்த்துக் கொண்டிருந்த கங்காணி “பக்கேரோ” என்று சினம் கொண்டு சீறினான்.

கம்பி ஒரு கட்டுக்குள் நின்றது. மீண்டும் மேலிருந்தவர்கள் வடத்தின் பிடியைத் தளர்த்தினார்கள். மெல்ல மெல்ல இறங்கிக் கொண்டிருந்தது.

“மாயி சுசுமே” என்று கத்தினான் இன்னொரு கங்காணி. கம்பிவலையைக் கீழே உள்ளவர்கள் வாங்கி படுகையில் வைத்தார்கள்.

பாலம் நிறுவப்படக்கூடிய சரிவின் கீழ்த்தளத்திலிருந்து மேல்நோக்கி கோரிக்கற்களும் சிமிந்தும் கலந்த கலவையைக் கொட்டி நிரவிக் கொண்டிருந்தது இன்னொரு குழு. சிமிண்டுக் கலவைச் சிதறல்கள் நதி நீரில் விழுந்து நீர்க்கொப்புளங்களைக் கிளப்பிக்கிளப்பி நீருக்குள் அடங்கின. கலவையை வந்து கண்ணோட்டமிட்ட சப்பான்காரப் பொறியியலாளன் சிமிந்து மூட்டையைக் காட்டி மேலும் சேர்த்துக் கலக்கக் கட்டளையிட்டான்.

“ஒரே புள்ள ராசாத்தி எனக்கு. நல்லா படிக்க வைக்கணுன்னு நெனச்சன். அஞ்சாப்பு படிச்சிருந்தப்பதான் ஜப்பான்காரன் குண்டு போட்டான். ஆறாம்பு அடி எடுத்து வைக்கப் போறப்பதான் என் எண்ணத்துல இடி வுழுந்துச்சி. மனசெல்லாம் அவதான் நெறஞ்சி நிக்குறா. எம்பொண்ணப் பாக்கணும்! நம்மள எப்போ விடுவான்களோ?”

“அதுக்கு ஒரு விடிவுகாலம் பொறக்கும்ணே”

“ரயில் சடக்கு போட்ற வேலை முடியணுமே சாக்கன். இந்தப் பாலத்துக்கு வேலைக்கு வந்தே.. மாசக் கணக்காச்சில்ல?.”

“ஆமாண்ணே.. இன்னும் கண்கிரீட்டே போட்டு முடியல.”

மேலே நின்றிருந்த தேனப்பன், “குள்ளப்பய வரான்,” எனக் கண்காட்டினான்.

“வேல வேகமா..” சட்டென நிறுத்திக் கொண்டார் சதாசிவம். கங்காணி அவர்களை நெருங்கிக் கொண்டிருந்தான். அவன் கால்கள் நீரைக் கீறிப்பிளந்து முன்னேறிக் கொண்டிருந்தன. அவன் கையில் வெட்டிப் பிளக்கப்பட்ட மூங்கில் கழி இருந்தது. கரும்பச்சை நிறத்திலான அதிலிருந்து நூல்கள் போல நார்கள் வெளிக்கிளம்பி நின்றன. அருகில் வந்து சற்று வெறித்துப் பார்த்தான். பின்னர் வேறு இடத்தை நோக்கி நடந்தான்.

கொத்தடிமைகள் ஓய்வில்லாமல் வேலையில் ஈடுபட்டிருந்தார்கள். தலையின் மீது வெயில் சுட்டுக் கொண்டிருந்தது. மேலே பார்த்துப் பார்த்துக் களைத்த கண்கள் பஞ்சடைத்து விட்டன போன்றிருந்தது. சற்றுநேரம் இமைகளை மூடி சுதாரித்தால்தான் மங்கிய பார்வை தெளிவாகிறது.

“தேவானைக்கு மாடுமாரி வேல செய்யத்தான் தெரியும். ராசாத்திய எப்படி வளத்தெடுக்கப் போறாளோ! நா அங்க இருக்கிற வரைக்கும் எல்லாத்தியும் நாந்தான் எடுத்துக் கட்டி செய்வேன். அவளுக்கு அதெல்லாம் சரியா வராது. நெனக்க நெனக்க பயமா இருக்கு! மேல ஒருத்தன் நடக்கிறது எல்லாத்தியும் பாத்துகிட்டுதான் இருக்கான்.”

“நமக்கு பொறக்கிற புள்ளங்களாவது நல்லாருக்கணும். நம்மள போல நாய்ப்பொலப்பு பொலக்கக் கூடாது.”

“புள்ளங்களுக்கு ஒரு நல்ல எதிர்கால வாழ்க்கைய அமைச்சு கொடுத்தர்னுமில்ல. அப்பனோட கடமியில்லியா....? புள்ள பொறந்த கையோட எல்லாத் தகப்பனுக்கும் அந்த எண்ணம்தான வரும்! இங்க எவ்ளோ காலத்துக்குக் கட்டிப் போடப்போறான்னு தெரிலியே சாக்கன். அதான் அவ நெனப்பாவே இருக்கு.”

நதியின் இரண்டு பக்கமும் மலைகள் சூழ்ந்திருந்தன. பள்ளத்தாக்கின் சரிவில் நதி சலசலத்துக் கொண்டிருந்தது. கற்களை மோதும்போது நீர் சுழித்துக் கொப்பளித்து ஓடியது. நதிக்கரை நெடுகிலும் காடு வளர்ந்து கிடந்தது. இலை அடர்வு கொண்ட கிளைகள் நதிப்பக்கம் சாய்ந்திருந்தன. அவை நீரில் முங்கி முங்கி நீராடிக் கொண்டிருந்தன. நதிநீர் அதில் ஊஞ்சல்கட்டி ஆடுவது போலிருந்தது. இலைகள் நீரின் மீது மேய மேய தற்காலிக வகிடுகளை வரைந்து அழித்துக் கொண்டிருந்தது நீர்.

செடிகளின் தலைப்பாகம் சின்னஞ்சிறு பச்சைப் படுதாக்களென விரிந்திருந்தன. முட்கொடிகள் அவற்றின் மீது பிடிவாதமாய்ச் சுற்றிக் கொண்டிருந்தன. அவற்றின் வளர்ச்சிக்குத் தடையாக இறுகப் பற்றியிருந்தன. நதியின் மீது விழுந்த கிளைகளின் மீது மட்கிய மரத்துண்டுகள் சிக்கிக் கொண்டிருந்தன. அதன் மீது கனத்த பாசி வளர்ந்திருந்தது.

நதி பெரும்பாலான இடங்களில் களிமண் கரைகளாலானது. களிமண்ணின் சில திட்டுகளிலிருந்து ஊற்று இறங்கியது. நீர் ஓடிய இடம் சின்னஞ்சிறிய ஓடையாய்க் கீழ்நோக்கி இறங்கிக் கொண்டிருந்தது.

கங்காணி அப்போது அவர்கள் பக்கம் வேகமாக நெருங்கி நடந்து வந்தான். நின்ற வேகத்தில் சாக்கனை மூங்கில் கழியால் புட்டத்தில் விளாசினான். அந்த எதிர்ப்பாரா தாக்குதலில் துடிதுடித்துப் போனான் அவன். அடிபட்ட இடம் சிவப்பேறி வீங்கிவிட்டிருந்தது. அடி விழுந்ததும் சற்றுநேரம் தலை சுற்றியது. கண்கள் ஒளிமங்கி நீரை வார்த்தன. கன்றிய இடம் கொதிநீர் ஊற்றப்பட்டது போல எரிந்தது. ஒரு சிறுத்தையைப் போல கூர்மையோடு வெறித்துப் பார்த்துக் கொண்டிருந்தான் வேலை வாங்குபவன். பாறையில் நின்றிருந்தவர்களுக்குக் குலை நடுங்கியது.

“மாயீ” என்றான் கையைக் கம்பி வலை மேலிருந்து இறங்குவதைக் காட்டி. கன்னத்தைத் துடைத்துக் கொண்டே மேல் நோக்கிப் பார்த்தான். பின்னர் அவன் வேறிடம் போய்விட்டான்.

சதாசிவத்தின் உடல் நடுங்கத் தொடங்கியது. தன் கைகளின் தன்னிச்சையாய் உதறுவதைப் பார்ப்பது அவருக்கு இதுதான் முதன்முறை.

“கொலகாரப் பாவிங்க.. இங்க ஏதும் பேசாதீங்க.. பேசறதெல்லாம் நம்ம தங்குற கொட்டாயிலியே பேசிக்கலாம். போயி ஏதாவது பச்செல மருந்து பூசணும்.” என்றான் தேனப்பன் தாழ்ந்த குரலில்.

அந்த தாக்குதல் சம்பவத்திலிருந்து தன் முதுகுக்குப் பின்னால் ஒரு சப்பானிய கங்காணி அடிக்கக் காத்திருப்பது போலவே ஒரு பிரம்மை இருந்து கொண்டே இருந்தது சாக்கனுக்கு.

 # பக்கேரா = முட்டாள்களே

 # மாயி சுசுமே = விரைவாக

23

ஆர்வாட் தோட்டத்தில்

வானமும் வயலும் திறந்து கிடந்தன. அந்த நிர்வாண காற்று மண்டலத்தை சூரியன் மேய்ந்து கொண்டிருந்தது. வெப்பத்துக்கு அஞ்சிய பறவைகள் பரந்த வெளியை வெற்று மண்டலமாக்கி விட்டிருந்தன.

சற்று முன்னர் வரை வெளிர் மஞ்சளில் வளர்ந்து தலை கவிழ்ந்து கிடந்த கதிர்கள் தரைமட்டதுக்கு அறுக்கப்பட்டு விட்டதால் மண்ணில் முளைந்து குச்சிகளைப் போல நெட்டுக்குத்தாய் நீண்டு கிடந்தன கதிர் தண்டுகள். வயல் மண் காய்ந்து பிளவுகள் தென்பட்டன. சில திட்டு முற்றிய கதிர்கள் காற்றில் அலைந்தன.

அறுவடை முடிந்து நெற்கதிர்களின் குவியல்கள் சிறு சிறு மேடுகளாகக் கிடந்தன. காய்ந்த கதிர்களை அறைந்து நெல்மணிகளை உதிர்ப்பதற்காக மூங்கில் தடுப்பில் கோணிச்சாக்குகள் சுற்றப்பட்டிருந்தது. நெற்கதிர்களை அறையும்போது நெல்மணிகள் சிதறிவிடாமல் இருப்பதற்கான தடுப்பு அது.

நெற்கதிர்களை அறைந்து நெல்மணிகளை கீழே விரிக்கப்பட்ட கோரைப்பாயில் உதிர்ப்பதற்குத் தோதாக அத்தடுப்பில் ஒருபக்கம் மட்டும் திறந்திருந்தது. வெயில் கொஞ்சம் தாழ்ந்தவுடன் கதிர்களை அடிக்கும் வேலையாட்கள் வந்துவிடுவார்கள். நெற்களால் நிரப்புவதற்கான கோணிச்சாக்குகள் மலைப்பாம்புகள் சுருண்டு படுத்திருப்பது போல சுருங்கி தடுப்பின் அருகில் கிடந்தன.

தெரசா நெற்கதிர்ப் பொதிகளைப் பார்க்கிறாள்.

நேற்று ஆற்றில் கைலியால் சேந்திப் பிடித்து கிடைத்த விறால், கெண்டைகளை நெருப்பில் வாட்டிக் கொடுத்து கேழ்வரகுக் கஞ்சி கொடுத்திருந்தாள் பிள்ளைகளுக்கு. சின்னவன் தாஸ் எப்போதும்

போலவே முரண்டு பிடித்தான். பெரியவன் ஜேம்ஸ் அம்மாவின் மனம் கோணக்கூடாது என்பதற்காக ஏதோ சாப்பிட்டான். வயிறு நிறைய சாப்பிடும் வயது இருவருக்குமே. ஆனால் அது இப்போதெல்லாம் வாய்ப்பதே இல்லை!

வயல் சொந்தக்காரன் தெரேசாவின் அருகில் வந்தான். அறுக்கப்பட்ட நெற்கதிர்களை பொதியில் போட்டுவிட்டு நிமிர்ந்து பார்த்தாள் அவனை. அவள் முகத்திலும் தோள்களிலும் வெயில் தேமல்கள் பூத்திருந்தன. அக்குள்களிலிருந்து வடிந்த வியர்வையின் ஈரம் அவள் மார்புகள் வரை படர்ந்திருந்தது. தலையை வெயிலிலிருந்து மறைக்க துணியைத் தலைப்பாகையாக்கி அணிந்திருந்தாள்.

மெல்லிய புன்னகையொன்று உதடுகளில் தேங்கிக் கிடந்தது அவனுக்கு. இப்போதெல்லாம் அவன் அடிக்கடி அவள் வேலை செய்யும்போது மிக நெருங்கி வந்து பேச்சுக் கொடுத்துக் கோண்டிருந்தான்.

“தெரேசா.. உன்னப் பாத்தா ரெண்டு பிள்ள பெத்தவ மாரி தெரியல” என்றான். அதே போன்ற பொருள் கொண்ட வசனத்தை வெவ்வேறு வார்த்தைகளில் தனக்குவப்பான தருணங்களை ஏற்படுத்திக் கொண்டு சொல்லி வருகிறான். அவன் அப்படிப் பேசும்போது அவள் ஒரு புன்னகையோடு அதனை உள்வாங்கிக் கொள்வாள். அவள் குனிந்து கதிர்களை சேர்த்துக் கட்டும்போது அவன் நிழல் அவள் மேல் விழுந்திருந்தது. அவன் அங்கே நின்று கொண்டிருப்பதை அவள் விரும்பினாள்.

அவள் நிமிர்ந்து கைலியை மீண்டும் இறுக்கிக் கட்ட அதனைத் தளர்த்தி செருகிக்கொண்டாள். அவன் கண்கள் அப்போது அவள் வயிற்றின் அடிப்பாகத்தைத் தொட்டு மீண்டிருந்தன.

தெரேசா சொன்னாள், “மூனு பிள்ள. ஒன்னு பொறந்தவொடனே தவறிடுச்சி.”

“ஓ” என்றான் வயலின் சொந்தக்காரன். ஒரு குழந்தை தவறிய சோகத்தை தெரேசாவைப் போலவே இவனும் முகத்தில் காட்டவில்லை. அச்செய்தி பொருளற்ற செய்தியாகவே காற்றில் மறைந்து காணாமலானது.

அவன் வயல் வெளியை வெறுமே பார்த்துக் கொண்டிருந்தான். அகன்ற மூங்கில் தொப்பி அணிந்த ஒருத்தி வெகுதூரத்தில் கதிர்களை அறுத்துக் கொண்டிருந்தாள். வேறு யாரையும் காணவில்லை.

அவன் மீண்டும் தெராசாவிடம் பேச்சு கொடுத்தான். "நீ வேல முடிஞ்சவொடனே வீட்டுக்குப் போய்டாத."

தெரசா அவனை ஏறிட்டுப் பார்த்தாள். மெல்லிய புன்னகை அவள் முகத்தில் ஊடறுத்து ஓடியது.

"ஏன்..?" என்றாள்.

அவனிடம் சொல்வதற்கு ஒன்றுமில்லாதது போல வேறெங்கோ பார்வையைச் செலுத்தி தன்னைச் சுதாரித்துக் கொண்டு சொற்களைத் தேர்வு செய்துகொண்டு மீண்டும் பேசினான்.

"இல்ல.. நெல் மூட்டையெல்லாம் வந்திடும். அதை வூட்டுக்கு கீழ அடுக்கி வைக்கணும். கை ஒத்தாசைக்கு நீ வந்தா நல்லாருக்கும்." என்றான்.

அவளுக்கு அந்தக் கோரிக்கை உவப்பளித்தது. "ம் வரேன்" என்றாள். மெல்லிய கூச்சம் தொனித்தது குரலில். தலையைக் கவிழ்த்துக் கொண்டாள். புன்னகை துளிர் கொண்டிருந்தது இதழோரம்.

அவன் எத்தனையோ முறை அவளை நெருங்கி வந்து பேசியபோதெல்லாம் இந்த அழைப்பை விடுக்க நா எழவில்லை. அதுபோன்ற உரையாடலுக்கு அவள் இடம் கொடுக்கக் கொடுக்க அவனால் இந்த அழைப்பை துணிந்து விடுக்க முடிந்தது இன்றைக்கு.

"மறந்திடாத வந்திடு"

"ம்...ம்...."

அவள் சம்மதம் அவனுக்கு உவப்பளித்தது. பின்னர் அவன் அங்கிருந்து கிளம்பி விட்டான். அவன் போகும்போது அவனேயே விழி விலகாமல் சற்றுநேரம் பார்த்துக் கொண்டிருந்தாள்.

அந்தி சாய்ந்து கொண்டிருந்தது. நெல் மூட்டைகள் ஏற்கனவே வீட்டுக்குக் கீழே அடுக்கப்பட்டு விட்டிருந்தன. அவன் சன்னலைத் திறந்து வைத்து அவள் வருகைக்குக் காத்திருந்தான்.

தெரெசா சொன்னாள், "எல்லாம் அடுக்கியிருக்கே."

"ஆமாம், வேல ஆளுங்க அடுக்கி வச்சிட்டாங்க. ஒனக்கு கொஞ்சம் நெல்லு கட்டி வச்சிருக்கேன். நீ எடுத்திட்டுப் போக." பழைய துணியில் சிறு மூட்டையாகக் கட்டப்பட்டருந்தது. வீட்டுப் படியில் கிடந்ததைக் காட்டினான். புடைத்த மூட்டையில் நெல்லின் முனைகள் வெளிக் கிளம்பியிருந்தன.

அதனையே கண்விலகாமல் பார்த்தவள் "ரொம்ப நன்றி" என்று கொச்சையான மலாயில் சொன்னாள். அவள் மனம் கணக்குப் போட்டது. 'இன்றே உரலில் குத்தி அரிசியாக்கி பிள்ளைகளின் நெடுநாள் அரிசிச்சோறு சாப்பிடும் ஆசையை நிறைவேற்றி விடலாம். பெரியவனுக்கும் தாஸுக்கும் இரவில் கீரைக்கறியோடு கருவாடும் கலந்து சோறுட்டும் காட்சி அவளுக்கு மனதில் உருவானது. கண்கள் பொங்கின. உடனே வீட்டுக்குப் போகவேண்டும் என்று திரும்பினாள்.

"நீ கொஞ்சம் மேல வா" என்றான் சுற்றிலும் பார்த்தவனாய்.

"நான் வூட்டுக்குப் போணம், இருட்டிடும், புள்ளைங்க பசியோட காத்திருப்பாங்க." என்றாள். அப்போது அவள் உடலில் ஒரு குழைவு வெளிப்பட்டது.

"கொஞ்ச நேரத்துல போய்டலாம், இருட்டிட்டா நான் கொண்டு போய் வுடுறேன்.

அவன் அழைப்பதன் நோக்கம் அவளுக்குத் தெரியும். ஆனாலும் மறுக்க முடியவில்லை.

"வூட்ல யாரும் இல்லியா?

"குண்டுரிக்கு போய் இருக்காங்க, "

"நீங்க போகலியா?"

"கொஞ்ச நேரத்துல கெளம்பிடுவேன். நீ மேல வா," என்றான் பலகை சன்னல் வழியே அவளையே பார்த்துக் கொண்டு.

அவள் தயங்கித் தயங்கி நின்றாள். சுற்றிலும் பார்வையை ஓடவிட்டுக் கொண்டிருந்தாள். மர இலைகள் ஒன்றை ஒன்று பின்னிக் கிடந்தன. மரநிழல் விழுந்து வெப்பத்தை தணித்து விட்டிருந்தது. வயல் வேலையின் போது வடிந்த வியர்வை அருதியாய் நின்று போயிருந்தது. ஆனால் அதன் எச்சமாக பிசுபிசுப்பு உடம்பில் ஒட்டிக் கொண்டிருந்தது. உடலில் ஒரு விநோத உஷ்ணம் மேலேறி ஊர்ந்து கொண்டிருந்தது.

"யாருமில்ல நீ வா."

அவள் கால்கள் மரத்தண்டுகள் போல அசைவற்றுக் போனதாய் உணர்ந்தாள். உள்மனம் நடுங்கியது. ஆனாலும் அந்த அழைப்பை நிராகரிக்க மனம் இடம் தரவில்லை.

"சீக்கிரமா மேல வா."

நெல் மூட்டை படியில் காத்துக் கிடந்தது. ஒரு தீர்க்கமான முடிவெடுத்தவளாய் அவனை துணிவோடு நோக்கினாள். அவள் இசைவை ஒரு புன்னகை வழி அனுப்பி வைத்தாள்.

அவன் கை சைகையில் அவளை மேலே ஏறிவரச் சொல்லி வலியுறுத்தி அழைத்தான். இறுகிய பாதங்கள் தளர்ந்து கொடுக்க, வீட்டுப்படிகளை நெருங்கினாள். முன்னும் பின்னும் நோட்டமிட்ட பின்னர் கால்கள் விரைவு கொண்டு ஏறின படிகளின் மேல். தெரேசா ஏறிவருவதைக் கண்டு சன்னலை அடைத்தான். பின்னர் கதவையும் தாழிட்டான்.

வீட்டுக்குள் சட்டென்று இருள் சூழ்ந்து கொண்டது.

சட்டென கவிந்த இருட்டில் அவளுக்கு காட்சிகள் மறைந்து போனது. கண்கள் இயல்புக்கு வந்தபோது அவன் கைகள் தன் அடிவயிற்றில் ஊர்ந்து கொண்டிருப்பதை உணர்ந்தாள்.

சற்று நேரம் கழித்து முகத்தை ஒற்றிக்கொண்டே கீழே இறங்கினாள். அவள் விழிகள் எல்லாத் திசைகளையும் தொட்டு விலகியது. படியில் கால்வாசி நிறைந்திருந்த நெல்மூட்டையைத் தூக்கித் தோளில் வைத்தபோது, அதன் கனம் அவளுக்கு மகிழ்ச்சி அளித்தது. அவள் விரைந்து அங்கிருந்து விலகினாள்.

வீட்டுக்குத் திரும்ப நடக்கும்போது வயற்காடு முழுமையும் அறுவடை செய்து முடிக்கப்பட்டிருந்தது.

குண்டுரி = விருந்து

24

பாலோவில்..

'தட் தட்.. தட் தட்..' சாலம்மா வீட்டுப் பின்கதவைத் தட்டிக்கொண்டே நின்றிருந்தாள் தெய்வானை. தட்டும் ஒலி அந்த வீட்டைத் தவிர வேறெங்கும் கேட்டுவிடக் கூடாது எனக் கவனமாக இருந்தாள். கொஞ்ச நேரம் கதவு திறக்கப்படவில்லை. கதவுகள் திறக்கபடுவதற்கானதல்ல என்ற கட்டாயம் இந்த இக்கட்டான காலகட்டத்தின் கற்பிதமாகிவிட்டிருக்கிறது போலும்! வீட்டுக்குள் சாலம்மா இருக்கிறாளா எனத் தெரியவில்லை. சற்று முன்னர்தான் எங்கேயோ போய்விட்டு வீட்டுக்குள் போனதைப் பார்த்தாள்.

மீண்டும் தட்டினாள், "யக்கா..., யக்கா...""

பாதிக்கதவு திறக்கப்பட்டது. சாலம்மாள் தலையை நத்தையைப் போல வெளியே நீட்டிப் பார்த்தாள்.

"என்ன தேவான?"

"யக்கா.. ராசாத்தி பெரிய மனுஷியாயிட்டா.." என்றாள் படபடப்போடு.

"வயசு பன்னெண்டுதான..? சரி சரி உள்ள வா. இப்பல்லாம் கதவத் தொறக்கவே பயமா இருக்கு.. அதான்.. ஒங்கொரல கேட்டவொன்னதான் தெகிரியமே வந்துச்சி."

"கெட்ட நேரம்கா.. இப்டியெல்லாம் நமக்கு நடக்கும்னு நெனச்சிக் கூடப் பாக்கல."

"ச்சே வாயக் கலுவு.. புள்ள ருதுவாயிட்டா.. இந்த நேரத்துல, கெட்ட நேரம்னு அபசகுனமா பேசிட்டு"

"பின்ன என்னக்கா.. தோட்டத்த சுத்தி பருந்துங்க சுத்திக்கிட்டிருக்கு.. எப்ப எதக் கொத்திக்கிட்டுப் போலாம்னு.. இந்த நேரத்திலியாக்கா?.."

“புள்ள வயசுக்கு வந்திருக்கா.. நம்ம தான் கவனமா பாத்துக்கணும்..”

“இப்ப என்னக்கா செய்றது..?”

“தோ வரன்.. நீ போ புள்ள.. தெகிரியாம இரு..”

“அந்த ஆளு இல்லாத நேரத்துலியா இது நடக்கணும்..?” என்று விசும்பினாள்.

“எது எது எப்ப நடக்கணும்னு இருக்கு தேவான.. சதாசிவம் வந்திடுவாரு கவலப்படாம இரு.. நீ புள்ளய போய் கவுனி..” பின்னர் சற்று நிறுத்தி.. “வேற யாருக்கும் தெரிய வானா தேவான.. நம்ம பொம்பளைங்க வாய் சொம்மாவே இருக்காது. இல்லாதப்பியே கண்ணு மூக்கு காது வச்சி கத கட்டிடுங்க.. இப்ப உம்மகளப் பத்தி தெரிஞ்சா ஊரல்லாம் தப்பு அடிச்சிடுங்க.. அப்றம் சப்பாங்காரன் வரைக்கும் சேதி போய்டும்.. கூட்டிக் குடுத்து திங்கிற ஜென்மங்க வேற இருக்கில்ல..”

தெய்வானை முகம் களை இழந்திருந்தது. பெரும் சுமை தலையை அழுத்துவதாய்ப் பட்டது.

“யக்கா சுருக்கா வந்துடுக்கா.. கையிம் ஓடல, காலும் ஓடல.. எனக்கு!”

“நீ போ.. செத்த நேரத்துல வந்திருவேன்..”

சற்று நேரம் கழித்து, வீட்டுக்கதவைச் சிலமுறை இழுத்து இழுத்து முழுதாய் மூடியிருப்பதை மனம் ஏற்றுக் கொண்டதும், தெய்வானை வீட்டிற்குச் சாலம்மாவின் நடை நீண்டது. கொஞ்சம் திறந்து வைத்த கதவைத் தள்ளி உள்ளே சென்றாள். அவள் கைகளில் மல்லிகை மொட்டுகள் ஒரு சரமாகக் கோர்க்கப்பட்டிருந்தன. வீட்டுக்கு வெளியே பறித்திருக்கிறாள். மணம் பரவியது.

பழைய பாயைக் கேட்டாள்.

“ந்தாக்கா” என்றாள் தெய்வானை.

“படுக்கிற பாயா?’

“ஆமாக்கா..”

ராசாத்தி ஓரிடத்தில் அமர்ந்து இதையெல்லாம் பார்த்துக் கொண்டிருந்தாள். அவள் முகம் கனிந்திருந்தது. அடிவயிற்றைப் பிடித்து அழுது கொண்டிருந்தாள். குனிந்து நிமிர்ந்து நெளிந்தவாறு இருந்தாள்.

“தே.. ராசாத்தி.. அழுவாத.. வலி நின்னிடும்.. அழுது ஊர கூட்டாதா..” என்றாள் சாலம்மா தாழ்ந்த குரலில். ராசாத்தி முகத்தில் புதுமலரின் பொலிவு ஏறியிருந்ததைக் கவனித்தாள்.

“தேவான.. இது வேண்டாம். கீல குந்த வைக்க வேற எதாவது கொண்டா..”

“வேற ஏதாவதுன்னா..?”

“படுக்கிற பாய கொண்டாறியே, ராத்திரிக்கி எதுல படுப்ப?

அவள் ஓடிப்போய் பழைய கோணிச்சாக்கைக் கொண்டு வந்தாள்.

“குளிச்சிட்டு வேற என்ன கட்டிக்குவ? வேற இருக்கா..? கடுதாசி இருந்தா கூட போதும். கொண்டா..”

“இதாங்கா இருக்கு” பழைய சீனச்செய்திப் பத்திரிகைத்தாள் இருந்தது. கொண்டுவந்து நீட்டினாள்.

“இது போதும்.. கடாசிட்ற பொருளுதான.. இதுக்குப் போயி பாயக் கொண்டார..”

நின்றவாறே ஏதோ கணக்கு போட்டாள். பின்னர், வீட்டின் ஒரு மூலையில் செய்தித்தாளை நான்காய் மடித்து வைத்தாள். உட்காரும் அளவுக்கு விரிந்திருந்தது. ராசாத்திக்கு இதையெல்லாம் பார்க்கும்போது முகம் நாணத்தால் சிவந்துகொண்டிருந்தது.

“புள்ளய குளிப்பாட்டிட்டியா..?”

“ன்னும் இல்லக்கா..” அவளை ஏறிட்டுப் பார்த்தவள், “இதக்கூட சொல்லணுமா ஒனக்கு.. வா.. போய் தலையில தண்ணி ஊத்திக் கொண்டாந்து ஒக்கார வைப்போம்.” பின்வாசல் ‘அல்லூர்’ ஓரத்தில் வாளிநீர் இருந்தது. உட்காரச் சொல்லி தலையில் ஊற்றினர். ராசாத்தி உடலைக் குலுக்கினாள். தண்ணீர் பட்டதும் உடல் சிலிர்த்தாள். நீரில் நனைந்து ஆடை ஒட்டியும் விம்மியும் இருந்தது. பாவாடை முனையில் நுண்ணிய நட்சத்திரங்களென மின்னி உதிர்ந்து கொண்டிருந்தன நீர்த்துளிகள். அவளின் தலையைத் துவட்டி வேறு ஆடை அணிவித்து மூலையில் விரிக்கப்பட்ட தாளில் குந்த வைத்தனர். ராசாத்தி முன்னை விட மெலிந்திருந்தாள்.

ஈரமான ராசாத்தியின் சட்டையைத் தூக்கிக் காட்டி. “யக்கா இத என்னா செய்றது..?”

“ம்.. எந்தலையில போடு! அட இவளே..! தூக்கிப் போட வேணாம். நல்லா தொவச்சி வச்சிடு. துணிமணி வாங்குற நெலையிலியா இருக்கம்..”

ராசாத்தியின் தலைமுடியை இழுத்து முடிந்து பூ வைத்தாள். “மஞ்சா குங்குமம் துன்னூறு இருந்தா கொண்டா..”

“யக்கா அது முடிஞ்சி அஞ்சாறு மாசமாச்சி..”

“சரி பரவால்ல.. வுடு. எல்லா வூட்லியும் அரங்கையும் பொறங்கையும் நக்கிக்கிட்டிருக்கு. இருக்கிறத வச்சி சமாளிக்கலாம்.. அதுக்காக சாமி கண்ண குத்திடுமா என்னா..? அந்த சாமிக்கே கண்ணில்லாத போச்சி.. அடுப்பாங்கரைக்குப் போயி சாம்ப கொண்டா.” என்றாள்.

தெய்வானை கொண்டு வந்தவுடன் மேலே கையெடுத்து கும்பிட்டு ராசாத்தி நெற்றியில் இட்டாள். அது கைநாட்டு போலப் பதிந்திருந்தது.

“தோ பாரு ராசாத்தி.. ஒம்போது நாளக்கி எந்திரிக்கக் கூடாது.. தீட்டா இருக்க.. ஒன்னுக்கு ரெண்டுக்கு வந்தா எலுஞ்ச்சி போ, மத்தபடிக்கு இங்கியேதான் குந்தியிருக்கணும்” என்று கண்டிப்பாகச் சொன்னாள். பிறகு சற்று யோசித்தவளாய்.. மூனு நாளக்கி ஒக்காந்தா போதும்.. ஒம்போது நாளக்கின்னா வில்லங்கமாயிடும். வெளிய எங்க.. ராசாத்தியக் காணலியேன்னு தேடுவாங்க! சந்தேகத்துக்கு எடம் கொடுக்கக்கூடாது.. மூனு நாளக்கி போதும்..” என்று சொல்லிக்கொண்டே உலக்கையை வைத்தாள். மூன்று விளக்குமாற்று குச்சிகளை உருவி கடுதாசைச் சுற்றிப் போட்டு வைத்தாள். ராசாத்திக்குச் சாலம்மாவின் செயல் அச்சமூட்டிக் கொண்டிருந்தது.

“காத்து கருப்பு அண்டாது புள்ள.” என்றாள் சாலம்மா.

ராசாத்தியின் மிளிர்ந்த விழிகள் சற்று நேரம் இமைக்கவில்லை. தலையை தலையை ஆட்டினாள். தன் உடலில் உண்டான மாற்றம் இனி எத்தனைத் தடைகளைத் தனக்குத் நிபந்தனைகளாக விதிக்கப் போகிறதோ என மிரண்டு கொண்டிருந்தாள்.

“நீயும் கவனமா கேட்டுக்கோ தேவான.. சுத்தமா இருக்கணும், தெர்தா?” என்றாள். தெய்வானை பொறுப்புணர்வோடு தலையாட்டிக் கொண்டாள். ராசாத்திக்கோ, மூனு நாளைக்குக் குந்தியவாறே எப்படி நாள்களைக் கடத்துவது எனப் புரியவில்லை. ஒரே இடத்தில் உட்கார்ந்திருப்பது என்றால் தானென்ன சாமி சிலையா என்று ஒரு கணம் நினைத்துச் சிரித்தாள். சாலம்மா கண்டிப்பாகச் சொன்னபோது அது கடைபிடிக்கப்பட வேண்டிய ஒன்று எனத் தோன்றியது.

‘தீட்டு’ என்ற சொல் அவளுக்குள் ஏறிச் சம்மனமிட்டு உட்கார்ந்துகொண்டது. சாமி சம்பந்தப்பட்டதோ என நினைத்தாள். பேய் பிசாசு என ஏதேதோ நினைவுக்கு வந்தன. அப்படியானால் கறாராகக் கடைபிடிக்க வேண்டும் போல என சங்கல்பம் செய்து கொண்டாள்.

சாலம்மா வீட்டைவிட்டுக் கிளம்பும் போது, "நீ செத்த நேரம் ஊட்டுக்கு வா. ஒண்ட கொஞ்சம் பேசணும்." என்று தெய்வானையிடம் மெல்லிய குரலில் சொல்லிச் சென்றாள். அவர்கள் கிசுகிசுத்ததைக் கேட்ட ராசாத்திக்கு மேலும் சந்தேகத்தையும் அச்சத்தையும் கூட்டியது.

"தோ வந்தரங்..கா" என்று அவள் பின்னாலேயே ஓடினாள். பின்கதவைச் சாத்திவிட்டு அவள் வீட்டுக்குள் நுழைந்தாள்.

"தேவான.. நான் சொல்றத கேக்க ஒன் மனசுக்குக் கஷ்டமா இருக்கும்.."

"பரவால்ல சொல்லுக்கா.. எவ்ளோ செரமத்த தாண்டி வந்தாச்சி.. இன்னும் என்னான்னால்லாம் தலில எழுதிருக்கோ.."

"வயசுக்கு வந்த பொண்ண, ஊட்ல வச்சிருக்காத.." தெய்வானை மிரண்டு போனாள்.

"அவள சுருக்கா யார் தலைலாவது கட்டிடு.. ஏன் சொல்றனா நேரம் அப்டி இருக்கு."

"வெளங்குது கா.. ஆனா எப்டிக்கா?.. அவரும் எப்ப வருவாருன்னு தெரியாது. கட்டிக் கொடுங்கன்னா அவ்ளோ சின்னாங்கான வேலயாக்கா?"

"தேவான.. நான் என்னா சொல்ல வரேன்னு புரியுதா.. சதாசிவம் வர வரக்கும் காத்திருக்க முடியாது. நாலுமாசம்னு சொல்லி இழுத்துக்குனு போனானுங்க.. தோ தாண்டி ஓடுது. .எத்தன நாளக்கிதான் காத்திருப்ப?'

"யக்கா இப்பதான வயசுக்கே வந்திருக்கா.."

"வெளில தெரிஞ்சா அவளுக்கு ஆபத்து. ஊட்டுக்குள்ளார பூந்து இழுத்துக்குனு போய்ருவானுங்க.. ஆம்புள இல்லாத ஊடா இருக்கு."

"வெளங்குது கா.. ஆனா பெரியவங்க இல்லாம எப்டிக்கா?"

"ங்க பாரு.. உன் கஷ்டம் புரியுது.. தள்ளிப்போட்டா காரியம் கெட்டுப்போய்டும். சதாசிவம் வந்தவொன்ன சொல்லிக்கலாம். அவருக்கு நம்ம நெலமைய புரிஞ்சிக்க முடியாதா என்ன?.. இப்ப எதுவும் நடக்கலாம்ல.. காலம் ரொம்ப கெட்டுக் கெடக்கு! தாமசம் பண்ணாத!"

"இல்லக்கா.. வயசு பனன்டு தாங்கா ஆவுது.. பச்ச புள்ளக்கா"

"பன்மெண்டு ஆனா என்னா.. இரவத்திரெண்டு ஆனா என்னா..? பெரிய புள்ளையா ஆய்ட்டால்ல.. எல்லாத்தியும் போட்டு கொழம்பிக்கிட்டு இருக்காத.. எங்கனா மொறப் பையன் இருந்தா பாரு.. அப்படி இல்லன்னாலும் யாரு கையிலியாவது புடிச்சி கொடுத்திடு.. பொண்ண காப்பாத்து.. கொரங்கு கையில பூமால கொடுத்த கதையா ஆய்டக் கூடாதுன்னுதான் படிச்சி படிச்சி சொல்லிக்கிட்டிருக்கேன் புள்ள!"

தெய்வானை தயங்கினாள். உள்மனம் காற்றில் அகப்பட்ட கடுதாசிபோல அல்லாடியது. சாலம்மா சொல்வதில் நிதர்சனம் இருக்கிறது என்பதை நன்றாகவே உணர்ந்திருந்தாள். யாரைப்போய் எப்படிக் கேட்பது என்பதுதான் புரியவில்லை. சதாசிவம் இருந்தால் எல்லாம் எளிதில் முடிந்து விடும். ஒரு பெண்ணாய் அவள் சிந்தனை ஓர் எல்லைக்குள் ஸ்தம்பித்திருந்தது.

"இந்த நேரத்துல அவளுக்கு நல்ல சத்தான சாப்பாடு குடுக்கக்கூட வக்கில்ல.." என்று புலம்பினாள். அதைவிட அவளை இந்தப் புலிக்குகையிலிருந்து உடனே காப்பாற்றியாக வேண்டும்.

பாறையாய் கனத்தது அந்தச் சுமை. புருஷன் தனியாக இருப்பதே பெரும் சுமையாகிப் போனவளுக்கு இப்போது கூடுதல் சுமை ஒன்று நடுத்தலையில் ஏறி அழுத்துகிறது!

"தேவான.. ஒன்னும் பயப்படாத... ஒங்க சொந்தக்காரங்க எங்க இருக்காங்க?.."

"எனக்கு மாமா மொறையில குடும்பம்.. ஒரு சீன தோட்டத்துல இருக்காங்க.."

"எந்த தோட்டத்துல.."

"பாலோலேர்ந்து கிம் செங்னு ஒரு கம்பம்.. அவருதான் போவ வர இருந்தாரு.. நான் போனதில்ல."

"அவங்களுக்குப் பையன் யாரும் இருக்காங்களா?"

"சரியா தெரிலக்கா!... இல்லக்கா, வயசுப்பயன் யாருமில்ல"

"செரி.. நான் நம்ம மூனாவது வீட்டுப் பெரியவர்ட்ட சொல்லி போய் விசாரிச்சி பாக்கச் சொல்றன்.. அவரு ஒன்னு வுடாம துப்பு தொலக்கிட்டு வந்திடுவாரு. அவங்க சொந்தத்தில யாரும் இருந்தாகூட பேசி முடிச்சிடலாம்.."

25

மேய் குவாங் முகாமில்..

குவாய் நதிக்கரை கொட்டடி முகாமிலிருந்து சில நூறு மீட்டர் தூரம்தான் மேய் குலோங் நதி.

சூரியன் உதயமாகும் முன்பே முகாமிலிருந்து கிளம்பிவிடவேண்டும். வனம் இரவு முழுதும் சேகரம் செய்திருந்த குளிரில் தோல் உரோம இடைவெளி துல்லிதமாகத் தெரிந்தது. உரோமங்கள் சிலிர்த்து எழும்பி நின்றன. உடற்தோலின் சுருக்கங்கள் தெள்ளத் தெளிவாய்த் தெரிந்தன. இறுகியிருந்த உடல் இயல்பு நிலைக்குச் சுதாரித்துக் கொள்ளவில்லை. இரவு ராக்காச்சிகள் மொசுமொசுவென மொய்த்து வேட்டையாடியிருந்தன. கைகால்களின் விறைப்பு, சூரிய வெளிச்சம் படும்வரை நீடித்திருந்தது.

சப்பானியக் கங்காணிகள் வெளியே நின்று அடித்தொண்டையில் மிரட்டிக் கூச்சலிடுவது தொடங்கிவிட்டது. படிக்குக் கீழே சில நிமிடங்கள் கூடக் காத்திருக்க மாட்டார்கள். மூங்கில் கழிகளோடு விறைப்பாக நின்றிருந்தார்கள். தாமதித்து வருபவர்களைப் படியிறங்க விடாமல் கால்களிலும் முதுகிலும் விலாசி அடையாளமிட்டு விடுவார்கள்.

வேலை தளத்தில் முந்தைய நாள் விட்டுவந்த வேலைகள் காத்திருந்தன.

மலைபோலக் குவிந்திருக்கும் சிமிந்து கான்கிரீட் பாளங்கள், இரும்புக்கம்பி வலைகள், சிமிந்து மூட்டைகள், தண்டவாளக் கட்டைகள், சல்லிக் கற்குவியல்கள் பெரும் பெரும் தூண்கள் என அச்சுறுத்தும் படலம் தொடங்கிவிடும்.

ஓடும் நதியும் பள்ளத்தாக்கின் அகலமும் ஒவ்வொரு நாள் பார்க்கும்போதும் நீளமாகிக் கொண்டிருப்பதுபோலத் தோன்றும்.

"நாக்குத் தொங்கிப் போவுற வேல" என உடன் நடக்கும் ஒருவர் நொந்து கொண்டார்.

இன்னொருவர் சொன்னார், "பாவம் செஞ்சவங்களத்தான் சாமி நரகத்துக்கு அனுப்பும், நம்ம என்ன பாவம் செஞ்சம்?"

யாரும் எதுவும் பேசவில்லை. அவர்கள் கூட்டத்தில் இடைவெளி விட்டுவிட்டு கங்காணிகள் நடந்தார்கள். குளிரில் உடல்சுருங்கி நடையின் வேகம் குறையும் போது அடித்தொண்டையில் மிரட்டும் குரல் எழும்.

ஒட்டி நடந்து வரும் சதாசிவத்திடம் சாக்கன் சொன்னான், "ராத்திரி பூரா பொஞ்சாதி நெனப்புதாண்ணே! ஒரு பக்கம் கொசுவு... இன்னொரு பக்கம் குளுரு... அப்றம் செவத்தி..." மெலிந்த குரலில்.

கொத்தடிமைகளுக்கு உடலில் வலு குன்றி சோர்வும் தளர்வும் நாளுக்கு நாள் கூடியபடியே இருந்தன.

சதாசிவத்துக்கு அவன் மீது பரிதாபம் உண்டானது. ஒன்றும் பதில் சொல்லவில்லை. அவனை ஆற்றுப்படுத்த சில வார்த்தைகள் சொல்லக்கூட முடியவில்லை. கங்காணிகள் கையில் வைத்திருக்கும் கழி அளவில்லா பீதியைக் கிளர்த்தியவாறு இருந்தது. சில நாட்களுக்கு முன்னால் அந்த அடி சாக்கன் மீது விழுந்தபோது மிக அண்மையில் அந்தத் தாக்குதலைப் பார்த்தவர். அவரே துடித்துப் போனார். இந்த வயதில் அடிவாங்குவதைவிட செத்துப்போகலாம் எனத் தோன்றிக் கொண்டிருந்தது. சாக்கன் நேற்று இரவு படுத்துக் கொண்டிருக்கும்போது சொன்ன அதே சொற்களை இப்போதும் புலம்புகிறான். கொட்டடியில் அவனுக்கு ஆறுதல் சொல்லியாயிற்று. ஆனால் சிலமுறை திரும்பத் திரும்பச் சொன்னாலும் அதன் தேவை முற்றுப் பெறுவதில்லை. ஒரே வகையான புலம்பல்கள், ஒரே வகையான பதில்கள் என முடிவில்லாமல் தொடர்கின்றன. மீண்டும் ஒருமுறை சொல்லியாக வேண்டும்தான். அந்தச் சொற்கள், புதியதாய் இருக்கும் பதில் எதிர்ப்பார்க்கும் மனதுக்கு. ஆனால் இந்த இடத்தில் சொல்லத்தான் முடியவில்லை! வாய்வரை வந்த வார்த்தைகள் தன்னிச்சையாய்த் தடுமாறுகின்றன.

முகாமில் உள்ள ஒவ்வொரு ஜீவனுக்கும் ஆற்றாமைகள் இருக்கின்றன. அவற்றுக்கான மருந்து இன்னொருவரின் கரிசனச் சொற்கள் மட்டுமே. ஒருவர் பிறிதொருவருக்குச் சொல்லியே ஆகவேண்டும். சொல்லப்படுபவர்கள் அமைதியுறும்போதே சொல்பவர்களுக்கும் சுய ஆறுதலாக ஆகிவிடுகிறது. பிறிதொரு

தருணத்தில் அவர் சொல்லப்போகும் கரிசனைகளுக்கான அச்சாரங்களாக இச்சொற்கள் இருந்துவிடுகின்றன.

ஆள் பிரித்து பிரித்து வேலைக்கு அனுப்பிக் கொண்டிருந்தார்கள் கங்காணிகள். முந்தைய தினங்களில் பள்ளத்தாக்கில் வேலை செய்த சிலரை இம்முறை மேலே வைத்துக் கொண்டான். அவனுக்குத் திருப்தியின்மை காரணமாக இருக்கலாம். வேலை விரைந்து முடியவேண்டும் என்ற வேட்கையில் விரட்டி அதட்டி, அடித்து வேலை வாங்குகிறார்கள்.

இரவு முழுவதும் குளிர் கொலைவெறி கொண்டலைகிறது என்றால் பிற்பகல் நேர வெயில் தீயாய்க் கொளுத்துகிறது.

திடீரென ஒரு கங்காணி ஒரு வெள்ளையனை இழுத்து வந்தான்.

மூங்கில் கழியால் அவனதுப் பின்னங்கழுத்தில் நெட்டி நெட்டித் தள்ளினான். அவன் கால்கள் இடறின. மீண்டும் தள்ளிக்கொண்டே "மாயி சுசுமே" என்று அதட்டினான்.

ஆங்கிலேயன் வெறும் கோவணத் துணிதான் கட்டியிருந்தான். அவனது உடை கிழித்தெறியப்பட்டிருக்கலாம். வெள்ளையர்களை வேலை வாங்குவதைவிட அவர்களின் மானத்தை வாங்குவதுதான் தலையாய நோக்கமாக இருந்தது சப்பானியர்களுக்கு.

அவனைச் சுட்டெரிக்கும் திறந்த வெளியில் மண்டியிட வைத்தான். அவன் திணறியவாறே முட்டிபோட்டு அமர்ந்தான். அவன் நிழல் அவனுக்குக் கீழ் விழவில்லை. நிழல் விழ வாட்டமற்றிருந்தது அவனின் உடற்சுருங்கிய தோற்றம்.

முகம் அடையாளம் தெரியாமல் வீங்கிக் கிடந்தது. கண்கள் தக்காளி போலச் சிவந்து, விழியை மூடிவிட்டிருந்தன. உதடுகள் தடிமனாகி வாயின் ஓரத்திலிருந்து ரத்தக் கோடு கிழித்திருந்தது. தலையிலிருந்து குருதி கொட்டியது. அது அவன் வெற்றுடம்பிலும் சொட்டியிருந்தது.

அவனைக் காலால் உதைத்தான். அவன் மண்ணில் சாய்ந்தான். மீண்டும் 'எழுந்து முட்டிபோடு' எனச்சொல்லிச் சைகை செய்தான். அவன் தன்னை மீண்டும் திரட்டிக் கொண்டு எழுந்தான். கங்காணி, தான் வைத்திருந்த மூங்கில் கழியால் விளாசினான். மூங்கில் விளாறுகள் செம்பட்டையாய்ப் பதிந்தன. ஏற்கனவே அவன் மீது பதிந்த காயங்கள் இருந்தன. வெண்மையான உடம்பில் ரத்தக் கசிவுகள் பளிச்சிட்டன. கங்காணி அவனை வெறித்த படியே இருந்தான். அவனை மேலும் தாக்குவதற்கும் தயாராய் இருந்தான்.

ஆங்கிலேயன், வாயில் ஊறிய கோழையைத் துப்பினான். ஆங்கிலேயன் ஒருபோதும் சப்பானியனுக்குத் தலை வணங்குபவன் அல்ல என்ற திமிரை 'பச்செக்' என்று மண்ணில் விழுந்த கோழை கூறிற்று. சிவப்பேறிய கோழை மண்ணை உள்வாங்கிச் சுருண்டு கொண்டது.

ஏதோ ஆங்கிலத்தில் சொல்லி மீண்டும் உதை விட்டான் கங்காணி.

சதாசிவம் தமிழ் பேசும் துரையிடம் கேட்டார்..

"என்ன தொர சொல்றான்...?"

"திமிர் புடிச்ச வெள்ளக்காரன்னு திட்றான்." இரும்புக் கம்பிகளை அளந்து வெட்டிக்கொண்டே பேசினார்.

"ஓ..." என்ற சதாசிவம் ஆங்கிலேயன் மண்டியிட்டிருக்கும் திசை நோக்கினார்.

"அந்த சைட் பாக்கத.. அவன் டைரண்ட். நேத்து நைட்ல ஒருத்தன் ஓடிட்டான்னு தேடிட்டு போனானுங்க." என்றார்.

அறுக்கப்படும் கம்பியிலிருந்து சிறு பொறி கிளம்பி அடங்கியது.

"ஓ.. ஏன் ஓடுனா தொர?"

"எதுக்கு ஓடும்? யாருதான் லைக் பண்ணுவாங்க இந்த ஹெல்ல? தப்பிச்சி போனான்.. மோர்னிங்லதான் பிடிச்சாங்க," சதாசிவத்துக்கு விதிர்த்தது.

"நல்லா டைட்டா சுத்து அயன் பார." சதாசிவம் கொரடாவால் கம்பிகளை இறுக இணைத்துக் கொண்டிருந்தார். அவரின் கைகள் வலிமையை இழந்து கொண்டிருந்தன. உள்ளங்கைகளில் கொரடா பிடித்த இடம் குழி விழுந்து சிவந்து விட்டிருந்தது. உள்ளங்கை தோல் சுருங்கிவிட்டிருந்தது.

"அப்றம் சொல்லுது, சன் ஒப் எ பிட்ச் வந்திடும்." என்றார்.

வேல செய்யும் இடத்தில் எல்லாலோரும் பார்க்கும்படி தண்டிப்பது மற்றவருக்குப் பாடமாக அமைய வேண்டுமென்பதற்காகத்தான் என்பதைப் புரிந்து கொள்ள நேரமெடுக்கவில்லை அவருக்கு.

"ஒங்கிட்ட சிகார், ஐ மீன், சுருட்டு இருக்கா?" சதாசிவம் விழிவிரித்து வியப்போடு பார்த்தார் துரையை. இப்படிக் கேட்பவர் தன் முன்னால் நிற்கும் வெள்ளைக்கார துரைதான் என்றுணர்ந்தபோது அவரால் தன் செவிகளை நம்ப முடியவில்லை.

“சுருட்டு வேணும்.”

“தொர... இல்ல தொர... எனக்குச் சுருட்டு புடிக்கிற பழக்கமில்ல!”

“யார்ட்டியாவது இருந்தா சொல்லு. மூனு தம் அடிச்சிட்டு கொடுத்திரேன்னு.”

துரையின் கண்களைப் பார்த்தவாறே, ‘சரிங்க தொர’ என்றான். துரையின் வேண்டுகோளை அவரால் நிறைவேற்ற வாய்ப்பே இல்லை. முகாமில் யாரும் புகைத்துப் பார்த்ததில்லை அவர். புகைக்கும் பழக்கம் உள்ளவர்கள் இருந்தாலும் சுருட்டுக்கோ பீடிக்கோ வழியில்லை.

வெயில் கருணையில்லாமல் கொளுத்திக் கொண்டிருந்தது. சற்று தொலைவில் உள்ள உருவங்கள் கானல் பிம்பங்காளாய்த் தெரிந்தன. மறுமுறை கண்கள் ஏறிட்டுப் பார்க்க முடியாத வெப்பம் கக்கும் வெளி.

பள்ளத்தாகிலிருந்து இரும்புப் பாலத்தைத் தாங்கும் தூண் அடுக்கு எழும்பிக் கொண்டிருந்தது. ஒவ்வொரு தூண் அடுக்குக்கும் சில அடி தூரங்கள் இருந்தது. ஒரு பதினைந்து அடுக்கு எழுந்தால்தான் அவற்றை ஒன்றோடொன்று இணைக்க முடியும். இணைப்பதற்கான வேலை இன்னும் துவங்கப்படவில்லை. அதற்கான தளவாடப் பொருள்கள் தயாராகிக் கொண்டிருந்தன.

இந்த மேய் குலோங் கட்டுமானம்தான் பர்மாவின் தலை நகரான ரங்கூனை இணைக்கப்போகும் பாலம்.

மாலை வெயில் மர நிழல்களைச் சாய்த்திருந்தன. ஆங்கிலேயன் தலை, துவண்டு கீழ்நோக்கிச் சாயத் தொடங்கியது. சப்பான் கங்காணி பூட்ஸ் காலால் அவன் தலையை நிமிர்த்த முற்பட்டான். மீண்டும் மண்நோக்கிக் கவிழ்ந்தது. அவன் உதட்டோரம் எகத்தாளச் சிரிப்பு.

அந்தி சாய எல்லோரும் போய்விட்டிருந்தார்கள். ஆங்கிலேயன் மண்ணில் சோர்ந்து விழுந்து விட்டிருந்தான். சப்பானியர்கள் அவனை ஓர் மனித உயிராகவே கருதவில்லை. அப்படியே சாகட்டும் என்று கிளம்பிப் போய் விட்டிருந்தார்கள். காடும் அவனும் மட்டும் அங்கே.

கண்ணெட்டும் தூரம் வரை சப்பானியர்கள் இல்லை என்று உறுதியானதும் நாலைந்து பேர் ஓடிவந்தார்கள். அவர்கள் போர்க்கைதி முகாமிலிருப்பவர்கள். அடிபட்டவன் இன்னொரு போர்க்கைதி.

“இஸ் ஹி ஒகே..?” என்று காயம்பட்டவனை முதலில் தொட்டவனை நோக்கி கேட்டார் துரை.

“ஐ திங்க் சோ.. ஹிஸ் பல்ஸஸ் ஆர் ஓகே” என்றான்.

“ஓ.. ஜீசஸ்...ஹி இஸ் அலைவ்.. தேங் கோட்” – சதாசிவத்துக்கு இதனை மொழிபெயர்த்துச் சொன்னார் துரை.

அவனை இருவர் சுமந்துகொண்டு முகாமுக்கு ஓடினார்கள். முதலுதவிக்கான ஏற்பாடு செய்ய பிற மூவரும் முன்னால் ஓடினார்கள்.

26

பாலோவில்..

மூன்று நாள் கழித்து விசாரித்துவிட்டு வந்து தாக்கல் சொன்னார் பெரியவர். அதன் பின்னர் சாலம்மா அவர் சைக்கிள் சம்தாங்கியில் உட்கார்ந்து கிம் செங்கிற்குக் கிளம்பினாள்.

கிம் செங் பாலோவிலிருந்து தெற்கு நோக்கிப் போகும் இருபத்தோராவது கட்டையில் உள்நுழைய வேண்டும். ஒத்தையடிப்பாதை நெடுக்கக் குடை விரித்திருந்தது கித்தா தோப்பு. பாதை குண்டும் குழியுமானது. ஆங்காங்கே வெயில் திட்டுகள் தேமலைப் போல விழுந்திருந்தன. கிட்டதட்ட ஒன்றரை மைல் தூரத்தில் கிம் செங்கை அடைந்தார்கள்.

“இந்த வூடுதான் சாலம்மா” என்றார் சீட்டிலிருந்து காலை ஊன்றியபடி. அதற்குள் சம்தாங்கியிலிருந்து குதித்து இறங்கி விட்டாள் சாலம்மா. சைக்கிள் ஒரு குலுங்கு குலுங்கி நின்றது.

“நான் நின்னவொன்ன எறங்கனா என்னா? என்னியும் தள்ளிவுட்ருப்பியே நீ.”

வீட்டுக்கு வெளியே யாருமில்லை. நாய் விடாமல் குரைத்தது. “சனியம் புடிச்சது ஊரக் கூட்டுதே” என்றாள். குரைப்பொலி கேட்டு இரும்புக் கதவைத் திறந்து வெளியே வந்தாள் சேதுவின் அம்மா. கதவு கிரீச்சிட்டது. சேதுவும் எட்டிப் பார்த்தான்.

வீட்டைத் தூங்குமூஞ்சி மரத்தின் அடர்த்தியான இலை கிளைகள் ஆரத்தழுவியிருந்தன. தகரக்கூரை செம்மண் நிறத்தில் கறை படிந்திருந்தது. வெளியே ஐந்தடியில், காய்ந்த ரப்பர் சீட்டிப்பால் சுவர் ஓரத்தில் அடுக்கப்பட்டு மூன்றடி உயரத்துக்கு நின்றது. அதன் உலர்ந்த வாடை மூக்கில் மோதியது. வீட்டின் உள்ளே, வெளியே இருந்த வெப்பநிலை இல்லை.

உள்ளே போய்க் கொஞ்ச நேரத்தில் பேசி முடித்துத் திரும்பி விட்டார்கள். எல்லாமே அவசர கதியில் நடந்தது.

அன்று பொழுதுசாயத் திரும்பியவள் தெய்வானையிடம் விபரத்தைச் சொன்னாள்.

"தேவான.. அவங்க ஒங்க சொந்தக்காரங்கதான்.. அங்கதான் இருக்காங்க.. அவரு சொன்னது செரிதான்!

சீன தவுக்கேயும் குடும்பமும் அங்கில்ல.. ஜப்பான்காரன் மொத்த குடும்பத்தியும் இழுத்துக்கிட்டுப் போய்ட்டானாம், அதுலேர்ந்து அந்த கித்தா தோட்டத்த ஒங்க மாமா குடும்பம்தான் கவனிச்சிக்கிறாங்க.. கித்தா மரம் வெட்றது, சீட்டிப்பால் அறைக்கிறது, இப்டின்னு வேலை. அறைச்ச சீட்டிய மலாய்க்காரன் வந்து வாங்கிட்டுப் பொயிருவானாம். இதெல்லாம் ஒங்க மாமன் மகன்தான் செய்றான்.. இங்க மாரி சோத்துக்கு இல்லாத குடும்பமில்ல. ஆடு கோழியெல்லாம் வளக்கிறாங்க.. வீட்டுக்கொல்லையில காய்கறி பயிரிடுறாங்க. அவரு மகன்தான் சுறுசுறுப்பா எல்லா வேலையும் எடுத்துக் கட்டி செய்றான்.."

"அவரு பேரு சேதுக்கா.. என் ஈடுக்கா!"

"ஆமாம்.. என்ன ஏதுன்னு விசாரிச்சாங்க.. சதாசிவத்தப் புடிச்சிட்டுப் போய்ட்டதா சொன்னன். ராசாத்தி வயசுக்கு வந்துட்டதையும் சொன்னன்.. அவங்களுக்கு ஒன் நெலமய எடுத்துச் சொன்னன்."

"என்னாக்கா சொன்னாங்க?"

"என்னா சொல்லுவாங்க.. ரொம்ப கவலப் பட்டாங்க. அப்றம்தான் நான் கல்யாணப் பேச்ச எடுத்தன்.."

"யாருக்குக்கா..?"

"ஒங்க மாமன் மகனுக்குத்தான்.."

ஆனா அவருக்கு முப்பது வயசுருக்குமேக்கா!"

"ஆமாம்.. அவரு சம்சாரம் மலேரியா காய்ச்சல்ல தவறிடுச்சாம்.."

"எக்கா! ரொம்ப வயசு வித்யாசமா இருக்கேக்கா.."

"...என்ன செய்றது? எங்க போயி வயசு பையனா தேடுறது? ஆம்புளைங்க எல்லாத்தியும் இஸ்டேட்லேர்ந்து வல்லுசா தொடச்சி சியாமுக்குக் கொண்டுட்டுப் போய்ட்டானுங்களே.. நாமர்தா நாய்ங்க.." மேலும் குழப்பங்கள் குடைந்தன தேவானையை.

“கூட மாட ஒத்தாச இல்லாம தவிச்சிக்கிட்டு இருக்காங்க.. நான் எடுத்துச் சொன்னன்.. அவங்க ஒன்னும் தடங்க சொல்லாம ஒடனே சம்மதிச்சிட்டாங்க..”

“யக்கா அவருக்குத் தெரிஞ்சா என்ன கொன்னுடுவாருக்கா?’

“இப்ப இருக்கிற நெலமியல் அவரு இருந்திருந்தா, அவரும் இதத்தான் செய்திருப்பாரு.. எனக்கே செரிபடலத்தான்.. நெலம நமக்குச் சாதகமா இல்லியே.. தேவான. வெள்ளக்காரங் காலமா இருந்திருந்தா யோசிச்சி நிதானமா செய்யலாம்..இப்ப அப்டியா இருக்கு..?”

“யக்கா செரிபட்டு வருமாக்கா? எனக்கென்னவோ பயமா இருக்கு!”

“யோசிக்க நேரமில்ல தேவான.. வலுக்கட்டாயமா கட்டி வக்கச் சொல்றதா நெனக்காத.. தாயாப் புள்ளயா பழகிட்டோம்.. ராசாத்தி எனக்கும் மகதான்.. நாளக்கி அவளுக்கு ஒன்னுன்னா என்னயுந்தான் பாதிக்கும்...”

“ராசாத்தியையும் ஒரு வார்த்த கேட்டுக்கலாங்கா..”

“அவள என்னாத்த கேக்கப் போற?.. வெபரம் தெரிஞ்ச வயசா இருந்தா கேக்கலாம்.. நாம என்ன.. கொளத்து, கெணத்துலயே தள்ளிவுட போறம். சொந்த மாமா மகனுக்குத்தான கொடுக்கிறம். பிறத்திக்கில்லல்ல! ஒன்னும் கேக்க வாணாம் வுடு.. அவளுக்கே வெபரம் தெரியிர வயசுல எல்லாத்தியும் புரிஞ்சிக்குவா!”

தெய்வானை வார்த்தையற்றுக் கிடந்தாள்.

“என்ன யோசிக்கிற..?”

“நீ எனக்காக இவ்ளோ தூரம் போயி விசாரிச்சிட்டு வந்து சொல்ற.. நான் என்னக்கா சொல்றதுக்கு இருக்கு.. அவ ஒனக்கு மக-ன்னு சொன்னியே.. அதுக்கு அப்றமும் நான் சம்மதிக்கலன்னா நல்லாருக்காது. அவரு போனதுலேர்ந்து என் வூட்டு நல்லது கெட்டதுக்கெல்லாம் நீதான் கூடமாட இருந்து எடுத்துக் கட்டி செய்ற.”

இரண்டு நாளில் எல்லாவற்றையும் பேசிமுடித்து ராசாத்தியை சில நாள்கள் கழித்து இரவோடு இரவாகக் கிம் செங் கம்பத்துக்குக் கடத்தினார்கள். கிழவன் ராசாத்தியைச் சைக்கிள் பாரிலும் தெய்வானையை சம்தாங்கியிலும் ஏற்றிக்கொண்டு கிளம்பினார். சாலம்மா என்னென்ன செய்ய வேண்டுமென விபரமாகச் சொல்லியனுப்பினாள்.

“நா பின்னாடியே வந்திருவேன் நீ மொதல்ல போ”, என அனுப்பி வைத்தாள். அவள் சற்று நேரம் காத்திருந்தாள். யாருக்கும் சந்தேகம் வரக்கூடாது என சிறிது நேரம் கழித்துக் கிளம்பினாள்.

இருட்டில் சைக்கிள் மங்கிய டைனமோ வெளிச்சத்தில் ஓடியது. கொஞ்சம் வெளிச்சம் உள்ள பகுதிகளில் பின்னால் கையைக் கொண்டுபோய் சைக்கிளின் சக்கரத்தில் ஒட்டி உருளும் டைனமோவை நீக்கிவிடுவார். சைக்கிள் விளக்கொலிக்கு மின்சக்தி உற்பத்திக்கான மின்கலம் அது. ‘சைக்கிள் பெடல்’ சத்தம் மட்டுமே ஒலித்துக் கொண்டிருந்தது. யாரும் இடையில் பேசிக்கொள்ளவில்லை. ராசாத்தி ஏதாவது பேச்செடுத்தால் “இப்ப பேசாத.. அங்க போய் பேசிக்கலாம்” என்று வாயடைத்துவிடுவாள்.

தன் மகளுக்கு நல்ல துணிமணி, நகை நட்டோ இல்லை. பாக்கு வைத்து யாருக்கும் அழைப்பு கொடுக்க முடியவில்லை. இப்படி மூலியாய்க் கூட்டிச்செல்வதை நினைக்கும்போது அவளுக்கு மானக்கேடாக இருந்தது. மாப்பிள்ளை வீட்டார் சீர் ஏதும் கேட்காதது நினைத்து மனம் அமைதி கொண்டாள்.

பாதை முழுவதும் இருள் போர்த்திக் கிடந்தது. விளக்கை அணைப்பதும் திறப்பதுமாய் இருந்தார். அது பழக்கப்பட்ட பாதை அவருக்கு. எங்கே குண்டு குழிகளும் வளைவுகளும் இருக்கும் எனத் தெரிந்திருந்தது. ஆனாலும் சைக்கிள் சில இடங்களில் நிலை இழந்து ஆடி ஓடியது. நீண்ட நேரம் ‘சைக்கிள் பாரில்’ உடகார்ந்திருந்த ராசாத்தி நெளிந்து கொண்டிருந்தாள். பெரியவருக்கு இந்தக் கரிய இருள் பழக்கமானதை நினைத்து அவளுக்கு வியப்பாக இருந்தது.

ராசாத்திக்கு என்னதான் நடக்கிறதென்று புலனாகவில்லை. ஆனால் அது தன்னைக் கடத்தும் பயணம் என்று மட்டும் தெரிந்தது. அம்மாவைக் கேட்கும்போதெல்லாம்.. “நீ கம்முனு கெட.. சின்ன புள்ள ஒனக்குச் சொன்னாப் புரியாது” என்று சொல்லி வாயடைத்தாள்..

சைக்கிள் ஓடிக்கொண்டிருந்தது..

காலமான சேதுவின் மனைவிக்குக் கட்டிய தாலியை எடுத்து நூலில் மஞ்சள் பூசி இணைத்து, அதனைச் சாமி மேடையில் வைத்து கும்பிட்டாள் அவன் அம்மா. பின்னர் அதனை சாமி படத்தருகே வைத்தாள்.

“அம்மா.. ரொம்ப சின்ன புள்ளையா இருக்காளேம்மா!” என்று சேது சொன்னான்.

“அவ செத்துப் போனதிலேர்ந்து ஒரு கல்யாணம் பன்னிக்கடான்னு எத்தன தடவ சொல்லியிருப்பேன்? இப்ப வேணாம் அப்பறம் பாக்கலாம்னு சொல்லி சொல்லியே காலத்த கடத்துன. இப்ப.. மூனு கழுத வயசாச்சி. இனி கல்யாணமே நடக்காதுன்னு வெசனப்பட்டிருந்தன் நான். கும்புடப் போன தெய்வம் குறுக்க வந்த மாரி , வூடு வரைக்கும் வரன் தேடி வந்திருக்கு. அதுவும் சொந்தத்திலியே.. இப்ப போயி சின்ன புள்ளங்கிற..” அவிழும் கொண்டையை இழுத்து முடிந்து கொண்டே இருந்தாள். பாக்கு அளவுக்கே சுருண்டிருந்த அவள் கொண்டை முடிச்சிலிருந்து அவிழ்ந்து கொண்டே இருந்தது. அவள் கைகளும் விடாப்பிடியாய் முடியைச் சுருட்டிக் கட்டுவதை நிறுத்தவில்லை. பெரும்பாலான நேரம் கைகள் முடிச்சுப் போடுவதிலேயே இருந்தன.

“எனக்கும் அந்தப் புள்ளக்கும் உள்ள வயசு வித்யாசத்த பாத்தியா.. நீயி?”

“ஊர்ல ஒலகத்துல இப்டி நடக்காத மாரில்ல சொல்ற? நான் ஒங்கப்பன கலயாணம் பண்ணும்போது எனக்கு பதினோரு வயசு. அந்தாளுக்கு நுப்பது. சொம்மா தாலியக் கட்டுவியா.”

“எனக்கு மனசு கேக்குல.. அதுக்கு எங்கனா வயசுக்கேத்தவனா கெடைப்பான். ஒன்னும் அறியாத பொண்ணு வாழ்க்கைய கெடுக்க வாணாம்.”

“அப்போ.. நான் ஒருத்தி ஒனக்கு ஆக்கிக் கொட்டிக்கிட்டே இருக்கணும்.” வெளியே போய் பல்லிடுக்கில் சிக்கிக் கொண்டிருந்த துண்டுப்பாக்கை நாக்கால் துழாவி எடுத்துத் துப்பினாள். கோழிக்குஞ்சுகள் மிரண்டு ஓடின.

“ஆடு கோழிங்கள நான்தான் வளக்கணும், கொல்லையில் நான்தான் காயணும், ஒன்னோட வெள்ளனையா எலுஞ்ச்சி தீம்பாருக்கு வந்து மாடா நான்தான் ஒலக்கணும்.. எனக்கு வயசாயிடுச்சேன்னு எப்பியாவது நெனச்சிப் பாத்திருப்பியா நீ?”

“அத சொல்லல நான்”

“பின்ன எத சொல்ற ? அவ வேணான்னா இதான அர்த்தம்!”

“செய்.. ஒனக்கு எப்டி தோணுதோ, அப்டியே செய். உங்கிட்ட பேசி ஜெயிக்க முடிமா?”

“பேசாம அவ கழுத்தில தாலிய கட்டு. நா ஒஞ்சி போய் ஒக்காரணும். எனக்கும் வயசாகுது. இங்க பாருயா சேது, என்னப்

பாத்துக்க ஒருத்தி வோணாம். நாம் செத்துபுட்டா ஒன்ன பாக்க ஒருத்தி வேணும்.. இல்லன்னா நாதியத்து கெடப்ப. புரிஞ்சிக்க.. ன்னொரு பொண்ணு வயசுக்கு வந்துட்டானா, அவ கல்யாணத்துக்குத் தயாராய்டான்னுதான் அர்த்தம்.. சும்மா கெட.. இந்த வயசுலியும் ஊரு ஒலகம் தெரியாதவனா இருக்க நீ"

"அம்மா போதும் போதும்.. பேசிப்பேசி உசிர வாங்காத.. நான் தாலி கட்றன்.. நாளப்பின்னுக்கு இது சொத்த, அது சொத்தன்னு எங்கிட்ட பிராது கொடுக்காத.. மென்னிய புடிச்சி நசுக்கிறுவேன்.."

அவன் அவள் வழிக்கு வந்ததே போதும் என்றிருந்தது அவளுக்கு. மேற்கொண்டு பேச்சு வளர்த்தால் கூடி வந்ததெல்லாம் பாழாகலாம்.

சேதுவின் அம்மா ஓடிப்போய் புதுப்புடவைச் சுற்றிக்கொண்டு வந்து, அங்குமிங்கும் ஓயாமல் நடந்து கொண்டிருந்தாள்.

ராசாத்தி வீட்டுக்குள் தயங்கித் தயங்கி நுழைந்தாள். எல்லாவற்றையும் விழிவிரியப் பார்த்தாள். யார் கண்ணிலும் படாமல் திருடனைப்போல ஏன் வரவேண்டும்? இந்த வீட்டுக்கு என்னைக் கொண்டுவர வேண்டிய அவசியம் என்ன? அம்மா ஏன் இயல்புக்கு மீறிய பதட்டம் காட்டுகிறாள்? போன்ற கேள்விக்கு ஏதும் பதில் கிடைக்குமா என்று யோசித்தவண்ணம் இருந்தாள். எதற்கெடுத்தாலும் "ஒனக்கு வெபரம் பத்தாது" என்று அம்மா சொன்னதில் உள்நோக்கம் இருக்குமா என்ற சந்தேகம் குவிந்து கொண்டே இருந்தது.

ராசாத்தியைக் கண்டதும் ஓடிவந்து, கன்னத்தைத் தொட்டு நெட்டி முறித்தாள் சேதுவின் தாய். ராசாத்தி மலங்க மலங்க முழித்தாள். சேதுவையும் அவள் அம்மாவையும் முதன்முறையாகப் பார்க்கிறாள். சேதுவுக்குப் பாரியான உடல். ஆறடிக்கு இருந்தான். தெய்வானை சேதுவை அண்ணாந்து பார்க்க வேண்டியதாயிற்று. அவன் உடலமைப்பு அவளைப் பிரமிக்க வைத்தது.

ஒரு மடிப்புக் கலையாத புடவையை அலமாரியிலிருந்து எடுத்து வந்து தெய்வானைக் கையில் கொடுத்தாள். கற்பூர மணம் முட்டிச் சென்றது.

"இத கட்டி கூட்டுவா தேவான" என்றாள் . சேலையின் மேல் ஒரு தங்கச்சங்கிலியும், ஒரு முழம் பூவும் இருந்தது. அவற்றைப் பார்த்தவுடன் அவளால் சீரேதும் செய்ய முடியாத குற்றம் மனத்துள் மீண்டும் உறுத்தியது. தெய்வானை சேலையைப் பிரித்த போது அதன் மடிப்பு கலைய மறுத்தது. கையால் நீவி சமமாக்கினாள். சேலையைக்கட்டும் போது ராசாத்தி கேட்டாள்,

“ஏன்.. பொடவ கட்ற? எனக்கு சொல்லுமா?”

“ஒனக்கு ந்நிக்கி கல்யாணம். ஒன் நல்லதுக்குதான்.. செய்றம்.”

“எண்ட சொல்லவே இல்லியே.. நீயி!”

“ஒண்ட சொல்லி?.. பெரியவங்களா பாத்து செய்றம்.. என்ன செய்றம் ஏது செய்ரம்னு.. எங்களுக்குத் தெரியும்? நீ இன்னும் சின்னப் புள்ள!”

“என்னம்மா இது.. நான் சின்னப் புள்ளன்னு நீயே சொல்லிட்டு எனக்கும் கல்யாணம் பண்ணி வைக்கறியே? எனக்குப் புடிக்கல..” குங்கும இழுப்பல்களை அங்குமிங்கும் கொண்ட கண்ணாடி ஒன்று, சேலையில் அவளை பொம்மை மாதிரி காட்டியது. சேலை அவளைச் சுற்றி பம்மிக்கொண்டு சரியாக விரியாத குடைபோல நின்றது.

“தோ பாரு.. ஊர் நெலம நல்லால்ல.. ஒண்ட்ட வெளக்கி சொல்லிட்டிருக்க நேரமில்ல. நான் ஒன்னு செய்றனா அதுல அர்த்தம் இருக்கும்.. பேசாம போயி மனையில ஒக்காரு..”

சாலம்மா இன்னும் வந்து சேரவில்லையே என வழியை வழியைப் பார்த்துக் கொண்டிருந்தாள். அவள் வரத் தாமதமாவது கலவரப்படுத்தியது. “ஏதும் சிக்கலாயிடுச்சோ?... “இருக்காது.. இருட்ல சைக்கிள ஒத்தையா ஓட்டிட்டு வரணும்.. அதான் போலருக்கு”

“எனக்கும் யாருக்கும்..? அந்த பூதம்மாரி இருக்காரே அவருக்குமா..?”

“அப்டி சொல்லக் கூடாது. ஒனக்குப் புருஷனாகப் போறவரு”

“அவர பாத்தாலே பயமா இருக்குமா..”

“அப்படியெல்லாம் இல்ல. தங்கமான மனுஷன்..”

“அம்..மா..” என்று சொல்லி அங்கேயே நின்றாள்.

“பேசாம வா.. என்று கையைப் பிடித்து இழுத்துப் போனாள்.” கால்களில் சேலை கொசுவம் மாட்டி நடையைச் சிக்கலாக்கியது. கொசுவத்தைக் கையால் தூக்கிப் பிடித்துக்கொண்டு நடந்தாள் .”

“தே அதிலேர்ந்து கைய எடு!” என்று சொல்லி அவள் கையை வெடுக்கென நீக்கினாள்.

சாமி படத்தின் முன்னால், பட்டுப்புடவைத் துணி போர்த்தப்பட்ட மணக்கட்டை மேல் உட்கார வைத்தாள். அதற்கருகில் ஏற்கனவே

சேது உட்கார்ந்திருந்தான். அவன் பக்கத்தில் உட்காரும்போது உடல் வெகுவாகக் கூசியது. புழு போல நெளிந்து கொண்டிருந்தாள்.

"மவராசி.. மகாலெச்சுமி மாரி இருக்கா எம்மருமவ," என்றாள் சேதுவின் தாய்.

கிழவன் மர நாற்காலியில் உட்கார்ந்து பார்த்துக் கொண்டிருந்தார்.

சாலம்மாவும் வந்து சேர்ந்திருந்தாள். வியர்வையால் நனைந்திருந்தது உடல். முகத்தை தாவணித் தலைப்பில் ஒற்றிக்கொண்டாள். தெய்வானை அவள் அருகில் போய்க் கையைப் பிடித்துக் கொண்டாள்.

"கவலப்படாத எல்லாம் நல்லா நடந்திட்ருக்கு." - என்று ஆறுதல் சொன்னாள் சாலம்மா.

"வா...வா.. தேவான நீ இல்லாம தவிச்சிக்கிட்டுருந்தா.. ஒக்காரு." என்று அவள் இரு கைகளையும் பற்றி வரவேற்றாள். சாலம்மா குசினிப் பக்கம் போய் ஒரு குவளையில் நீர் அருந்திவிட்டுத் திரும்பி வந்து சுவரோடு சாய்ந்து அமர்ந்தாள்.

சேதுவும் ராசாத்தியும் மனையில் அமர்ந்திருந்தனர். யானை பக்கத்தில் பூனை உட்கார்ந்திருப்பதைப் போல இருந்தது அக்காட்சி.

"ஐயா நீங்க வாங்க." என்றாள் சேதுவின் தாய்.

"சாமி படத்து முன்னால இருக்கும் தாலிய எடுத்து சேது கையில கொடுங்க." கிழவன் மஞ்சள் கயிற்றைத் தொட்டுக் கும்பிட்டு, சாமியையும் கைகூப்பி வணங்கினார்.

"ஒன் கொல தெய்வத்த வேண்டிக்கப்பா" என்று சொல்லி தாலியை அவன் கையில் கொடுத்தார். கிழவரின் கையில் மஞ்சள் வண்ணம் ஒட்டியிருந்தது. தாலி ராசாத்தி கழுத்தில் தொங்கியது. கழுத்தில் கோடுபோல ஓடிய, மஞ்சள் நூல் அவளுக்கு இப்போது சற்றே முதிர்ச்சியான தோற்றத்தைக் கொடுத்தது.

தெய்வானை நிம்மதி பெருமூச்செறிந்தாள். அவள் கண்களில் பனித்த கண்ணீரை முந்தானைத் தலைப்பில் ஒற்றினாள். சாலம்மா "சரி சரி" எனத் தேற்றினாள். "ஒரு ஆபத்த தாண்டியாச்சி" என்று கிசுகிசுத்தாள்.

இருப்பினும், சதாசிவத்தின் நினைப்பு அவளை நிம்மதி இழக்கச் செய்து கொண்டிருந்தது.

27

பதினெட்டாம் கட்டையில்..

பதினெட்டாம் கட்டை தோட்டம் பெருமளவில் ஆண்களின் எண்ணிக்கையை இழந்துவிட்டு, 'ஓ' வென்று கிடந்தது. சப்பானியர் கத்திக்குத் தப்பிப் பிழைத்த கோழிகள் தரையில் புழுக்களைத் தேடிக் கொத்திக் கொண்டிருந்தன. சப்பானிய துப்பாக்கிக்கோ, அரையாள் அளவுக்கு நீண்டிருந்த கத்திக்கோ அஞ்சாத ஜீவராசிகளுள் கோழிகளும் அடங்கும்.

லயத்து வீட்டு வாசல்களில் வயிறு ஒட்டிப்போய், முதுகெலும்புகள் தள்ளி வெளிக் கிளம்பிய நாய்கள் காத்திருந்து காத்திருந்து பார்த்து ஏமாற்றத்துடன் தெருவுக்கு வந்து விட்டிருந்தன. வீடுகளை நம்பிப் பயனில்லை என்பதைத் தாமதமாகவே புரிந்து கொண்டன அவை. யாரைக் கண்டாலும் வாலாட்டிக் கொண்டிருந்தவை, அதனால் இனி ஒன்றும் ஆகப்போவதில்லை என்று அறிவுக்கு உதித்ததால், அந்த இயல்பான குணத்தையும் குறைத்துக்கொண்டு விட்டன. கோயில்களில் சாமி சந்நதியில் தீபங்கள் ஏற்றப்படாமல் மாற்று உபயோகமாக தன் ஆயிரம் கண்களை உபயோகிக்கிறாள் மகமாயி. நெய்வேத்தியம் வராமல் பசித்திருந்தன தெய்வங்களும். தோட்டத்தின் வீடுகளைப் போலவே அதன் சுற்று வட்டாரமும் மூச்சாவது விடுகிறதா என்பது பெருத்த சந்தேகத்துக்குரிய ஒன்றானது.

ஒரு கெம்பித்தாய் அருகில், குனிந்து குறுக்கி நின்ற கிராணி அவன் கேட்ட சைகைக் கேள்விக்குப் பதில் சொல்லிக் கொண்டிருந்தார். அவர்கள் ஒரு பள்ளிக்கூடத்தினருகே நின்று கொண்டிருந்தார்கள்.

பள்ளிக்கூடத்தில் அ 'ன்னா ஆ'வன்னா, அம்மா, அப்பா, ஆணி, இலை, இறகு, ஈட்டி எல்லாம் முனை மழுங்கி பல மாதங்களாகி விட்டன. லயக்காடு வரை ஒலித்த மாணவர் கோரஸ்கள் விழுங்கப்பட்டு விட்டன. சுவர்களின் காரை பெயர்ந்து, பாசிகள்

ஏறிக்கொண்டிருந்தன. மாணவர்களின் வருகைக்காகக் காத்திருந்த சுவர்ப் பலகைகள், இனி அவர்கள் வரமாட்டார்கள் என முடிவு செய்து தங்களைக் கரையான்களுக்குத் தியாகம் செய்து விட்டிருந்தன. ஆளுயர லாலான்களும் முட்செடிகளும் பள்ளிக்கூடத்தை மூடிவிட பகிரங்கத் திட்டம் தீட்டிக்கொண்டிருந்தன. ஒரு காலத்தில் பூத்துக் கொட்டிய பூச்செடிகள், மீண்டும் பூக்க யோசித்துக் கொண்டிருந்தன. தகரம் வேய்ந்த கூரைகளில் வெயிற்திட்டுகள் விழுந்திருந்தன. கூரையின் கீழ் விளிம்பின் பலகைகள் வெயிற்சூட்டில் நெளிந்து விட்டிருந்தன. கூரைத்தகரம் ஒன்று குடை ஆணி பிடி இழக்க காற்றில் படபடத்துக்கொண்டிருந்தது.

'பதினெட்டாம் கட்டைத் தோட்டத் தமிழ்ப்பள்ளி' என்ற பெயரில் தமிழ் என்ற வார்த்தையைக் காட்டுக்கொடி ஏறி மறைக்க முயன்று கொண்டிருந்தது. பள்ளியின் முகப்புக் கதவில் தொங்கிய பெரிய பூட்டைச் செம்மண் நிறத்தில் கறைபடிந்த துரு தின்னத் தொடங்கி விட்டிருந்தது.

பள்ளியைச் சுற்றி உள்ள நிலத்தில் மரவள்ளிச் செடிகள் கிளைகள் பிரித்து ஆளுயரத்துக்கு நின்று கொண்டிருந்தன. லயத்து வீடுகளுக்கு முன்னும் பின்னும் நிறைய சர்க்கரைவள்ளிக் கிழங்குக் கொடியும், சோளச்செடிகளும் வளர்ந்திருந்தன.

“இது என்ன?” என்று கைகாட்டிக் கேட்டான் கெம்பித்தாய். அவனுடைய கண்களைத் தமிழ் எழுத்து வடிவம் கவர்ந்திருக்க வேண்டும்.

கிராணி இரு கைகளையும் சேர்த்துப் பின்னர் பிரித்துப் புத்தகச் சைகையைக் காட்டினார். கெம்பித்தாய் அதனை நூலகம் எனப் புரிந்துகொண்டால் தப்பாகிவிடுமே என உணர்ந்து, எழுதுவது போல குவித்த விரல்களை அசைத்துக் காட்டி, பரிபாசையில் புத்தக வடிவத்தையும் கொண்டுவர முயன்று கொண்டிருந்தார். அவன் விழிகள் அவர் சொன்னதைப் புரிந்து கொண்டதாய்க் காட்டின. கிராணிக்குத் தன் எஜமானனுக்கு ஓர் அரிய சேவை செய்துவிட்ட திருப்தி.

பின்னர் சைகை காட்டி அவரை அவன் பின்னால் தொடரச் சொன்னான். கிராணி கட்டளைக்குக் காத்திருந்த சேவகனாய் உடலைக் குறுக்கிப் பின்தொடர்ந்தார். அடுத்து என்ன செய்யப் போகிறான் என்ற மர்மம் அவரை அலைகழித்துக் கொண்டிருந்தது. கெம்பித்தாய் லயத்துப் பக்கம் போனான். லயத்து வீட்டுக் கதவுகள் ஒளிக்கோ ஒலிக்கோ நுழைவு தர மறுத்துக் கொண்டிருந்தன.

ஒரு வீட்டுக் கதவைத் தடதடவெனத் தட்டினான். கதவு ஒரு பக்கம் திறந்து சந்நாசியின் மனைவி பொன்னம்மா தலையை மட்டும் நீட்டிப்பார்த்தாள். கெம்பித்தாய் நிற்பதைக் கண்டதும் கண்கள் மலங்க மலங்க விழித்தாள். உதடுகள் உலர்ந்து விட்டிருந்தன. அவளுடைய விழிகளில் முன்னெச்சரிக்கை தெறித்தது. வெளுத்த மஞ்சளில், சப்பை மூக்கு கொண்ட முகமாக இருந்தது. அவனின் கூரிய பார்வையில் அவள் விழிகளை விலக்கிக் கொண்டாள். கிராணி அவனோடு வால் போல ஒட்டிக்கொண்டிருப்பது அவளை மேலும் அச்சுறுத்தியது.

“கதவை முழுசாத் தொறங்க,” கிராணி மிரட்டினார். தாவணியை மேலுக்குப் போட்டு மூடிவிட்டுக் கதவைத் திறந்தாள். நெடு நாள்களுக்குப் பிறகு உள்ளே வெளிச்சம் தயங்கித் தயங்கி நீண்டு வளர்ந்தது. கெம்பித்தாய் இடுப்பளவு கை காட்டி பின்னர் வீட்டின் உள்ளே காட்டினான். கிராணி புரிந்து கொண்டார். சற்று முன்னர் பள்ளிக்கூடத்தைவிட்டு நேராக இங்கு வந்ததை, அவனது இந்தச் சைகையோடு இணைத்துப் புரிந்து கொண்டவராக,“உங்க பையன வெளியே வரச்சொல்லுங்க”. என்றார்.

கெம்பித்தாய் அவளையே கண்மாறாமல் பார்த்துக் கொண்டிருந்தான். அந்தப் பார்வை அவளை அச்சுறுத்தியது. கழுத்துவரை மூடியிருந்த தாவணியை மேலும் இழுத்து மூட முயன்றாள். தாவணி நழுவி பிணக்கு பண்ணியது..

சந்நாசியை சியாமுக்குக் கொண்டு போன பிறகு எட்டு வயது சோமுவின் இருப்புதான் அவளுக்கான ஒரே ஆதரவாக நம்பிக் கொண்டிருந்தாள். வீடுவரை வந்து அவனை வெளியே வரச் சொன்னதும் அஞ்சினாள். சந்நாசிக்கு நேர்ந்ததுபோல அவனுக்கும் ஏதாவது நேர்ந்துவிடுமோ என பெற்ற மனம் பீதிக்குள்ளானது.

“எதுக்குக் கெராணி ஐயா?” என்றாள் தயங்கி தயங்கி. அவளின் தடுமாற்றத்தைக் குரல் பிரதிபலித்தது.

“முசி முசி” சினம் கொண்டு அதட்டினான் கெம்பித்தாய். அவன் குரல்வளை இறங்கி ஏறியது. கழுத்து நரம்புகள் புடைத்திருந்தன.

“வெளிய கூட்டிவா.. புரியலியா ஒனக்கு.” என சப்பானிய மொழியில் கோபப்பட “ஓம் புள்ளைய கூட்டியா பொன்னம்மா!” என்று கிராணி மொழிபெயர்த்தார் .

அரக்கப் பறக்க உள்ளே போனாள். தூக்கத்திலிருந்த மகனை எழுப்பி வெளியே கொண்டு வந்தாள். அவன் கைகளை இறுகப்

பற்றிக்கொண்டே இருந்தாள். கவலையும் பதற்றமும் கூடிக்கொண்டிருந்தன. சோமுவின் புத்தான் இல்லாத அரைக்கால் சிலுவார் இறங்கிவிடும் போலிருந்தது. அதனை ஒரு கையால் இழுத்துப் பிடித்துக்கொண்டே கண்களைக் கசக்கிக் கொண்டிருந்தான். அவன் கண்களில் உறக்கக் கலக்கம் எஞ்சியிருந்தது. பையனைக் கைப்பிடித்து இழுத்தான் கெம்பித்தாய். அவள் முரண்டு செய்தாள். பொன்னம்மாவும் பிடியை விடவில்லை.

கெம்பித்தாய் தன் கைகளால் வாசிப்புச் சைகை காட்டிப் பள்ளியையும் சுட்டிக் காட்டினான்.

“படிச்சி குடுக்கத்தான்.. பொன்னம்மா..” என்றார் கிராணி. பொன்னம்மாவால் கிராணியை முழுதாக நம்ப முடியவில்லை. கெம்பித்தாய் மிரட்டும் பார்வை அவளை இணங்க வைத்திருந்தது. அவனைக் கைப்பிடித்து இழுத்துச் சென்றான் கெம்பித்தாய். பலத்த சந்தேகம் அவளை ஆட்கொள்ள ஐந்தடிப் பக்கம் வந்துவிட்டாள். சோமு நடக்கும் போது அம்மாவைத் திரும்பி திரும்பி பார்த்த வண்ணம் இருந்தான். அவனுக்கு அழுகை பீறிட்டுக் கிளம்பிக் கொண்டிருந்தது.

பிறகு அடுத்த லயத்து ஐந்தடியில் விளையாடிக் கொண்டிருந்த இரு சிறுவர்களையும் பிடித்தான். இருவரும் பிடித்த கையைத் தட்டிவிட்டு ஓடப் பார்த்தார்கள். கிராணியும் கெம்பித்தாயும் விரட்டிப் பிடித்தார்கள். கிராணி ஒரு பையனின் காதைத் திருகினார். கெம்பித்தாய் இன்னொருவனின் தலையைத் தட்டினான். அவன் விழப்போகிறவன் போல இடறிக்கொண்டு ஓடி நின்றான். இருவரும் உரக்க அழத்தொடங்கி விட்டனர். மூவரும் சேர்ந்து எழுப்பிய கூச்சல் லயத்து வீடுகளுக்கு அப்பாலும் கேட்டது.

“எதுக்குடா அலர்ர்றீங்க!.. படிச்சி கொடுக்கத்தான் கூட்டிப் போறம்.. இதுக்குப்போய்.. ஏழு ஊருக்குக் கேக்கிற மாரி கத்துறீங்களே..., அடிவாங்கப் போறீங்க, பாத்துக்குங்க,” என்றார் காதைத் திருகுவதை விடாமல். அவர்கள் அடங்கிப் போனார்கள். ஆனால் பொலபொலவெனக் கண்ணீர் இறங்கிக் கொண்டிருந்தது. அவர்கள் கண்கள் தத்தம் தாயைத் தேடின. கெம்பித்தாய் அவர்களை முன்னே நடக்கச் சொல்லித் தள்ளினான்.

‘பிரம்பு’ சைகையைக் காட்டி எங்கே என்றான் கிராணியை. அவர் ஓடிப்போய்ச் செடியிலிருந்து குச்சி ஒன்றை முறித்துக் கொண்டிருந்தார். பையன்களை ஒரு கணம் பீதி கவ்வியது. அலறத்தொடங்கி விட்டார்கள்.

கெம்பித்தாய் கிராணியைப் முறைத்துப் பார்த்து, "பக்கேரா" என்று திட்டினான். கிராணிக்கு இந்தச்சொல் ரொம்பப் பரிச்சயமாகிப் போன சொல். அவர் நிப்போன் மொழியில் முதிலில் கற்றுக்கொண்ட சொல் அதுதான்.

பிரம்பைக் காட்டி ஒர் ஆள் உருவத்தைக் காட்டிய பிறகே அவர் புரிந்து கொண்டார். அவர் அவனுக்குக் குனிந்து மரியாதை செலுத்தி ஒரு வீட்டுக்கு அழைத்துப் போனார். அது ராமசாமி வாத்தியார் வீடு. ராமசாமி ஆசிரியர், அவர்கள் தன் வீட்டை நெருங்கி வருவதைக் கண்டதும் கதவை முழுமையாக அடைத்து உள்ளே பதுங்கினார். நழுவிய இடுப்பு வேட்டியை மீண்டும் இறுக்கினார். வேட்டி முன்பக்கம் குதிக்காலுக்கு மேல் ஏறி நின்றது.

"சார் வெளிய.. வாங்க சார்.. ஏன் ஓடி ஒளியறீங்க?.. ஸ்கூலு கொஞ்ச நாளா சாத்திக் கெடக்குல்ல, புள்ளைங்களுக்குச் சொல்லிக் குடுக்க கூப்பிடுறார்."

உடல் ஒடுங்கியபடியே வெளியே வந்து தன் கால்முட்டிவரை தலையைத் தாழ்த்தி வணங்கி மரியாதை செலுத்தினார். அவரையும் அழைத்துக்கொண்டு பள்ளிக்கூடப் பக்கம் போனான். நெஞ்சை மூட சட்டையைத் தேட நேரமில்லை.

"கம்னாட்டி.. நேரங்கெட்ட நேரத்துல.. கூப்பிர்றான். என்னா பாடத்த சொல்லித்தர இலுத்துக்குனு போறான்..?" எஜமானன் அழைப்புக்கு இணங்கி பின்தொடரும் நாய் போல நடையை விரைவாக்கினார். பணிந்து நடந்து கொள்வது வயிற்றுப்பிழைப்புக்கு ஊறு விளைவிக்காது என வாழ்க்கை நெடுக அனுபவப் பாடம் கற்றவர் அவர்.

அதற்குள் பொன்னம்மாவை நோக்கி பதைபதைக்க ஓடிவந்த தாய்மார்கள் அவளை என்ன ஏதென்று விசாரித்தார்கள்.

அவள், "படிச்சி கொடுக்கன்னு கெராணி சொன்னாரு. எனக்கும் பயமாத்தான் இருக்கு," என்றாள். அங்கிருந்தபடியே கெம்பித்தாய் மேற்கொண்டு செய்யப்போவதை பொறுமையிழந்து கவனித்துக் கொண்டிருந்தார்கள். படபடப்பும் கலக்கமும் கூடிக்கொண்டிருந்தன. அவர்கள் புளியமரப் பக்கம் இறங்கி, சாக்கடையைத் தாண்டி, இன்னொரு லயத்து மேட்டில் ஏறி சில குழந்தைகளைச் சேர்த்துக்கொண்டு, மீண்டும் பள்ளியை அடைந்தனர்.

பள்ளியின் வாசல் பூட்டை உடைக்க உத்தரவிட்டான். ஆசிரியரும், கிராணியும் ஆளுக்கொரு கல்லாய்த் தூக்கி வந்தார்கள். யார்

உடைப்பது என்ற போட்டியில் இருவரும் மாறிமாறி தட்டிக்கொண்டிருந்தனர்.

கல்லுக்கு அசைந்து கொடுக்கவில்லை துருவேறிய பூட்டு. கெம்பித்தாய் காத்துக் கொண்டிருப்பது கிராணியை நிம்மதி இழக்கச் செய்து கொண்டிருந்தது. கெம்பித்தாய் ஆவேசம் பொங்க கேட்டை எட்டி ஓர் உதை விட்டான். கேட் அதிர்ந்து சந்நதம் கொண்டு ஆடியது. கிராணி ஓடிப்போய் ஒரு சுத்தியலைக் கொண்டு வந்தார். அதற்குள் பூட்டு தெறித்து விட்டிருந்தது.

கெம்பித்தாய் வகுப்பினுள்ளே நுழையும்போது சிலந்தி வலை முகத்தில் பட்டு பிசுபிசுப்பை உண்டாக்கியது. கடுப்போடு நீக்கினான். உள்ளே சுண்ணாம்பு எழுதுகோல் தூசு அடங்கிக் கிடந்தது. விட்டத்தில் கருப்பு நூல் பின்னல்களாய் ஒட்டடை ஏறிக்கிடந்தது. சிட்டுக்குருவிக் கழிவுகள் மேசை நாற்காலிகள் மீது கோலப்பொட்டுகளாகச் சிதறிக் கிடந்தன. காய்ந்து ஒட்டிக்கிடந்த புழுக்கைகளிலிருந்து பழைய நெடி கப்பென்று முகத்தில் அறைந்தது. மாணவர்களும் ஆசிரியர்களும் இல்லாத வேளையில் குருவிகள் பாடம் படிக்க வந்துவிட்டன போலும்.

வகுப்பறைக்குள் எல்லாம் வைத்தது வைத்தபடியே இருந்தன.

கரும்பலகையில் ஓரத்தில் ஒரு சிறிய வெண்கட்டி, கரும்பலகை அழிக்கப்பட்டு எஞ்சி இருந்த வெண் தீற்றல்கள், மேசை மீது கவிழ்த்து வைக்கப்பட்ட நாற்காலிகள், ஒரு வகுப்பறையிலிருந்து இன்னொரு வகுப்பறையைப் பிரிக்கும் பிளைவுட் பலகை தடுப்பு, பலகைகளின் இடுக்கில் மண்டிய தூசு என இடம் மாறாமல் கிடந்தன.

உள்ளே போன கெம்பித்தாய் கரும்பலகையினருகே நின்றான். மாணவர்கள் நின்றபடியே இருந்தார்கள். விட்டால் எந்த நேரத்திலும் ஓடிப்போய் போய்த் தாய்மார்களைக் கட்டிக்கொள்வார்கள். முகங்கள் வீட்டுப் பக்கம் திரும்பி திரும்பிப் பார்த்துக் கொண்டன.

வெண்கட்டியைக் கையில் எடுத்த கெம்பித்தாயின் கண்கள் சினத்தில் சிவந்தன. குறிப்பறிந்து கொண்ட ஆசிரியர் விரைந்தோடி, சில முறியாத வெண்கட்டியோடு வந்தார். ஆசிரியர் அவன் என்ன செய்யப் போகிறான் என கைகட்டியபடி கவனித்துக் கொண்டிருந்தார். மாணவர்களின் கண்கள் பனித்து மின்னின.

கெம்பித்தாய் ஒரு நீள் சதுரத்தை வரைந்து அதன் நடுவில் வட்டத்தைப் போட்டான். வட்டத்தைச் சுண்ணாம்புக் கட்டியால்

கோடு போட்டு மூடினான். அவன் என்ன வரைகிறான் என்று புரியவில்லை ஆசிரியருக்கும். முழுதும் வரைந்ததும் அது சப்பானிய தேசியக் கொடி என்று புரிந்து கொண்டார்.

மாணவர்களை எழுந்து நிற்கச்சொல்லி சைகை காட்டி, பின்னர் நிப்போன் தேசிய பண்ணான 'கமிகாயோவைப்' பாடினான். அப்போது அவன்தான் விறைப்பாக நின்று கொண்டிருந்தான். பாடப்பாட மாணவர்களைப் பாடச்சொல்லிக் கையசைத்தான். மாணவர்களைத் தன்னைப் போலவே அசையாமல் நிற்கச் சொல்லி மிரட்டினான். ராமசாமி ஆசிரியரும் கிராணியும் அவன் ஆணை பிறப்பிப்பதற்கு முன்னரே சட்டத்தில் அறைந்த ஆணிபோல அசையாமல் நின்றுகொண்டிருந்தனர்.

ஆசிரியர் ராமசாமிக்கு நாளையிலிருந்து பள்ளியில் வேலை இருந்தது.

 # முசி முசி = விரைவாக

 # பக்கேரா = முட்டாளே

28

சிம்போங் முகாமில்..

மரணம் ஜோசப்பைத் துரத்துகிறது. ஜோசப் திரும்பித் திரும்பி பார்த்துவிட்டு ஓடுகிறான். கால்கள் கண்மண் தெரியாமல் ஓட ஓட மரணம் நெருங்கி நெருங்கி அருகே வருகிறது. அதன் கைகள் அவனைப் பிடித்து வீழ்த்த நீண்டுகொண்டே இருக்கின்றன. கடைசியில் எக்கிப் பிடரி முடியைப் பிடித்து விடுகிறது. அப்படியே முதுகு மண்ணில் விழ மல்லாந்து சாய்கிறான். பின்மண்டை தரையில் மோதி அதிர்கிறது. மரணம் அவனைப் புரட்டிப் போட்டு நெஞ்சின் மீது அமர்ந்து கொள்கிறது. ஒரு பெரும் பாறை தன் நெஞ்சின் மேல் ஏறிவிட்டது போல அவனால் அசையக் கூட முடியவில்லை. அது கூர் மின்னும் கத்தியைத் தொண்டைக் குழியில் வைக்கிறது. படுத்த வாக்கில் கால் எம்பி எம்பித் திமிறித் தப்பிக்க முனைகிறான். தன் உடலில் ஏறி அழுத்தும் பாரத்தை நீக்கித் தப்பிக்க முடிந்த மட்டும் முயல்கிறான். கைகளை வைத்துத் தள்ளி அதனிலிருந்து விடுபட முடியவில்லை. உயிரைக் காப்பாற்றிக் கொள்ளும் எல்லா முயற்சிகளும் பலனளிக்கவில்லை. ஏறியமர்ந்த மரணம் மூச்சைத் திணறச் செய்கிறது. கத்தியை ஓங்கி, குரல்வளையை ஒரு வீச்சில் அறுத்து விடுகிறது. கழுத்து பிளந்து ரத்தம் பீறிட்டு முகத்தில் சிதறி, முதுகை நனைத்து ஓடுகிறது.

திடுக்கிட்டுக் கண்விழித்து அமர்ந்து கொண்டான். சில நொடிகள் வெறித்து நோக்குகின்றன அவன் விழிகள். வெறி கொண்டவன் போல முகத்தைத் தேய்த்துக் கைகளைப் பார்த்தான். கைகளில் ஈரமில்லை. கழுத்தைத் தொட்டுப் பார்த்துக் கொண்டான். ரத்தக்கசிவு இல்லை. அருகில் படுத்திருந்த அக்னிஸைத் தொட்டுப் பார்த்தான். அவளது உடற்சூட்டை உணர்ந்த பின்னர்தான் சுயநினைவுக்கு மீண்டான். ஒரு துர்க்கனவு தன்னை அலைகழித்திருக்கிறது. ஆனாலும் படபடப்புத் தீரவில்லை. மனம் கொந்தளித்துக் கொண்டே இருந்தது.

அதற்குப் பிறகு தூக்கம் கொள்ளவில்லை. சுள்ளாண்டியைச் சப்பானியர்கள் நண்பர்களை வற்புறுத்தி பள்ளத்தாக்கில் தூக்கிக் கடாசிய காட்சி, கண்ணெதிரே ஓடி மறைந்தது. அந்த உடலை நரிகள் பிராண்டி கோரைப் பற்களால் குதறித் தின்னும் கொடுமை மனக்கண் முன்னே காட்சியாய் விரிகிறது. அந்த நனவை மடைமாற்றி வேறு எதையோ வலிந்து நினைத்துக்கொள்ள முனைகிறான்.

வேலையிடத்தின் இரக்கமற்றக் கொடுமைகள் வந்து போகின்றன.

ஏனோ மனம் அல்லலுறுகிறது. பீட்டரை எழுப்ப மனமில்லை. தான் கண்டது கனவெனச் சொல்வதற்காகவா எழுப்ப வேண்டும்? அவரைத் தொந்தரவு செய்ய வேண்டாம். கொஞ்சம் உறங்கி எழவேண்டும் நாளைக்கான தெம்புக்கு.

அக்னிஸை உடன் வர அனுமதித்தது எத்தனை பெரிய தவறு. ஆண்களே சமாளிக்கத் திணறும் இடம் இது. அவளது கைகள் பழுத்துக் கொப்புளங்கள் உண்டாகிக் காப்புக் காய்த்துக் கிடப்பதைப் பார்க்கும்போதெல்லாம் மனம் பதறியது.

மனம் இடைவிடாமல் அலைமோதிக் கொண்டிருக்கிறது.

கண்கள் பழகிய கொட்டடி விளக்கின் சிறிய வெளிச்சத்தில் அக்னிஸ் ஒருக்களித்துப் படுத்திருக்கிறாள். கர்ப்பம் புடைத்த வயிறு தரையில் சின்ன தலையணை போல் ஒட்டிச் சரிந்திருக்கிறது. ஒரு குழந்தை அவள் உடலோடு ஒட்டிப் படுத்திருப்பதுபோலக் காட்டுகிறது அக்காட்சி. சப்பானியர்களின் ஏமாற்று வார்த்தைகளுக்கு அவளையும் பலி கொடுத்தாயிற்று. நிறைமாதமாக இருக்கும் போதுகூட ஓய்வொழிச்சலில்லாமல் வேலை வாங்குகிறார்கள். ‘அவளுக்குக் குழந்தை பிறந்தால் என்னாகும்?’ மனம் பதைபதைக்கிறது.

‘குழந்தையை எங்கே விடுவது? யார் பராமரிப்பது? பாலுக்கு எங்கு போவது? வேலையாட்களுக்கே மருத்துவ வசதி சரியாக இல்லாத இடத்தில் குழந்தை பேறு காலத்தை எப்படிச் சமாளிப்பது? தாய்க்கோ குழந்தைக்கோ எதாவது ஒன்றென்றால் யார் கவனிப்பது? அத்துவானக் காட்டில் அடிமைகளாய் வந்து வசமாய்ச் சிக்கியாயிற்று!’ ஜோசப்புக்கு மண்டை குழம்பியது. பீட்டரும் ஜோசப்பும் இதைப்பற்றி கவலைப்படாத நாள் இல்லை.

அவளுக்குக் கர்ப்பிணி கால ஓய்வு கிடைக்குமென்று நம்பியதெல்லாம் கனவாகிப் போனது. ஆண்களைப் போலவே நாள் முழுதும் வேலை செய்தாக வேண்டும். சப்பானியக் கங்காணிகளிடம் கெஞ்சி பார்த்தும் அவளுக்கு ஓய்வு தர மறுத்துவிட்டனர்.

சில நூறடி தூரத்துக்குத் தண்டவாளம் வளர்ந்துவிட்டது. சரளைக்கற்கள் நிரப்பப்பட்டுக் கொண்டிருக்கின்றன. அதன் மீது ரம்பத்தால் அறுக்கப்பட்டுப் பிளக்கப்பட்ட உறுதியான தேக்குமரக் கட்டைகள் அடுக்கப்படுகின்றன. அதன் மேல் இரும்புத் துண்டுகள் நேர்க்கோட்டில் அடுக்கப்படுவது தொடர்கிறது. ஒவ்வொரு துண்டும் பெரும் நட்டுகளால் இறுக இணைக்கப்பட்டிருக்கிறது. அடர்காட்டைத் திறந்து விட்டதுபோல தண்டவாளம் போடப்படும் பாதை வெட்டவெளியாகி நீண்டு கொண்டே போகிறது. இருண்டு கிடந்த இடத்தின் ஒரு குறுகிய நிலப்பகுதி வெளிச்சமாகிக் கிடக்கிறது. பக்கவாட்டில் வனம் உறுமிக் கொண்டே நிற்கிறது.

அக்னிஸைப் பார்க்கிறான் ஜோசப். அவன் வேலை செய்யும் இடத்திலிருந்து நாற்பது ஐம்பதடி தூரத்தில் இருக்கிறாள். வெப்பத்தின் தகிப்பு தூர இருக்கும் அவளைத் துல்லிதமாய்க் காட்டாமல் ஒரு கலைந்த பிம்பமெனக் காட்டுகிறது.

அறுத்துத் துண்டாக்கப்பட்ட அடுக்கிலிருந்து கட்டைகளைத் தோளில் சுமந்து தண்டவாளத்தின் சில அடி தூரம் இடைவெளி விட்டுப் போட்டுவிட்டு மறு கட்டையை சுமக்கச் செல்கிறாள். அடிக்கடி அடிவயிற்றில் கை வைத்துக் கொள்கிறாள். சீராக நடக்க சிரமப்படுகிறாள், இடுப்பில் கை தாங்கலாக வைத்தவாறு. இங்கிருந்து அவளைப் பார்க்கும்போதே கங்காணிகள் மிரட்டுவது தெரிகிறது. அதனை ஜோசப்பால் கண்கொண்டு பார்க்க முடியவில்லை.

பீட்டருக்கு மரங்களை வெட்டிச் சாய்க்கும் வேலை. அவர் இன்னும் தூரத்தில் இருக்கிறார்.

ஒவ்வொரு நாளும் தண்டவாளம் ஒரு குறிப்பிட்ட அளவு நிறுவப்பட்டாக வேண்டும். அதனைச் செய்து முடிக்க கறாராகவே வேலை வாங்குகிறார்கள்.

பகல் முதிர முதிர வெப்பமும் அதற்கு ஈடு கொடுத்து ஏறிவிடுகிறது. மர நிழல்கள் ஓய்வெடு என்றே கைநீட்டி அழைக்கின்றன.

கங்காணியால் ஜோசப் வேறு இடத்துக்கு அனுப்பப்படுகிறான். அக்னிஸ் கண்ணில் படவில்லை. சற்று முன்னர் அவள் துன்புறுவதைக் கண் கொண்டு பார்க்க முடியவில்லை. கண்ணில் படாத இந்தத் தருணத்தில் அவளைப் பார்க்காமலும் இருக்க முடியவில்லை.

அக்னிஸ் மேலுமொரு கட்டையைத் தூக்கித் தோளில் வைக்க முடியாமல் திணறுகிறாள். ஒவ்வொரு கட்டையின் கனமும் அவள் உடற்சக்தியை உறிஞ்சிக் கொண்டிருந்தது.

கங்காணி அவளை மிரட்டுகிறான். அவள் எவ்வளவு முயன்றும் கட்டை தோள் வரை ஏற மறுக்கிறது.

கங்காணி மீண்டும் அதட்ட அவள் அப்படியே உட்கார்ந்து விடுகிறாள். மூங்கில் கழியால் அவள் முதுகில் மூர்க்கத்தனமாகத் தாக்குகிறான். அவள் வலி பொறுக்க முடியாமல் மண்ணில் சாய்கிறாள். சுற்றி வேலை செய்பவர்களின் மனம் பதறுகிறது. அந்தக் கொடுமையை எதிர்த்துக் கேட்க முடியாத கோழைத்தனத்தை எண்ணி அவர்கள் உள் நெஞ்சு வெடித்து அழுகிறது.

நிலத்தின் மீது சாய்ந்தவள் எழவில்லை. உடலில் எந்த அசைவும் இல்லை. கங்காணி அவளைச் சற்று நேரம் வெறித்துப் பார்த்துவிட்டு, அங்கிருந்து போய்விட்டான்.

அருகில் இருப்பவர்கள் எந்த உதவியும் செய்ய முடியாத இயலாமையில் தவிக்கிறார்கள்.

மண்ணில் சாய்ந்தவள், மூச்சுப் பேச்சில்லாமல் கிடக்கிறாள்.

அந்தி சாய்ந்து விடுகிறது. கங்காணிகள் போய்விட்டிருந்தார்கள். வேலை முடிந்து வீட்டுக்குச் செல்லாமல் ஓரிருவர், அவள் கிடக்கும் இடத்துக்கு ஓடி வருகிறார்கள். ஜோசப்பைத் தேடிப்போய் விபரம் சொல்கிறார் ஒருவர்.

அவன் கதறிக்கொண்டு ஓடிவருகிறான். அவளைத் தொட்டுப் பார்க்கிறான். உடல் சில்லிட்டிருந்தது. பீட்டர் தகவல் அறிந்து ஓடிவந்து நாடியைப் பிடித்துப் பார்க்கிறார். "மச்சான் அக்னிஸுக்கு என்னாச்சு மச்சான்?" நம்ப முடியாமல் விழி விரித்துப் பீட்டரின் முகத்தை உற்றுப் பார்த்துக் கேட்டான் ஜோசப்.

நாடித்துடிப்பைக் காணோம். மூக்கின் அருகே கை வைத்துப் பார்க்கிறார். சுவாசத் தீண்டல் இல்லை. கால்களில் நீர் கோர்த்துப் புடைத்திருந்தது. இரத்த நாளங்கள் வெளிக்கிளம்பி நீலம் பாரித்திருந்தன. ஜோசப் அவளைக் கட்டிப்பிடித்துக் கதறுகிறான். பீட்டர் தலையில் தலையில் அடித்துக் கொள்கிறார். சுற்றிக் கூடியிருந்தவர்கள் பார்வை அவள் மீது நிலைகுத்தி நிற்கிறது.

பீட்டர், அவள் கன்னங்களில் ஒட்டியிருந்த மண்துகள்களை நடுங்கும் விரல்களால் மென்மையாகத் துடைத்து நீக்கினார். தன் இரு கைகளையும் கன்னங்களில் வைத்து முகத்தைப் பார்க்கிறார். அவரால் புரண்டு வரும் கண்ணீரை நிறுத்த முடியவில்லை.

மச்சான் அக்னிஸ் செத்துட்டாளா மச்சான்?" ஜோசப் திடீரென

ஆவேசம் கொண்டவன் போல மண்ணைப் பிராண்டி அள்ளி மீண்டும் அந்தக் கையை மூடியபடியே நிலத்தைக் குத்தினான்.

ஆவேசம் கொண்டவனாய் எழுந்தான். கையில் கிடைத்த கடப்பாறை ஒன்றைத் தூக்கிகொண்டு சப்பானிய முகாம் நோக்கி ஓடினான்.

"அவனக் கொல்லாம வுடமாட்டான்..." என வெறி கொண்டவன் போலக் கத்தினான்.

நண்பர்கள் அவனை ஓடிப்பிடித்துத் தடுத்தார்கள். அவன் ஒரு காளையைப் போல முண்டித் தள்ளிவிட்டு ஓடினான். நான்கைந்து பேர் அவன் கையில் உள்ள கடப்பாரையைப் பிடுங்கினார்கள்.

"வாண்டா.. சோசோப்பு, நம்ம நிராயுதபாணியா நிக்கிறம். அவனுங்க கத்தியும் துப்பாக்கியுமா நிக்கிறானுங்க. ஏமாந்து வந்து மாட்டிக்கிட்டம்.. எல்லாரையும் எரக்கமில்லாம கொன்னுறுவான்.. சாவறதுக்குள்ள தாய்ப்புள்ளைய பாக்கணும்ன்னு இருக்கோம்.. பொறுமையாத்தான் இருக்கணும். அதான் நம்ம விதி!."

"என்ன வுடு மச்சான்.. அவன கொல பண்ணாம வுட மாட்டேன்." அவன் திமிறினான்.. சிலர் அவனை இறுகப் பிடித்து அவனை நகரவிடாமல் செய்தனர் பின்னர் கீழே குதிக்காலிட்டு அமர்ந்து மண்ணை அறைந்தான். ஆவேசக் கூச்சலை மலைகளும் காடுகளும் வெறுமனே உள்வாங்கிக் கொண்டன.

தவளைகளால் பாம்பைக் காவு கொள்ள முடியாது என்று உணர்ந்திருந்தனர் அனைவரும்.

பீட்டர் தங்கை அருகிலேயே கண்ணீர் சொரிந்து கொண்டிருந்தார்.

"பீட்டர்.. எந்திரிங்க.. நான் சொல்றத கவனமா கேளுங்க.." பீட்டர் எழாதது கண்டு அவரும் அருகே குந்தி அமர்ந்தார். "ஒங்களுக்கு நான் இதச் சொல்ல வேண்டிதில்ல.. நீங்க வெவரம் தெரிஞ்ச மனுஷன்.."

பீட்டர் தலையை நிமிர்த்தவில்லை.

"சப்பான்காரன் வர்ரதுக்கு முன்ன.. அக்னிஸ அடக்கம் பண்ணிரணும்.."

"அக்னிஸு வவுத்துக்குள்ள பச்ச கொழந்த.. மச்சான்." பீட்டரை உலுக்கினான் ஜோசப். "நான் சொல்லச் சொல்ல கேக்காம வந்தா மச்சான். புத்தி கெட்டுப் போயி நானும் கூட்டிட்டு வந்தனே மச்சான்!"

“ஆமாம்! சுள்ளாண்டிக்கு நடந்தது இந்த புள்ளைக்கும் நடந்திடக் கூடாது சோசோப்பு. எந்திரிங்க சோசோப்பு, மனச தெடப்படுத்திக்கோங்க!” என்றார் கூட்டத்தில் ஒருவர்.

“வெறசா எய்ந்திருங்கண்ணே.. ஈவு எரக்கம் இல்லாதவனுங்க.” பீட்டரைத் தூக்கி நிற்க வைக்க முயன்றார்கள். இன்னும் இருவர் ஜோசப்புக்கு ஆறுதல் மொழி சொல்லிக்கொண்டே இருந்தார்கள்.

“ஒரு கை கொடுங்க,” கைத்தாங்கலாக அவளைத் தூக்கிக்கொண்டே உதவி கோரினார் ஒருவர். உடனே இன்னொருவர் கை கொடுத்தார்.

“வயித்துப் புள்ளத்தாச்சி” என நெஞ்சில் அடித்துக் கொண்டான் ஜோசப்.

பீட்டரையும் ஜோசப்பையும் கைத்தாங்கலாக அழைத்துக் கொண்டு கொட்டடி பக்கம் போனார்கள்.

“பீட்டர்.. காத்திருக்க வேணாம் பீட்டர்.. மரத்துக்கு எடையில அடக்கம் பண்ணிருவம்..”

“செய்ங்க.. வேற என்னதான் பண்ண முடியும்?” என்பதுபோல தலைக்கு மேலே கையை உயர்த்தி ஆட்டினார் பீட்டர்.

“ஜோசப்புக்கு நீங்கதான் பீட்டர்.. அவன் மனச தேத்தணும்.”

“இங்க நம்ம பொலைப்ப தேடி வந்தம்னு மொதல்ல நெனச்சம். இல்ல., நம்ம சாவ.. சாவத்தேடி வந்திருக்கோம்,” என்று சொல்லி ஒருவர் கதறி அழுதார்.

இருவர் ஓடிப்போய்க் குழி வெட்டினர். அங்கிருந்த ஒருவர் ஜெபம் சொல்லிக் கொண்டிருந்தார். பீட்டர் விசும்பிக் கொண்டே ஜெபம் சொன்னார். பின்னர் ”ஆமென்” என்றார்.

பீட்டர் அக்னிஸின் நெற்றியில் சிலுவை அடையாளமிட்டார். ஜோசப்பின் கைகளை அவள் நெற்றிக்கருகில் கொண்டு போய்ச் செய்ய வைத்தார். அவனது கைகள் தளர்ந்திருந்தன. பீட்டரின் விசைக்கு அவை இணங்கி அசைந்தன.

அவளின் உடலை மெல்லத் தூக்கி குழியில் வைத்தார்கள். குழி மூடப்பட்டது. மண் மூடியவுடன் பீட்டரும் மீண்டுமொரு முறை ஜெபம் ஓதினார். “ஆமென்” என்றார்.

ஒருவர் இருண்டு தடித்த குச்சிகளை சிலுவை வடிவில் கட்டிக்கொண்டு வந்து குழியின் மண்மேட்டில் வைத்தார். பீட்டர்

ஜோசப் இருவரும் சிலுவை அடையாளமிட்டுக்கொண்டார்கள்.

"ஒரு சடங்கும் செய்ய முடில.. நம்ம ஊரு வழக்கப்படி புள்ளத்தாச்சி செத்துப்போனா சொமதாங்கி கல்லு வப்போம்.. அதையாச்சும் வைய்ங்க" என்றார் பீட்டர். கையில் கிடைத்த மூன்று பாறைகளைத் தூக்கி வந்தார்கள்.

"வச்சதுதான் வச்சம்.. சுள்ளாண்டிக்கும் நடுக்கல் வச்சிடுவொம்" என்றார் ஒருவர். சுள்ளாண்டிக்கும் ஒரு கல்லைத் தூக்கி வந்தார்கள்.

அக்னிஸின் தலைமாட்டில் இரண்டு கற்களை வைத்து அதன்மேல் இன்னொரு கல்லை வைத்தார்கள். அவ்விரண்டு கற்களும் ஒரு கல்லைச் சுமந்து கொண்டன. சுள்ளாண்டியின் நினைவாகவும் ஒரு கல்லை நட்டார்கள். அது அக்னிஸ் குழிக்கு எட்டடி தள்ளி இருந்தது.

"ரெண்டு பேருக்கும் வச்சாச்சி, ஒரே எடத்துல உசிரு போயிருக்கு."

"ஆமா வேற எதையும் செய்ய முடியாது இப்ப! கொடுப்பன இருந்தா வந்து பாக்கலாம்.. ஆனா அது வாய்க்காதுன்னு மனசு சொல்லுது." என்றார் பீட்டர் எதை எதையோ இழந்து நிற்கும் நிராதரவுத் தொனியில்.

29

பதினெட்டாம் கட்டையில்..

ரப்பர் தோப்பையும் லயக்காட்டையும் பிரித்திருந்தது முள்வேலி. ஆறடி ஆள் எம்பிக் குதித்தாலும் அதன் முனையைத் தொட்டுவிட முடியாத உயரம். வெள்ளி முலாம் பூசப்பட்டுத் தகதகத்தது. கூடுதல் பாதுகாப்புக்காக வேலிக்கு மேல் வளையங்களாக வேறு சுருண்டு கிடந்தன. போதாக்குறைக்கு இரண்டு எஸ் சிக்கள் அருகே காவலுக்கும் நின்றிருந்தார்கள்.

அவர்கள் புகையிலை வைத்துப் பழுப்பு நிறத்தாலான பனை இலைத்தாளில் சுருட்டப்பட்டிருந்த, ரோக்கோ டாவுனைப் புகைத்துக் கொண்டிருந்தார்கள். சுட்டு விரலுக்கும் நடுவிரலுக்கும் இடையே முளைத்த இன்னொரு விரல்போலக் குறுக்கே நீண்டிருந்தது அது. சுருட்டு போலல்லாமல் அதன் ஆயுள் குறைவு. ஆறேழு இழுப்புகளில் அது சுண்டி எறியப்பட்டுவிடும்.

காடு ரப்பர்த் தோப்பிலிருந்து சற்று தூரம்தான். மேடு முடியும் இடத்திலிருந்து வனநிலம் தெரியத் தொடங்கும். ரப்பர் மரங்களின் வரிசை நேர்த்தி திட்டமிட்டுச் செய்யப்பட்ட ஒன்று. எந்தப்பக்கம் இருந்து நோக்கினாலும் அது சீரான வரிசையைக் காட்டி நிற்கும். மனிதக் கைகளின் நேர்த்தியான வேலைப்பாடு அது. காடோ இயற்கையின் கைவண்ணம். வெள்ளை மேகத்துக்குக் கீழ் பச்சை மேகம். வானப் பெருங்குடைக்குக் கீழ் பச்சைக்குடை. அதன் வனப்பே கலைந்து கிடப்பதில்தான் உள்ளது.

நிழல் விழுந்த இடமாகப் பார்த்து வேலி மரத்தூணில் சாய்ந்திருந்தான் ஓர் எஸ் சி. மற்றவன் தன் வலது காலை மரக்கட்டையின் மேல் ஊன்றியிருந்தான். புகையை இழுத்து மேல் நோக்கி ஊதிக் கொண்டிருந்தார்கள். வெண்புகை ஓரடி அளவுக்கு நீண்டு பின்னர் கலைந்து கலைந்து காற்றில் இல்லாமல் ஆனது

ஆழமாக இழுக்கும் போது இரண்டு கன்னங்களும் உள்ளொடுங்கிக் குழி விழுந்தன. அவர்கள் புகையை உள்ளிழுக்கும் ஒவ்வொரு முறையும் பார்வை வெறித்து நிலைகுத்தியிருந்தது. புகையின் மணம் நாசியைத் தொடும் அந்தக் கணம் தங்களை இழந்திருப்பதன் அடையாளம்தான் அந்த நிலைத்த பார்வை.

முன்னர் பிரிட்டிஷாருக்குச் சல்யூட் அடித்தவர்கள் இப்போது அதே கையால் ஜப்பானியருக்கு அடிக்கும் கட்டாயத்துக்குத் தள்ளப்பட்டு விட்டார்கள். கூடுதல் மரியாதையாகக் குனிந்து பணிதல் வேறு. பிரிட்டிஷ்காரர்களுக்கு எஸ் சியாக இருந்தவர்கள் சப்பானியர்களுக்குக் கெம்பித்தாய்களாக மாற்றம் கண்டார்கள்.

இப்போதைய கெடுபிடி சூழலுக்கு, வெளுத்துப் போன காக்கி நிறச் சீருடை அச்சத்தைக் கிளர்த்தக்கூடியதாக இருந்தது. தலையில் போட்டிருந்த துணித்தொப்பியின் விளிம்பு சில இடங்களில் மேடு பள்ளங்கள் போல நெளிந்திருந்தன. துணியாலும் ரப்பராலும் ஆன காலணிகள் கணுக்கால்வரை மூடியிருந்தது. தோள் பட்டையில் நீண்ட குழல் துப்பாக்கி தொங்கியது. ஒவ்வொரு முறையும் சுடப்பட்ட பின்னர் இன்னொரு தோட்டாவை உள் நுழைத்தாக வேண்டும். துப்பாக்கியைப் பச்சை விறகை உடைப்பது போல முறித்து ரவையை உள் நுழைக்கக் குறைந்தது அரை நிமிடமாவது ஆகும். அதுவும் அத்துப்பாக்கியைத் திறமையாகக் கையாளத் தெரிந்தவர்களுக்கு மட்டுமே சாத்தியம். ரவைகள் இடுப்பில் கட்டப்பட்டிருக்கும் இடைவாரைச் சுற்றியுள்ள சிறுசிறு துணிப்பைகளில் செருகப்பட்டிருக்கும். இடைவார் உள்ளங்கை அகலத்தில் ஒரு பாம்பைப்போல இடுப்பைச் சுற்றி வளைத்திருக்கும். ரவைகளின் தலைப்பாகம் அதில் கருஞ்சிவப்புப் பொட்டுகளாக இருந்தன.

கன்னியப்பனும் அவனுடைய ‘கோம்ரேட்டும்’ மரத்தின் கிளையொன்றில் அமர்ந்திருந்தார்கள், சிவதாஸ் கிராணியின் நடமாட்டத்தை உன்னிப்பாகக் கவனித்தபடி.

முற்றிய மாலை வெயில் அடித்துக் கொண்டிருந்தது. தரையில் காற்றில் அசைவைக் காணோம். மர உச்சிகளில் மட்டும் காற்று அடங்கவில்லை. காய்ந்த செத்தைகள் கல் ஆமைகள் போல படுத்துக் கிடந்தன.

எதிர்பார்த்தபடி சிவதாஸ் சைக்கிளில் வந்துகொண்டிருந்தார்.

தன் சைக்கிளை எஸ் சி அருகில் நிறுத்தினார். அவர்கள் ஒரு

ரோக்கொ டாவுனில் புகையிலையைச் சுற்றி கையில் கொடுத்தார்கள். அவரின் உதட்டில் வைத்ததும், ஒருவன் தான் புகைத்துக்கொண்டிருந்த ரோக்காவைக் கொடுத்தான். அதில் தீக்கங்கு உயிர்ப்போடு இருந்தது. தன் ரோக்கோவின் முனையில் வைத்து இழுத்தார். அவருடைய ரோக்கோவிலும் தீக்கங்கு கனன்று ஒட்டியது. ஒரு நீண்ட இழுப்பில் அதனை சுவாசப்பையில் நிறுத்தி, கண்கள் மிளிர புகையை வெளியே விட்டார். அவர் முகத்தில் மெல்லிய பூரிப்பு படர்ந்திருந்தது.

ரோக்கொ புகைத்து முடியும் வரை ஏதோ பேசிக்கொண்டிருந்தார். துண்டு ரோக்கோ விரலைச் சுடும் அளவுக்கு தேய்ந்து சுருங்கியதும், அதனைச் சுண்டி எறிந்துவிட்டு சைக்கிளை மிதித்துப் புறப்பட்டு விட்டார்.

கன்னியப்பனும் கோம்ரேட்டும் கவனித்தவரை அவருடைய நடமாட்ட அட்டவணையில் மாற்றமில்லை என்று தெரிந்து கொண்டார்கள். கீக்குச்சி பக்கத்திலிருந்து வந்து மேக்குச்சி பக்கம் போய்ப் பின்னர் வீட்டுக்குப் போவதற்கு முன்னர் தோட்ட அலுவலகம் சென்று சப்பானிய கெம்பித்தாய்களிடம் அன்று துப்பு துலக்கிய அறிக்கையை வாய்மொழியாகச் சமர்ப்பித்து விடுவார்.

மூன்றாம் நாள் எஸ் சியைச் சந்தித்துவிட்டு சைக்கிளில் புறப்பட்டுக் கொண்டிருந்தார். எஸ் சி காவல் இருக்கும் இடத்திலிருந்து பார்வை மறையும் ஒரு புதரில் இருந்த கன்னியப்பனும் அவன் நண்பனும் சிவதாஸைக் கோழியை அமுக்குவதுபோலப் பாய்ந்து பிடித்தார்கள். அவன் வாயைத் துணி கொண்டு அடைத்தார்கள். சிவதாஸ் சற்று நேரம் முண்டினார். பிடித்தது யாரென்று புலப்படவில்லை அவருக்கு.

“மூச்சு விட்ட..” என்று கைத்துப்பாக்கியை சிவதாஸ் நெற்றிப்பொட்டில் வைத்தான் கன்னியப்பன். கிராணியின் கைகள் தாமாகத் தலைக்கு மேல் நீண்டன. தன்னைப் பிடித்தது யாரென்று தெரிந்தபோது, நெஞ்சு முழுவதும் அச்சம் ஊறிக்கொண்டிருந்தது. காய்ச்சல் கண்டவன் போல உதடுகள் உலர்ந்து போயின. வாயில் எச்சில் சுரக்காமல் இருந்தது. மீண்டும் மீண்டும் எச்சிலைக் கூட்டி விழுங்க முயன்றார். நாவில் ஈரம் ஊறவில்லை.

நண்பன், சைக்கிளைப் புதருக்குள் திணித்து மறைத்தான். சைக்கிளை மேலும் காலால் உந்தி உள்ளே தள்ளினான். சிவதாஸின் முதுகில் துப்பாக்கியை அழுத்தியவாறே வேலி அருகில் போனார்கள். ஓர் ஆள் நுழையும் அளவுக்குத் துண்டித்துத் தயாராக இருந்த வேலியை நீக்கித் திறந்து, அதன் வழியே அவரைக் கடத்தினார்கள். பின்னர் காட்டுக்குள் நுழைந்து விருட்டென தலைமறைவானார்கள்.

நூறடிக்கு மேல் உயர்ந்து வளர்ந்த மரங்கள் வானத்தை முற்றாக மூடியிருந்தன. வெறுமே செங்குத்தாய் நீண்ட உயர்ந்த மரத்தண்டுகள் மேல்பாகத்திலிருந்து கிளைகளை அடர்த்தியாய் விட்டிருந்தன. நிழல் கீழே விழவில்லை. காட்டின் ஓங்கார ஓசை அச்சுறுத்தியது. இலைகிளைகளை ஊடுருவிய மாலைநேரக் கதிர்கள் வெள்ளி அம்புகள் போல பாய்ந்து இறங்கின. அடரிலைகளினிடையே கருத்த பறவையொன்று இரைக்காக அலைமோதும் சலசலப்பு அவ்வப்போது ஒலித்துக்கொண்டே இருந்தது.

பருத்த மரங்களின் அடிப்பாகத்தை இரண்டு ஆள் கை விரித்துச் சுற்றிப் பிடித்தால்தான் ஒருவர் கைவிரல் இன்னொருவர் கைவிரலைத் தொட முடியும்.

சிவதாஸின் கைகள் முதுகுக்குப் பின்னால் கட்டப்பட்டிருந்தன. கணுக்கால்கள் இரண்டையும் இணைத்த கயிறு இறுக்கமாய் இருந்தது. சிவதாஸ் வலியில் கால்களை அசைக்கும் போது கயிறு மேலும் மேலும் இறுகி அழுத்தியது.முட்டி மடங்கி உட்கார முடியாமல் திணறினார். கட்டப்பட்ட கைகளை மண்ணில் ஊன்றிக் கொண்டார். கிட்டதட்ட குடை கவிழ்ந்த தவளை போன்றதொரு தோற்றம். முதுகுப்புறம் எழுபத்தைந்து டிகிரிக்குச் சாய்ந்திருந்தது. புட்டத்தில் ஏதோ அழுத்தி குத்திக் கொண்டிருந்தது. நகர்ந்து அமர முயன்றபோது அது மேலும் தைத்தது.

தலையைக் கீழே போட்டபடியே கிடந்தார் சிவதாஸ் கிராணி. கருவடைந்திருந்தது முகம். தான் சிக்கியிருப்பது துப்பாக்கி முனையில் என்று எண்ணும்போது பாதி உயிர் போயிருந்தது. சப்த நாடியும் ஒடுங்கிப்போய் நெளிந்தார். கண்களில் ஈரப்பதம் மின்னியது.

இருவரும் அவருக்கு நேர் எதிரில் நின்று கொண்டிருந்தனர். சிவதாஸின் கண்கள் மேல் நோக்கியிருந்தன. அவர்களின் முழு உடலையும் பார்க்க முடியவில்லை. காய்ந்த சருகுகளை அசைத்தது தரைதட்டி வீசிய காற்று. பின்முதுகும் முகமும் வியர்வையில் நனைந்து விட்டிருந்தன. சருகு ஒன்று அவர் முதுகில் ஒட்டிக் கொண்டது. மண்துகள்களால் அம்மைக் கொப்புளங்களாக வார்த்திருந்தது முதுகுப்பாகம்.

“இவன கொஞ்ச நேரம் அவுத்துவுடுவொம்.. கோம்ரெட், இவன் விதியை இதால எழுதறத்துக்கு முன்ன,” என்று சொல்லும்போது அவன் கை துப்பாக்கி இருக்கும் உறையைத் தொட்டு நீங்கியது. “காத்த சுதந்தரமா கொஞ்ச நேரம் சுவாசிச்சிக்கட்டும். அப்புறம் காத்த புடுங்கி வுட்ருவோம்.”

“வேணா கோம்ரெட். துப்பாக்கி வேட்டு சத்தம் கேக்கும், இந்த நாய்க்காக ஒரு தோட்டா வீணாயிடும். இன்னும் கொஞ்ச பேர களையெடுக்க வேணும்” என்று தடுத்தான் கன்னியப்பன். 18-ஆம் கட்டை லயக்காடு இங்கிருந்து ரொம்ப தூரமில்லை என்று உணர முடிந்தது சிவதாஸால்.

சிவதாஸ் கிராணிக்கு இப்போது உறுதியானது, தன்னால் இனி தன் குடும்பத்தாரைப் பார்க்க முடியாது என்று. உள்ளுடல் அதிர்ந்தது.

“என்ன விட்ருங்க..” என்றார் நடுங்கிய குரலில். தன்னைக் காட்டுக்குள் இழுத்து வந்த கணத்திலிருந்தே அவர்கள் யார் எனப் புரிந்திருந்தது சிவதாஸுக்கு. அதனால் தான் சப்பானிய கெம்பித்தாய்களுக்கு உடந்தையாய் இருந்ததும் நினைவுக்கு வந்து அச்சத்தை மூட்டியது.

“நீ ருசிகண்ட பூனை.. இங்க வரவுங்கள நாங்க கண்டிப்பா அனுப்பி வுட்ருவம். கவலையே வேண்டாம். திரும்பி வர முடியாத ஊருக்கே..”.

“உன் பொண்டாட்டி புள்ளைங்கள பாக்கணும்னு துடிக்கிதுல்ல ஒனக்கு. அப்படித்தான இருக்கும், சியாமுல தாய்ப்புள்ளய பாக்க முடியாம தவிச்சிக்கிட்டிருக்காங்களே அவங்களுக்கும்?”

“அது.. அது.. ஜப்பான்காரன் திட்டம்.. நான் என்ன செய்ய முடியும்...”

“உன்ன கொல்றதும் ஒரு ஜாப்பான்காரன கொல்றதும் ஒன்னுதான். நீ துரோகி”

“என்ன அவுத்து வுட்றுங்க.. நான் எங்கனா கண்காணாம போயிடுறேன்”

காட்டை வெறித்துக் கொண்டு, இல்லை என்று தலையாட்டினான் கன்னியப்பன்.

குரங்கு ஒன்று கிளையிலிருந்து கீழே தாவி அவர்களுக்குச் சில அடி தூரத்தில் அமர்ந்து கொண்டது. சிவதாஸைக் கூர்ந்து பார்த்துப் பின்னர் ஓரடி பின்நகர்ந்து தலையில் கைவைத்துப் பேனைப் பிடுங்கி வாயில் போட்டுக்கொண்டது. தன்னை அது கேலி செய்வது போலிருந்தது அவருக்கு.

கன்னியப்பன் கண்காட்டினான்.

சிவதாஸ் கால்கட்டை அவிழ்த்தான் நண்பன்.

கன்னியப்பன் முன்னால் நடந்தான். நண்பன், முதுகில் துப்பாக்கியை நீட்டியபடியே சிவதாஸைத் தள்ளிக் கொண்டு போனான். சிவதாஸ் கால்கள் இடறி இடறி நடந்தார். தன்னுடைய உயிர் அவர்கள் கையில் என முடிவாய்த் தெரிந்தது அவருக்கு. உடல் விதிர்த்து ஆடியது. மனைவி, பிள்ளைகள் நினைவில் வந்து மோதினார்கள்.

ஓர் ஆற்றின் கரையில் நின்றார்கள். மேற்கில் பெய்த மழையில் நீர் ஆழமாகப் புரண்டு ஓடியது. உறையிலிருந்து கத்தியை எடுத்தான் கன்னியப்பன். முறிந்து மட்கிய மரக்கட்டைகளை இறந்த முதலைகள் போல மூழ்கியும் மிதந்தும் ஆற்றொழுக்கில் அடித்துக்கொண்டு வந்தன. ஆற்று நீர் பழுப்பு நிறத்துக்கு மாறிவிட்டிருந்தது.

உறையிலிருந்து கத்தியை எடுத்தான் கன்னியப்பான்.

கத்தியின் முனை கூர்மை கொண்டிருந்தது. அதன் இரு பக்கமும் பளபளத்தன.

சிவதாஸ் ஓலமிட்டு அலற நினைத்த அதே நொடியில் கத்தி காற்றில் சுழன்றது.

மூன்று நாள்களுக்குப் பிறகு ஒரு பிணம் ஆற்றின் குறுக்கே மாட்டியிருந்த கிளையில் சிக்கி மிதந்து கொண்டிருந்தது. அடையாளம் காணமுடியாமல் கன்னங்கள் காற்றை அடைத்துக் கொண்டதுபோல ஊதிப் பெருத்து விட்டன. இமைகள் வெடித்துக் கிளம்பும் அளவுக்கு விம்மி மூடியிருந்தன. வயிறு உப்பி, கைகால் பகுதிகள் புடைத்து ஈக்கள் மொய்த்தன. உடலின் சில பாகங்கள் கடித்துக் குதறப்பட்டிருந்தன.

சிவதாஸ் காணாமல் போய் மூன்று நாள்கள்தான் ஆகியிருந்ததாகப் பேசிக்கொண்டார்கள் ஊர் மக்கள்..

30

தக்கின் முகாமில்..

சேவு காலையில் எழுந்திருக்கவில்லை.

கொட்டடியிலிருந்து கடைசியாகப் படியில் இறங்கிய ஒருவன் சந்நாசியிடம் போய்ச் சொன்னான். "ஐயோ.. நாய்ங்க வந்திடுமே.." என்று படியேறி ஓடினான் சந்நாசி. சேவு எப்போதுமே நீண்ட நேரம் படுத்துக கிடந்து பிந்தி எழும் பழக்கமில்லாதவன். காலை ஒளிர்வு இன்னும் சரியாக விழவில்லை. மலைத்தொடர்களின் பச்சை துலங்கி வரவில்லை. வெண்பனி பெருந்திரையாக மூடிக்கிடந்தது. பறவைகள் ஒன்றிரண்டுதான் வானில் சிறகடித்தன. வானம் தெளிந்து வர இன்னும் சில நிமிடங்கள் ஆகலாம்.

அருகே போகும் முன்னரே "சேவு, சேவு..எந்திரி.. வந்திடுவானுங்க.. சீக்கிரம்" என்றான். குனிந்து அவனைத் தொட்டு எழுப்பினான். அவன் உடல் சுட்டது. மீண்டும் சற்று நேரம் கைவைத்துப் பார்த்தான். உடற்சூடு அவன் கையில் கனலாக ஏறியது. உடல் உதறல் எடுத்து நின்றது. சில நொடிகள் கழித்து மீண்டும் உதறியது. பல்லைக் கடித்துக்கொண்டு நடுங்கினான். விட்டு விட்டு அதிர்ந்து கொண்டிருந்தது உடல். அவன் மேலிருந்த கைலி மெலிதானதாக இருந்தது.

"சேவு...சேவு" மெல்லத் தட்டினான்.

சிறிது நேரம் சென்ற பிறகே "ம்..." என்றான். காய்ச்சல் கணப்பில் சுய பிரக்ஞை இழந்திருந்தான். அவனால் விழிகளைத் திறக்க முடியவில்லை. இமைகள் திறக்கும் முயற்சி பலனளிக்கவில்லை. மூடிய இமைகள் வழியே விழியின் பிதுக்கம் தெரிந்தது.

"சேவு... காச்ச அடிக்குதா?" கன்னத்தைத் தொட்டுப் பார்த்தபடி கேட்டான்.

"ம்... ராத்திரி குளுர்.... ம்..... தூக்கித் தூக்கி போடுது" கீழே தட தடவென இறங்கிப் போய் மயில்வாகனத்திடம் சொன்னான். மயில்வாகனம், "கங்காணி வந்துட்டான்னா என்ன பன்றது?" என்று அவர்கள் வரும் திசையைப் பார்த்துவிட்டுக் கொட்டடிக்குள் நுழைந்தார். அவன் வந்து விடுவானோ என்ற அச்சத்தில் மீண்டும் திரும்பிப் பார்த்தார்.

"சேவு... என்ன செய்து சேவு..?" உடல் தகித்தது. வெட வெடவென உதறியது மூச்சு திணறினான்.

"ஒடம்பு நெருப்பா கொதிக்குதே..."

கீழே சப்பான்காரக் கங்காணிகளின் உரத்த குரல் "ஹியாகு சேயோ...ஹியாகு சேயோ." எனக் கேட்கத் துவங்கிவிட்டது.

"ஐயையோ வந்துட்டான்க போலிருக்கே!" இருவரும் கீழே குதித்து ஓடினர்.

சப்பான்காரன் தலைகளை எண்ணினான். எண்ணிக்கையில் ஓர் ஆள் குறைய, ஒரு விரலைக் காட்டி எங்கே என்றான். மயில்வாகனம் தன் கன்னத்தைத் தொட்டுக், கைகளை மார்பில் இணைத்து, உடலைக் குறுக்கி உதறிக்கொள்வதுபோலச் சைகை செய்து, கொட்டடியின் உள்ளே கை காட்டினார். மற்றவர்கள் கங்காணியையும் மயில்வாகனத்தையும் மாறி மாறி பார்த்துக்கொண்டிருந்தனர். கங்காணிக்குப் புரிந்துவிட்டிருந்தது. அவன் விழிகளில் சினம் ஏறியது.

கங்காணி ஒரு நபரிடம், போய் கூட்டிவா "ஒரீரோ" என்றான். போனவர் கீழே வந்து "அவனால் முடியல" என்று கையைக் கன்னத்தில் வைத்துத் தலையைச் சாய்த்துச் சைகையில் சொன்னார். கங்காணி விரைந்து மேலே குதித்து ஏறினான். வேலைக்குப் போகக் காத்திருந்தவர்கள் பதறிக் கொண்டிருந்தார்கள்.

சேவுவைக் காலால் உதைத்து உசுப்பினான். சேவு மெல்ல கண்களைத் திறந்து பார்த்து, கைகளை ஊன்றி, எழ முயன்றான். ஆனால் உடல் இசைந்து கொடுக்கவில்லை. காலால் ஓங்கி உதைத்துவிட்டுக் கிழே இறங்கி வேலை இடத்துக்குக் கிளம்பினான். அனைவரும் அவன் பின்னால் நடந்தனர்.

மேலும் ஒருவர் "என்னால நடக்கக் கூட முடியல... காய்ச்ச அடிக்கிற மாரி இருக்கு.." என்றார். கருக்கானும் அப்படியே முறையிட்டான். என்ன செய்வதென்று மனம் திக்குமுக்காடியது

எல்லாருக்கும். யாரும் ஒரு வார்த்தை ஆறுதல் கூற முடியவில்லை. சப்பானியக் கங்காணிகள் அருகிலேயே நடந்து வந்தபடி இருந்தார்கள்.

தண்டவாள மரத்தூண்கள் விரியன் பாம்புக் கூட்டமாய்க் கிடந்தன. சரளைக் கற்கள் முட்புதர்கள் போலக் கிடந்தன. இரும்புகளின் சுமை தோளில் சுமக்கும் முன்னரே கனத்தது.

“கங்காணி.. சேவு ஒத்தையா கெடந்து துடிப்பானே..”

“எனக்கும் அத நெனச்சத்தான், கொடல் நடுங்குது..” உதட்டைக் கடித்துக்கொண்டார். குரல் கரகரத்து இடறியது.

“மருந்து மாத்ர ஒன்னும் கொடுக்காம அப்டியே... வுட்டு வந்துட்டான்...”

ஆவேசமாய்த் தெறித்தன சொற்கள்.

“ஓடிப்போய்ப் பாத்துட்டு வர்லாம்னா கூட முடில..”

“நம்ம கூட்டத்தில இன்னும் கொஞ்சம் பேரு காச்சங்கிறாங்காக வேற.....”

கருக்கானின் உடல் நடுங்கிக் கொண்டிருந்தது. அவன் ஒரு கட்டையைக் கூடத் தூக்கமுடியாமல் திணறினான். மயில்வாகனத்தின் அருகே இருந்த கங்காணி “முசி முசி” என்று மிரட்டிக் கொண்டிருந்தான். குனிந்த கருக்கான் அப்படியே மண் மீது சாய்ந்தான். கங்காணி அவனை ஓங்கி ஓர் உதை விட்டான்.

கருக்கானின் இடுப்பு, உதையின் வேகத்தில் அசைந்து நின்றது.

அவனிடமிருந்து வேறு அசைவு உண்டாகவில்லை. அவனைத் தூக்கிக்கொண்டு போய்க் கொட்டடியில் கிடத்தச் சொன்னான். அவன் உடல் தகித்தது. குளிர்ந்து குளிர்ந்து உதறிக்கொண்டிருந்தது.

திரும்ப வந்தவர்கள் சேவு வாந்தியெடுத்த வாக்கிலேயே ஒருக்களித்துப் படுத்துக் கொண்டிருப்பதாகச் சொன்னார்கள். “கருக்கானும் ஒடம்பு வலி, வவுத்தால போவுதுன்னும் சொன்னான்,” என்றனர்.

மலைகளுக்குப் பின்னால் கருமேகங்கள் நகர்ந்து கொண்டிருந்தன. அது மலைகளைப் பின்னாலிருந்து யாரோ தள்ளி வருவதுபோல இருந்தது. மர உச்சிகளைக் காற்று ஆட்டியது. மரத்திலிருந்து உதிர்ந்த இலைகள் தங்கள் ஆயுளை முடித்துக்கொள்ள பயணிப்பதுபோல இருந்தது. வெயில் இறங்கி ஈரக்காற்று வீசியது. சற்று நேரத்தில் சிறு சிறு துளிகள் உடலில் புள்ளிகள் இட்டன.

மேலும் இருவர் இரும்புக் குவியல் அருகே குந்திக்காலிட்டு அமர்ந்திருந்தனர். உடல் நடுக்கத்தில் இருந்தது. "என்ன பண்ணுது?" என்றார் ஓர் இரும்புத் துண்டை தோளில் சுமக்கத் தூக்கியவர். "காய்ச்ச அடிக்குது, தல வலி, மயக்கமா இருக்கு, கொமட்டிகின்னு வருது," அவரால் அங்கு நின்று மேலும் விசாரிக்க முடியவில்லை.

சற்று தூரத்தில் வேலை வாங்கிக் கொண்டிருந்த கங்காணி நெருங்கி வந்து விட்டான். உடலைத் தொட்டுக் கூடப் பார்க்கவில்லை. அந்த இருவரையும் மூங்கில் விளாறால் அடிக்க ஓங்கியவன், எண்ணத்தை மாற்றி இருவரையும் சரமாறியாக உதைத்தான். இருவரிடமும் உடல் ரீதியாக எந்த எதிர்வினையும் எழவில்லை. அவர்களையும் சுமந்து கொண்டு கொட்டடியில் போட உத்தரவு பிறப்பித்தான்.

வேலையாள்கள் விதிர்த்துப்போய்க் கிடந்தார்கள்.

விட்டு விட்டுத் தூறல் போட்ட இளமழை இப்போது உக்கிரமாகக் கொட்டத் தொடங்கி விட்டிருந்தது. காய்ந்து புழுதி கிளம்பிக் கொண்டிருந்த மண்ணில் நீர் திட்டுகள் உண்டாகின. மழைத்துளிகள் நீர் திட்டுக்களின் மேல் விழுந்து கொப்புளங்களென மேல் கிளம்பி வெடித்துத் தெறித்தன. துளிகளை நீர்த்திட்டுகள் விழுங்குவது போலவும் இருந்தது அத்தோற்றம். பள்ளமான இடங்களை நோக்கி நீர் ஓடி வழிந்தது. ஆங்காங்கே நீரின் வேகத்தில், வளைந்து விரைந்து ஓடும் நாகங்கள் போல சிறு சிறு கால்வாய்கள் தோன்றியிருந்தன. கால்வாய்கள் வழியாக நீர் சமதளத்தை நோக்கி விரைந்தது.

சப்பான்காரன் பக்கிரியையும் இன்னொரு வேலையாளையும் அழைத்துக் கொண்டு கொட்டடியினுள்ளே போய் நின்றான். முடியாமல் படுத்துக் கிடந்தவர்களை நெருக்கமாய் நின்று முறைத்து நோக்கினான். வாந்தியும் பேதியுமாய் ஈரமாய்க் கிடந்தது மூங்கில் தரை. சதா நடுங்கிக்கொண்டே இருந்தார்கள். அவர்களின் உடற்சூட்டின் தகிப்பு அவனையும் தொட்டிருக்க வேண்டும். சேவுவின் உடல் அசைவின்றி விறைத்துக் கிடந்தது.

மழையில் நனைந்தவாறே வேலைத்தளத்துக்கு விரைந்து வந்தான். தன் இரு சகாக்களோடு கலந்து பேசினான். பின்னர் இருவரை அழைத்து மண்வெட்டியைக் காட்டினான். மண்வெட்டியோடு அவன் வேகத்துக்கு ஈடு கொடுத்துப் பின்னாலேயே ஓடினார்கள். காலால் ஈர மண்ணில் ஒரு வட்டக் கோட்டைக் கிழித்தான். ஓர் அகன்ற கிணற்றின் அளவிற்கு இருந்தது அவன் கிழித்த கோடு. ஈரப் பிசுபிசுப்பு குழைந்த மண்கோட்டை மழை நீர் ஒழுகி ஒழுகி

மறைத்துக் கொண்டிருந்தது. மண்வெட்டி கொண்டு மேலும் அழுத்தமாய்க் கோட்டை அடையாளமிடும்படி பணித்தான். வட்டக்கோட்டில் நீர் தாராளமாய் நிறைந்து நீர்க்கோடு போலானது. குழியைத் தோண்டப் பணித்தபோது மனம் எதை எதையோ நினைத்தது இருவருக்கும். நினைக்கும் தோறும் நீர்ச்சுழி உள்ளிழுத்துக் கொண்டது போல ஆனது அவர்களுக்கு.

குழி ஓரடி ஆழம்வரை சேறாகப் புரண்டு வந்தது. காய்ந்து கிடந்த அடிமண்ணும் வெளியானது. மேல்மட்டம் மழைநீர் விழுந்து சொதசொதப்பு இருந்தாலும் மண்வெட்டியின் அடிமண்ணில் ஈரம் காணப்படவில்லை. அடிமண் வரை இன்னும் மழைநீர் இறங்கிவிடவில்லை.

இடைவிடாத சொட்டுகள் முட்கள் போலத் தலையில் குத்தி கண்ணோரங்களில் கசிந்து பின்னர் உதட்டுக்குள் நுழைந்தன. மரங்களில் இலைகளிலிருந்து காற்றின் விசைக்குச் சரசரவென துளிகள் கொட்டின. திசை மாறி மாறி அடித்துக்கொண்டிருந்தது காற்று.

மண் வெட்டுந்தோறும் அவர்கள் முகத்தில் மழைநீரும் கண்ணீரும் சேர்ந்தே வடிந்தன. குழி இரண்டு ஆள் அகலத்துக்கும் ஓராள் ஆழத்துக்கும் தோண்டப்பட்டவுடன் நிறுத்தச் சைகை செய்தான். நிறுத்தியதும் அதிகமாக மூச்சிரைத்தது அவர்களுக்கு. அகன்ற கிணறு போல ஆகியிருந்தது வெட்டப்பட்ட குழி. சிறுசிறு ஓடைகளை உண்டாக்கிய மழைநீர் அதுனுள் பாய்ந்து கொண்டிருந்தது.

பின்னர் இருவரையும் கொட்டடி பக்கம் நடக்கச் சொன்னான். இருவரும் கிட்டதட்ட குழி பறிக்கும்போதே கணித்து விட்டனர். கொட்டடி பக்கம் கொண்டு போனதும் அவர்களின் கணிப்பு சரியென திட்டவட்டமானது. அசைவே இல்லாமல் இருக்கும் சேவுவைத் தூக்கச் சொன்னான்.

இருவரும் ஒருவரை ஒருவர் பார்த்துக் கொண்டார்கள். கண்களில் ஒரு குரூரம் நடக்கப் போவதன் பிரதி பிம்பம் தெரிந்தது. பட்டென்று வேறுபக்கம் பார்வையைத் திருப்பிக் கொண்டனர்.

இருவரும் விதிர்த்துப்போய் நின்றார்கள். தொப்பரையாக நனைந்த உடல் நடுங்கியது. உள்ளுணர்வு அசைவற்றுப் போனது. நெஞ்சு பதைபதைத்தது. அவன் கையில் உள்ள மூங்கில் விளார் அச்சுறுத்திக்கொண்டே இருந்தது.

சேவுவைத் தொட்டுத் தூக்கினார்கள். உடல் சில்லிட்டது போல

இருந்தது. அது தங்களின் உடல் ஈரத்தின் தாக்கமா என யோசித்தார்கள். ஆனால் உடல் சுடுவது போலவும் இருந்தது. அது தங்கள் உடற்சூடா சேவுவின் உடற்சூடா என உறுதியாய்த் தெரியவில்லை. அவன் உடல் கனக்கவில்லை. மாறாக அவர்கள் மனம் பெரும்பாரமாகக் கனத்தது. குழிப்பக்கம் நடக்கச்சொல்லி மூங்கில் கழியால் சுட்டிக் காட்டினான். பின்னர் குழியில் தூக்கி வீசச் சொன்னான்.

பக்கிரிக்குத் தலை சூடேறிற்று. அவனை மண்வெட்டியால் அப்படியே மண்டை உச்சியில் ஒரு போடு போட்டுவிடலாமா என வெறி உண்டானது. கைகள் துறுதுறுத்தன. மறுகணமே அது பிசுபிசுத்துப் போனது. ஆவேசம் ஏறிய மனமும் துறுதுறுத்தக் கைகளும் தளர்ந்து விட்டிருந்தன. அவர்களால் அவன் கட்டளைக்கு இணங்காமல் இருக்க முடியவில்லை. சக மனிதனாய்த் தங்களால் அச்செயலை எதிர்த்துக் குரல் எழுப்ப முடியவில்லை. கைகளில் தாங்கி இருப்பது உயிருள்ள உடலாக இருப்பின் அது திட்டமிட்டே நிகழ்த்தப் பட்ட கொலை. அதற்குத் தெரிந்தோ தெரியாமலோ அவர்களும் பாத்தியப்பட்டிருக்கிறார்கள். ஒரு சக வேலைத் தோழனை இப்படிச் செத்த பிராணியைப் போலக் கடாசுவதை மனம் ஒப்பவில்லை. சற்று நேரம் மூச்சற்று நின்றார்கள். அவனைக் கண்கொண்டு நோக்கினார்கள். அவர்களின் குறைந்தபட்ச எதிர்ப்பு அது.

“மாயி சுசுமே” என சத்தம் போட்டான். மூங்கில் கழியை அடிப்பதுபோல விசுக்கென்று ஓங்கினான். அவர்களின் கைகள் வெடவெடத்தன. கண்களில் கண்ணீர் கசிந்து பெருகியது. உடலுக்குள் அச்சம் வெப்பம் கொண்டேறியது.

அவர்களின் கைகளிலிருந்த சேவுவின் உடல் தானாக நழுவி குழிக்குள் விழுந்தது.. உடல் பொதக்கென அமிழ்ந்தது சேற்றுச் சகதியில். நீரும் சகதியுமாக இருந்த குழி அவனை உள்வாங்கிக் கொண்டது. பாதி உடல் தெரிய மிதந்து கொண்டிருந்தான் சேவு.

குழியை மூடச்சொல்வான் என எதிர்பார்த்துக் கொண்டிருந்தார்கள். ஆனால் அவர்களை மீண்டும் வேலை இடத்துக்குப் போகக் கைகாட்டினான். கடைசியாக ஒருமுறை சேவுவைத் திரும்பிப் பார்த்தார்கள். கண்கள் குளம் கட்டின. ஆனால் மழைநீர் அதை அழித்துக்கொண்டே இருந்தது.

குழி பாதாளம் போல வாய் பிளந்து காத்திருந்தது. இத்தனை ஆழக்குழி எதற்கு என எண்ணும்போது அந்த யூகிப்பு கொடுங்கனவாக உருவெடுத்தது. கொட்டடியில் காய்ச்சலில் நடுங்கிக் கொண்டிருக்கும்

அனைவரையும் தூக்கியெறியப்படுவதற்காகவே இக்குழி பயன்படப் போகிறதா? அதனை நினைக்க நினைக்கக் காயம் பட்ட நெஞ்சு மேலும் நசுக்கப்பட்டதன் வலியை உணர்ந்தான்.

சேவு பக்கிரியைப் பின்தொடர்வதுபோல உள்ளுணர்வு அறைந்து கொண்டே இருந்தது. கை உரோமங்கள் விறைத்துக்கொண்டன. குழியுள் வீசப்பட்ட அவன் மீண்டெழுந்து நூற்றுக்கணக்கான பிம்பங்களாய் நெருங்கி வருவது போல இருந்தது. ஒன்றின்மேல் இன்னொன்று, அந்த இன்னொன்றின் மேல் பிறிதொன்று, அந்தப் பிறிதொன்றின் மீது மேலும் ஒன்றெனப் பல்கிப் பெருகின.

சேவு தங்களை எட்டிப்பிடித்துவிட்டதுபோல உணர்ந்தான். அவன் எடுத்துவைக்கும் ஓவ்வோர் அடியையும் பின்னிருந்து இழுப்பது போன்ற பிரம்மை தாக்கியது. மிக அருகே வந்து தோளைத் தொட்டு இழுத்தன அந்த உருவங்கள். கால்களின் அடிப்பாதம் தொட்டு உச்சந்தலைவரை ஜிவ்வென்று ஏதோ பரவி அதிரச் செய்தது. தூல உருவத்துக்குள் எண்ணற்ற சூட்சம உருவங்கள் நுழைந்து நிரப்புகின்றன.

பக்கிரியின் கால்கள் வெட வெடத்துக்கொண்டே இருந்தன. மனம் நிலைகொள்ளாமல் தடுமாறியது. மழைத் துளிகள் ஓயாது விழுந்தபடியே இருந்தன. கால்கள் வழியாக வழிந்தோடி அடிப்பாதத்தைச் சிலிர்க்கச் செய்தன. அந்த நனைவிலும் உடல் வெப்பம் கொண்டு தள்ளாடியது.

“வசமா வந்து மாட்டிகிட்டம்... இந்த நரகத்திலேர்ந்து எப்போ விடுதல கெடைக்குமோ தெரில” சேவுவைத் தூக்கி வந்த கைகளின் மேல் அவன் சூடு இன்னும் வற்றிவிடவில்லை! ஓர் ஆழ்துளை குழிக்குள் விழுந்து நிராதரவாகிவிட்ட நிலைக்குத் தள்ளப்பட்ட உணர்வு அவனை அழுத்திக் கொண்டிருந்தது.

கொட்டடியில் உடல் துவண்டு துடிக்கும் உயிர்களைக் குழியில் தூக்கியெறிய இனி தன்னால் ஆகாது. கைகள் உயிரற்று செயலிழந்துவிட்ட உணர்வு. இந்தக் கொடுமையோடு இங்கே இருப்பது இனி ஒருபோதும் தன்னால் முடியாது.

#ஒரிரோ = போ

#முசி முசி = விரைவாக

31

மேய் குவாங் முகாமில்..

கொட்டடியில் கொத்தடிமைகள் எண்ணிக்கை சன்னஞ் சன்னமாய்க் குறைந்து கொண்டு வருகிறது. இங்கே வந்த தொடக்க காலத்தில் இரவில் படுத்திருக்கும்போது மட்டுமே எல்லாரையும் ஒருசேரப் பார்க்கமுடியும். காலையில் ஆளுக்கொரு திசையாய் வேலைக்குக் கொண்டு செல்லப்பட்டிருப்பார்கள். அப்போதுள்ள படுக்கை இட நெருக்கடி இப்போதில்லை. மலேரியா கண்டவர்கள், வயிற்றுப் போக்கினால் நோய்வாய்பட்டவர்களையெல்லாம் 'சீக்குக் கொட்டாயில்' கிடத்தி விட்டிருந்தார்கள். வேலைக்கு லாயக்கில்லை என திட்டவட்டமாய் முடிவெடுத்த பின்னரே அங்கு தள்ளி விடுகிறார்கள். அது பெயரளவில்தான் மருத்துவமனை. அங்கிருந்து குணமாகித் திரும்புபவர்கள் குறைவு. அதற்குத் தோட்டத்தில் இருக்கும் 'குரூப் ஆஸ்பத்திரி' எவ்வளவோ மேல் என்கிறார்கள். சிகிச்சைக்குப் போனவர்கள் உருப்படியாய்க் கொட்டடிக்குத் திரும்பாத பட்சத்தில் அதற்குச் சீக்குக் கொட்டாய் எனப் பெயரிடப்பட்டது. அந்தச் சொல்லே பீதியை கிளப்பக்கூடியதாக இருந்தது.

அங்கே சரியான மருந்து மாத்திரை இல்லையென்றும், படுக்கை குறைவால் மண்தரையில் போட்டுவிடுகிறார்களென்றும் பேசிக்கொண்டார்கள்.

மருந்துக்கும் மருத்துவருக்கும் பல மணிநேரம் காத்திருக்கவேண்டிய அவலம் வேறு. கொட்டடியில் சமைத்துக் கொடுக்கப்படும் உணவே அங்கேயும் விநியோகிக்கப்படுகிறது என்றும் சலித்துக் கொண்டார்கள். இருப்பவர்களை விட இறந்து போனவர்களே அதிகம் அங்கே. இறந்தவர்கள் இன்னாரென்ற பட்டியல் இல்லை.

கொட்டடியில் காலியான படுக்கை இடங்களைப் பார்க்கும்போதே மரண பயம் வந்து போகிறது. சீக்குக் கொட்டாயிலிருந்து திரும்பாதவர்கள் கதி என்னவாயிற்று என்பதே மர்மமாக உலவுகின்றது.

"இங்கேர்ந்து நேத்தைக்கு மூனு நாளு பேர கொண்டுகின்னு போனாங்க... அவங்களால நடக்கக்கூட முடில, பாவிப்பயலுங்க அவனுங்க ஜீப்ல... லாரிலயாவது கொண்டு போயிருக்கணும். அவங்களுக்கு என்னாச்சினே தெரியலண்ணே!" என்றான் சாக்கன் விட்டத்தைப் பார்த்தபடி. இருள் கரிய புகைபோலச் சுருண்டிருந்தது.

"அவங்க யாரு? எவரு? பேரு என்னானுகூட தெரிஞ்சிக்க முடில. வேல கொட்டடின்னு ஓட்டிக்கிட்டே இருந்தா எப்படித் தெரிஞ்சிக்க முடியும்?" என்றார் படுத்திருந்த ஒருவர்.

"ம்" என்றது இன்னொரு குரல்.

சதாசிவம் இருள் போலவே மௌனமாக இருந்தார். தான் பேசியது காதில் விழவில்லையோ என நினைத்த சாக்கன், அண்ணே தூங்கிட்டீங்களா?" என்றான்.

"ம்ஹ... தூங்குறதாவது...? தூக்கத்த காணடிச்சி எத்தனியோ மாசங்களாச்சி. தோட்டத்துல கித்தா மர வேல முடிஞ்சி வந்து, சாப்ட்டு சிமிந்துல சாஞ்சா, சிமிந்து ஜில்லுனு இருக்கிறதுக்கும் அதுக்கும், தூங்கி ஏய்ந்திருக்க அஞ்சாயிடும் மணி. மகராசி காப்பியும் உப்பு ரொட்டியும் கொண்ணாந்து வச்சிட்டு எழுப்புவா... சுடச்சுட ரெண்டு மூன மொடக்கு குடிச்சதும் தூக்கக் கலக்கம் கலஞ்சி ஒரு சொர்க்கம் தெரியும் பாரு....வேல செஞ்சிட்டு வந்த ஒடம்பார்ந்தாலும் சொகமாத்தான் வலிக்கும் அப்ப, அதெல்லாம் அந்தக் காலம்டா சாக்கன். தூக்கம்னா அதான் தூக்கம்..." செருமி குரலைச் சரி செய்துகொண்டு, மீண்டும் மூச்சை உள்ளிழுத்தார். "தேவான என்ன பண்ணிக்கிட்டு இருக்காளோ?" என்று கூறி சாக்கனுக்கு முகத்தைக் காட்டாமல் ஒருக்களித்துப் படுத்தார்.

"ராசாத்தி...." என்று சொல்லும்போது செருமல் ஒலி எழுந்தது. சாக்கன் கொஞ்சம் சுதாரித்துப் பேச்சை வேறு திசைக்குத் திருப்பினான்.

"வேலைவுட்டு வந்தா என் பொண்சாதி செவத்தியும் கொஞ்சம் கண்ணசந்து தூங்குயான்னு பாய கொண்ணாந்து விரிச்சி போடுவா. ஓஞ்சிப் போய் படுத்தா தூங்கிட்டே இருக்கலாம்னு தோணும்... என் நெனப்பெல்லாம் அவகிட்டதான் இருக்கு..."

“ராசாத்திக்கு ஒரு கல்யாணத்த பண்ணிப் பாக்கணுமனு..’ அந்த நெனபபு இப்பல்லாம் அடிக்கடி வந்துகிட்டே இருக்கு. நாம அதுக்கு உருப்படியா ஊர்ப்போய் சேரணும்.. நெலமயப் பாத்தா நெஞ்சு பகீர் பகீர்ன்னுது. சீக்குக் கொட்டாய்க்குப் போனவங்க திரும்பி வரமாட்டாங்கன்னு தெரிஞ்சதும், எனக்கு ராசாத்திதான் கண்ணுலியே நிக்கிறா. பாவம் நம்மலப் போலவே நம்ம பொம்பலைங்களும் கெடந்து அல்லாடுவாளுங்க.”

“இங்க நாம எப்படி இருட்ல இருக்கமோ. அங்கேயும் நம்ம தாய்ப்புள்ளைங்களும் இருட்லதான் இருப்பாங்க!” இரண்டு ஆள் தள்ளிப் படுத்திருப்பவர் தன் சோகத்தையும் அவர்களோடு பகிர்ந்து கொண்டார். “ஏன் தெரியுமா... அங்கியும் இந்தக் கேடுகெட்டவன் ஆட்சிதான...”.

சாக்கனும் சதாசிவமும் மட்டுமல்ல , அப்போது விழித்திருப்பவர்கள் எல்லாம் அவர் பேசியதை பலமாக ஆமோதித்திருக்கக் கூடும்! கொட்டடி மௌனம்தான் அதற்குச் சாட்சி.

“சாக்கன் நான் ஒன்னு சொல்றனே.... நம்ம சம்சாரங்கதான் நம்மல எப்பியும் நெனச்சிகிட்டே இருப்பாங்க.. நம்மல நம்பி வந்துட்டாளுங்க.. அதுங்களுக்கு வேற கெதி இல்ல. நம்மல நம்பி வந்தவங்கள நாமதான் காப்பாத்தி கரை சேத்திருக்கணும், ஆனா இங்க வந்து வசமா மாட்டிக்கிட்டம்.”

“அங்க இருக்கிற வரைக்கும் அவளுங்கள எப்படியெல்லாம் ஓட்டனம். இப்ப அவங்க இல்லன்னு ஆனதும் எப்படி ஏங்குது பாலாப்போன மனசு.” என்று புலம்பியது இருட்டில் ஒலித்த இன்னொரு குரல். இதைக் கேட்டதும் பலருக்கு நிலை கொள்ளவில்லை. எல்லாருடைய உள்ளத்திலும் கிணற்றின் அடி ஆழத்தில் சிக்கிக்கொண்ட நிலையே உண்டானது.

“ஒங்க புள்ளக்கி பொஞ்சாதியும் பொஞ்சாதிக்குப் புள்ளையும் ஒத்தாச.. எனக்கு அவ ஒருத்திதான்..” என்றான் சாக்கன் சதாசிவத்திடம்.

சதாசிவம் ஆர்வமாகக் கேட்டார். “அவங்க அப்பா அம்மா?”

“கூறுகெட்டத்தனமா பெரிசுங்களோட ஆசீர்வாதமில்லாம இட்டுகிட்டு வந்து தாலி கட்டிட்டேன்.. காதல் மோகம், அதனால நான் இருந்த வரைக்கும் அவங்க எட்டி கூடப் பாக்குல.. அவளும் நான் போய் தாய் தகப்பன பாத்துட்டு வரனேன்னு இதுவரைக்கும் வாய் தொறந்து கேட்டதுமில்ல. என் மருவாதி முக்கியம்னு

இருந்துட்டா. அவங்களே தேடி வரட்டும்னு இருக்கா... அவளும் என்ன நம்பி வந்துட்டால்ல..."

"ஒன் நெல தெரிஞ்சா கண்டிசனா தேடி வருவாங்க சாக்கன்."

"கண்ணுகெட்ட பெறகு சூர்ய நமஸ்காரம்னு சொல்லுவாங்களே.. அப்டி.. அப்பயே நான் கூட்டிட்டுப் போய் மத்திசம் பண்ணியிருக்கணும்... மருவாதி மானம் மருவாதின்னு இருந்திட்டன். வயசுல பெரியவங்கள நான்தான் மதிச்சி எறங்கி போயிருக்கணும். இப்ப அவ ஓரியாக் கெடக்கிறா... அத நெனச்சாத்தான்..."

"பெத்தவங்க தேடி வருவாங்க சாக்கன்... அப்படியொன்னும் புள்ளய அனாமத்தா வுட்ற மாட்டாங்க."

"நான் இப்டி வந்து மாட்டிக்கிட்டன்னு அவங்களுக்குத் தெரியணுமேண்ணே."

"ப்சே.."

"என் அண்ணன் ஒருத்தரு பக்கத்து கம்பதுல இருக்காரு.. இந்தக் கலயாணத்துல அவருக்கும் சம்மதம் இல்லன்னு ஒதுங்கியிருந்தாரு... என் நெலம தெரிஞ்சா வூட்டுக்குக் கூட்டிட்டுப் போய்ருவாரு... அவரு வூட்ல என்ன நெலவரம்னு தெரில. அவள நெனச்சா இப்பியே எழுஞ்சி இங்கேர்ந்து ஓடிப் போய்டலாமான்னு இருக்கு"

"என்ன பேசுற சாக்கன்.. அந்த நெனப்ப மொதல்ல மனசிலேர்ந்து தூக்கி எறிஞ்சிடு... நீ பாத்தல்ல... ஈவு எறக்கமில்லாம நாய அடிக்கிற மாரி அடிச்சத, மனுஷ ஜென்மமா அவனுங்க...?

அங்கே ஒரு மௌன இடைவெளி விழுந்தது. அதற்குள் கொட்டடியில் குரல்கள் அமுங்கிப் போயிருந்தன.

கொட்டடிக்குள் குளிர் காற்று வீசியது.

"இது மழைக்காத்து மாரி இருக்கு," என்றது ஒரு குரல்.

★★★

ஆற்றின் படுகையில் நிறைய பேர் வேலையில் இருந்தார்கள். ஆற்றின் தரைமட்டத்திலிருந்து எழுப்பப்படும் கான்கிரீட் வேலைப்பாடுகளுக்கான சிமிந்து பாளங்களை அடுக்குகளில் தூக்கி மேலெழுப்ப வேண்டும். தூண்கள் உறுதியாக நிலத்தில் பதிய வேண்டும். பாலத்துக்கான சாரம் இன்னும் சில நாள்களில் நீக்கப்பட வேண்டுமென பேச்சு அடிபடுகிறது. அப்படியானால் எல்லாக்

கான்கிரிட் தூண்களும் நிறுவப்பட்டாக வேண்டும். அதற்கு எஞ்சியிருக்கும் நாட்கள் போதாது என்று வெள்ளைக்கார வேலையாட்கள் சொல்கிறார்கள். வேலையை இரண்டு மடங்காக ஆக்கினாலொழிய திட்டம் நிறைவேற சாத்தியமில்லை எனவும் பயமுறுத்துகிறார்கள்.

கான்கிரீட் கலவை சம்பந்தப்பட்ட வேலைகளுக்கு டேன் சூன் செங் நியமிக்கப்பட்டிருந்தார். டேனின் தொழில் திறமைக்காக அவரை இந்த இடத்துக்கு மாற்றியிருந்தார்கள். சிங்கப்பூருக்குள் அதிரடியாய் நுழைந்த சப்பான் ராணுவத்திடம் மேலும் சில சீனர்களோடு பிடிபட்டு ரயில் தண்டவாளம் அமைக்க இழுத்து வரப்பட்டவர்களில் ஒருவர் டேன். கான்கிரீட் தூண்கள் அமைப்பதில் அவரின் கை நுணுக்கத்தையும் வேகத்தையும் அறிந்த சப்பானிய ராணுவம் அவரிடம் இந்தப் பொறுப்பை ஒப்படைத்திருந்தது. கங்காணி ஒருவன் டேனை கண்காணித்து வேலை வாங்குவதிலேயே குறியாக இருந்தான். டேனுக்குத் துணையாகத் திடகாத்திரமான சில வேலையாட்களையும் நியமித்திருந்தனர்.

மேற்கு பக்கம் சூழ்ந்த மேகம் கருத்துத் திரண்டு பாலத்துப் பக்கம் நெருங்கியது. கருப்புக் குடைபோல மேகங்கள் விரிந்திருந்தன. அவை நகர்ந்து நகர்ந்து தலைக்கு மேல் வந்திருந்தன. அதன் நிழல் பாலத்தின் மேல் விழுந்து, அந்தப் பகுதியையே சற்று இருளாக்கியது. கொஞ்ச நேரத்துக்கு முன்னர் இருந்த வெளிச்சம், மறைந்து திடுமென ஏற்பட்ட மாற்றத்தால் எல்லாரும் அண்ணாந்து பார்த்தார்கள். வெயில் விலகினாலும், வெப்பம் போய்விடவில்லை. மெல்ல மெல்ல சூடு குறைந்து மழைக்காற்று வீசத் தொடங்கியது.

மழை மேகங்களின் நிழல் பாலத்தின் மேல் விழுந்தது. சற்று முன்னர் இருந்த வெளிச்சம் மறைந்தது திடுமென.

போதிய உணவோ உறக்கமோ இல்லாதவர்கள் முகம் வெளுத்து உடல் சோர்ந்திருந்தார்கள்.

“கைகால் நவுர மாட்டேங்கிதே,” என்றார் ஒரு வேலையாள்.

“எனக்கும் அப்படித்தான் இருக்கு...” இன்னொருவர் உடலைக் குறுக்கி கூறினார்.

இன்னொருவர் ஹீனமான குரலில் “நேத்து ராத்திரியிலிருந்தே இந்த வலி ஆரம்பிச்சிடுச்சு. விடிய விடிய தூக்கமே இல்ல. தலையை கிர்ருனு சுத்துது.” என்றார்.

“அஞ்சாறு பேர் இதே வலிய அனுபவிச்சதா சொன்னாங்க..

இன்னிக்கி இன்னும் மோசமா இருக்கு" இதனைச் சொல்லும் போதே வாய் குழறியது அவருக்கு. முழங்கால் அளவு நீர் ஓடிக்கொண்டிருந்தது. அப்படியே நீரில் அமர்ந்தார்.

சப்பானியக் கங்காணி மூங்கில் கழியை ஓங்கிக்கொண்டு ஓடி வந்தான். அந்த ஓட்டத்தில் நீர் சலசலத்து ஓசை எழுந்தது. அவன் கால் கீறிச்செல்லும் இடங்களில் கொப்பளித்து அடங்கிக் கொண்டிருந்தது நீர். ஒருவர் கையை அசைத்து அவரால் முடியல என்று ஏதோ சைகையில் சொன்னார். அவன் அதனைப் பொருட்படுத்தாமல் விளாசினான். நீர் மட்டத்தில் பாதியும் தோளில் பாதியுமாக அடி விழுந்தது. அவர் அப்படியே நீரில் சாய்ந்தார். உடல் முழுக்க நீருக்குள் ஆழ்ந்தது.

"ஐயோ நெஞ்சு வலிக்குதே," என்று வலியில் துடித்த இன்னொருவர் நெஞ்சைப் பிடித்துக் கொண்டார். அவர் துடிப்பதைப் பொருட்படுத்தாமல் அவரையும் ஓடிப்போய் தாக்கினான். வலியில் ஏதோ சொல்ல வாயெடுத்தார். ஆனால் குரல் வெளிப்படவில்லை. தாக்கிய உக்கிரத்தில் அவரும் நீரில் சாய்ந்தார்.

நதி ஓசையில்லாமல் ஓடிக் கொண்டிருந்தது. கார்முகில் இப்போது தலைக்கு மேலே குழுமி பெரும் திரளாகிக் கொண்டிருந்தது. அந்த இடத்தில் முன்பை விட ஒரு பிரம்மாண்ட நிழல் தழுவிக் கொண்டது.

நதிநீர் ஒழுக்கு மேற்கு பக்கமிருந்து கொஞ்சம் கலங்கலாகிக் கடந்து போனது.

"ரெண்டு பேரயும் தூக்கி கரையில் போடுங்க" எனக் கத்தினான் கங்காணி. கான்கிரீட்பாளங்கள் இருந்த இடத்துக்கருகில் அவர்கள் கிடத்தப்பட்டார்கள். டேன் அவர்களைப் பார்க்க விழி தூக்கியபோது கங்காணி டேனை மிரட்டினான். டேன் அடிபணிந்து மீண்டும் தன் பணியில் ஈடுபட்டார்.

கரையில் கிடத்தியதும் அவர்கள் கைகால்கள் அசைவது அறுதியாய் நின்று போனது. மூச்சு விடுவது மட்டும் தெரிந்தது.

அவர்களைச் சுமந்து மேலே கொண்டு செல்ல உத்தரவிட்டான். பின்னர் அவர்கள் சீக்குக் கொட்டாய்க்கு அனுப்பப்பட்டனர்.

என்ன நடக்கிறதென்று அங்கு வேலை செய்த யாருக்கும் புலப்படவில்லை.

"அண்ணே கால்ரான்னா.... வவுத்தால போவும், ஜொரம் அடிக்கும்..

இது என்னா சீக்குன்னே தெரிலியே?" என அவர்கள் வேலையிடத்திலிருந்து தூக்கிச் செல்லப்படுவதைப் பார்த்து கேட்டான் சாக்கன்.

"இல்ல... கண்டிப்பா இது கால்ராவோ மலேரியாவோ இல்ல.... இது வேற ஒன்னு... நெஞ்சு வலிக்குதுன்னு அந்த சீக்கு வந்தா சொல்ல மாட்டாங்க... கைகால அசைக்க முடியாம கீழ உலுவுறாங்களே... அப்போ இது ஏதோ புது சீக்கு." என்றார் பக்கத்திலிருந்த ஒருவர்.

"இங்க வந்து ஒரு நாளாவது சத்துள்ள சாப்பாடு குடுத்தாதான... தெனக்கும் புலுத்த அரிசி, நாத்த கருவாடு, பூசணிக்கா சூப்னு கொடுத்தா இப்டித்தான் சீக்கு வந்து சாகணும் போலருக்கு..."

"வேலைக் கொடுமை ஒரு பக்கம் னா... சீக்குல அவதிப்படுறது இன்னொரு பக்கம் நம்மல உசிரு எடுத்திருது..."

இன்னும் சிலர் நெஞ்சு வலிப்பதாக முறையிட்டுக் கொண்டிருந்தார்கள். அக்கம் பக்கம் இருப்பவர் அப்படி முறையிடும் போது கேட்டுக் கொண்டிருப்பவர்கள் அந்தப் பாதிப்பு தங்களையும் நெருங்கி விட்டதாக உணர்ந்தார்கள்.

வேலை நடந்து கொண்டிருந்தது.

சதாசிவம் மிரண்டு போய்ப் பார்த்துக் கொண்டிருந்தார். அருகிலிருந்த வெள்ளைக்காரத் துரையைக் கேட்டார்.

"தொர என்ன சீக்கு இது?...கால்ரா மலேரியா மாரி இல்லியே...?"

"இது டெப்னட்டா கால்ரா இல்ல,.. மலேரியா இல்ல.. நான் பீல் பண்ணுது இது பெரி பெரின்னு... எஸ்டேட்ல இந்த சீக்கு கொஞ்சம் பீப்பள்கு வந்துது.."

"ம்..?"

"ஆமாம்.... குருப் ஹாஸ்பிட்டலுக்கு வந்த டாக்டர் சொல்து. இது புட் டிபிசியன்சினால வரது...

வேலை செய்தபடியே டேன் தலையசைத்து ஆமோதித்தார்..

"அப்படின்னா..?

"சாப்டு கொறவு... மீட்.. சிக்கன்.. முட்ட சாப்பல்லன்னா வரும்... போடி வீக்காவும்... மஸ்ஸல்ஸ் ஸ்டிஃப் ஆகும்... நெஞ்சு வலிக்கும்... ஹார் அட்டேக் வரும்..." தன் தொடையின் தசைநாரையும்,

நெஞ்சையும் தொட்டுக் காட்டி சொன்னார் தொரை.

“அப்படின்னா.. தொர?”

“ம்... வேய்ட் அ மினிட்... ஹாட் அட்டேக்... நெஞ்சு வெடிக்கும்... உயிர் போகும். கால்ரா பெரி பெரிக்கெல்லாம் மருந்து இல்ல மேன். நெர்வஸ் சிஸ்டத்துக்கு எனிமி, ம்ம்ம்... நரம்பு சிக் இது” என்றார்.

“யெஸ் திஸ் இஸ் பெரி பெரி,” என்று ஆமோதித்தார் டேன். சிங்கப்பூரில் தன் உறவினர் ஒருவர் இந்த நோய்கண்டு சிலநாட்களில் இறந்து விட்டதைச் டேன் சொன்னபோது சுற்றியிருந்தவர் முதுகுத்தண்டில் பூரான் ஊர்ந்தேறியது.

“சப்பாங்காரன் இப்டி கொன்னாந்து கொல்றானே தொர?”

துரை அமுங்கிய தொனியில் “திஸ் இஸ் ரியல் ஹெல்”என்றார். துரை அப்படிச் சொன்னபோது டேனின் மனம் சிங்கப்பூருக்கும் மேய் குவாங் முகாமுக்குமாக அலைந்து கொண்டிருந்தது.

டேன் சொன்னார் “நாங்க பட்ட அவஸ்தைய விடவா? சிங்கப்பூர்லியே இவனுங்க பண்ண கொடுமைய அனுபவிச்சமே நாங்க.. சீனவுங்கள கண்டாலே இவனுங்களுக்குப் பிடிக்காது... பாத்தீங்கல்ல.. என்ன வேல வாங்குறது!”

“யெஸ், ஜப்பானுக்கும் சீனாவுக்கும் ரொம்ப காலமாவே வோர்.” என்று ஆமோதித்தார் துரை.

துரையும் டேனும் சொல்வது இன்னதென்று புரியவில்லை சாக்கனுக்கு. ஆனால் இக்கட்டான நேரத்தில் விழிகள் மிரளப் பேசுபவர்கள் மொழி கொஞ்சம் புரியத்தான் செய்தது.

சாரல் விழத் தொடங்கிவிட்டிருந்தது. காற்றின் திசை மாறிமாறி வீச சாரல் ஒரு குறிப்பிட்ட திசை என்றில்லாமல் நாலாபக்கமிருந்தும் தாக்கியது. தீப்பந்தத்தால் போட்ட கையெழுத்தென மின்னல் கீறிக்கொண்டு ஓடியது. ஒளித்தீற்றல்கள் இருண்ட வானத்தைச் சற்றே வெளிச்சமாய்க் காட்டி மறைந்தன. நதிநீர் பழுப்பு நிறத்திலிருந்து முற்றிலும் களிமண் நிறத்திற்கு மாறி ஓடியது. முழங்கால் அளவு நீர் மட்டம் மெல்ல மெல்ல உயர்ந்து கொண்டிருந்தது.

காலுக்கடியில் என்னமோ ஊர்ந்தது. நீரோட்டம் அந்த ஊர்வனத்தின் இருப்பை அறிவிக்காமல் போனாலும், மழையும் கலங்கிய ஒழுக்கும் அதன் அறிகுறியைச் சொல்லின. புதைசேறு கால்களை உள்ளிழுத்தது. ஒரு காலை சேற்றிலிருந்து

விடுவித்துக்கொள்ளும் தருணத்தில் இன்னொரு காலை பற்றி இழுத்தது. விரல்களின் இடுக்கு அரித்து அரித்து அடங்கிக் கொண்டிருந்தது. கையைவிட்டு இடுக்கைத் துழாவிய போது வழவழத்துப், பிடுங்கி எரிய முற்படும்போது அதன் பிடி இறுகி ரப்பர் போல இழுவை கொண்டு நெளிந்தது. கால் சுண்டுவிரல் அளவுக்குத் தடித்து இருந்தது அது. தோட்டத்துத் தீம்பார் ஓடைகளில் மழைக்காலத்தில் ஊறும் மாட்டட்டை உருவத்தை ஒத்திருந்தது. கையை வெளியே எடுத்த போது ரத்தக் கசிவு ஒட்டிக் கொண்டிருந்தது. பாதத்திலிருந்து அது மேலேறி வருவதை உணர முடிந்தது அவர்களால்.

மழைத்தாரைகள் இப்போது சிறு சிறு கூரிய கற்களென மேலே பாய்ந்து குத்திக்கொண்டிருந்தன. வேலையை நிறுத்துவதாய் இல்லை கங்காணிகள்.

32

பதினெட்டாம் கட்டையில்..

சாக்கனின் அண்ணன் மருதுவைத் தன் வீட்டு வாசலில் பார்த்ததும் செவத்திக்கு வியப்பாக இருந்தது. அவன் வீட்டுக்கு வருவது இதுதான் முதன்முறை.

மருதுவைச் சுங்கைப்பட்டாணி கடைத்தெருவில் ஒருமுறை தூர இருந்து காட்டியிருக்கிறான் சாக்கன். அதுதான் முதலும் கடைசியுமாக அவனைப் பார்த்தது. அடுத்து இப்போதுதான் பார்க்கிறாள். அவனை உற்று நோக்கினாள். சாக்கனின் பெரியப்பா மகன் என்ற காரணத்தால் மருதுவின் முகத்தில் சாக்கனைத் தேடின செவத்தியின் கண்கள். சாக்கனின் முகச்சாயல் அவன் முகத்தில் பதிவாகவில்லை. உடற் தோற்றத்திலும் ஒற்றுமை இல்லை. சாக்கன் அளவான உயரத்தில் இருப்பான். மருது ஐந்தடிக்குள்தான் இருந்தார். சாக்கனுக்கு சுருள் கேசம். இவருக்கு நெளியாத முடி. தன் பார்வையை அவன் முகத்திலிருந்து மீட்டுக்கொண்டாள்.

அவள் பெற்றோர்கள் எவ்வளவு எடுத்துச் சொல்லியும் கேளாமல் செவத்தி சாக்கனோடு ஓடிவந்து விட்டாள். சாக்கனுக்கு ஒரே உறவான, சாக்கனின் பெரியப்பா மகன் மருதுவும் எட்டிக்கூட பார்க்கவில்லை. தன் உறவுப் பெண்ணைத் திருமணம் செய்யாமல் சாதிவிட்டுச் சாதிபோய் ஒருத்தியை இழுத்து வந்துவிட்ட கோபம் அவருக்கு. சாக்கன் எவ்வளவு கெஞ்சியும் மருது இறங்கி வராமல் இருந்து விட்டார். நண்பர்கள் நான்கைந்து பேர் சாட்சியில் முனீஸ்வரன் கோயிலில் வைத்துத் தாலி கட்டினான்.

என்னதான் சாக்கனும் செவத்தியும் திருமணமாகிக் கிட்டதட்ட ஓராண்டு ஆகிவிட்டிருந்தாலும், இணைந்து வாழ்ந்தது என்னமோ மூன்று நாள்கள்தான். இதுகாறும், மருது தம்பியைத் தேடி வரவில்லை. இந்த ஓராண்டாய்த் தன்னந்தனியாய்த் பல

கனவுகளோடுக் கழித்துக் கொண்டிருந்தாள் செவத்தி, சாககன் விரைவில் வந்துவிடுவான் என்ற நம்பிக்கையோடு.

"நான் மருது. சாக்கனுக்கு அண்ண மொற." என்று சைக்கிளின் ஸ்டாண்டைக் காலால் மிதித்துத் தூக்கி நிறுத்திவிட்டுக் கொண்டே அறிமுகப்படுத்திக் கொண்டார். அவர் முகத்தில் சோகம் ஏறிக்கிடந்தது.

"உள்ள வாங்க மூத்தாரே, தெரியும்..."

"இல்லம்மா நா ஒக்கார முடியாது...ஒனக்கொரு சேதி சொல்ல வந்தன்.." அவள் சற்று விக்கித்து அவன் முகத்தை ஏறிட்டுப் பார்த்தாள்.

"சாக்கன்......." என்று நிறுத்தினார். முகம் கீழே விழுந்து கிடந்தது.

"என்ன மூத்தாரே... சொல்லுங்க.... அவர பாத்தீங்களா? நீங்களும் சியாம் போனீங்களா?..".

"இல்ல நா போகல.....ஆனா..."

"சொல்லுங்க.. எனக்குப் படபடப்பா இருக்கு.... அவர் போயி மாசக் கணக்கா ஆயிடுச்சி, ஒரு தாக்க இல்ல... இப்ப நீங்க அவரப்பத்தி ஏதோ சொல்ல வந்துட்டு.. சொனங்கறீங்க...."

"இல்லம்மா... சியாமுக்கு வேலைக்கி போனவரு ஒருத்தர் திரும்பி வந்துட்டாரு. அவரு இன்னிக்கி காலையல.. என்னப் பாக்க வந்தாரு..... அவரு....."

"அவரப் பத்தி சொன்னாரா?.... எப்படி இருக்கார்..? சொல்லுங்க..."

"மனச தேத்திக்கம்மா... நான் சொல்ல வந்த சேதி நல்ல சேதியில்ல......"

செவத்தியின் கண்கள் கலங்கத் தொடங்கின. உள் உடல் விதிர்க்கத் தொடங்கியிருந்தது.

"சாக்கன் ... சியாம்ல.... தவறிட்டானாம்....!"

செவத்தி திடுக்கிட்டு நொடிநேரம் அசைவற்றுக் கிடந்தாள். வாய் வார்த்தைகள் ஸ்தம்பித்தன. உடல் எடையற்றுப் போனது. பின்னர் ஓவென கதற ஆரம்பித்தாள். வாயிலும் வயிற்றிலும் அடித்துக் கொண்டாள். சுவரோடு சரிந்து குதிக்காலிட்டு அமர்ந்து தாவணியால் வாயைப் பொத்திக்கொண்டு விக்கி விக்கி அழுதாள். மருது சில அடிகள் அருகே வந்தார். ஒரு பாட்டம் அழுது முடித்தும் சுதாரித்துக் கொண்டு மீண்டு எழுந்தாள்.

“நா... நம்புல.... யார் சொன்னது ஒங்களுக்கு... இங்கேர்த்து ஆயிரக்கணக்கா போனாங்கனு சொல்றாங்களே.. சாக்கன்ற பேர்ல எத்தன பேரு போயிருப்பாங்க...?” செருமி செருமி குரல் கரகரத்தது.

“அழுவாதம்மா.... என்னாலியும் மொதல்ல நம்பத்தான் முடில.... அவரு சொல்ற அடையாளத்த வச்சிப் பாத்தா எனக்கு என்னுமோ, தம்பி சாக்கனாத்தான் இருக்கும்ன்னு நெனக்கத் தோணுது..”

குந்தி இருந்தவள் சுவரை ஆதரவாகப் பற்றி எழுந்தாள்.

“என்னா சொன்னாரு... என்ன அடையாளம் சொன்னாரு..? நான் நம்புல. என் சாக்கன் என்ன ஏமாத்த மாட்டாரு.” நம்பிக்கையை இழக்காதவளாய்ப் பிசிறிய தொனியில் கேட்டாள். மூக்கை உறிஞ்சிக் கொண்டாள்.

“நல்ல தாட்டியமான ஒடும்பு, சுருட்ட முடி,ரொம்ப சுறுசுறுப்புன்னு சொன்னாரு, அப்படியே அவன் அங்க அடையாளத்த சொன்னாரு!.”

“இத வச்சி எப்படி அவருதான்னு முடிவுக்கு வரலாம்..?”

“அம்மா எனக்கும் அதிர்ச்சி தாங்க முடியாமத்தான் வந்தன். ஒங்களுக்குத் தம்பி மொறையாமேன்னுதான் அங்க சொன்னாங்கன்னு சொன்னாரு.. அப்றம்தான் எனக்குத் தூக்கிவாரிப் போட்டுச்சு....”

“இங்கேர்ந்து ரொம்ப பேரு போனாங்க... அவங்க யாரும் இன்னும் திரும்பி வர்லியே... நீங்க சொல்ற ஆளு மட்டும் எப்படி வந்திருக்க முடியும்? சரி யாரு சொன்னாங்கனாவது சொன்னாரா?”

“சொன்ன ஆளு பேரெல்லாம் நான் கேக்குல. கேக்குற நெலைமியிலியும் நான் இல்ல. ஒடனே ஒங்கிட்ட தாக்க சொல்லணும்னுதான் அப்ப தோணிச்சி. அவரு தப்பிச்சி அங்கேர்ந்து ஓடியாந்துட்டதா சொன்னாரு.. போனவங்க எல்லாரும் ஒரே எடத்துல வேல செய்லியாம். வேற வேற எடத்துக்கு வேலக்கி அனுப்பிருக்காங்க..”

“என் புருஷனுக்கு ஒன்னும் ஆயிருக்காது.... அவரு வேற யாரையோ சொல்றாரு.” செவத்திக்குச் செருமல் அடங்கவில்லை. வார்த்தைகள் விக்கி விக்கி வெளி வந்தன.

“ஒங்கிட்ட நான் இந்த சேதிய மொதல்ல சொல்லக் கூடாதுன்னுதான் நெனச்சேன்.. ஆனா எப்படி இத மறைக்க முடியும் கட்ன பொண்டாட்டிக்கிட்ட சொல்லாம?.. இத ஒங்கிட்ட சொல்ல எம் மனசு எடம் குடுக்கல.. ஆனா தெரிஞ்சும் மறைக்கக் கூடாது இல்லியா?”

மூக்கை உறிஞ்சிகொண்டு "ஒங்களுக்கே உறுதியாத் தெரில.. நான் எப்படி இத நம்ப முடியும்? எத வச்சி நம்பச் சொல்றீங்க..?"

"நானும் முலுசா நம்புல... கண்ணு பாக்குற வரைக்கும் நம்பத்தான் முடில.. ஆனா என் தம்பின்னு அங்க சொல்லி அனுப்பிருக்காங்க... அதத்தான் ஒங்கிட்ட வந்து சொன்னன். நாளப்பின்ன ஒனக்கு சேதி தெரிஞ்சி நீ என்ன வந்து கேக்ககூடாதுல்ல... அதான்....." அவள் முகத்தை நேர்கொண்டு பார்க்க திராணியில்லாதவராய், "நீ நம்ப வேணாம். சாக்கன் உசிரோடயே இருக்கட்டும். அவனுக்கு நூறு ஆயுளுனு நானும் நெனச்சிகிறேன். எனக்கும் அதான் வேணும்.. நீ தெகிரியாம இருன்னு சொல்ட்டு போவத்தான் வந்தன்.. ஒனக்கு கெட்ட சேதி சொல்ல வர்றது என் நோக்கமில்ல... ஆனா, என்னால மனசறிஞ்சி மறைக்க முடில.. அதான்..."

"அவரு இருக்காரு... நல்லா இருக்காரு... சௌக்கியமா திரும்பி வருவாரு... எனக்குத் தெரியும். நான் கும்புர்ற சாமி என்னக் கைவுடாது... அவர் வருவார்.. நீங்க வேணுன்னா பாருங்க.." எனப் பித்தேறியவள் போலப் பினாத்தினாள். கண்களைத் துடைத்துக் கொண்டாள். கண்ணீர் ஓடை ஊற்றென பெருகியது.

"அவரு வந்திருவார்..."

"அம்மா.. நீ தெகிரியமா இரு... நீ சொமங்கலியா இருப்ப.... ஒரு நாளக்கி அவன் நல்லபடிக்கு வீடு வந்து சேருவான்.. அவன் என்கூடப் பொறந்த தம்பி இல்லன்னாலும், ஒரு கெட்ட சேதி என்னையும் உலுக்கத்தான் செய்து. என்ன பண்ண சொல்ற..? மனசுக்குள்ளார எப்படி அத அடைச்சி வக்கிறது? நானும் மனுசந்தான....."

அவள் ஒன்றும் பேசவில்லை. மனம் கிடந்து அல்லாடிக் கொண்டிருந்தது காற்றில் சிக்கிய தீபக்கொழுந்து போல.

"எந்தம்பி பொஞ்சாதியாயிட்ட, நம்ம ஒறவாயிட்டம்.. அதான் மனசு கேக்குல.. இப்டி ஓரியா இருக்காத.. ஒனக்கு நான் ஒருத்தன் இருக்கேங்கிற நெனப்பு இருக்கணும்.. என் வூட்டு வாசக்கதவு ஒனக்காகத் தொறந்தே இருக்கும். இங்க இருக்க முடிலேன்னா சொல்லு கூட்டிட்டு போயிர்றேன்... மனச போட்டு அல்லாடவுடாத.. என்னா? இந்த நேரத்துல நீ ஒண்டியா இருக்ககூடாதும்மா," என்று சொல்லிவிட்டுச் சைக்கிள் 'ஹேண்ட்-பாரைப்' பிடித்துக் காலால் 'ஸ்டாண்டை' நீக்கினார். 'கிறீச்' என்ற ஒலியுடன் 'ஸ்பிரிங் ஸ்டேண்ட்' பின்னால் விசுக்கென எழும்பி நின்றது.

“ஏன் மூத்தாரே? சேதி சொன்னவர நான் பாக்கணும். எங்க இருக்காரு? நான் அச்சு அடையாளமெல்லாம் நல்லா கேக்கணும். என் மனசு கெடந்து தவிக்குது.”

“அவரு சொன்னவொன்ன அவசரமா பொறப்பட்டாரு...ம்மா... எந்த ஊருன்னு நானும் வெசாரிக்கல. சேதிய கேட்டதும் எனக்கும் மேக்கொண்டு என்ன கேக்கணும்னு தோணல.”

வீட்டுக்குள்ளே போய் ஒரு மூலையில் அமர்ந்து கொண்டாள். “சாக்கனா இருக்காது... கண்டிப்பா இருக்காது..” என உள் நெஞ்சு சொல்லிக்கொண்டே இருந்தது. இன்னொரு மனம் அதை நிராகரித்தது. அண்ணனே வீடுவரை வந்து சொல்லும் போது அதில் உண்மை இருக்கக் கூடிய வாய்ப்பு உண்டு என திடமற்ற மனம் எண்ணியது. ஆழ்மனம் சரிந்து விழுந்து கொண்டே இருந்தது. விழிநீர் கொட்டியது. இடைவிடாத போராட்டம் நடந்து கொண்டே இருந்தது. ஒரு முடிவுக்கு வர முடியவில்லை. மனம் எதிலும் லயிக்கவில்லை. இந்த கொடும் நினைவிலிருந்து மீள வேண்டும்.

கொஞ்ச நேரத்தில் வீட்டை இருள் அடைத்து விட்டிருந்தது. அவ்விருட்டு நெஞ்சுக்குள் சுருண்டு இறங்கிக் கொண்டிருந்தது. உடனடியாக வெளிச்சத்தை மன்றாடி வேண்டி நின்றது அவள் உள்ளம். அவள் இடத்தை விட்டு விருட்டென எழப்பார்த்தாள் எதையோ நினைத்தவளாய். உடல் தளர்ந்திருந்தது. அக்னிபோல வந்து தாக்கிய செய்தி அவளின் உதிரத்தை உறிஞ்சிவிட்டிருந்தது. கண்களைத் துடைத்துக் கொண்டாள். கையில் பிசுபிசுப்பு ஒட்டியது. கலைந்த தலைமுடியைக் கையால் சீர் செய்து கொண்டாள். பொன்னம்மா வீடு நோக்கி நடந்தாள்.

“ஏன் புள்ள... அழுதியா?... ஏன் மூஞ்செல்லாம் வீங்கிக் கெடக்கு?” என்று கையைப்பற்றி கரிசனையோடு வரவேற்றாள் பொன்னம்மா. அவளை ஆரத்தழுவி செருமிக்கொண்டாள்.

“சொல்லு புள்ள என்னா?”

தோளிலிருந்த பிடியை விலக்கி.. “எதியும் கேள்விப்பட்டியாக்கா?”

“என்ன புள்ள கேள்விப்படணும்.. நானே வெசனப்பட்டுக்கிட்டிருக்கேன். வீட்டுக்காரு வர்லியேன்னு. நீ வேற குண்ட தூக்கிப் போடாத. வெளக்கமா சொல்லு..”

செவத்தி தேம்பி தேம்பி அழ ஆரம்பித்தாள்.

‘ப்ச்’... தெ... இங்கப் பாரு... மொத அழுவய நிப்பாட்டு..”

“அவரு.....” என்று சொல்லி தொடர்ந்து பேச சொல் வராதவளாய் செருமிக் கொண்டிருந்தாள். அவள் சொல்லப் போவது எதுவென்று ஊகிக்க முடியாதவளாய்க் காத்திருந்தாள் பொன்னம்மா.

“எம் புருஷன்... சியாம்ல தவறிட்டாராம்... அவங்க அண்ணன் வந்து சொன்னாரு” நீரூற்றாய்ச் சுரந்து கொண்டே இருந்தது துடைக்கத் துடைக்க.

முதலில் அச்செய்தி அவளுக்கு இடியாய் வந்து மோதியது. சந்நாசியின் நினைவு குறுக்கே வந்து எங்கெங்கெல்லாமோ பறந்தது சிந்தனை. இல்லை அப்படி ஏதும் நடந்திருக்காது என முடிவெடுத்தவளாய் சுதாரித்துக் கொண்டு பேசினாள்.

“இரு... பொறுமையா இரு... என்னால நம்ப முடியல. இத்தன ஆம்பளைங்க நம்ம இஸ்டேட்ல இருந்து போயிருக்காங்க. ஒனக்கு வந்த சேதி எனக்கும் எட்டியிருக்கணும்ல... மத்தவங்க காதுக்கும் எட்டியிருக்கணும்ல... அப்படி ஏதும் தெரியலியே..... செவத்தி?”

“அதாங்கா எனக்கு நம்புறதா இல்லியான்னு தெர்ல... கேள்விப்பட்டதலேர்ந்து.. என்னால நிம்மதியா இருக்க முடில...” கண்களைத் துடைத்துக் கன்னத்தின் வழியாக இழுத்தாள். கைகளைக் கைலியில் தேய்த்துக் கொண்டாள்.

“கண்ண தொட.... தோ பாரு.. யாரோ வந்து சொன்னாங்கன்னா, அத அப்படியே நம்பிறதா?... தகவல் சொன்ன ஆளு யாரு?... சாக்கன்ங்கிற பேர்ல ஊரு ஒலகத்துல ஒரு ஆளுதான் இருப்பாங்களா... சாக்கன்னா எந்த ஊர் சாக்கன்? என்ன ஆதாரம்? இதெல்லாம் கேக்க மாட்டியா? ஒடனே ஒப்பாரி வச்சிருவியா?”

“நம்ம எஸ்டேட்டு சாக்கன்னுதான் சொன்னாங்களாம்.”

“அத ஏன் கம்பத்துல போயி சொல்லணும்ங்கறேன்? கட்ன பொஞ்சாதி ஒங்கிட்டல்ல மொதல்ல சொல்லணும்? சொல்லியனுப்புனவங்க அவன் சம்சாரத்துக்கிட்ட சொல்லுன்னுதான் அனுப்பியிருப்பாங்க இல்லியா? நீ தான உடையவ?” செவத்தி கொஞ்சம் நிமிர்ந்து பார்த்தாள். அவள் கண்களில் சன்னமாய் ஓர் ஒளி மின்னியது.

“ங்க பாரு! சொன்னது யாருன்னு போய் விசாரி. நீயே போய் நல்லா கேட்டுட்டு அப்றம் ஒரு முடிவுக்கு வா..”

“செரிக்கா...” நெஞ்சு ஏறி இறங்கிக்கொண்டிருந்தது செவத்திக்கு.

“செய்தி உறுதியான பெறவு அழுவு. உயிரா இருக்கும் போதே ஒப்பாரி வைக்காத.. அங்க போனவங்க ஊரு திரும்புனதா எனக்கோ மத்தவங்களுக்கோ ஒரு சேதி கெடக்கல. நாங்களும் விசாரிக்காத ஆளு இல்ல. போய் மாசக்கெணக்கா ஆயிடுச்சுதான்.. அதுக்காக இப்படியெல்லாம் நடந்துடுச்சேன்னு நீயே கப்பன பண்ணிக்காத... வூட்டுக்கு போ. நானும் சுங்காணி, கருக்கான், சேவு இவங்க வூட்ல போய் வெசாரிக்கிறேன். நீ நெனைக்கிற மாரி நடந்திருக்காது. வேலைக்கு தான போயிருக்காங்க.. என்னா வொன்னு... சொன்ன தேதில வரல... அதுக்காக?”

“செரிக்கா..” புறங்கையால் கண்ணோரங்களைத் தேய்த்துவிட்டுக் கொண்டாள்.

“நீ வூட்டுக்குப் போ, பொறைக்கி நான் வாறேன். தோ பாரு கண்ணால பாப்பதும் பொய்யி, காதால கேப்பதும் பொய்யி, நல்லா வெசாரிப்பதெ மெய்யுன்னு பெரியவங்க சொம்மாவா சொன்னாங்க?.. போ! நா வெசாரிச்சிட்டு வரென் . ஒம்புருஷனுக்கு ஒன்னும் ஆயிருக்காது. போ செவத்தி! முடிஞ்சா மாரியாத்தாளுக்குக் கூலு காசி ஊத்தறன்னு வேண்டிக்க, கைவிட்ற மாட்டா மகமாயி!” செவத்திக்குப் பொன்னம்மா பேச்சு ஆறுதலாக இருந்தாலும், அவளால் அழாமல் வீடுபோய்ச் சேரமுடியவில்லை. ஆனாலும், சற்று முன்னர் கலைந்து கிடந்த மனம் இப்போது சமன் அடைந்தது போலத்தான் இருந்தது.

சாக்கனின் நினைவுகள் மலர்ந்து கொண்டே இருந்தன. அவனோடு பேசிச்சிரித்த சம்பவங்கள், காதலித்த இனிய தருணங்கள், அவன் எதற்கும் அஞ்சாமல் போராடி அவளைக் கைப்பிடித்தது, என அடுக்கடுக்காய் நினைவுகளெல்லாம் மீண்டு கொண்டே இருந்தன.

33

சிம்போங் முகாமில்..

ஜோசப் அக்னிஸின் கல்லறையிலிருந்து எழவில்லை. குதிக்காலிட்டுக் குந்தியபடியே இருந்தான். கண்ணீர் நின்று போயிருந்தது. யாரையும் திரும்பிகூடப் பார்க்கத் தோணவில்லை. ஒரு குத்துக்கல் போல அசையாமல் இருந்தது அவன் உருவம். பார்வை கல்லறையிலேயே நிலைகுத்தியிருந்தது.

கொசுக்கடி தாங்கமுடியாமல் சிலர் கொட்டடிக்குப் போய்விட்டிருந்தனர். பீட்டர் ஜோசப்பையே கண்மாறாமல் பார்த்துக் கொண்டிருந்தார்.

“ஜோசப் எல்லாம் முடிஞ்சிபோச்சி.... இங்க நின்னு என்னதான் பண்ண முடியும்? எல்லாம் மேல இருக்கவன் இஷ்டப்படி நடக்குது. அத மாத்த முடியுமா? நம்மகிட்ட அந்த சக்தியிருந்தா, இங்க ஏன் வரப்போறம்? இந்த அக்கிரமக்காரன் கையில் சிக்கித் தவிக்கப்போறோம்? எல்லாம் விதி... வாங்க ஜோசப், எழுந்திருங்க,” என்றான் சங்கிலி. “பீட்ரு... ஜோசப்ப பாருங்க..... பாருங்க பீட்ரு... எவ்ளோ நேரம் இப்டி ஒக்காந்திருப்பாரு. அசையவே இல்ல. நீங்கதான் ஆறுதல் சொல்லணும் ஒங்க மச்சானுக்கு.. ஒங்களவிட்டா இப்ப வேற யாரு இருக்கா?”

ஜோசப்பை ஒருவர் கைப்பிடித்துத் தூக்க முயன்றார். அவன் அவர் கையை உக்கிரமாகத் தட்டி விட்டான். அவர் அஞ்சி உடனே கையை விலக்கிக் கொண்டார்.

“நீங்கல்லாம் போங்க,” என்று குரல் இயல்பு நிலைக்குத் திரும்பாத தொனியில் சொன்னார் பீட்டர்.

“இல்ல பீட்டர், உங்களையும் ஜோசப்பையும் இந்த நெலையில விட்டுட்டு நாங்க எப்படிப் போறது?”

அங்கே நின்றிருந்த சிலபேர் கொட்டடி பக்கம் போனார்கள். பீட்டரைக் கரிசனையோடு கைப்பற்றி "வாங்க" என்றான் சங்கிலி. ஜோசப் பீட்டரை நெருங்கி தாழ்ந்து தோளைத் தொட்டு... "ஜோசப்" என்றார். ஜோசப் சிலிர்த்துத் தோளை உதறினான் வேண்டாதவர் கைபட்டதுபோல. அவர் கை மெல்ல நீங்கியது.

"நீங்க வாங்க பீட்டர்.... ஜோசப் கொஞ்ச நேரம் இருக்கட்டும்". ராக்காச்சிகள் மொய்த்தன. செவிகளில் அவற்றின் சிறகசைப்பின் 'ஙொய்' என்ற ஒலி மோதிக் கொண்டிருந்தது. அவை கடித்த இடங்களில் ஊசிகள் தைத்த வலி உண்டானது. மரத்தின் மீது ஏதோ கிளைகளில் அமரும் சரசரப்புக் கேட்டது. இலைகள் அசைந்து ஒலித்தன. சிறு சிறு வண்டுகள் ஏதோ விநோத மிருகங்களின் குரல் போல ஓங்கரித்து ஒலித்தன. காற்று ஓய்ந்து இரவின் இருப்பை இறுக்கமாக்கியது.

"நீங்க வாங்க பீட்டர். நான் ஒங்க மச்சான கொஞ்ச நேரம் கழிச்சி கூட்டியாறேன்," என்றான் சங்கிலி. பீட்டர் மனம் நொறுங்கி, நடை தளர்ந்து போயிருந்தார். அடுத்த அடியை அவரால் முழு நிதானத்தோடு எடுத்து வைக்க முடியவில்லை. கொட்டடி வெளிச்சம் கல்லறை வரை எட்டவில்லை.

வெளிச்சத்தை நோக்கி பையப்பைய நகர்ந்தார்கள். ஒவ்வோர் அடியையும் மிகுந்த கவனத்தோடு வைக்க வேண்டியதாயிற்று. கல் மேலும் மட்கிய மரத்தின் மீதும் மோதி கால்கள் இடறின.

பீட்டர் ஜோசப்பைக் கைகாட்டினார்.

"இங்க இருக்கட்டும்.... கொஞ்சம் மனசு ஆறட்டும்... நான் கூட்டியாறேன். எவ்ளோ எழப்பதான் தாங்குவிங்க?"

கொட்டடியில் பலர் படுக்கையில் சாய்ந்து விட்டிருந்தனர். பீட்டர் பேயறைந்தது போல அமர்ந்திருந்தார். சற்று நேரம் கழித்து ஜோசப்பை அழைத்துவரக் கை சாடை காட்டினார். இருவர் விளக்கை கையில் ஏந்தி எழுந்து நடந்தார்கள். தீபம் காற்றில் அசைந்தாடியது.

ஜோசப் அக்னிஸ் கல்லறையில் உடல் சாய்த்துக் கிடந்தான். அவன் உறங்கிவிட்டானா அல்லது மயக்க நிலையில் இருக்கிறானா என உறுதிபடுத்த முடியவில்லை. அங்கிருந்து இன்னொருவரைக் கூப்பிட்டார்கள். ஒருவர் விளக்கை ஏந்த, பிற இருவரும் ஜோசப்பைத் தூக்கினார்கள். படுக்கையில் கிடத்தினார்கள். அவன் அசைவற்றுக் கட்டை போலக் கிடந்தான்.

“நாளைக்குக் காலைல ஜோசப்ப வேலைக்குக் கூட்டிப் போக முடியாது.”

“ஆமாம் அடிச்சே கொன்னுருவானுங்க..”

“நான் நெனைக்கிறேன், சோசப்ப இங்க எங்கயாவது நல்ல எடமா பாத்து மறைச்சி வச்சிடுவோம். அவன் நிதானமானா, மக்யாநாளு கூட்டிட்டுப் போலாம்.”

“ஆனா தலைய எண்ணுவானே...”

“தெரிலன்னு சொல்ல வேண்டியதுதான்..”

“ஆமாம்.. எத்தனையோ பேர கொன்னு பொதைச்சிட்டான்.. இவனையும் அந்தக் கணக்குல சேத்துக்கட்டும்”

“விடி காலைலியே எந்திரிச்சி கல்லறையாண்ட விட்ருவம்...” என்று ஒருவர் சொல்ல மற்றவர் ஆமோதித்தனர்.

அகால வேளை. இரவு நிசப்தம்கொண்டு அடங்கியிருந்தது.

ஜோசப் அவன் படுக்கையிலிருந்து எழுந்தான்.

“தோ வரேன் அக்னிஸ்” என்று குரல் கொடுத்தான். வெளியே கரிய இருள் சுருண்டு கிடந்தது. சாம்பல் திரைபோல பனிமழை விழுந்திருந்தது. உடலைச் சில்லிட வைக்கும் ஈரக்காற்றும் மென்மையாக வீசியது. கொட்டடியில் மட்டும் விளக்கு மினுக்கிட்டுக்கொண்டிருந்தது.

எழுந்து நடந்தான். செத்தைகளும் பொடிக்குச்சிகளும் அவன் காலடிபட்டு நொறுங்கின. சுமைதாங்கிக் கல்லின் மேல் அக்னிஸ் அமர்ந்திருந்தாள். கால்கள் மண்ணில் படாமல் தொங்கி ஊஞ்சல் போல ஆடிக்கொண்டிருந்தன.

அவள் புன்னகைத்தபடி ஜோசப்பை இரு கைகளை அகல விரித்து வரவேற்றாள். அவனைக் கட்டியணைக்கும் தோரணையில். ஜோசப் ‘வரேன் வரேன்’ என நெருங்கிப் போனான். அவள் புட்டத்தை அசைத்து நகர்ந்து இடம் கொடுத்தாள். ஜோசப் அவள் அருகில் அமர்ந்து அவள் தோள் மீது தன் வலது கையை வைத்தான். அந்தக் கைகளைத் தன் விரல்களால் ஆதரவாகப் பற்றினாள். அவள் மென்மையாகப் புன்னகைத்துக் கொண்டிருந்தாள். ஜோசப்பும் புன்னகைத்தான்.

“இங்க ஏன் ஒக்காந்திருக்க? நாளைக்கு வேலக்கி போனம்ல. சண்டாளப் பயலுங்க ஒன்னக் கொன்னுடுவானுங்க, வா” அவள்

கைகளைப் பற்றி சுமைதாங்கிக் கல்லை விட்டுக் கீழே இறங்கி கொட்டடிக்குள் நுழைந்தான். அவன் கைகள் அக்னிஸின் கரங்களைப் பிடித்தவாறே இருந்தன.

“இங்க படு,” என்றான்.

ஜோசப்பின் குரல் கேட்டு ஒருவர் விழித்துக் கொண்டார். “ஜோசப்பா.. யாரு?” என்றார். ஜோசப் மறுமொழி பேசாமல் போய் சாய்ந்து கொண்டான். விழித்து எழுந்தவர் அவனையே பார்த்துக் கொண்டிருந்தார். அவன் செய்கை விநோதமாக இருந்தது. அவருக்கு அதோடு தூக்கம் போய்விட்டது. முழு விழிப்பு நிலைக்கு ஆளானார்.

மீண்டும் எழுந்தான் கல்லறை பக்கம் நடந்தான். திடுக்கிட்டபடியே அவனைப் பின்தொடர்ந்தார் அவர். உறங்குபவர்கள் யாரையும் எழுப்ப மனம் வரவில்லை அவருக்கு.

விடிந்தவுடன் பீட்டரிடம் சொன்னார்.

“பீட்டர் அண்ணே..... சோசோப்பு படுக்கல ஒக்காந்தி கைய மேலியும் கீலயும் ஆட்டிட்டு இருந்தான்.... ஒரு சத்தம் இல்லாம..” என்றுவிட்டு, “இப்பதான் படுத்தான்...நான் சத்தம் கேட்டு எழுந்திருக்கிறது முன்னாலிருந்து ஜோசப் கல்லறைக்கும் கொட்டடிக்கும் நடந்திட்டு இருந்திருக்கலாம்னு தோணுது!” என்றார், அவன் விநோத நடவடிக்கையை இரவில் கண்விழித்து கவனித்தவர்.

“அக்னிஸ நெனச்சிட்டிருக்கான்... வவுத்துல அவன் புள்ள வேற, அவன நெல தடுமாற வச்சிருக்கு..”

பீட்டர் ஒன்றும் பேசவில்லை. தரையையே இமைக்காமல் பார்த்துக் கொண்டிருந்தார்.

“அவனுங்க வந்துடப் போறானுங்க... கல்லறையாண்ட வுட்டு வந்திடுவோம்.. பார்வை படாம மரத்தாண்ட சாஞ்சி கெடக்கட்டும். வேற என்னதான் பண்ணுறது... அவனே எழுஞ்ச்சி வந்து படுத்தாதான் ஆச்சு... இல்லனா.. ப்ச்சே!.”

“ராத்திரியே ஜோசப் மனம் போன போக்குல இருந்திருக்கான். இப்ப தனியா வேற வுட்டு வரமே...!”

“அக்னிஸ் கல்லறையாண்ட தான... அவன் அங்கதான் இருக்கணும்னு ஆசப்படுறான் போலருக்கு! வேற எங்கியும் போக மாட்டான்னு நெனக்கிறேன். நமக்கு வேற வழி தெரில!” என்றார் இன்னொருவர்.

அவன் மேல் கைலியைச் சுற்றி மரத்தடியின் செத்தை, குச்சிகளை நீக்கி சாய்ந்து உட்காரும்படி செய்துவிட்டு வேலைக்குத் தயாரானார்கள்.

சப்பான்காரக் கங்காணிகளிடம் தெரியவில்லை என்று சொல்ல ஒருவன் கொட்டடியில் தேடிவிட்டுக், கண்களைச் சுற்றி மேயவிட்டான். விலகாத இருள் வனத்தைச் சிறிது தூரத்துக்கு மேல் காட்டாமல் மறைத்து விட்டிருந்தது. எதையும் பார்க்க முடியாத கோபத்தில் காலடி அதிர கீழே இறங்கி வந்தான். எல்லாரையும் மிரட்டிக் கொண்டிருந்தான். அனைவருமே தெரியாது என்று தலையசைத்தனர். 'பாக்கரே' என்று திட்டினான். பின்னர் வேலைத்தளத்துக்குப் போகக் கட்டளையிட்டான்.

தண்டவாளச் சடக்கு சில மைல்கள் நீண்டு விட்டிருந்தது. கட்டைகள் பிரம்மாண்ட பற்கள் நீண்டிருப்பது போலவும், இரும்புக் கட்டுமானம் கருத்த உதடுகள் போலவும் கோரமான காட்சியாகியிருந்தது. இங்கே வேலை முடிந்துவிட்டால் வேறிடம் கொண்டு செல்வார்களோ என்று பேசிக்கொண்டார்கள் கொத்தடிமைகள்.

கொட்டடி வந்து சேர்ந்தபோது பீட்டர் ஜோசப்பைக் கொட்டடியில் காணாது மரத்தடிக்குப் போனார். மரத்தடியில் அவன் இல்லை. கல்லறையிலும் இல்லை. அவருக்குப் பதட்டம் கூடிக்கொண்டிருந்தது. ஓடிவந்து பிறரிடம் சொன்னார். எல்லாரும் ஆளுக்கொரு திசையில் தேட ஆரம்பித்தார்கள். கொட்டடியைச் சுற்றியுள்ள காடு முழுதும் அலசினார்கள். தேடித்தேடி உள்ளே நுழைந்துவிட்டால் அவ்வளவுதான். காடு தன்னிச்சையாய் உள்ளிழுத்துக்கொள்ளும் போலிருந்தது அவர்களுக்கு. ஒரு குறிப்பிட்ட எல்லைக்குள்ளேயே கண்கள் அலசின. ஏமாற்றம்தான் மிஞ்சியது. எங்கே போய் தேடுவது இந்த இருளை அடைத்துக் கொண்டிருக்கும் இக்கானகத்தில்?

யானைகளைக் கொண்டுவரும் பாதையில் சிலபேர் நடந்து போய்ப் பார்த்தார்கள். இருட்டத் தொடங்கியிருந்தது. கிராமத்தை நோக்கிப் போகும் மண் பாதை எவ்வளவு தூரம் போகிறது என்று தெரியவில்லை. திரும்பி விட்டார்கள். இருபுறமும் கிளை கிளையாகச் சாலைகள் பிரிந்து கொண்டிருந்தன.

"நேத்து ராத்திரி விடிய விடியத் தூங்காம கைரெண்டயும் காத்துல அலையவுட்டுத் தனக்குத்தானே என்னவோ பொலம்பிட்டிருந்தாரு... அப்றம் எறங்கி அக்னிஸ பொதச்ச எடத்துக்கு ரெண்டு தடவ போனாரு.. நான் மெரண்டு பின்னாலியே போய்ப் பாத்தேன்.

மண்ணைப் பிராண்டி கைய கைய பாத்தாரு... சொமதாங்கிக் கல்ல காட்டி 'அக்னிஸ்.. ஏன் அங்க ஒக்காந்திருக்க?' ன்னு சொன்னாரு ஒரு தடவ. எனக்கென்னவோ பயமா இருக்கு . அப்றம்... அவரு ஏதோ யான யானன்னு சொன்னதா கேட்டுச்சி. தொண்ட கட்டியிருந்திச்சி!" என்றார் ஒருவர் சங்கிலியிடம் தாழ்ந்த குரலில்.

"கல்லறையிலகூட நான் கையை பிடிச்சப்ப விசுக்குனு தள்ளுனாரு.. நான் பயந்துட்டேன்.. இப்ப நீங்க சொல்றத பாத்தா, எனக்கும் சந்தேகமாத்தான் இருக்கு."

"பாவம்...பொண்டாட்டி, புள்ள ரெண்டு உசிரு.." வாயைப் பொத்திக்கொண்டார் சொன்னவர்.

பீட்டரிடம் சென்று.. "அண்ணே.. சோசோப்பு... இங்க சுத்து வட்டாரத்துல காணல. சடக்குல... தன்னயறியாம நடந்து போயிரிப்பாரோன்னு தோணுது.."

பீட்டர் உரையாடிக் கொண்டிருந்தவர்களை நிமிர்ந்து விழி துலங்க நோக்கினார்.

"நான் ஏன் அப்டி சொல்றனா..நம்ம வந்த மொத நாளு யானைய பாத்தோமில்ல? ஞாவகமிருக்கா? "

"ஆமா, ஆமா ஞாவகமிருக்கு"

"அந்நிக்கி , அக்னிஸ் யானை தேக்கு மரத்த இழுத்து கொண்டாரத அதிசயமா பாத்துகிட்டு இருந்திச்சி. சோசோப்புகிட்ட ஏதோ சொன்னிச்சி. சோசோப்பும் யானைய காட்டி பேசுனாரு. ரெண்டு பேரும் யானைய ஆச்சரியமா பாத்திட்டு பேசிட்டே வந்தாங்க. யான மரத்த இழுத்து கொண்டாறத பாத்துகிட்டே இருந்திச்சி அக்னிஸ். ந்த வழியாத்தான் யானய கொண்டாந்தாங்க, கொண்டுபோனாங்க.... அதனால இந்தப் பக்கமா சோசோப்பு போயிருக்கலாமோனு எனக்கு தோணுது!"

"ஆமா நீ சொல்றது செரியாப் படுது... இங்கேல்லாம் இல்லன்னா.."

"ஏதாவது காட்டு மிருகம் தாக்கியிருந்தாலும் அடையாளமாவது இருக்குமே.. அப்டி நடந்திருக்க வாய்ப்பே இல்ல. மேல போத்திவிட்ட கைலிய கூட காணலியே.. பீட்ரு."

பீட்டரின் கண்கள் மலங்க மலங்க பார்த்தன. அங்கே பேசிய முகத்தையெல்லாம் பீதி நிறைந்த, சுருங்கிய கண்களோடு மாறி மாறி நோக்கின. புருவமிரண்டும் பல்வேறு கோணல்களாக வளைந்து

நெளிந்தன. கண்கள் அவர் பதட்டமானமைதக் காட்டின. தன்னை ஒன்று திரட்டிக்கொள்ள முடியவில்லை அவரால்.

“இந்த இருட்ல எங்கதான் போய்த் தேட முடியும்?” என்று மனம் உடைந்து சொன்னார் பீட்டர். அவர் குரல் உயிர் பெற்றிருக்கவில்லை.

“பீட்ரு.... ஒங்க மச்சானுக்கு ஒன்னும் ஆயிருக்காது... அவரு சொல்ற மாரி.. பொடிநடையா இப்டியே நடந்து போயிருக்கலாம்னுதான் எனக்கும் படுது.. யானைய ஓட்டி வந்த சியாம் பொம்பளைங்க வேல எடத்துல சோசோப்ப பாத்திருக்காங்க.. கம்பத்து பக்கம் பாத்தா, கண்டிசனா கொண்ணாந்து வுட்றுங்கன்னுதான் நெனைக்கிறேன்..” என்றார் மற்றொருவர்.

“ஆமா... சோசோப்பு வந்திருவான்.. .நீங்க பயப்படாதீங்க...” கொட்டடியில் அனைவரும் உரையாடியவர்களை வியப்போடு கவனித்துக் கொண்டே இருந்தார்கள். யாரும் போய் படுக்கும் எண்ணம் இல்லாதவர்களாய்.

“பீட்டர் நிம்மதியா படுத்து தூங்குங்க... தமிழாளுங்கள இங்கதான் பாத்துருக்குங்க சியாம் வேலக்காரங்க.. கம்பத்துக்குப் போயிருந்தா, மொக அமைப்பு வச்சி சின்னாங்கா அடையாளம் கண்டுக்குவாங்க.. இன்னும் ரெண்டொரு நாள்ள இங்கியே கொண்ணாந்து வுட்றுவாங்கன்னு நம்புறேன்.” என்று ஆசுவாசப்படுத்தினான் சங்கிலி.

கொட்டடி சனம் குழப்பத்தோடு படுக்கப் போனது. ஜோசப் மேலும் நிலைகுலைந்து கிடந்தார். தன் வாழ்க்கையும் நினைவுகளும் எங்கோ பூமியின் விளிம்பில் விழுந்து விழுந்து மறைந்து விட்டதாக எண்ணிக் கலங்கினார். தலையில் தலையில் அடித்துக் கொண்டார். சில இழப்புகளினால் உண்டான வெறுமை அவர் அகத்தில் அழுத்தமான வடுக்களை வரைந்து விட்டிருந்தது.

“இந்தக் கட்டய ஏன் இன்னும் உசிரோட வச்சிருக்க? அக்னிஸ குழியில போட்ட மாரி என்னையும் கொன்னு போட்ரு!”

34

பதினெட்டாம் கட்டையில்..

செவத்தியின் மனம் அலையில் தத்தளிக்கும் இலைபோல நிலையிழந்து கிடந்தது. எண்ணற்ற முறை முயன்றாலும் பாதாளத்தில் போய் விழுகிறது. தன்னை மீட்டுக்கொண்டு மேலெழுந்து வரும்தோறும் சரிவு சர்வ நிச்சயமாய் இழுத்துப் பள்ளத்தில் வீழ்த்துகிறது மீண்டும். ஏதாவது வேலை செய்து கொண்டிருந்தால் மனம் ஓயும் என எண்ணினாள். ஆனால் தானொருத்திக்கான வீட்டு வேலைகள் அதிகம் இருப்பதில்லை.

ஒரு வாளி தண்ணீருக்காகக் கிணற்றடி பக்கம் நடந்தாள். பகல்வேளை திறந்த வெளி. மஞ்சள்நிறச் சூரியன் மலைப் பள்ளத்தாக்குகளுக்குள் நுழைய தாமதித்துக் கொண்டிருந்தான்.

ஒரு ஐம்பது கெஜ தூரத்திலிருந்து பார்க்கிறாள். கிணற்றடி பக்கம் மாடுகள் மேய்வது போல இருந்தது. வெளிர் மஞ்சள் உருவங்கள் அசைவது போல இருந்தன. இன்னும் அருகே போனவுடன் கூச்சலும் கும்மாளமுமாய்க் கேட்டது. மாடுகளாக இருக்காதே என உற்று நோக்கினாள். சப்பானியர்கள் நிர்வாணமாய் வாளி நீரைச் சேந்தி மற்றவர் மேல் வீசி ஊற்றி சிரிக்கும் களியாட்டம் நடந்து கொண்டிருந்தது. ஒருவன் ஓட பிறிதொருவன் வாளி நீரைத் தூக்கிக்கொண்டு விரட்ட என அம்மணக் காட்சி கண்களைக் கூசச்செய்தது. திடுக்கிட்டவள், மறு நொடியே திரும்பிப் பார்க்காமல் வீட்டுக்கு ஓட்டம் பிடித்தாள்.

தான் வந்ததைச் சப்பானியர்கள் கண்டிருக்கக் கூடாது. அவளது கால்கள் அவளைப் பின்னிழுப்பது போலப் பட்டது. வீடு வந்து சேரும் வரை அவளுக்கு நிம்மதி இல்லை. வீட்டின் பின்புறக் கதவை அடைத்துச் சன்னல் பக்கம் வந்து மெல்லத் திறந்து பார்த்தாள். நல்லவேளையாக அவளை யாரும் பின்தொடரவில்லை.

உறுதி செய்துகொள்ள பின்பக்கம் ஓடி வந்து கதவுத் துவாரத்தின் வழியே பார்த்தாள். யாரும் விரட்டிக்கொண்டு ஓடிவரவில்லை. மூச்சு இரைத்தது. கால்களின் வெடவெடப்பு அடங்கிவிடவில்லை! அந்தக் காட்சியை ஒரு கசடை நீக்குவதுபோல துடைத்துவிட வேண்டும். ஒரு நடுக்கம் உடலை உலுக்கிக் கொண்டிருந்தது.

"ச்சீ நாய்ங்க!... நாய்ங்க!... த்தூ" காரி உமிழ்ந்தாள்.

சற்று நேரத்தில், பின்பக்கக் கதவு தட்டப்படுவது கேட்டது. அச்சம் ஆட்கொண்டது. தயங்கித் தயங்கி நடந்து கதவிலிருந்து சில அடி தூரம் விலகி நின்றாள். கதவின் கீழ் நிழல் விழுந்திருந்தது. கதவருகே போகும் தைரியம் வந்திருக்கவில்லை.

"செவத்தி! நான்தான்.. கதவத் தொற,"

"வாக்கா!... வாக்கா!," என்று பொன்னம்மாவை வரவேற்றாள். அவளைப் பார்த்ததும்தான் ஓயாது அடித்துக் கொண்டிருந்த நெஞ்சு அமைதி கொள்ளத் தொடங்கியது.

"என்ன செவத்தி..? ஏன் மூஞ்செல்லாம் வேர்த்திருக்கு... ஏன்?"

"யக்கா அந்த எருமைங்கள கெணத்தடி பக்கம் பாத்தேன். தண்ணி எடுக்கலாம்னு போனேன்... ச்சீ அத ஏன் கேக்குற மானங்கெட்ட ஜன்மங்க...!"

"ஏன்.. என்ன பண்ணிச்சிங்க?..."

"சீ அசிங்கம்! அசிங்கம்...! சொல்லவே வாய் கூசுது!"

"என்ன செவத்தி! பாத்துட்டு வெரட்டுனானுங்களா?... அலைதுங்க நாய்ங்க..."

"இல்லக்கா... முண்டக் கட்டையா குளிச்சானுங்க... ஆடு மாடுங்க தேவலாம்.. நான் மொதல்ல மாடுங்கதான் கெணத்தடியல மேயுதுங்கன்னு நெனச்சேன்... இவனுங்கன்னு எட்ட இருந்தே தெரிஞ்சி போச்சி... திரும்பிப் பாக்காம ஓடியாந்துட்டன்...."

"அடக் கர்மமே!.. ஒரு பொட்டு துணியில்லாமியா?... மனுஷாளுங்க குடியிருக்க முடியலியே! உன்ன அவனுங்க பாக்குலல்ல...?"

"இல்ல.... இல்ல."

"நல்ல வேள...இங்க பொம்பளைங்க இருக்கிறதே ஆபத்துதான்.. பாத்துப் போ! பொழுது சாஞ்சவொன்ன காத்திருந்து போ!..."

"இவனுங்க இப்டி இருப்பானுங்கன்னு யாருக்குத் தெரியும்?"

“சரி சரி அத வுடு. நான் சொல்ல வந்த தாக்கல சொல்லிர்றேன்.. சேவு வூட்டுக்குப் போனன்.. அங்க போன மத்தவங்களோட வூட்லியும் போய் விசாரிச்சேன்... வெசாரிச்சா அங்க போனவங்க யாரும் திரும்பலன்னு சொல்றாங்க... வேற இஸ்டேட்டு சனங்களையும் விசாரிச்சிட்டு வந்து சொல்லச் சொன்னன். அப்டி யாரும் வர்லியேன்னு சொல்றாங்க. அவங்களும் புருஷன் புள்ளைங்களுக்காக காத்திருக்கறவங்கதான? அதனால வெசாரிச்சிகிட்டேதான் இருப்பாங்க தெனைக்கும்.... பாக்கறவங்க எல்லாரையும் ஒரு ஆள் வுடாம.... திரும்பி வந்தவங்க இல்லங்கிறாங்க. நீ தெகிரியாம இரு. எல்லாரும் நல்லபடிக்கு வந்து சேருவாங்கன்னு நம்பு. நான் அப்படித்தேன் நெனச்சி மனச தேத்திக்கிறன்... வேலக்கிதான போயிருக்காங்க, வந்திருவாங்க. என்னா... முன்ன பின்ன இருக்கும்.”

அவளிடம் ஒரு நிமிர்வு வந்தது. “இப்ப கொஞ்சம் நிம்மதியா இருக்குக்கா....”

“தோ பாரு அவனுங்க கண்ணுல அம்படாத... கெவனமா இருக்கணும். அலையரானுங்க... வெறிபிடிச்சிப் போயி...”

“செரிக்கா செரிக்கா.. வூட்ல குளிக்க, பொலங்க தண்ணியில்லியேன்னு போனா அதுக்கும் விடியமாட்டேங்குது...”

“யாராச்சும் வயசானவங்களா அனுப்பிக் கொண்டாரச் சொல்லு... நீ அந்தப் பக்கம் போகாத.”

“செரிக்கா...”

“நீ வெசனப்படக்கூடாது... நமக்கு நாமதான் ஆறுதல் சொல்லிக்கணும்... புரியுதா? சாக்கன் உசிரோடத்தான் இருக்காரு. அத நானும் மனசார நம்புறன். ஒன் தாலிக்கு எதுவும் வந்திடாது....” என்று சொல்லிவிட்டுப் பின்கதவு வழியாகப் போய்விட்டாள். பொழுது சாய்ந்துகொண்டிருந்தது.

மருது சொன்ன செய்தி மீண்டும் வந்து முட்டியது. அதனை மறக்கப் பார்க்கிறாள். சுவரில் அடித்த பந்துபோல மீண்டும் திரும்பத் தாக்குகிறது. மருதுவிடம் சேதி கொண்டு வந்தவன் யாரென்று ஆராய வேண்டும். ஏன் மூத்தாரைத் தேடிப்போய்ச் சொல்ல வேண்டும்? பொன்னம்மா சொன்னது போல என்னைத்தேடி வந்திருக்கலாமே. அல்லது என்னிடமே அவரை அழைத்து வந்திருக்கலாமே. இல்லை, அவர் அவசரமாய்ப் புறப்பட்டு விட்டதாகச் சொல்கிறாரே. இருக்கலாம்தான் வந்தவருக்கு வேறு

வேலை இருந்திருக்கலாம். அவர் சொன்னதில் எது உண்மை? எது பொய்? இது ஓர் அவலச்செய்தி. இதில் பொய்யிருக்க வாய்ப்புக் குறைவு. குழம்புகிறது அவளுக்கு. குழப்பம் உலைபோல கொதித்துக்கொண்டே இருக்கிறது.

மகமாயி கோயிலுக்குப் போய் விளக்கேற்ற வேண்டும். பொன்னம்மா சொன்னதுபோல கூழ் ஊற்ற வேண்டிக்கொள்ள வேண்டும். சாக்கன் வந்தவுடன் நேர்த்திக் கடனை நிறைவேற்றிவிட வேண்டும்.

கோயில் வரை போகக்கூட முடியவில்லை. நாய்கள் நாக்கைத் தொங்கப் போட்டுக்கொண்டு அலைந்து கொண்டே இருக்கின்றன. வெளியே எங்கேயும் நிம்மதியாய்ப் நடமாட முடியவில்லை. சூறாவளி சுற்றிச் சுற்றி வீசுகிறது.

நான்கைந்து நந்தியாவட்டை பூக்களைப் பறித்தாள். கிண்ணத்தில் நீர் கொண்டு வந்து வீட்டின் சாமி படத்தின் முன் நின்றாள். பூக்களில் மூன்றைக் கிண்ணத்தின் நீர்மீது போட்டாள். பூவின் காம்புப்பக்கம் நீருக்குள் இறங்க, இதழ்கள் காகிதக் கப்பல் போல மிதந்தன. கொஞ்சம் மலரைச் சாமி படத்தின் கீழ் வைத்தாள். கைகூப்பி கண்களை மூடி நின்றாள். விழிகளில் நீர் மல்கின. மூடிய இமைகளை மோதி உடைத்துப் பீறிட்டுக் கொண்டிருந்தது விழிநீர். உடல் ஆடியது.

சில நிமிடங்கள் சிமிந்து தரையில் அமர்ந்தாள். மனம் லேசாகி விட்டிருந்தது. உடலில் தெம்பு வந்துவிட்டது போல இருந்தது.

மறுநாள் மருது வந்திருந்தார்.

“செவத்தி!, அந்த ஆளப் பிடிக்க முடியல.. நானும் வெசாரிச்சிப் பாத்தேன். நீ எப்படி இருக்கன்னு பாத்துட்டுப் போலாம்னு வந்தன்.”

“மொதல்ல செய்தி உண்மையா இருக்குமோன்னுதான் பயந்தன். ஆனா இங்கேர்ந்து போனவங்ககிட்டேர்ந்து எந்தத் தாக்கலும் வராதப்ப நீங்க சொன்னதுல உண்மை இருக்காதுன்னு நனக்கிறேன். இப்ப கொஞ்சம் தெளிவாயிட்டன்.”

“என் மூளையும் நீ கேட்ட கேள்வியெல்லாம் கூட்டிக்கழிச்சிப் பாத்துச்சு.. சந்தேகம் தீரல.. அவன் நல்லாருக்கணும் செவத்தி.. எறப்பு சேதிய இவ்ளோதூரம் மெனக்கட்டு வந்து சொல்லமாட்டாங்களேன்னுதான் இப்பியும் நெனக்கத் தோணுது...” அச்சொற்கள் செவத்தியை மீண்டும் நெஞ்சில் அறைந்தன. அவள்

வேறெங்கோ பார்த்துக் கொண்டிருந்தாள். மருது அவள் கலவரப்பட்டதை உணர்ந்தவனாய்..... "செவத்தி! நீ மறுபடியும் கொழம்பாத.... அந்தச் சேதி நெஜமா பொய்யான்னு என் மூளை ஆராயிறத சொன்னன்... நீ வருத்தப்படாத.. நீ எப்படி சாக்கனுக்கு ஒன்னும் ஆகலைன்னு நெனைக்கிறியோ, அதையேதான் நானும் நெனைக்கிறேன். நீ வுடு அந்த கவலய. இனிமேப்பட்டு அந்தப் பேச்ச எடுக்க மாட்டேன்."

அவளின் கலைந்த மனம் சீராகவில்லை.

"செவத்தி! நான் எதுக்கு வந்தன்னா.. நீ தனியா இருக்காத... இங்க இருக்கிறது ஒனக்கு நல்லதில்ல. அந்தச் சேதி உன்ன சொம்மா வுடாது. என் வூட்டுக்கு வந்திடு. சாக்கன் வர வரைக்கும் அங்க இரு. சாக்கனுக்கு அண்ணன்கிற ஒறவுக்காக இதக்கூட செய்லன்னா நா மனுஷனே இல்ல."

அவள் அவனைத் தீர்க்கமாக நோக்கினாள்.

"இவ்ளோ நாளு வராம இப்ப ஏன் வரணும்னு நீ நெனைக்கிறது புரியுது செவத்தி. சாக்கன் சேதி வந்த பெறவும் நான் ஒன்ன கூட்டிட்டுப் போலன்னா ஊர் சனங்க என்னப் பத்தி என்னா நெனப்பாங்க...? இப்பியே பேசறானுங்க...."

"இல்ல நான்.. இங்கியே இருந்திர்றேன்..."

"நான் ஒன்ன வற்புறுத்துறேன்னு நெனைக்க வேணாம்.. நல்லா ஓசிச்சி ஒரு முடிவுக்க வா. சாக்கன் வந்திட்டு என்ன ஒரு சொல் சொல்லிடக் கூடாது.. ஒனக்கும் தெரியும் அவன் கோவக்காரன்னு... ஒனக்கு ஏதாவது நடந்து நான் அத கண்டுக்காம இருந்தது அவனுக்குத் தெரிஞ்சது...., 'நீ ஒருத்தன் இங்க இருக்கன்னுதான நான் தெகிரியமா இருந்தன். நீயே கைவுட்டுட்டியேன்னு' என்ன சட்டையப் புடிச்சி கேப்பான். அதுக்கு நான் எடம் கொடுக்கக் கூடாதுல்ல.."

"நான் ஓசிச்சிதான் சொல்லமுடியும் மூத்தாரே.."

அவள் இணங்கி வரும் அறிகுறிகள் தெரிந்தன.

"சரி ஓசிச்சி சொல்லு. சாக்கன் வந்தா நான் சொல்லுவேன்.. நான் ஒன்ன வூடு வரைக்கும் வந்து கூப்டதா..." என்று சொல்லிவிட்டுச் சைக்கிளில் ஏறி மிதித்தார். அவள் அவர் போவதையே பார்த்துக் கொண்டிருந்தாள்.

கிணற்றடி அசிங்கம் கண்முன்னால் தோன்றி மறைந்தது.

35

தக்கின் முகாமில்..

தக்கின் முகாம் சவக்காடாக மாறிக்கொண்டிருந்தது.

காய்ச்சல் கண்டவர்கள் பலர் ஒவ்வொருவராகச் சவக்குழிக்குள் இரையாக்கபடுவதைப் பார்க்கப் பார்க்க பக்கிரியின் மனம் பதறித் துடிக்கிறது. தன்னையும் காய்ச்சல் தாக்கி விட்டதாக உணர்ந்தான். தன் நெற்றியைத் தொட்டு தொட்டுப் பார்த்துக் கொண்டான். மூக்கருகே புறங்கை வைத்து உணர்ந்தான். மூச்சு இயல்புக்கு மீறிய சூடாக வெளிப்பட்டது. இது காய்ச்சல்தான். சூடு சன்னஞ் சன்னமாய் ஏறும். பின்னர்........

சந்நாசியிடம் நெற்றியைக்காட்டி “சுடுதா... பாரு ,சுடுதா பாரு” என்று கேட்டபடியே இருந்தான் அந்த இரவு. இப்படி அணுகுவதெல்லாம் அவன் இயல்பல்ல. தனிமையைக் கொண்டாடுவது அவனின் பிறவிச் சுபாவம் அல்ல! இங்கு வந்த நாள் முதல் ஒரு தனியனாகத் தள்ளப்பட்டான். தன் தோட்டத்து நண்பர்கள் எல்லாரையும் பிரிந்த ஏக்கமும், வீட்டு ஏக்கமும் அவனை அவ்வாறு மாற்றி விட்டிருந்தன.

சந்நாசியோடு மட்டும் அவ்வப்போது சில வார்த்தைப் பகிர்தலோடு நிறுத்திக் கொள்வான்.

சந்நாசி சொன்னான், “இல்ல பக்கிரி.. காய்ச்ச கண்ட ஒடம்பு சூட்ல கொதிக்கும். குள்ரு தூக்கி தூக்கிப் போடும்! நம்மல விட்டுப் பிரிஞ்சவங்களுக்கெல்லாம் அப்படித்தான இருந்துச்சி. இது வெறும் ஒடம்பு சூடு. நீ பேசாம படு. எனக்கும் அப்பப்ப பயம்தான். மயில் அண்ணன் சொல்றாரு சேவுக்கும் மத்தவங்களுக்கெல்லாம் வந்தது மலேரியா காச்சலா இருக்கலாம்னு. மலேரியா காச்ச வந்தவங்களுக்கு ரொம்ப சுடும், ஒடம்பு குளுரும், குலுக்கும்னு சொல்றாரு. ஒனக்கு ஒன்னுமில்ல, நீ பயப்படாத.”

பக்கிரி சொன்னான், "நம்ம கண்ணு முன்னாலியே கொத்து கொத்தாச் சாவும் போது நமக்கும் பேதிய உண்டாக்குது. மத்தவங்கள போல நமக்கும் வராதுன்னு என்ன நிச்சயம்?" பக்கிரி அதற்கு மேல் எதுவும் பேசவில்லை. பேசுவதற்கு ஏதுமில்லை. அவன் மனதில் முடிவு உருவாகிவிட்டது. அந்த முடிவே அவனை இனி அதுபற்றி தொடர்ந்து பேசுவதற்கு ஒன்றுமில்லை என உணர வைத்திருந்தது.

விட்டத்தில் சூழ்ந்த இருள் மீது வைத்த விழி மீண்டிருக்கவில்லை. அதன் மீது ஏதேதோ தோற்றங்கள் தெரிந்தன. ஒவ்வொரு முறையும் வெவ்வேறான தோற்றங்கள் காட்டி மருட்டுவதாகப்பட்டது. சுய பிரம்மைதான் என்று தன்னுணர்வுக்கு வரும்போது, பேதலித்து மீண்டும் விநோதத் தோற்றங்களை உருவாக்கிக் கொள்கிறது அமைதியிழந்த மனம்.

"வேணுன்னா என் ஒடம்ப தொட்டுப் பாரு. அதே சூடுதான் காட்டும். தொட்டுப்பாரு.. நீ." பக்கிரி தொட்டான். ஒன்றும் சொல்லவில்லை.

ஆனால் சில கெஜ தூரத்தில் இன்னும் மூடப்படாமல் இருக்கும் சவக்குழி அச்சத்தைக் கிளர்த்திக் கொண்டே இருந்தது. முகம் அறிந்த எத்தனை நண்பர்கள் போய்ச்சேர்ந்து விட்டார்கள்! இந்தக் கையாலேயே சேவுவைக் குழியில் போட்டதை நினைத்து நினைத்துக் குமுறுகிறது நெஞ்சம். மழை ஈரமும் அவனின் உடற்சூடும் அவன் கைகளில் இன்னும் தேங்கி இருக்கின்றன. இரண்டு நாள்களுக்கு முன்னர் கூட பேசிக் கொண்டிருந்தவர்களின் கதியை எண்ணிப் பார்க்கும்போது, பீதி வெள்ளம்போல புரண்டு சீறிக்கொண்டு வந்து மோதியது.

கொட்டடிக்கு வெளியே பிறை நிலவு வெளிச்சம். பிறை குறைந்தது இன்னும் பத்து நாளைக்காவது காயும். போகப்போகக் கூடுதல் வெளிச்சம் பாய்ச்சும். புதர்கள், மரங்கள், செடிகொடிகள் எல்லாம் மெல்லிய கருமை நிறம் கொண்டிருந்தன. அதன் மீதிருந்த பனித்துளி ஈரம் நிலவொளியில் தங்க நிறம் கொண்டு மின்னின.

பக்கிரி மனதுக்குள் உயிர் பயம் கொப்பளித்தபடியே இருக்கிறது.

'இங்கிருக்கும் எல்லாரும் சீக்கிரம் செத்துவிடக் கூடும். அவர்களில் தானும் ஒருவன். குழி காத்திருக்கிறது' என்று மனம் சுழற்காற்றில் சிக்கிய தூசுபோல இலக்கற்றுப் பறந்து திக்குமுக்காடியது. படுத்துக் கிடக்கும் நண்பர்களைப் பார்க்கிறான். பிணங்களாகக் கண்ணுக்குத் தெரிகிறார்கள். மரண பயம் சூழ்கிறது. 'நாளையோ நாளை மறுநாளோ இவர்கள் விதி எழுதப்பட்டுவிடும். என் விதியும்?'

ரயில் தண்டவாளம் முடிவடையும் நிலைக்கு வந்துவிட்டது. சிலர் சொல்வதுபோல வெவ்வேறு முகாம்களில் உள்ளோர் போடப்படும் தண்டவாளம் இன்னொரு முகாம் தண்டவாளத்தோடு இணைப்பதே திட்டம். சமீப காலமாக வெள்ளோட்ட ஒற்றைப்பெட்டி ரயில் ஓடுவதைப் பார்த்தால் அப்படித்தான் தோன்றுகிறது. தண்டவாளம் ஓரிடத்தோடு இன்னோர் இடத்திற்கு இணைக்கப்பட்டு விட்டிருக்கலாம். எனவே இந்தப் பாதை கண்டிப்பாக ஏதோ ஒரு ரயில் நிலையத்தை அடையலாம். அங்கிருந்து காஞ்சனாபுரிக்கு ரயில் ஓடும் வாய்ப்பு இருக்கலாம். யூக மனம் கொண்டு உத்தேசிக்கிறான்.

'வெண்ணிலவு காய்ந்து கொண்டிருந்தது. அந்த வெளிச்சம் போதும்' என் பலமாய் யோசித்தான்.

'ஆமாம் ஓடிவிடலாம். இந்த இரவே, இப்போதே! இங்கே இருப்பது செத்துப் பிணமாவதற்காகக் காத்துக் கிடப்பதற்குச் சமம். கொட்டடியில் பலரைக் காவு கொண்ட காய்ச்சல் தன்னையும் தொந்தரவு செய்யத் தொடங்கிவிட்டது. நேற்று நலமாய் இருந்தவர் இன்றில்லை. நாளை நானும்....'

கனவில் தோன்றிய சொச்சமாய் மனைவி நனவிலும் வந்தாள். மனைவியின் நினைவால் அவன் உடல் முறுக்கேறித் தவித்த போதெல்லாம் அதனைக் கடந்துவர படாத பாடு பட்டாயிற்று. இந்த உடலுக்கான தேவை கூடிக்கொண்டே போகிறது. இந்த இரவில் பட்டொளி

நிலவின் தூண்டல் வேறு!

நிலவொளி கைநீட்டி அழைப்பு விடுத்தது.

'யாரிடமும் தெரிவிக்க வேண்டாம். நாளை இவர்களில் யாராவது ஒருவர் காட்டிக் கொடுத்துவிடக் கூடும்.' என்று முடிவெடுத்து மெல்ல எழுந்தான்.

'போதும்... பட்டதெல்லாம் போதும்.... இன்னும் எத்தனை காலம் இந்த இம்சைபட்டுச் சாவது? இது முடிஞ்சி எங்க கொண்டு போறானுங்களோ?'

'ரயில் சடக்கிலேயே நடந்து போய்விட வேண்டியதுதான்.'

வரும்போது போட்டுவந்த சட்டை மட்டுமே இருந்தது. மூங்கில் தட்டியில் மாட்டியிருந்ததை எடுத்து அணிந்து கொண்டான். ஓசையில்லாமல் வெளியே வந்தான். காலடி சப்தம் மெல்லிய

ஒலியை எழுப்பியது. தான் தப்பித்துப் போகும் நோக்கம் யாருக்கும் தெரியாது. சந்தேகப்பட வாய்ப்பில்லை. எல்லாரையும் விட்டுப் பிரியும் கவலை அவனுக்கில்லை.

இரும்புத் தண்டவாளம் அவனது நெடும் பயணப் பாதையைத் திறந்து வைத்து வரவேற்றது. வெளிச்சம் பட்டு இரும்புகள் பளபளத்தன. பாதை நீண்டு வளர்ந்து வழிகாட்டி நின்றது.

குறுக்கே சப்பானியர்களை எதிர்கொள்ளக்கூடும் என்ற அச்சம் மேலோங்கியது.

'இல்லை... இந்த அகால வேளையில அவர்களை வெளியில் பார்த்த நினைவில்லை.' துணிவு பிறந்தது.

நடந்தான்.

நடையை எட்டிப் போட்டான்.

பின்னர் ஓடினான்.

சிலநேரம் தன் காலடியில் விழுந்த தன் நிழலே அச்சமூட்டியது. பின்னர் பழகிப் போனது. இனி தன் நிழல்தான் தனக்குத் துணை.

இரவின் ஈரம் பட்டுத் தண்டவாளக் கட்டைகள் சில்லிட்டிருந்தன. பாதங்கள் குவாரிக்கற்களின் மீது படாதவாறு வைத்து முன்னேறினான். சில சமயம் மான்போலத் தாவித்தாவி ஓடினான். பின்னால் திரும்பிப் பார்த்தபோது எத்தனையோ நூறு கட்டைகளைத் தாண்டி வந்திருந்தான். இந்தக் கட்டைகளில் சில அவன் பதித்தவைதான். எனவே, ஒருவகையில் நன்றிக்கடனாகத் தன் தப்பித்தலுக்கானதாகவே பாதை அமைந்துவிட்டது, என எண்ணும்போது உள்மனதில் புன்னகை மலர்ந்தது. புன்னகைக்குப் பின்னால் பீதியின் பேரழுத்தம் நிகழ்ந்து கொண்டே இருந்தது.

ரயில் பாதையின் இருபக்கமும் செடிகொடிகளும் முட்புதர்களும் பனிநீரில் குளித்திருந்தன. பட்டொளியில் மின்னின. நெடுந்துயர்ந்து நிற்கும் மரங்களின் அடித்தண்டுகள் விநோத மிருகங்களின் கால்களென நின்றன. மரங்கள் வளர்ந்து நீண்டுகிடந்த நிலத்துக்குப் பின்னால் மலைத்தொடர்களின் உச்சிகளும் பள்ளத்தாக்குகளும் நெளிந்தன. அதன்மீது பனிமூட்டம். வனம் அவனைப் பல்லாயிரம் இலைகளால் கண்மாறாமல் நோக்கிக் கொண்டிருப்பதாகவே உணர்ந்தான்.

வெள்ளோட்ட ரயில் இரவில் ஓடுவதில்லை. கொட்டடியில் படுத்துக் கிடந்த போது அதன் ஓசையைக் கேட்ட நினைவில்லை. துணிவு மேலும் படர்ந்தது. அது உற்சாகத்தைக் கூட்டியது.

கால்கள் ஓடின.

ஓடிக் களைத்த கால்கள் ஓய்வு கேட்டுக் கெஞ்சியபோது விரைந்து நடந்தான். பின்னர் ஓடினான்.

அவன் தன் கொட்டடியிலிருந்து வெகுதூரம் வந்துவிட்டிருந்தான். தப்பித்துக் கொண்டிருக்கும் உணர்வு அவனைப் பெருமூச்செறிய வைத்தது.

தொண்டை வரண்டது. சற்று தூரம் நடந்ததும் இரவில் நீரோடை சலசலப்பு கேட்டு இறங்கி, அள்ளி அள்ளிக் குடித்தான். நீரின் மீது பாம்பு ஒன்று வழுக்கி ஊர்ந்தது. பார்வையை ஏதோ ஈர்த்தது. மிருகங்களின் பாதங்கள் அழுத்தமாய்ப் பதிந்திருந்தன. நீரோடையின் கரைக்கு மேலே காய்ந்தும், கரையோரங்களில் ஆழப்பதிந்தும் கிடந்தன. ஆற்றோரம் நெடுகப் பலநூறு காலடிகள். அவை வெயில் காய்ந்தபோது நீர் அருந்தியிருக்கலாம் என்று யூகித்தான். ஆழப்பதிந்த கால்தடங்கள் அளவற்ற அச்சத்தை உண்டாக்கின.

அங்கிருந்து சீக்கிரம் கிளம்பினான். காட்டில் மிருகங்கள் இல்லாத இடமுண்டா? என மறுகணம் தோன்றியபோது மிரண்டான். பார்வை கூர்மை கொண்டு நோக்கின. நோக்க நோக்க உடல் உதறல்தான் கூடியது. தப்பித்தோடும் நோக்கம் உதித்து, அதில் முழு மூச்சாக இருந்தபோது பிற எண்ணங்கள் எழவில்லை. தன் வீட்டைப் போய்ச் சேர்ந்துவிட வேண்டும் என்பதை மட்டுமே மனம் மையமிட்டிருந்தது. அந்த குறிக்கோளை அடைவது ஒன்றே அவன் திட்டம். ஆனால் அங்கிருந்து விலகியவுடனே புது அச்சம் ஆட்கொண்டுவிட்டது.

இத்தருணத்தில் மகமாயியைத் தவிர வேறு துணையில்லை.

அசதியில் வேகம் மட்டுப்பட்டது. கால்கள் தள்ளாடின. ஆனால் தப்பிக்கும் உத்வேகம் குறையவில்லை. களைப்பைப் புறந்தள்ளினான். மீண்டும் வேகம் கொண்டன கால்கள்.

மூச்சிரைத்தது.

ஓடிக்கொண்டே இருந்தான்.

மூச்சுத் திணறியபோது வேகத்தைக் குறைத்து சுவாசம் சீராகும்வரை நடையைத் தள்ளிப் போட்டான்.

உடல் வியர்த்து, அடங்கி, மீண்டும் துளிர்த்து, நனைந்து கொண்டே இருந்தது. அவன் போய்க்கொண்டே இருந்தான்.

கீழ்வானம் மெல்ல வெளுத்துக் கொண்டிருந்தது. இருளுக்கும்

விடியலுக்கும் இடையேயான ஓர் ஒளி. வெளி குளித்து முழுகியதுபோலத் துலக்கமாகிக் கொண்டிருந்தது. கீழ்வானில் தொலைவில் வானம் சிவப்பும் மஞ்சளுமான மேகத் தீற்றல்களை வரைந்து விட்டிருந்தன.

பள்ளத்தாக்கிலிருந்து ஒளி சன்னமாய்த் தோன்றியது. ஒளிக்கீற்றுகளால் பிரபஞ்சத்தைப் பற்றத் துடிக்கும் தளிர்க்கரங்கள் மெல்லத் தோன்றின.

இரவு முடியும் நேரம் இது, எங்காவது பதுங்கிவிட வேண்டும்.

சற்று தூரம் நடந்ததும் மண்பாதை விலகியது. ரயில் பாதையை விட்டு ஒதுங்கி, அந்த மண் பாதைக்குள் நுழைந்தான்.

மனிதக்கால்கள் மிதித்து மிதித்துப் பழுப்பு நிறமான மண் பாதை. அதனூடே நடந்தான். பின்னால் பார்த்தபோது ரயில் பாதை புதர்களிடையே மறைந்து போயிருந்தது. அந்த வழி இலக்கு நோக்கிப் போகும் அபயமாக சில பொழுதும், உயிர் ஆபத்துக்கான பாதையாக சில பொழுதும் மடைமாற்றம் காண்பது அவனுக்குள் ஏதோ ஒன்றைக் கற்பித்தது. பாதை ஒன்றுதான். ஆனால் அதன் வெவ்வேறு தருணங்களின், வெவ்வேறு முகங்களாகி திகைப்பை ஊட்டின அவனுக்குள்.

புலர் காலைப்பொழுது தன்னைச் சிலிர்த்துக்கொண்டு கண்விழித்தது.

மரக்கூடுகளிலிருந்து பறவைகள் படபடத்துக் கிளம்பின. தளிர் நுனிகள் பனி நீரை உதிர்க்கத் தக்க தருணம் பார்த்துக் காத்திருந்தன. எப்பொழுது சூரியன் உதிக்கும், அப்போது தங்கள் சுமையை தோள்மாற்றிக்கொள்ளும் என.

ஞாயிறு முளைக்கும்போது ஒரு கிராமத்தில் இருந்தான். அது உறக்கத்திலிருந்து முழுமையாய் விடுபட்டிருக்கவில்லை. நாய்கள் கால்களைப் பரப்பி உடல் விறைத்துச் சோம்பல் முறித்தன. மட்கிய கட்டையில் புழுக்களைக் கொத்தியது குஞ்சுகளுடனான தாய்க்கோழி ஒன்று.

இனி பயப்பட ஒன்றுமில்லை என சுய நினைவுக்கு வந்தான்.

பயம் போனதும் வயிறு பசித்தது. ஒரு சிறிய புத்தர் கோயில் கோபுரம் தெரிந்தது.

ஆளுயர பொன்னிற புத்தர் தியானத்தில் இருந்தார். சம்மனமிட்டத் தொடைகள் மீது வைத்த கைகளோடும், சிரசில் கூம்பி ஊசிபோலக்

கூர்மை கொண்ட கிரீடத்துடனும், இமைகள் மூடி செவிகள் தொங்கிய திவ்விய முகம். மார்பின் குறுக்கு வாக்கில் காவித்துண்டு.

சிலையின் கீழே சிறிய தட்டில் நீரின் மீது தாமரைப்பூ மிதந்தது. துவாக்காலில் ஊதுபத்திகள் எரிந்த சாம்பல் மரத்தாலான தட்டில் நிறைந்து வழிந்து சிந்தியிருந்தன.

பக்கிரி புத்தர் காலடியில் அமர்ந்தான். தான் தப்பித்துப் பிழைத்தது அவர் அனுக்கிரகம் என எண்ணிக்கொண்டான்.

கையெடுத்துக் கும்பிட்டுச் சொன்னான், “நல்லபடியே ஊர் போய்ச் சேரணும். பாதை காட்டு சாமி”.

புத்தர் சிலையை ஒட்டி அடித்தண்டு பருத்த மரம் வளர்ந்து, நிழல் மானாவரியாய் விழச் செய்திருந்தது. முதல் நாள் இரவில் காய்ந்த இலைகள் உதிர்ந்து கிடந்தன சிமிந்துத் தரையில்.

வண்ண ஓடுகளாலான கூரைகள், அதன் உச்சியில் விண்ணை நோக்கிய கூம்பு வடிவில் சிறுத்து உயர்ந்து கூர்மை கொண்டு வானத்தை குத்தத் துடிக்கும் ஸ்தூபி, தூண்களின் சயாமிய எழுத்து, கீழே தியான அறைகள் என முழுமையான தரிசிக்கும் ஸ்தலம் அது.

புதியதோர் உற்சாகத்தோடு காலைக்காற்று வீசிக்கொண்டே இருந்தது. இரவு முழுதும் நடந்த பக்கிரியின் களைப்பைக் குறிப்பறிந்தது மேவும் தென்றல்.

கண் விழித்தபோது பிற்பகல் வெயில் விழிகளைத் தாக்கிக் கூசச் செய்தது. தனக்கு முன்னால் ஒரு தட்டில் உணவும் வாழைப்பழங்களும் இருந்தன. காவி உடையணிந்த சில பிக்குகள் கோயில் வளாகத்தில் சுறுசுறுப்பாக இருந்தார்கள். உடலை முறித்துப் போட்டிருந்தது வலி. உறக்கம் கலைந்ததும் வலியினூடே உடல் முழுதும் ஓர் இனம்புரியா சுகம் இழையோடியது. ஆனால், கால்களின் தசைநார்கள் பிய்ந்துவிட்டது போன்று கடுகடுத்தன.

நீண்ட காலத்துக்குப் பின்னர் வாய்த்த நிம்மதியான தூக்கமும், உணவும் விடுதலை உணர்வை உண்டாக்கின. கண் முன்னாலான உலகம் வெள்ளாமை செய்யப்பட்டுப் புத்தம் புதியதாய்க் காட்சி தந்தது. உடலில் தேஜசையும், முகத்தில் ஒளிவட்டத்தையும் வரைந்து விட்டிருந்தது.

புத்தர் கோயிலில் இருப்பது அவனுக்குச் சௌகரியமாக இருந்தது. ‘இங்கிருந்து எழுந்து போ’ என யாரும் விரட்டிவிடவில்லை

என்பதே அவனுக்குப் பெரும் ஆறுதலாக இருந்தது. பிக்குகளின் புன்னகை மாறா முகங்கள் அவனை அந்நியப்படுத்தாதிருந்தன. அங்கேயே ஓய்வெடுத்தான்.

தொலைவில் வானம் சிவந்து, சூரியன் மலை இடுக்கில் இறங்கிக் கொண்டிருந்தது. செவ்வானம் துலங்கி அந்திப்பொழுதை ரம்மியமாக்கியது.

அவன் அழுத சூன்ய இரவுகள், வடித்த கண்ணீர், ஏக்கம், ஒரு கணம் கண்முன் தோன்றின. இந்தக் கணம் தொட்டு அவை இல்லாமல் ஆகிக்கொண்டிருந்தன.

முன்னிரவு தொடங்கும் போது மீண்டும் நடை.

தனக்கு ஜுரம் பீடிக்கவில்லை. கடுங்குளிரோ தலைவலியோ மயக்கமோ இல்லை என்பதை உணரும்போது ஊக்கம் மேலிட முன்னேறினான். கொத்தடிமை தளையிலிருந்து விடுவித்துக்கொள்ளும் போது உண்டாகும் கிளர்ச்சி மகழ்ச்சியூட்டக் கூடியதாக இருந்தது.

நிலவு மேலும் மலர்ந்து பிரகாசம் கூடியிருந்தது. புத்தரின் அருளாசியோடு புறப்பட்டான். மலையுச்சியில், பச்சையும், வெண்மேகமும் ஒரு புள்ளியில் ஒன்றொடொன்று தொட்டுக் கொண்டிருந்தன.

மண்சாலையின் கூரிய வளைவைக் கடந்ததும் ரயில் பாதை தெரிந்தது. தண்டவாளத்தைத் தொட்டுக் கண்களில் ஒற்றிக்கொண்டான். உத்வேகம் கொப்பளித்தது. இலக்கை அடைந்துவிடவேண்டும். மகமாயியை மனதில் நினைத்துக் கால்களிலும் மனதிலும் அசாத்திய வலிமைக்கு இறைஞ்சினான்.

பாதங்கள் இறக்கைகளாய் ஆயின.

ஒரு வில்லிலிருந்து ஒரே நேரத்தில் பாய்ச்சப்பட்ட அம்பென வனத்தை ஊடுறுத்துப் பாய்கிறது தண்டவாளம். அதன் முனையில் நிலவு. மேகம் மறைத்து விளையாடும் வியூகத்தைக் கடந்து ஒளிர்ந்தபடியே பயணிக்கிறது நிலா. அது ஊர்ந்துசெல்லும் ஒரு விநோதப் பறவை.

கண்ணுக்கெட்டிய தொலைவில் கரும் பாறைகள்.

அவை மலையிலிருந்து உருண்டு வந்து தண்டவாளத்தின் குறுக்கே விழுந்து கிடக்கின்றன என எண்ணினான். சற்று நேரத்தில் அவற்றின் அசைவு திகிலடைய வைத்தது. சில காலடிகள் வைத்து முன்னே போனான்.

கண்கூர்மையில் புலனானது, அவை தாய் சேய் சகிதமாய் வந்த யானைக்கூட்டம் என்று. தாய் யானை துதிக்கையைப் பாம்புபோலச் சுற்றி பிளிறியது கேட்டது. அவனது கால்கள் அசையவில்லை. பின்னர் சுதாரித்தான்.

திடுக்கிட்டு, அங்கேயே அசையாமல் கிடந்தான். பின்னர் கொஞ்சம் நகர்ந்து புதருக்குள் மறைந்தான், அங்கிருந்துகொண்டு அவற்றைக் கவனித்தவாறு. சரசரவென ஏதோ ஊர்ந்து மேலேறியது. கட்டெறும்புகள் நொடிநேரத்தில் உடல் முழுதும் ஏறிவிட்டன. புதரில் இருந்து ஒதுங்கி மளமளவென தட்டி நீக்கினான். சில இடங்கள் சிவந்து வீங்கிவிட்டன. கடித்த இடங்கள் கடுத்தன.

யானைக்கூட்டம், குன்றுகளென தண்டவாளத்தைவிட்டு நகர்ந்து காட்டுக்குள் நுழைந்து கொண்டிருந்தன. அவை கண்மறையும் வரை காத்திருந்து அந்த இடத்தை விரைந்து ஓடிக் கடந்தான்.

யானை விட்டையிலிருந்து ஆவி வெளிப்பட்டது. அதன் கால் மிதிபட்டு மலம் கோழை போல சிதைந்திருந்தது. விழிகளால் அவை சென்ற திசையை நோக்கியவாறு வேகமாகக் கடந்தான். தாண்டி வெகுதூரம் வந்ததும்தான் நிம்மதிப் பெருமூச்சு வெளியானது.

காட்டுப்பனை உர்சி காற்றின் விசைக்குப் படபடத்தது. அதனை அண்ணாந்து பார்த்த வண்ணம் இருந்தன குட்டையான மரங்கள். போருக்குக் கிளம்பிவிட்ட ராணுவப் படைகள்போல மண்ணில் கொடிகள் பல்வேறு திசைகளில் வளர்ந்து முன்னேறிக் கொண்டிருந்தன

நேரம் கூடக்கூடப் பனிப்பொழிவை உணர முடிகிறது. வியர்த்த உடம்பு ஈரக்காற்று பட்டபோது சிலிர்த்தது.

ரயில் பாதைக்குச் சற்று தூரத்தில் அடர்ந்து செழித்த திரட்சியான வாழைமரக் கூட்டத்தில் குலைகள் மஞ்சள் நிறத்தில் தொங்கின. குரங்குகளும் குருவிகளும் தின்ற எச்சமாய் மீந்திருக்கின்றன கொஞ்சம். குடலை அதிரச் செய்யும் உறுமல் ஒலி கேட்டது எங்கிருந்தோ. பக்கிரிக்கு நினைவு செத்துப்போய்த் திரும்பியது. அங்கிருந்து ஓட்டம் பிடிப்பதைத் தவிர வேறு உபாயம் தோன்றவில்லை. கால்கள் அசைவற்று விட்டது போன்ற பிரம்மை. ஆனாலும் கொஞ்ச தூரம் ஓடிவந்திருந்தான்.

அவன் வந்த பாதையில் தென்பட்ட கிராமங்களில் விடியும் வரை காத்திராமல் அங்கே நள்ளிரவிலும் ஒதுங்கி ஓய்வெடுத்தான். கிடைத்த உணவை உண்டான். பின்னர் மீண்டும் பயணம்.

நீர்த்தேக்கங்களில் நிலவின் பிரதி பிம்பம் விழுந்திருந்தது. பூச்சிகள் ஊர்ந்து செல்லும்போது உடைந்து உடைந்து அசைந்தது நிலா. வெளிச்சம் பாய்ந்த நீர்நிலை வெளிர் மஞ்சளுக்கு மாறியிருந்தது. நீரில் வேர்களாக இறங்கியிருந்தன கொடிகள். நீரின் ஒழுக்கை நிறுத்த முயன்று தோற்ற பாறைகள் முயற்சியிலிருந்து பின்வாங்கவில்லை.

பாதங்கள் எரிந்தன. கால்முட்டி இணைப்புகளில் விண்ணென்ற வலி. ஆனாலும், கால்களின் வலிமையைக் கூட்டிக்கொண்டே இருந்தாள் மனைவி. கால்களுக்கு முன்னமே மனம் தாவிப் போய்க்கொண்டே இருக்கிறது. தொடக்கத்தில் அந்நியமான இருள் இப்போது பழகி விட்டிருந்தது.

பாதங்கள் காய்த்து வெடித்திருந்தன. சில இடங்கள் கருமையாகிப் போயின. விரல்களின் இடுக்கில் புண்கள். சீழ் அதிலிருந்து எட்டிப் பார்க்கும். அடிப்பாத வெண்மை இடுக்குகளின் வழியாக வளர்ந்திருந்தது. கட்டைகள் மீதும் கற்களின் மீதும் மோதி நகக்கண்களில் குருதி காய்ந்து கருமையடைந்திருந்தது. இரவில் விழித்து விழித்துக் கண்ணோரங்களில் வீக்கம்.

அவனுக்குச் சரியாக நினைவில்லை . ஐந்தாறு இரவுகள் நடந்திருப்பான்.

எத்தனையோ ஊர்கள். பட்டினி கிடந்த தருணங்கள். யாசகம் கேட்கிறான் என உணவளித்தக் கைகளைக் கடந்து கடந்து ‘நோங் பிலாடோக்’ என்ற இடத்தை வந்தடைந்திருந்தான். உடலைக் கசக்கிப் பிழிந்தது களைப்பு. தசைநார்களும் முட்டிகளும் விண்டு தெறித்தன.

இனி சப்பானியர் தொல்லை இருக்க வாய்ப்பில்லை. முற்றும் முழுக்க சயாமியர்களே நடமாடிக்கொண்டிருந்த ஊர் அது. ஏன் சப்பானிய முகங்கள் தென்படவில்லை என அவனால் யூகிக்க முடியவில்லை.

நோங் பிலாடோக்கிலிருந்துதான் ரயில்பாதை தொடங்கி பர்மாவைக் கடந்து இந்திய எல்லை வரை நீளும் என முன்னொருநாள் மயில்வாகனம் சொன்னது நினைவுக்கு வந்தது.

அங்கிருந்து காஞ்சனாபுரிக்கு வழிகேட்டுப் போய்ச் சேர்ந்தான்.

இன்னும் சிறிது நாள்களில் மலாயா மண்ணைத் தொட்டுவிடும் நம்பிக்கை வந்துவிட்டிருந்தது. அந்த உள்ளுணர்வு உடல் முழுதும் நிரம்பித் ததும்பியது.

36

பதினெட்டாம் கட்டையில்..

"யக்கா ஒரு சப்பாங்காரன் அடிக்கடி வூட்டாண்ட வந்து நின்னு பாத்துட்டுப் போறாங்கா. நான் சாத்துன கதவ தொறக்கிறதே இல்ல. மனசு பக் பக்குனு அடிக்குது, அவனப் பாக்குறப்பல்லாம்."

"அப்படி வூடு வரைக்கும் வரவனுங்க, சொம்மா இருக்க மாட்டானுங்க.. மறுபடியும் வருவான்..... நீ கல்யாணம் ஆவாத பொண்ணுன்னு நெனைக்கிறான் போல. இவனுங்க இம்ச அனுமாரு வாலு கணக்கா நீண்டுகிட்டே போது, நான் ஒரு ஓசன சொல்றேன். முன்ன மயில்வாகனம் கங்காணி தீம்பார்ல சொல்லிட்டு இருப்பாரு நேதாஜி பத்தி. இந்தியாவுல வெள்ளக்காரன தோக்கடிச்சி வெரட்ட நேதாஜி பட தெரட்டிக்கிட்டிருக்கிறதா சொல்லுவாரு . அவரு சப்பாங்காரங்கூட கூட்டு சேர்ரதா பேப்பப்பர்ல போட்டிருந்துச்சாம். எங்க வூட்ல அவரு படம் இருக்கு. நீ வீட்டுக் கதவுல ஆணி அடிச்சி மாட்டி வச்சிடு."

"நேதாஜி படத்த மாட்னா... வரமாட்டானாக்கா?"

"அவரு மேல சப்பான்காரனுக்கு மருவாதி வச்சிருக்கானுங்கன்னு சொல்லுவாரு. யாரு ஊட்டுல நேதாஜி படம் இருந்தாலும் ஜப்பான்காரனுங்க வணக்கம் சொல்லிட்டு அப்பால போயிடுவானுங்களாம். கச்சூரு பன்ன மாட்டானுங்கலாம். நீயும் அப்படி செஞ்சி பாரு செவத்தி "

"சரிக்கா.... சீக்கிரம் கொண்டாங்க.."

"நீ எதுக்கும், ஒன் மூத்தாருதான் அவரு வூட்டுக்குக் கூப்பிர்ராருன்னு சொல்றியே, நீ அங்க போயிரேன்.."

"அதான்கா.. ஆனா, ரெண்டு ஓசனையா இருக்கு...."

“ஓசிக்கிறதுக்கு இது நேரமில்ல செவத்தி..... நீ சாக்கன நெனச்சி நெனச்சி வெசனப்படுற வேற. தனியா இருக்கிற வாசி நெனப்பு வந்துகிட்டே இருக்கும். குடும்பத்தோட போய் இரு கொஞ்ச நாளக்கி . சாக்கன் வந்த பிற்பாடு வந்துடு. ஒன்ன ந்த வெறி புடிச்சி அலையுற நாய்ங்க பாத்திருக்குன்னு நெனைக்கிறேன்.... இங்க இருக்காத..”

“முன்ன பின்ன பழக்கமில்லாத குடும்பம்.. எப்டி போய் இருகிறதுன்னுதான்..”

“அதான் அவரு வான்னு சொல்றாரே.. போய் ரெண்டு நாளக்கி இருந்து பழகனா எல்லாம் சரியாயிடும்... ரொம்ப ஓசிக்காத போ! எனக்குக் கம்பத்து பக்கம் யாரும் இருந்தா நான் ஒம்மாரி ஓசிக்க மாட்டேன். போய்டுவேன்.”

“செரிக்கா... அவரு வருவாரு. கூப்ட்டாருன்னா போறன்..”

மருதுவின் வீடு பதினெட்டாம் கட்டையிலிருந்து வெகுதூரம் இருந்தது. சைக்கிள் சம்தாங்கியில் அமர்ந்து பயணம் செய்யும்போதே இடுப்பெல்லாம் வலித்தது. ரப்பர் தோப்புகளைக் கடந்து பயணம் செய்து கொண்டே இருந்தது சைக்கிள். ஒற்றையடிப் பாதையில் நெடுந்தூரம் மிதித்துக் கொண்டே இருந்தார். பின்னர் தரிசு நிலம். புதர் நிறைந்த காடுகள் என எல்லாவற்றையும் கடந்துதான் மருதுவின் வீட்டை அடைய முடிந்தது. ஒற்றையடிப் பாதைகள் நெடுக்க மரவேர்கள் முதலைக் குட்டிகள் போல மண்ணிலிருத்து துருத்தி நின்றன. அவற்றின் மேல் சக்கரங்கள் ஏறாமல் தவிர்த்தும் முடியவில்லை. குதித்து ஏறி ஆடியது சைக்கிள். அந்த நீண்ட பயணத்தில் வீடுகளையோ மனிதர்களையோ எதிர்கொள்ளாமல் இருந்தது சலிப்பையும், வெறுமையையுமே உண்டாக்கியது.

இடையில் சில இடங்களில் சைக்கிளை உருட்டிக்கொண்டு வந்தார்.

“சைக்கிள்ளியே ஒக்காந்தி வர்ரது ஒடம்பு வலிக்கும். அப்பப்ப எறங்கி நடந்தா சரியாயிடும்” என்றார்.

மருதுவிடம் அவள் அதிகம் பேச முடியவில்லை. ஒரு மன விலகல் தன்னிச்சையாய் எழுந்தது.

“ன்னும் தொலவா?” என்று சிலமுறை கேட்டிருப்பாள். ஒற்றையடிப் பாதையில் கற்கள் சிதறிக் கிடந்தன. அங்கெல்லாம் சைக்கிளில் உட்கார்ந்து செல்ல ஏதுவாய் இல்லை. தொட்டாற்சிணுங்கி

முட்புதர்கள் பாதையின் குறுக்கே சாய்ந்துக் கிடந்தன.

"ஆமா" - அவள் முகத்தைப் பார்த்துச் சொன்னார். இளமை குலையாத முகம். சிவந்த மேனி. அவரை அள்ளிக் கொண்டிருந்தது.

"பாத்து ஒக்காரு... முடிலனா சொல்லு எறங்கி நடக்கலாம்" என்று சொல்லிக் கொண்டே வந்தார். அவர் போகும் திசைக்கு இசைய வேண்டிய கட்டாயத்தை அவள் விரும்பவில்லை. ஆனால் அதுதான் அவளின் விதி என்றாகிப் போனது அவளுக்கு!

கடைசியாகச் சைக்கிள் நின்ற இடம் ஒரு விவசாய நிலம். நிழல் விழாத பொட்டல் மண். சீனர்கள் பெரும்பாலும் நிலத்தைப் பாஜா எடுத்தோ, விலை கொடுத்து வாங்கியோ விவசாயம் செய்து தழைப்பார்கள். அவர்கள் மரவள்ளிக் கிழங்கு கிளைகள் போல, எங்கு போட்டாலும் முளைத்துக் கொள்வார்கள். கடுமையான உழைப்பைப் போட்டு முன்னேறி விடுவார்கள். இது சீன நிலமாகக் கூட இருந்திருக்கலாம். சாப்பானியர் நுழைவுக்குப் பின்னர் அவர்களின் நிலை பெரும் ஆபத்துக்குள்ளாகிப் போனது. அவர்கள் வாழ்க்கையில் தலைக்குப்புற விழுந்த மாற்றம் நிகழ்ந்தது.

கூரை ஓடுகளால் ஆன வீடு அது. ஒவ்வொன்றாய் அடுக்கப்பட்ட அலை போன்ற மடிப்புகள் கொண்ட ஓடுகள். தகரக்கூரை போலல்லாமல் தகிப்பை உள்ளிழுத்துக் கொள்ளாதது.

"அக்கா... எங்க.. மூத்தாரே?" வீடு வெளியே பூட்டப்பட்டுக் கிடந்தது.

கதவைத் திறந்து கொண்டிருந்தவர் திரும்பிப் பார்க்காமல் பதிலிறுத்தார்.

"வூட்டுக்குள்ள வா.. மொதல்ல."

"வூட்ல யாரையும் காணமே. அக்கா எங்க?"

"இங்க ஒரு கொறையும் இல்ல செவத்தி. அரிசிகூட கெடைக்கும். வயக்காட்டு மலாய்க்காரங்கிட்ட நெல் வாங்கிட்டு வந்திடுவேன். குத்தி அரிசியாக்கிடுவோம். காய்கறிக்குப் பஞ்சமில்ல... நம்ம நெலத்திலியே வெலையுறது பாக்குற இல்ல!."

"அக்கா வூட்ல இல்லையா?"

"நீதான் பாக்குறியே! காய்கறி தோட்டத்த... ரெண்டு பேர வேலைக்கி வச்சிருக்கேன்; கள எடுக்க, காய் பறிக்கன்னு. நான்..... ல்லாம் வெயில்ல எறங்க மாட்டேன். விக்கிற காச எண்ணி

பாக்கெட்ல போட்றதுதான் எனக்கு முக்கிய வேல. காய்கறியெல்லாம் சப்பாங்காரன் வாங்கிக்கிறான். இப்பதான் சீனங்க கட., பஜாரெல்லாம்கூட கெடையாதே. காசு பணத்துக்குப் பஞ்சமில்ல நம்மகிட்ட!"

"நான் உங்க சம்சாரம் எங்கனு கேக்குறேன்.. மூத்தாரே?"

"ஓ அவளா! அவங்க அம்மா வூட்டுக்குப் போயிருக்கா.. வந்திடுவா.."

"எப்ப?"

"நேத்துதான் போனா.. வந்துடுவா."

"எங்கிட்ட சொல்லிருந்தா அவங்க வந்த பிற்பாடு வந்திருப்பேன்ல.."

"இப்ப என்னா...செவத்தி?... அவதான் வந்திடுவான்னு சொல்றேன்ல.."

"நீங்க ஏன் எங்கிட்ட மொதல்லியே சொல்லல?"

"நான் உன்ன மூனு நாலு தடவ கூப்ட வேண்டியதா போச்சி. நீ அங்கியே இருந்து லோல்படக் கூடாதுன்னுதான், இன்னிக்கி வரன்னு சம்மதிச்ச வொடனே கூட்டியாந்துட்டேன்.. வந்திடுவாங்க நீ இரு.."

அது அத்துவானக் காடாக இருந்தது.

"என்ன கொண்டுன்னு போய் என் வூட்லியே வுட்டுடுங்க.. எனக்கு பயமா இருக்கு"

"ஒன்னும் பயப்பட வாணாம். இது ஆளில்லாத ஊரா இருக்கேனுதான தயங்கிற.... ல? நான் கூட இருக்கேன்ல... ஒனக்கு ஒன்னும் ஆவாது."

"அவங்க இருந்தா பரவால்ல... நாளக்கி அக்கா வந்து தப்பா நெனச்சா..?"

"செவத்தி! அவகிட்ட சொல்ட்டுதான் ஒன்ன இட்டாந்தன்.. நீ எதுவும் நெனக்காத. ஒனக்கு என்ன இஷ்டமோ சொல்லு வாங்கியாறேன். தோ கோழி மேயுது. மீனு வாங்கியாறேன். அரிசி சீனியெல்லாம் இருக்கு. நீ சாப்பிட்டுச் சொம்மா இருந்தா போதும்..."

"இங்க என்னால ஒத்தையா இருக்க முடியாது.. நம்ம சனங்க இல்லாத எடமா இருக்கு."

“கொஞ்ச நாளக்கி அப்படித்தான் இருக்கும். என் சம்சாரம் கூட அப்படித்தான் சொல்லிகிட்டு இருந்தா வந்த புதுசில. அப்றம் சரியாயிட்டா.. ஒனக்குத் தனியா அறை இருக்கு. ராத்திரி கதவ சாத்திட்டுத் தூங்கு.”

“நீங்க போயி அண்ணிய கூட்டியாங்க..நான் காத்திருக்கேன். நான் வரன்னு தெரிஞ்சா அவங்க போயிருக்க மாட்டாங்க.”

“அவ போனா மூனு நாலு நாளு செண்டுதான் வருவா. தனியாவே இருக்காளா, தாய் தகப்பனோட மூனு நாளக்கி இருந்திட்டுதான் வருவா.”

“மூத்தாரே.. நீங்க ஒன்னும் பேச வாணாம். நான் வந்திருக்கேன்னு சொல்லுங்க, அவங்க பொறப்பட்டு வந்திடுவாங்க.. போங்க..”

“செரி நா போயி கூட்டியாரேன். நீ ஏதாவது சமச்சி சாப்ட்டு இரு..” என்று சொல்லிவிட்டு உள்ளே போய் தண்ணீர் குடித்தார். பின்னர் சைக்கிளை எடுத்துக்கொண்டு கிளம்பினார். வீடு மூன்றடிக்குச் சுவரும் அதற்கு மேல் பலகையாலும் கட்டப்பட்டிருந்தது. இரண்டு அறைகள், ஒன்றை அடுத்து இன்னொன்று. தலைக்கு மேல் விட்டம் என மேற்கூரை மட்டுமே தெரிந்தது. அந்த அறையிலிருந்து அடுத்த அறைக்கு ஏறிக்குதித்து இறங்கிவிட முடியும்.

வீடு வெறிச்சோடிக் கிடந்தது. வெளியேயும் ஒரு சலனமில்லை. கோழிகள் றெக்கையை விரித்து மூடிக்கொள்ளும் ஓசையும் தீனி கொத்தித் தின்னும் ஓசையும் தவிர வேறு சப்தமில்லை. சில சமயம் கொக்கரிப்பு கேட்கும்.

வெயில் மண்ணில் விழுந்து விரிந்திருந்தது. திடல் போல வீட்டு முன்னாலும் பின்னாலும் அகன்று விரவிக் கிடந்தது காய்கறித் தோட்டம்.

எதிர் வெயில் கூசச் செய்தது.

உள்ளுக்குள் நுண்ணியதாய் அறுவிக்கொண்டே இருந்தது. அக்கா வீட்டில் இல்லாததைத் தன்னிடம் சொல்லாதது, தன்னை அழைத்து வருவது தெரிந்து அக்கா தாய் வீட்டுக்குப் போனது, என சந்தேகங்கள் அவளைச் சுற்றிச்சுற்றி வந்தன.

‘அக்கா வந்திடுவாங்க’ மனம் ஆறுதல் சொன்னது.

கதவைத் திறந்து வைத்துக் கொண்டு வழியைப் பார்த்திருந்தாள்.

பசி எடுக்கவில்லை. ஒற்றை ஆளாய்த் தனித்திருப்பதன் பீதி நெஞ்சையும் வயிற்றையும் அடைத்துக் கிடந்தது. கண்களைக் கட்டிப்போட்டது போலும், கால்களில் விலங்கு மாட்டப்பட்டது போலுமிருந்தது.

வீட்டுக்குப் பின்புறத்தின் வெகு தொலைவில் வன அடர்த்தியில், சிவந்த தீற்றல்களை வரைந்து கொண்டிருந்தது சூரியன். மண்ணில் பாய்ந்த கதிர்கள் சன்னஞ்சன்னமாய் மறைந்து நிலம் ஒளியிழந்து கொண்டிருந்தது. செவத்தி வந்து சேர்ந்தது திறந்த வெளியானதால் இருள் கவிய சுணங்கிக் கொண்டிருந்தது.

வீட்டுக்குள் இருட்டு சூழ்ந்து கொண்டிருந்தபோதுதான் விளக்கை ஏற்ற வேண்டுமென்ற எண்ணம் வந்தது. விளக்கைத் தேடி எடுத்தாள். பின்னர் தீப்பெட்டியைத் தேடியும் கிடைக்கவில்லை. வாசலைச் சாத்திவிட்டுக் காத்திருந்தாள். சூன்யம் கொண்ட இடமாக மாறிக்கொண்டிருந்தது வீடு. வெளியே சைக்கிளின் கீரீச் ஓசை கேட்டுக் கதவைத் திறந்தாள்.

“ஏன் வெளக்கேத்தலியா செவத்தி?”

“நெருப்புப் பெட்டி கெடைக்கல... அக்கா எங்க?”

“அவ ரெண்டு நாளக்கி இருந்திட்டு வரன்னிட்டா.”

“நான் வந்திருக்கேன்னு சொல்லியுமா?”

“நான் சொன்னன் அவகிட்ட ஒன்ன இட்டாந்திருக்கேன்னு. அவ சொன்னா.. நான் நேத்துதான் வந்தன், ரெண்டு நாளு கழிச்சி வரன்-னு” அவர் கையில் வைத்திருந்த ‘டார்ச் லைட்டை’ அடித்துத் தீப்பெட்டியைக் கொண்டு வந்தார்.

குச்சியைத் தேய்த்து விளக்கை ஏற்றி வைத்தார். கீழிருந்து ஏறிய ஒளி தாவட்டைக்குக் கீழ் வெளிச்சத்தை வீசி முகத்தில் ஒளிவிழாமல் செய்தது. அது அவன் முகத்தை விகாரமாகக் காட்டியது.

“நீங்க பொய் சொல்றீங்க... அவங்க கண்டிசனா அப்டி சொல்லியிருக்கவே மாட்டாங்க..” குரல் சற்று ஓங்கியது.

“செவத்தி! என்னா நொய் நொய்னு அக்காவை கேக்குற. அக்கா மூஞ்சியகூட பாக்காதவ நீ, இப்ப எதுக்கு அவளத் தேடுற? நான்தான் சொன்னனே அவ ரெண்டு நாள்ள வந்திருவான்னு..” என்றான் குரலை உயர்த்தி.

“ஏன் சத்தம் போட்றீங்க.. சத்தம் போட்டா நீங்க சொல்ற பொய்

உம்மையாயிடும்னா? என்னா, சத்தம் போட்டா பயந்திடுவனா?"

"ஆமா, நான் சொல்றது பொய்தான்.." செவத்தி திடுக்கிட்டாள். அவர் சொன்னதில் உண்மை கொஞ்சமாவது இருக்கலாம் என்று எண்ணியிருந்தவளுக்குக் கடும் சினத்தை உண்டாக்கியது. முன்னம் அவர் காட்டிய முகம் இதுவல்ல!

"அப்ப என்ன ஏமாத்தி கூட்டிட்டு வந்துட்டீங்க.. நீங்க சொன்னதெல்லாம் பொய்."

"ஆமாம் இப்ப என்ன குடிமுழுகிப்போச்சி" என்று சொல்லிக்கொண்டே எட்டி அவள் கையைப் பிடித்தார்.

"ச்சீ நாயே வுடு கையை," என உதறினாள். அவரின் இறுகிய பிடி கொஞ்சமும் தளரவில்லை. மணிக்கட்டு எலும்பு நொறுங்குவதுபோல வலித்தது.

"என்ன வுட்று நான்.. நான் ஒன் தம்பி பொஞ்சாதி."

"அவன்தான் செத்துப் போய்ட்டானே...நீ என்ன கட்டிக்க.." பிடியிலிருந்து விடுபட முடியவில்லை. இறுகிக்கொண்டே இருந்தது.

"வாயக் கழுவு நாயே.. அவரு செத்துப் போனதா பொய் சொல்லி நாடகமாடித்தான என்ன கடத்திக் கொண்ணாந்த?" மருது அவள் கையைத் தன் பக்கம் இழுத்துக், கட்டியணைத்து முத்தமிட அணைத்தான். அவன் வாயிலிருந்து கள் வாடை அடித்தது. வியர்வை கோர்த்த உடம்பின் கவிச்சி நாற்றம் வேறு! அவள் அவன் முகத்தை இன்னொரு கையால் தள்ளி தன் முகத்தைப் பின்னால் இழுத்துக் கொண்டாள். இன்னொரு கையால் விளக்கை அணைத்தாள். சட்டென்று கும்மிருட்டு வீட்டை அடைத்து மூடியது. அவன் இறுக்கத்தை விட முகத்தில் அறைந்து அவனைக் கீழே தள்ளி தப்பிக்க ஓடினாள். ஆனால் இருட்டு அவளுக்கு உதவவில்லை. சுவரில் முட்டி விழுந்தாள்.

"செவத்தி இந்த வூட்ல மூல முடுக்கெல்லாம் எனக்குப் பழக்கம். ஒனக்குத்தான் இருட்டா இருக்கும். எனக்கில்ல என்று சொல்லி அவள் அருகில் வந்து நின்றான். அவள் மூச்செறிவது கேட்டது.

"சாக்கன் ஒன்ன கொன்னு பொதச்சிடுவான்.. நாயே!"

"அவன் வரமாட்டான்.. அவன் கத முடிஞ்சதுன்னு வச்சிக்கோ. தோ ஒரு வருஷம் ஓடிப் போச்சி அவன் போயி!"

"அவன் வந்தா ஒன் கத முடிஞ்சிடும்" என்று வெறி கொண்டு

கத்தியபோதே அவளைச் சாய்த்தான். அவள் உடல் வாகாய்ச் சிக்கியது.

"வேணாம்.. நான் சொல்றது கேளு.. நான் உன் தம்பி சம்சாரம்..." என்று அவர் நெஞ்சை இரு கைகளால் தள்ளி விலக்கினாள். காமம் கொண்ட உடல் பன்மடங்கு வலிமை கொண்டு இயங்கியது.

அவள் படித்துக் கலைத்துப்போட்ட நாளிதழ்போலக் கிடந்தாள்.

மயக்கத்திலிருந்து எழுந்தபோது கைகள் விலகி இருந்த ஆடையை உடனே சரி செய்து கொண்டன. உடல் முழுதும் பாறை மோதிய வலி. அவள் வாழ்க்கை அஸ்தமித்துவிட்டதை உணர்ந்தாள். அவளை மீறி விழிநீர் வடிந்து கொண்டிருந்தது.

"இந்த ஒடம்ப இனி எப்படி நான் சாக்கன்கிட்ட ஒப்படைப்பேன்?"

37

மேய் குவாங் முகாமில்..

சாக்கன் வருவதற்கு முன்னாலேயே சதாசிவம் கொட்டடியில் படுத்துக் கிடந்தது திகைப்பூட்டியது. முன்னெப்போதும் இப்படி இருந்ததில்லை. சற்று நேரம் பேசிவிட்டுத் துயில் கொள்பவர். அதீதக் களைப்பு அவரைச் சாய்த்துவிட்டிருந்தது என எண்ணினான்.

அவரை அணுகி, மெல்ல "அண்ணே" என்றான். சுவாசத்தில் நெஞ்சு ஏறி இறங்கிக் கொண்டிருந்தது. தூக்கத்தைக் கலைக்கக் கூடாது என்ற எண்ணம் எழவே, அருகே நின்று அவரையே பார்த்தபடி இருந்தான்.

நோய்கண்டவர்களின் எண்ணிக்கை அதிகரிக்க அதிகரிக்க கொட்டடியில் சனத்தின் எண்ணிக்கை கணிசமான அளவுக்குக் குறைந்து விட்டிருந்தது. இவருக்கு உடம்புக்கு முடியவில்லையோ என்ற சந்தேகம் எழ, நெற்றியில் புறங்கையை மென்மையாக வைத்துப் பார்த்தான். உடல் சூடாக இருந்தது. கையை எடுத்துக் கொண்டான். துரை வேலையிடத்தில் 'பெரி பெரி' நோய் பற்றிச் சொல்லிக் கொண்டிருந்தது குறுக்குவெட்டாக ஓடியது. இல்லை சாதாரண காய்ச்சலாகத்தான் இருக்கும் என தன் மனதைச் சாந்தப்படுத்த முயன்றான். தூக்க உடம்பு கூட சூடாக இருக்கலாம் என்ற எண்ணம் உதித்தது. அதையும் மனம் விருட்டெனப் புறந்தள்ளியது.

"அண்ணே!... அண்ணே!.."

"ம்ம்ம்.." என்று அனத்தல் ஓசை எழுந்தது. சாக்கனை அது கலவரப்படுத்தியது.

"அண்ணே!... ஒடம்புக்கு முடிலயா?" என்றான்.

"ம்" காய்ச்சல் கண்டிருக்கும் உடலின் வலிமையையெல்லாம் ஒன்று திரட்டி எழுப்பப்பட்ட 'ம்' போல இருந்தது அது. ஆளை இதற்குமேல் இங்கே வைத்திருக்கக் கூடாது. உடனே அதிகாரிகளிடம் தெரிவித்துச் சிகிச்சைக்குக் கொண்டுசெல்ல ஏற்பாடு செய்ய வேண்டும்.

"அண்ணே ஏதும் சாப்டீங்களா?".

பதிலில்லை. தொட்டுப் பார்த்தான் வெப்பம் சற்று கூடியிருப்பது போலப் பட்டது.

"அண்ணே ஆஸ்பிட்டல் போலாம். நான் கங்காணிகிட்ட சொல்றேன்."

'ம்.. ம்..' என்ற திணறலான ஒலி மட்டுமே வெளிப்பட்டது.

சாக்கன் காத்திருக்கவில்லை. சப்பானிய கங்காணிகளின் தங்குமிடத்துக்கு ஓடினான். சப்பானியர்கள் வேலை விட்டு நடந்து செல்லும் திசையை நோக்கி நடந்தான். கொட்டடியிலிருந்து பத்து நிமிட நடைதூரம் சப்பானியர் குடியிருப்பு தெரிந்தது. அவன் அங்குக் காலடி எடுத்து வைப்பது இதுதான் முதன்முறை. அந்தப் பக்கம் கூலிச் சனங்கள் போகக் கூடாது என்ற உத்தரவு இருந்தது. இக்கட்டான நிலையில் கால்கள் அவனைத் தள்ளியது.

அங்குப் போய் நின்றபோது அந்நியமாகத் தோன்றியது. வளாக நேர்த்தி அவனை ஒரு குப்பையாக அப்புறப்படுத்திக் கொண்டிருந்தது. காடு தொடங்கும் மேட்டு நிலப்பகுதி. மண்ணின் கர்ப்ப வயிறு போலக் காடு விம்மிக் கிடந்தது. தேக்கு மரத்தாலான பெரிய வீடு அது. தோட்டத்தில் பார்த்த துரை பங்களா அளவுக்கு இருந்தது. இது தேக்குமரத் தூண்களாலும் பலகையாலும் கட்டப்பட்டிருந்தது. சுற்றி வளைத்திருந்தது ஆரேழு அடிக்குமேல் உயர்ந்து நின்ற முள் வேலி. உள் கட்டமைப்பைப் போல வெளியேயும் விசாலமான நில அமைப்பு. சாதாரணமாய் ஐம்பது பேர் வரை குடியிருக்கலாம். வெளியே இருந்து பார்க்கும்போதே அதன் கம்பீரம் தெரிந்தது. கூச்சலும் கும்மாளமும் கேட்டது. சன்னல் வழியே சில தலைகள் ஆடின. பெண்கள் தென்பட்டார்கள். சயாமிய முகச்சாயல் கொண்ட பெண்கள்.

கொண்டாட்ட நேரத்தில் வளாகத்துக்கு வந்ததை எண்ணி மனம் சுணங்கியது. சதாசிவத்தைச் சிகிச்சைக்குக் கொண்டு போகவேண்டும். விரைந்து மருந்து கொடுத்தாக வேண்டும். மற்ற நினைப்பைவிட அவனை அவ்வெண்ணமே உந்தித் தள்ளியது. முள் வேலிக்குப்

புறத்தே சன்னலருகே தயங்கித் தயங்கி நெருங்கின கால்கள். முன்னேறியவனின் கால்களில் கட்டப்பட்ட கண்ணுக்குத் தெரியாத இரும்புக் குண்டு ஒன்று பின்னுக்குப் பிடித்து இழுத்தது. அருகே போகப்போக கூச்சலும் அதிகரித்தது.

அவர்கள் கையில் உள்ள கிண்ணங்களில் மது கொப்பளித்தது. சயாமிய பெண்களை ஆளாளுக்குக் கட்டித்தழுவிக் கொண்டிருந்தார்கள். அப்பெண்கள் அதற்குத் தடையற்று இடம் கொடுத்திருந்தனர்.

அவன் இருப்பை உணர்த்த வேண்டி மேலும் நெருங்கினான். தயக்கம் சில அடிகளுக்கு மேல் போகவிடவில்லை.

ஒரு சயாமிய மாது இவன் நின்ற பக்கம் கைகாட்டி ஒரு சப்பானியனிடம் ஏதோ சொன்னாள். அவன் சன்னல் பக்கம் திரும்பி சாக்கனை நோக்கி "என்ன?" என்று கேட்டான். சாக்கன் உடலை நடுங்குவதுபோலச் சைகை செய்து நெற்றியில் கைவைத்துக் காட்டினான். தான் சொன்னது புரிந்திருக்குமா என்று தெரியவில்லை. அவன் சீக்குக்கொட்டாயைக் காட்டி "ஓரிரோ" என்று சொல்லி அவளை மீண்டும் இழுத்து அணைத்தான்.

அங்கிருந்து விறுவிறுவென கிளம்பியபோது காட்டின் அடிவாரத்தில் அந்தி கருக்கத் தொடங்கியிருந்தது. பறவைகள் மரங்களை நோக்கிக் கூட்டாகப் பறந்து கொண்டிருந்தன. மர இலைகளினூடாக அவை மறைந்ததும், சிறகுகளற்றுக் காற்றுத் தனித்துக் கிடந்தது.

அதற்குள் வேலை முடிந்த சனம் கொட்டடிக்கு வந்துவிட்டிருந்தது.

சதாசிவத்தைத் தூக்கிக்கொண்டு மருத்துவமனைக்குச் சென்றனர். வழி நெடுக்க அனத்திக்கொண்டே வந்தார். உடற்சூடு ஏறிக்கொண்டே இருந்தது. 'தேவான' என்ற மனைவியின் பெயரை ஓரிருமுறை ஒலித்தார்.

சாக்கனையும் கூட இருந்தவர்களையும் உள்ளே அனுமதிக்கவே இல்லை. ஒரு பாதுகாவலன் அவரை உள்ளே கொண்டு சென்றான். பாதுகாவலன் சாக்கனையும் கூட இருந்தவர்களையும் அங்கு நிற்கக்கூட விடவில்லை. நோய்ப்பரவல் பற்றி துரை சொன்னது அச்சுறுத்தியது.

மருத்துவமனை நிலைபற்றி கொட்டடியில் பேசிக்கொண்டிருந்தது உண்மை என உணர வைத்தது அதன் வெளித்தோற்றம். உள்ளே இருந்து சந்தடி எதுவும் வெளியில் கேட்கவில்லை.

சதாசிவத்திடம் இரண்டொரு ஆறுதல் வார்த்தைகளைச்

சொல்லிவிட்டு வரவேண்டும் என்ற எண்ணம் நிறைவேறவில்லை. மருத்துவமனையில் அவரை உடனடியாகச் சேர்த்துவிட்ட திருப்தி மட்டுமே இருந்தது. துர்தேவதைகள் அவன் மனக்கண்முன் தோன்றி கொலை வெறியாட்டம் ஆடுகின்றன. அவர் நலமடைந்து தேறித் திரும்ப வந்துவிட வேண்டும் என மகமாயியின் அருளை வேண்டிக் கொண்டான்.

மருத்துவமனை பின்வாங்கிக் கொண்டிருந்தது.

சதாசிவத்தோடு துயரங்களைப் பகிர்ந்துகொண்டு ஆறுதல் தேடிக்கொண்ட கடந்து போன நாள்களை எண்ணிப் பார்க்கிறான். தனிமை அரக்கன் தன்னை அலைகழிக்கப் போகும் பொழுதுகள் வரிசை பிடித்துக் காத்திருந்தன.

வழியின் ஓரங்களில் புதர்களின், மரங்களின் செடிகொடிகளின் தோற்றம் இருளடைந்து வேறொரு வடிவமாக உருவெடுத்து நின்றன. மர உச்சியில் காற்று கடந்து செல்லும் அமானுடக் குரல் ஒலித்தது.

“இங்க போனவங்கள்ள கொஞ்ச பேருதான் கொணமாயி வராங்க”

“சீக்கு பாதி உயிர எடுத்திட்டுதான் விடுது. மத்தவங்களுக்கு என்ன ஆனிச்சின்னே தெரில” என நண்பர்கள் சொன்னது நினைவைச் சூழ்ந்தது.

சாக்கன் துயரடைந்தவனாய் கொட்டடிக்கு நடந்து கொண்டிருந்தான்.

இரண்டு நாள் கழித்துச் சீக்குக் கொட்டாயிலிருந்து வேலையா திரும்ப வந்திருந்தார். கொட்டடி நண்பர்கள் அவரைச் சூழ்ந்து கொண்டனர்.

“நான் உசிரோட கொணமாயி வந்ததே நான் கும்புர்ற கருப்புசாமி புண்ணியத்துலதான்..” முட்டிக்குக் கீழ்ப்பகுதி இல்லாமலிருந்தது. கக்கத்தில் ஊன்றுகோல் துணையுடன் தாங்கி தாங்கி நின்று கொண்டிருந்தார். புண்ணைச் சுற்றி ‘பேண்டேஜ்’ கட்டியிருந்தது. தொடக்கத்தில் கட்டிய அதையே திரும்ப திரும்பப் பாவித்ததில் பழுப்பு நிறத்துக்கு மாறியிருந்தது. ரத்தக்கறை படிந்த இடம் பேண்டேஜில் கருமையாகி விட்டிருந்தது. தொடையிலும் முகத்திலும் ஆழமாகப் பதிந்த வடுக்கள். முகத்தில் சோகையின் தீற்றல்கள். முன்பற்கள் காணாமல்போய் கன்னம் ஒட்டிக் கிடந்தது. உதடுகள் வெடித்து வெளுத்துக் கிடந்தன. ஒற்றைக்காலில் நின்று தடுமாறும்போது ஊன்றுகோலின் ஒலி மூங்கில் தரைமீது பட்டுப்பட்டு குதிரை லாடச்சப்தத்தை எழுப்பியது.

“ஏன்ணே...?”

“என் நெல பரவால்ல... எனக்கு ஒரு காலு போயும் நான் உசிரோட இருக்கேன். மத்தவங்களுக்கு என்னென்னவோ வந்திருக்கு. வாயில நொலையாத சீக்கு பேரெல்லாம் சொல்றாங்க. நான் இருக்கிறப்பவே அஞ்சாறு பேருக்கு என் கண்ணு முன்னாலியே உசிரு போயிடுச்சு, சொச்சம் பேரு கெதிதான் தெரில.....”

“கெலாந்தான் கம்பத்துலருந்து வந்திருந்தாரே மாடச்சாமி, பேச்சு மூச்சு இல்லாமத்தான் ஆஸ்பித்திரிக்குப் போனாரு... என்ன ஆனாருண்ணா?... அவரப்பத்தி ஒரு தாக்கலும் வரலியே இங்க...” – கூடியிருந்தோரில் ஒருத்தர் கேட்டார்.

“அவரு வந்த அன்னிக்கு இராத்திரியே செத்துட்டாருய்யா. ராவோட ராவா தூக்கிக் கெடாசிட்டானுங்க...”

“பாறைக்கு வெடி வெச்சப்ப, பாற உருண்டு வந்து மோதி ஒரு ஆளுக்கு ரொம்ப காயம்பட்டுத் தூக்கிட்டுப் போனாங்கன்னு சொன்னாங்களே, அவரு...?”

“நான்தான் அது... கால்ல அடிதான் பட்டுடுச்சின்னு நெனச்சென்.. ஆனா மயக்கம் தெளிஞ்சப்பதான் சொன்னாங்க காலே இல்லாமத்தான் அங்க துக்கிட்டுப் போனாங்கன்னு. என் சொச்ச வாழ்க்கையே பறிகொடுத்திட்டு நிக்கிறேன்!”

சாக்கன் கேள்விப்பட்டு ஓடி வந்தார். “சதாசிவம்னு ஒருத்தர் காய்ச்சல்ல வந்தாரே எப்படி இருக்காரு..?”

“மொத நாளு ரொம்பதான் காச்ச அடிச்சிச்சி... மக்யா நாளு கொஞ்சம் பேசுனாரு. அவருக்குச் சாதாரண காச்சன்னுதான் டாக்டரு சொன்னாராம்..”

சாக்கனுக்கு மறு உயிர் வந்தது.

“நீங்க இந்தக் காலோட இவனுங்ககிட்ட எப்டித்தான் வேல செய்வீங்க? சப்பான் கங்காணிங்க கொடுமக்காரப் பாவிங்களாச்சே?”

“என்ன வச்சிருந்து புண்ணியமில்லன்னு வூட்டுக்குப் போகச் சொல்டாங்க... சம்பளக்காசு சியாம் பாத் கொஞ்சம் இருக்கு... ஒத்தக்கால்ல நொண்டி நொண்டியாவது காஞ்சனாபுரி வரைக்கும் போயி, அங்கேர்ந்து ரயில் புடிச்சி செரம்பான் போய்ருவேன்.. இந்த ஜென்மத்துல, தாய் புள்ளைங்கள கண்ணாறப் பாக்கவாவது உசிர கொடுத்திருக்கானே அது போரும், கருப்பன்ன சாமிக்குக் கிடா வெட்னும்னு வேண்டிக்கிட்டேன்.”

“இன்னிக்கோட ஒங்களப் புடிச்ச பீட ஒழிஞ்சிச்சி”

“நல்ல காலோட வந்து ஒத்த காலோட போறனே.. என் சொச்ச வாழ்க்கைய நெனச்சாதான்... என் குடும்பத்த எப்படிக் கரை சேக்கப் போறேன்னுதான் தெரியல!”

“புள்ளகுட்டிங்கள பாக்கவாவது உசிரு மிச்சம் இருக்கே. கைவுட்ற மாட்டான்.. தெகிரியமா இருங்க.”

“எங்க கெதிதான், என்னாவப் போவுதுன்னு தெரில!”

“கவலப் படாதீங்க... நல்ல காலம் பொறக்கும். கொல தெய்வத்த வேண்டிக்குங்க. அவர விட்டா நமக்கு வேற கெதியில்ல.. நல்ல வழி காட்டாம இருக்க மாட்டாரு.”

“வேலையா ஒங்க ஊரு செரம்பானா?’

“ஆமா, போர்ட்டிக்ஸன் பக்கத்துல ஒரு இஸ்டேட்டு, எதுக்கு கேட்டீங்க?”

“எனக்கு ஒரு ஒதவி..... ப்சே வேணா இந்த கால வச்சிக்கிட்டு எப்டிதான் போவீங்க?’

“சொல்லுங்க செரம்பான் பக்கம்னா நேரா போறேன். இல்லாட்டி வேற யார்ட்டியாவது சொல்லியாவது அனுப்பி வுட்றேன்.” என்றார் வேலையா. சில பேர் வீட்டு முகவரியையும், மனைவி மக்கள் பேரையும் சொன்னார்கள்.

ஓரிரோ = போ

38

சிம்போங் முகாமில்..

சங்கிலிக்குச் சதையைப் கொடுக்கில் பிடுங்கியது போல வலதுகால் தொடையில் உயிர் போகும் வலி. தொடையைக் கையால் தேய்த்து விட்டான். ஏதோ காட்டுப்பூச்சி கடித்துவிட்டிருக்கக் கூடும் என நினைத்துக் கொண்டான். தொடை உடனே சிவந்து ஓர் அங்குலத்துக்குக் கொப்புளம் போல வீங்கிவிட்டிருந்தது கடித்த இடத்தில். வீக்கத்தின் மையத்தில் கரும்புள்ளி தெரிந்தது. தேய்க்கத் தேய்க்கக் கடித்த இடம் கருத்து, வீக்கம் பெரிதாகிக் கொண்டே இருந்தது. விரலால் வருடியபோது கடித்த புள்ளியில் ஏதோ கொடுக்கு போல அறுவியது. அதனை நகங்களால் நீக்க முயன்றான். ஆனால் அதனைப் பிடுங்க முயற்சி செய்தபோது வாட்டமாய்ச் சிக்கவில்லை. சதைக்கு உள்ளே ஆழமாய்ச் சிக்கிக் கொண்டிருந்தது. சில நிமிடங்களிலெல்லாம், உடல் முழுதும் அனல் வெப்பம் தகிக்கத் தொடங்கியது. வீக்கம் தொடையிலிருந்து அலைபோல பரவிக் கொண்டிருந்தது. தொடைக்குக் கீழும் வயிற்றுப் பகுதிவரை கொடிபோல ஏறி மேலும் படர்ந்தது. நாளங்கள் வழியாக ரத்தம் ஏறுவதுபோல வீக்கம் வெகு சீக்கிரத்தில் முகம் வரை பாய்ந்து விட்டிருந்தது. தலைச்சுற்றல். பின்னர் கப கபவென எரிச்சல் பிடுங்கியது. முகம் இருமடங்கு விம்மி கண்கள் சதையால் மூடிக்கொண்டன.

அவன் கதறத் தொடங்கினான். தன்னை ஏதோ தீண்டிவிட்டது என்பது மட்டும் தெரியும். ஆனால் பூச்சியோ வண்டோ எதுவென அவனுக்குத் தெரியவில்லை. உடல் பற்றிக்கொண்டு எரிந்தது.

"ஐயோ! எரியுதே... நெருப்பு பட்ட மாரி எரியுதே... முடியலையே" மயக்கம் அவனை வீழ்த்தப் பார்த்தது. அவன் ஒரு மரத்தில் கைகளை ஊன்றி நிதானமில்லாமல் இருந்தான்.

உதவி கோரிய குரலை நிறுத்தவில்லை. அவன் குரல் சுரத்திழந்து கொண்டிருந்தது.

குரல் கேட்டுக் கொட்டடியிலிருந்து ஒருவர் ஓடிவந்தார். அவருக்குப் பின்னால் இன்னொருவர். அந்தக் குரலோசை அவர்களைத் திடுக்கிட வைத்தது. அதற்குள் சங்கிலி ஒரு மிருகம் செத்து உப்பியதுபோல மண்ணில் சாய்ந்து மல்லாந்து கிடந்தான். அவனிடம் அப்போது மெல்லிய அசைவு மட்டும் இருந்தது. அவன் வலியால் துடிக்கும் அசைவு. குரல் எழவில்லை.

"ஓடியாங்க! ஓடியாங்க!.."என்று கூவி அழைக்க மேலும் இருவர் கொட்டடியிலிருந்து ஓடி வந்தனர். சங்கிலியைத் தூக்கிக் கொண்டு கொட்டடிக்குள் ஓடினர். அதற்குள் சங்கிலிக்குப் பேச்சு மூச்சில்லை.

"என்னாச்சு.. என்னாச்சு?.."

"வெளிக்கிருக்க காட்டுப் பக்கம் ஒதுங்கினத பாத்தேன். அங்க பூச்சி பொட்டு ஏதோ கடிச்சிருக்கு போல..."

"பூச்சி கடிச்சா... இப்டி வீங்கிடுச்சி..?

சங்கிலியின் சாய்ந்த உடலருகே குதிக்காலிட்டு அமர்ந்திருந்தவர் "அத பத்தி பேசற நேரமில்ல இது.. டிரஸ்ஸரே! கொஞ்சம் வாங்க.. சுருக்கா வாங்க..." என்றார்.

"பாருங்க!... ஒடம்பெல்லாம் இப்டி வீங்கிக் கெடக்கு என்னானு தெரில"

சங்கிலி அசைவில்லாமல் கிடந்தான்.

"இந்த மாரி ஒடம்பு வீங்கியிருக்கிறத பாக்றப்போ இது வெஷ நாகம் ஏதோ தீண்டியிருக்கலாம்னு தோணுது... இது பெரிய காடு. காட்ல எத்தன வகையான விஷ ஜந்துகள் இருக்குன்னே கணக்கில்ல. ஏதும் வெஷ முள்கூட குத்தியிருக்கலாம், இல்லன்னா வெளிக்கிருந்துட்டு ஏதாவது வெஷச்சொன எலையில தொடச்சிருக்கலாம், இந்த வானாதிரத்துல எதக் கண்டு சொல்றது?" விஷம் பாய்ந்த இடத்தைக் கண்டுபிடிக்க முயன்றார். உடல் முழுதும் நீலம் பாரித்து விட்டிருந்தது. கடித்த அடையாளம் ஒன்றும் தட்டுப்படவில்லை. வீக்கம் கண்ட முகத்தின் மூடிய இமைகளின் மேல் விழி சிறிய மேடாய்த் தெரிந்தது. கீழிமையை விரித்து விழிகளைப் பார்த்தார். கருவிழி உள் செருகி வெள்ளைப் படலம் ஒளியிழந்து கிடந்தது. மணிக்கட்டைத் தொட்டுப் பார்த்து ஏமாற்றத்துடன் பெருமூச்சு விட்டார். கனகனவென உடலில் அனல் வீசியது.

“என்னாங்க... ஏதும் பண்ண முடியுமா டிரஸ்ஸரே?” என்று வேட்டியை இழுத்துக் கட்டிக்கொண்டே கேட்டார் படுக்கையிலிருந்து எழுந்து வந்த பீட்டர்.

சங்கிலியின் இந்த நிலையைப் பார்க்கும்போது அவருக்கு என்ன சொல்வதெனத் தெரியவில்லை. அவர் வாய் திறக்க திராணியற்றவராய் உள்ளே குமைந்தார். இந்த முகாமுக்கு நடந்து வரும்போது சுள்ளாண்டிக்குக் காலரா தாக்கியதும் இதே போன்று பிழைக்க முடியாத நிலையில் இருந்தது நினைவுக்கு வந்தது. அவனைக் காப்பாற்ற முடியாத நிலை அவரை இம்சித்தது. அதற்குப் பிறகு எத்தனையோ ஜீவன்கள் உயிர் போவதை பார்த்துக்கொண்டு மட்டுமே இருக்க முடிந்தது. தன்னால் ஒன்றுமே செய்ய முடியாமல் போனது. இப்போது சங்கிலி. கையைக் கட்டிப் போட்டுவிட்ட சூழல். மனம் வெட்கிக் கூசியது. எல்லாரும் டிரஸ்ஸர் என்று தன்னை விளிப்பதற்கான நியாயத்தைச் செய்ய முடியாமையில் நேர்ந்த மனக்கூசல். பச்சிலை மருந்துபற்றி அறிந்திருந்த ஒருவர் இப்போது இல்லை. அவரும் கால்ரா நோயில் சிக்கி இறந்து விட்டார் சில மாதங்களுக்கு முன்னர். அப்படியே உயிரோடு இருந்திருந்தாலும், இந்த இருட்டில் எங்கே போய்த்தேடிப் பறித்து வர முடியும்?

எல்லாம் கைவிட்டுப் போய்விட்டது! சங்கிலியைக் கண்டிப்பாய்க் காப்பாற்ற முடியாது. விஷம் குருதியில் பரவி முழு உடலையும் முடக்கி அவன் உயிரை இன்னும் சில நிமிடங்களில் பறித்துவிடும்.

“ஏன் டிரஸ்ஸரே!... ஒன்னும் சொல்லாம இருக்கீங்க?’ என்று கேட்டார் பீட்டர்.

“சொல்லுங்க டிரஸ்ஸர்.. என்னாச்சு?” – என்று மற்றவர்களும் குரலெழுப்பினர்..

“என்னால ஒன்னுமே செய்ய முடியலையேன்னு தவிக்கிறேன்.”

மிகுந்த சோர்வடைந்தவராய், “என்ன சொல்றீங்க?” என்று பீட்டர் கேட்டார். அவநம்பிக்கையில் முகம் வெளிறிக்கொண்டிருந்தது.

“ஒடம்பு பூரா விஷம் பரவிப் போச்சு. சாதாரண விஷமா தெரியல. ஒடம்பு பூரா இப்படி வீங்கி வந்தவங்கள என் ஆயுசுல நான் பாத்ததில்ல. விஷம் தலைக்கு ஏறிப் போச்சு. அதனாலதான் சுய நெனவ எழந்துட்டாரு! விஷப்பாம்புங்க காடு நெறைய கெடக்கும். எது எங்க படுத்துக் கெடக்கும்னு தெரியாது. நான் நெனக்கிறேன் பாம்பு தீண்டியிருக்கலாம்ன்னு.” சங்கிலியை வைத்த கண் வாங்காமல்

சொன்னார். சுற்றி நின்று அவர் என்ன பதில் சொல்லப் போகிறார் என்று காத்துக் கொண்டிருப்பவர்களைப் பார்க்கத் துணிவு வரவில்லை அவருக்கு.

“கடவுளே!... ஒன்னுமே செய்ய முடியாதா?”

“நம்ம சனம் எக்கேடு கெட்டா என்னான்னுல்ல பொசக்கெட்ட பயலுங்க நெனைக்கிறானுங்க... எவ்ளோ சனம் பூச்சி மாரி கேப்பாரில்லாம செத்துப் போய்ட்டாங்க... இங்க வந்தப்ப ஜே ஜேன்னு சனக்கூட்டம் இருந்துச்சி... இப்போ பாருங்க ஒவ்வொரு ஆளா கொன்னுப் போட்டு.... சொச்சம் கொஞ்ச பேருதான் இருக்கம். நாமும் எப்போ சாவப் போறமுன்னுதான் தெரில!” என்றார் கூட்டத்தில் ஒருவர். அவர் குரல் தழுதழுத்து அடங்கியது.

அப்போது சங்கிலியிடமிருந்து நீண்ட மூச்சு எழுந்தது. ஒருமுறை நெஞ்சு ஏறி இறங்கியது. அசைவு அதோடு நின்று போயிற்று. உடற்சூடு கணிசமாய்க் குறைந்து கொண்டு வந்தது.

சங்கிலியின் கையைத் தொட்டுப் பார்த்து, “நாடி நின்னுப் போச்சு, ஒன்னுமே செய்ய முடியலையே.., கடவுளே!..”எனக் குதிக்காலிட்டு அமர்ந்தபடி கதறினார் டிரஸ்ஸர்.

சிலர் தலையில் வெறியோடு அடித்துக் கொண்டனர். சிலர் அப்படியே குந்தி முகத்தை மூடிக்கொண்டனர்.

“பாவிப் பயலுங்க... சீக்குன்னு தெரிஞ்சா ஏதோ மருந்து மாத்ர கொடுக்கிறானுங்க.. அதுவும் கேக்க மாட்டாங்குது.. மாடா ஒழைக்கிறவனுக்குக் கெடைக்கிற பரிசா இது?” என்றார் பீட்டர்.

“இப்ப என்ன செய்றது?”

“என்னதான் செய்ய முடியும்? கொண்டுட்டுப் போய் பொதச்சிட்டு நாளைக்கு வேலைக்குத் தயாராயிடணும். வேற என்னதான் செய்யச் சொல்றீங்க? உசிரா உள்ளவனுக்கும் செத்துப் போனவனுக்கும் இங்கதான் வித்தியாசமே காட்டமாட்டானுங்களே!” என்றார் ஒருவர் சலிப்போடு.

டிரஸ்ஸர் சொன்னார், “இப்படியே ஒவ்வொருத்தரா செத்துப் போக வேண்டியதுதானா? நமக்காக ஒருத்தருமே ஒதவிக்கு வரமாட்டாங்களா? சாமிக்குக் கூடவா கண்ணில்லாம போச்சி?”

“இந்தியாவுல வெள்ளக்காரன வெரட்டிடு சுதந்திரம் வாங்கிக் குடுப்பாருன்னு நாம சாமியா நெனச்சிட்டிருந்த நேதாஜி, ரெண்டு

நாளைக்கி முன்னால இங்க வந்தாரு. வந்தவரு நம்மள ஏறிட்டுப் பாக்காம போய்ட்டாரே, அத நெனச்சத்தான் வயிறு பத்திகிட்டு எரியுது.” என்றார் ஒருவர்.

“இவ்ளோ தூரம் மெனக்கட்டு வந்தவரு நம்மள பாத்து நம்ம கொறைய கூட கேக்காம பூட்டாரே! நேதாஜி வெள்ளக்காரன வெரட்ட பட தெரட்னப்ப நம்ம பொம்பளைங்க காதுல கழுத்தில இருந்ததெல்லாம் கலட்டி கொடுத்திச்சிங்களே, அந்த நன்றிக்காவது நமக்கு வயிறார சோறு போடச் சொல்லியிருக்கலாம்!” என்றார் இன்னொருவர்.

முதலில் பேசியவர் பதிலிறுத்தார், “அவ்ளோ பெரிய தலைவரு, நம்மள இந்த நரகத்திலேர்ந்து விடுதலை பண்ணச் சொல்லியிருக்கணும்னு சொல்லுங்க அத வுட்டுட்டு சோறு கீறுன்னு சொல்றீங்க?”

பீட்டர் எரிச்சலோடு சொன்னார், “அவரு சப்பான்காரங் கொடுத்த விருந்து சாப்பாட்டுக்குல்ல வந்தாரு. நம்மல எங்க அவரு கண்ணுக்குத் தெரியப் போவுது. நமக்காகப் பரிஞ்சி பேசுனா.. சப்பாங்காரனோட ஒறவு அந்துப் போய்டும்னு பயப்பட்டாரு போல, வெள்ளக்காரன வெரட்டிட்டு, பெரிசா என்னாத்த பண்ணிட போறாரு நம்ம சனங்களுக்கு? நமக்கு இருந்த சொதந்திரமும் போச்சே! ”

பீட்டரைப் பார்த்து சொன்னார் முன்னால் பேசியவர், “நேதாஜி வந்துட்டாரு. நம்ம கொறையெல்லாம் தீத்து வைப்பாருன்னு நாம கண்ட கனவு மண்ணாப் போச்சி,”

“எவனையும் நம்ப முடியல... நம்ம கதி அதோ கதிதான்” என்றார் இன்னொருவர்.

மல்லாந்திருந்த சங்கிலியின் பிணம் அத்தாப்பு விட்டத்தைப் நோக்கியபடி கிடந்தது.

டிரஸ்ஸர் சொன்னார்,” பொணத்த வச்சிக்கிட்டே பேசிட்டிருக்கோம்? இதுக்கொரு வழி செய்யுங்க, மத்தத அப்பால பேசலாம்.”

சற்று நேரம் சூன்யம் சூழ்ந்து கொண்டது. யாருக்கும் எதுவும் பேசத் தோன்றவில்லை.

வெளியே பிரம்மாண்ட மிருகமாய் எழுந்த இருள் கொட்டடியை விழுங்கி விட்டிருந்தது.

39

மேய் குவாங் முகாமில்..

இரவு வேளை.

டேன் சூன் கெங்-கைச், சப்பானிய மேலதிகாரி கோனோ வரச்சொல்லி கட்டளையிட்டிருந்தான். டேனுக்குப் பதட்டமானது.

'சீக்காளி கொட்டாய்க்கு' அரை மைல் தள்ளி கோனோவின் அலுவலகம் அமைந்திருந்தது.

டேன் மெலிந்திருந்தார். விழிகள் உள்ளொடுங்கி, கன்ன எலும்புகள் துருத்தியிருந்தன. முகம் சோகை தட்டி சீனர்களின் இயல்பான இள மஞ்சள் நிறத்தை இழந்து வெளிர் மஞ்சளாகிப்போய் இருந்தது. ஓய்வொழிச்சலில்லாத கான்கிரிட் வேலை அவரை இந்த நிலைக்கு ஆளாக்கியிருந்தது.

கோனோவின் அலுவலக நுழைவாயிலருகே போய் நின்று கோனோவின் மெய்க்காப்பாளரைக் குனிந்து மரியாதை செய்தார். மெய்க்காப்பாளன் கோனோவைச் சந்திக்க உள்ளே அழைத்துச் சென்றான்.

மெய்க்காப்பாளனும் டேனும் ஒருசேர கோனோவுக்கு மரியாதை செலுத்தினர். டேனுக்குள் கோனோ தனக்கு என்ன தண்டனை விதிக்கப் போகிறாரோ என்ற பீதி வளர்ந்து பேருருவாகிக் கொண்டிருந்தது. சீனர்கள் சிங்கப்பூரிலும், முகாம்களிலும் சப்பானிய ராணுவத்திடம் அனுபவிக்கும் வன்கொடுமைகள் அவரின் பதட்டத்துக்குக் காரணமாகியிருந்தன.

"டேன் என்னோடு வா," என ஆணையிட்டவாறே கோனோ முன்னே நடந்தான். தன்னை எதற்காக அழைக்கிறான் எனப் பலவாறாகச் சிந்தித்தும் எறிந்த வளரியாய் வினாக்கள், புதிர்களாகவே திரும்ப வந்து மோதின. சீக்காளிக் கொட்டாயருகே போய் நின்றான்.

அத்தாப்பு வேய்ந்த கூரையிலான கொட்டடி அது. தூரப் பார்வைக்கு நேர்த்தியான கட்டுமானமாகப்படவில்லை. கூரையின் சாய்வுநிலை சமமாக இல்லாமல் மேடு பள்ளமாக இருந்தது. பெருங்காற்றுக்குத் தாக்குப் பிடிக்காது. தரை மண்ணாலானது. சில இடங்களில் செம்மண்ணும் , சில இடங்களில் காய்ந்த பழுப்பு நிறத்திலான களிமண்ணாலும் ஆனது. தரையின் மீது சிறுசிறு கற்கள் விரவிக் கிடந்தன. நோயாளிகள் நிம்மதியாய் உறங்க முடியாமல் உறுத்திக் கொண்டே இருக்கும். பெருக்கித் தள்ளிச் சுத்தம் செய்ய வேலையாள்கள் கிடையாது. உள்ளே கல் மூங்கில் கழிகளாலான கட்டில்கள். கட்டில்களின் ஒவ்வொரு முனையும் மூங்கில் சீவல்களால் முடிச்சுப்போட்டு இணைக்கப்பட்டிருந்தது. முடிச்சுப் போடப்பட்ட இடங்கள் மழுங்க வெட்டப்படாமல் கூராய் நீண்டு எஞ்சியிருந்தன. நோயாளிகளின் எண்ணிக்கை கூடியபடி இருப்பதால் பல நோயாளிகள் மண்தரையிலேயே கிடத்தி வைக்கப்பட்டிருந்தார்கள். தரையில் சிறுநீர் ஈரம் காயாமல் கிடந்தது. மல வீச்சத்தைத் தவிர்க்க முடியாது.

சீக்காளிக் கொட்டாய்க்கு வெளியே சில டீசல் எண்ணை டின்கள் இருந்தன. டேனின் கையில் தீப்பெட்டியைக் கொடுத்தான் கோனோ. டின்களைக் காட்டி, “இதை ஊற்றி கொட்டாயை எரித்துவிடு,” என்றான் மிரட்டும் தோரணையில்.

டேன் அதிர்ந்தார். இரத்தம் தலைக்கு ஏறி வெப்பம் கூடிக்கொண்டிருந்தது. சீக்காளிக் கொட்டாயில் காலரா, மலேரியா, பெரிபெரி நோய் பீடிக்கப்பட்டவர்கள் சிகிச்சை அளிக்கப்பட்டு வருகிறார்கள். சிகிச்சை என்று சொல்வதை விடச் சாகக் கிடக்கிறார்கள் என்று சொல்வதே பொருந்தி வரும். அதற்கு மருத்துவமனை என்று பெயரிட்டிருப்பது ஒரு முரண்நகை. போதிய மருத்துவ வசதி இல்லாதது. பெரும்பாலும் தமிழ் கொத்தடிமைகளே நோயாளிகளாக இருந்தனர்.

தீப்பெட்டியைப் பிடித்திருந்த கைகள் நடுங்கத் தொடங்கின. அவர் நிலைதடுமாறிப் போயிருந்தார். கோனோவை ஏறிட்டுப் பார்க்கத் துணிவு வரவில்லை.

அவர் தயங்குவதை கவனித்த கோனோ “நான் உனக்கிட்டது கட்டளை. நிறைவேற்றுவது உன் கடமை. நீ என் அடிமை,” கோனோ மிரட்டினான்.

“மாஸ்டர்!... ஆனா...”

"என்ன யோசிக்கிறாய்? சீக்கிரம் செய்து முடி..."

டேன் சப்பானிய மேலதிகாரிகளின் கட்டளைகளை மறுபேச்சில்லாமல் செய்பவர். மறுத்தால் தனக்கு என்ன நேரும் என்று நன்றாகத் தெரியும்.

சிங்கப்பூரிலும், முகாமிலும் சீனர்கள் சித்திரவதைக்குள்ளாவதைப் பார்த்துத் தாங்கிக்கொள்ள முடியாமல் தவித்திருக்கிறார்.

"செய்து முடி" என்றான் கோனோ.

"இல்லை... என் கை நடுங்குகிறது. என்னால் முடியாது" மருத்துவ

மனைக்குள்ளே எலும்புக் கூடுகள் துருத்தியிருக்கும் நோயாளிகள் இருந்தார்கள். பெரும்பாலும் கட்டிலிலும் தரையிலும் படுத்துக் கிடந்தார்கள். சிலர் பார்வை எதிலோ நிலைத்திருக்கப் பித்துப் பிடித்தவர்களாக அமர்ந்த இடத்திலேயே இருந்தார்கள்.

"முடியாது என்றால் உனக்கும் தண்டனை தருவேன்." டேனுக்கு வீட்டு நினைவு வந்தது. தனக்கு இந்த நரகத்திலிருந்து விடுதலை கிடைத்து விடுமென்று திடமாக நம்புகிறார். அவரின் உள்ளுணர்வு அதனை அறிவுறுத்திக் கொண்டே இருக்கிறது.

"மாஸ்டர்!... அவர்கள் உயிரோடு இருக்கிறார்கள்!"

"எனக்குத் தெரியாதா அது?"

"உயிரோடு இருப்பவர்களை எரிக்க என்னால் முடியாது... மாஸ்டர்!"

"அவர்கள் பிணத்துக்குச் சமம்.. இன்னும் சில நாட்களில் கண்டிப்பாய் இறந்து போவார்கள்."

"இறப்பு இயல்பாய் வரட்டும் மாஸ்டர்..."

"கண்டிப்பாய் இறந்து விடுவார்கள் என்பது அவர்களுக்கும் தெரியும் டேன். நீ கொளுத்து."

"நோய் குணமாக வாய்ப்பும் கொஞ்சமாவது இருக்கிறது.. மாஸ்டர்!. பிழைத்து வர வாய்ப்புக் கொடுங்கள் மாஸ்டர்!"

"நீ அதிகம் பேசுகிறாய்... இங்கிருந்து குணமாகிப் போனவர்கள் நூற்றில் ஓரிருவர்தான் இருப்பார்கள்.. அவர்களும் பலவீன மானவர்களாக இருக்கிறார்கள். வேலைக்கு லாயக்கற்றவர்களாகி விடுகிறார்கள். நீ நான் சொன்னதைச் செய்."

"எரிக்காமல் அந்த ஒருரிருவரையாவது காப்பாற்ற முடியுமே...

மாஸ்டர்!" எனக் கெஞ்சும் குரலில் மன்றாடினார்.

கோனோ அவர் கையிலிருந்த தீப்பெட்டியை வெடுக்கென்று பிடுங்கினான்.

மூக்கு நுனி சிவந்துவிட்டிருந்தது. "உனக்கு தண்டனை பிறப்பிக்கப் போகிறேன்..தயாராய் இரு." என்று முற்றும் முடிவாய்ப் பேசினான். இப்போது அவனுக்குக் கொடுத்திருப்பதுதான் பெரும் தண்டனை என்று தெரிந்துதான் செய்கிறான் கோனோ.

டேனின் கண்கள் குளம் கட்டின. ஒரு துளி கன்னத்தில் விழுந்து கீழிறங்கியது. நீர் வழிந்த கோடு சிறு நுண்ணியதாய் மேலெழுந்த கறையாக மின்னியது.

"செய்கிறாயா?" என மீண்டும் அதட்டினான் கோனோ. மெல்ல தலையை அசைத்தார். உடனே கையில் தீப்பெட்டியைத் திணித்தான். "மாயி சுசுமே".

விரல்கள் அதனை இறுக்கமாகப் பிடிக்க மறுத்தன. "நான் என் அலுவலகத்தைப் போய்ச் சேருமுன் கரும்புகை மேலேறுவதைப் பார்க்கவேண்டும். புரிகிறதா?" என ஆணையிட்டவாறே கோனோ அங்கிருந்து வேகமாகக் கிளம்பி விட்டான்.

டேனுக்கோ தனது கைகள் தீப்பிடித்து எரிவதாகப்பட்டது. உடல் கொதித்தது. நாடி நரம்புகள் ஒடுங்கின. கையில் இருக்கும் தீப்பெட்டியும் டீசல் எண்ணெய் டின்களும் உயிர் கொல்லும் அரக்கர்களாய்த் தெரிந்தன. இன்னும் சற்று நேரத்தில் தன்னால் உருவாக்கப்படும் சுடுகாடு கண்முன்னால் காட்சியளித்தது. உயிருள்ள மனிதர்கள் வெந்து துடித்துச் சாகப்போவது கண்முன்னால் ஓடியது. பிணங்கள் கரிக்கட்டைகளாய்ப் படுத்துக் கிடந்தன.

மெய்க்காப்பாளனை நோக்கி, "யாரும் பிழைத்துவிடக் கூடாது," என சொல்லிவிட்டுப் புறப்பட்டுவிட்டான் கோனோ.

மெய்க்காப்பாளன் டின்களை எடுத்துக் கொண்டு மருத்துவமனைக்குள் நுழைந்தான். டேன் கையிலும் ஒன்றை எடுத்துக்கொள்ளச் சொன்னான். ஒவ்வொரு மரப்படுக்கையிலும் ஊற்றிக்கொண்டே போனான். எண்ணெய் திட்டுகள் மேலும் பரவின. மூத்திர மலவாடையை மறைத்தன. டீசல் நெடி வேகமாய் வியாபிக்கத் துவங்கியது. படுத்திருப்பவர்களின் கால் விரல்கள் அசைந்தன. சிலர் எழ முயற்சித்தும் முடியவில்லை. தரையில் உட்கார்ந்திருந்தவர்கள் டீசல் ஊற்றப்பட்டதைப் பார்த்ததும்

பதைபதைத்தனர். என்ன நடக்கிறதென்று யூகிக்க முடியவில்லை. ஆனாலும், நெடியின் தீவிரத்தால் உயிர் அச்சம் மேலிட்டது.

டேன் கையில் தீப்பெட்டி இருக்கும் பிரக்ஞையற்றவனாய் ஓரிடத்திலேயே நின்றான். உடல் அதிர்ந்துகொண்டே இருந்தது. ‘தன்னால் இதனைச் செய்ய இயலாது. என் கைகளுக்கு அந்தத் துணிவில்லை.’ முட்டி மடங்கி கீழே அமர்ந்தான். உடல் வியர்த்துக் கொட்டியது.

நின்ற இடத்திலேயே நிலைகுத்தி அமர்ந்திருக்கும் டேனைத் திரும்பி பார்த்தான் மெய்க்காப்பாளன். அவனுக்குக் சினம் தலைக்கேறியது. “நான் மாஸ்டரிடம் சொல்ல வேண்டியிருக்கும் டேன், தயங்காதே!.. நேரமாகிறது. தீ வைக்கவில்லை எனத் தெரிந்தால் திரும்ப வந்து விடுவார். கோனோவைப் பற்றி உனக்கு நன்றாகத் தெரியும்தானே?” என்றான்.

மெய்க்காப்பாளன் வலியுறுத்த வலியுறுத்த டேன் பயங்கர நெருக்கடிக்கு உள்ளானார். தான் பிறர் கட்டுப்பாட்டுக்குள் இருக்கிறோம், எனவே இதிலிருந்து கண்டிப்பாய் தப்பிக்க முடியாது. இயல்பான நேரங்களில் எடை தெரியாதிருந்த கால்கள் இக்கட்டான நேரத்தில் கனத்துப் பின்னிழுத்தன. அடுத்த அடியை எடுத்து வைக்க நினைத்தபோதெல்லாம் கால்கள் மண்ணோடு இறுகிப்போனது. அதிரும் கைகளோடு எண்ணெய்யை ஊற்றினார். நோயாளிகள் எண்ணெய் வாடை உணர்ந்து வெளியே தப்பிக்க முயன்றனர். காலராவும் மலேரியாவும் அரை உயிரைக் கொன்றுவிட்ட நிலையில் அவர்களால் நடக்க இயலவில்லை. கைகளை ஊன்றி தள்ளித் தள்ளிப் புட்டத்தை நகர்த்தினார்கள். அவர்களால் அங்குலம் அங்குலமாகத்தான் நகர முடிந்தது. சிலரால் படுக்கையிலிருந்து அசையக் கூட முடியவில்லை. கால் பாதங்கள் மட்டும் துடித்தன.

படுக்கைகளின் மூங்கில் தட்டிகளில் ஊற்றிய பின் வெளியே வந்து கதவை மூடினான் மெய்க்காப்பாளன். சிலர் கதவருகே நெருங்கி விட்டிருந்தார்கள். கதவைச் சாத்தும் போது நோயாளிகள் கைகளை நீட்டி உயிர்ப் பிச்சைக்குக் கெஞ்சினர். கதவு மூடப்பட்டது. மூங்கில் தட்டியை இடைவிடாது தட்டும் ஓசை கேட்டது.

தீப்பெட்டியிலிருந்து குச்சியை வெளியே எடுக்க முடியவில்லை டேனால். மெய்க்காப்பாளன் “ம்..” என்றான். டேனின் விரல்கள் பார்க்கின்சன் நோய் கண்டவர் போல உதறின. கைகளில் தீப்பற்றி எரிவது போல இருந்தது.

"என்னால் முடியாது..." என்று மண்டியிட்டு கண் கலங்கினார் டேன். உடல் குறுக்கி தலை கீழே வாழையிலையென மடிந்து போனது.

"உனக்கு வேறு தேர்வில்லை டேன். நீ எரிக்கவில்லையென்றால் உனக்கு என்ன நடக்கும் என்று தெரியுமல்லவா?"

அவருக்குள் உயிராசை தலைகாட்டி மறைந்தது. தனக்கு நேரும் போது உண்டாவது மட்டுமல்ல, தன் கண் முன்னால் நடக்கப் போகும் இறப்பாலும் மரண பயம் உண்டாகிறது. அதைவிட தானே அதை நிகழ்த்தப் போவதை நினைக்கும் போது நெஞ்சுக் கூடு வெடிக்கிறது.

உள்ளிருந்து நோயாளிகள் கதவு தட்டும் ஓசை எழுந்தது. அவர்கள் கதறும் குரல் வெளியே எட்டவில்லை.

இங்கேயே அவர்களோடு எரிந்து செத்தால்தான் என்ன என்று நினைத்தார்.

டேனுக்கு மனைவி மக்களின் நினைவு வந்துகொண்டே இருந்தது.

"கொளுத்து.. ஒரு தீக்குச்சியை உரசிப்போடு டேன்!."

டேனின் விரல்கள் இயன்ற மட்டும் நேரத்தைக் கடத்தின.

"இனி, நான் மீண்டும் சொல்லப் போவதில்லை.. உன் தலை துண்டிக்கப்பட வேண்டுமா அல்லது எரித்துவிட்டுத் தப்பித்துவிடப் போகிறாயா?" ஒரு கணம் கொடுங்கனவு போல அவர் தலை மண்ணில் வீழ்ந்து கிடந்தது. ரத்தப்பெருக்கு சிற்றோடையென மண்ணில் ஓடியது.

குருதி பீய்ச்சியடிக்க தலைகள் உருண்டதைச் சிங்கப்பூரில் விழி பதறப் பார்த்தவர் டேன். மனைவி மக்கள் கண்முன் தோன்றினார்கள்.

டேன் தீக்குச்சியை வெளியே எடுத்தார். சிலமுறை உரசினார். தீ பிடிக்கவில்லை. கைகள் சத்தற்று இருந்தன.

"டேன்..." என்று கத்தினான் சப்பானியன்.

அந்த அதிர்வில் தீ பற்றிக் கொண்டது. குச்சியை எண்ணெய்யில் நனைந்த கதவின் மேல் போட்டார். தான் என்ன செய்து கொண்டிருக்கிறோம் என்ற தன்னிலை மறந்து. மெல்ல எரிந்து தீ மேல் கிளம்பியது. கரும் புகை கருப்பு நூலென மேலேறியது.

டேனால் அங்கு நிற்க முடியவில்லை. கால்கள் நடுங்க அங்கிருந்து உடனே கிளம்பினார்.

கோ.புண்ணியவான் 307

கருகும் நெடி நெருங்கி வந்து மோதிக் கொண்டிருந்தது. புகை தன் தலைக்கு மேல் சுருள் சுருளாய் மேலேறுவது ஒரு நிழலாய்க் கீழே விழுந்து கொண்டிருந்தது.

கொட்டடியில் ஒருவர்,"நெருப்பு நெருப்பு" எனக் கூச்சலிட்டார். கூலிச்சனம் வெளியே ஓடிவந்து பார்த்தது. மழை மேகம் போல புகை சுருள் சுருளாக மேலேறியது. தீச்சுடர் பொன்னிறத்திலும் குருதிச் சிவப்பிலும் எம்பி எம்பி புகையைப் பிடிக்கத் தாவிக் கொண்டிருந்தது.

"அய்யோ.. அது சீக்குக்கொட்டாய்" என்று பதறினார் வேலைய்யா, அக்குலில் நடைக்குத் துணையாக இருக்கும் ஊன்றுகோலை வைத்து நிற்க முயன்றவாறு. சிலர் அங்கிருக்கும் நண்பர்கள் பெயர்களைச் சொல்லிக் கதறினார்கள். சாக்கன், "சதாசிவம்... அண்ணே சதாசிவம்..." என்று தலையில் அடித்துக் கொண்டான்.

"யாரும் சரியா நடக்கக்கூட பெலமில்லாதவங்களா இருந்தாங்களே.. ஐயோ.. யம்மா.. தாயி... " என்றார் வேலையா.

40

பாலோவில்..

ஒரு மரணச் செய்தியை உரியவரிடம் சொல்வது எவ்வளவு துன்பத்தைக் கொடுக்கிறது!

தீயை வாரி முகத்தில் அறையும் தகவல் அது. வேலையாவுக்கு அதனைச் சொல்லும் துணிவு வந்திருக்கவில்லை. பாலோவை நெருங்கிய பின்னர் வந்த வழியே திரும்பிவிடலாமா என்றுகூட யோசித்தார். சதாசிவம் நெருப்பில் வெந்து உயிர் மாண்டார் என்று சொல்வது இன்னும் கொடுமையாக இருந்தது. துடிதுடித்துப் போவார்கள்.

வேண்டாம் திரும்பி விடலாம் என்று பிறிதொரு யோசனை தோன்றியது. சியாமிலிருந்து என்றாவது ஒருநாள் திரும்பி விடுவார் என்று எதிர்பார்த்துக் காத்திருக்கிறார்கள். அவர்களின் உள்ளம் நொறுங்கிவிடக் கூடாது.

அந்த துக்கத் தகவலைச் சொல்லும் வியூகங்களை வகுத்துக் கொண்டே நொண்டி நொண்டி நடந்தார்.

உண்மையை அடைகாத்து வைக்க மனம் ஒப்பவில்லை. மரணம் சாசுவதம். சொல்லிவிடலாம். என்றாவது ஒருநாள் தெரிந்துவிடத்தானே செய்யும். எனவே சொல்லிவிடலாம் என்று முடிவெடுத்தார்.

அவர் மனம் சிலந்தி வலை போலப் பின்னிக் கிடந்தது. அவர் கொண்டுவரும் தகவலைச் சொல்லிவிட வேண்டும் என நினைக்கும்போது பின்னல்கள் மேலும் சிக்கலாகி விடுகின்றன.

வீட்டை விசாரித்துத் தாங்கித் தாங்கி நடக்கிறார். நடை பலவீனமடைகிறது.

முதல் வார்த்தையை ஒத்திகை பார்த்துக் கொண்டார். சொற்களை எப்படிப் போட்டாலும் பரமபதத்தில் பாம்பின் வாயிலேயே சிக்கி

விழுங்கப்பட்டு விடுகிறது. மீண்டும் தொடக்கத்திலிருந்து ஆரம்பிக்கிறார். ஏணி சறுக்குகிறது. பாம்புதான் வாயைப் பிளந்தபடி காத்திருக்கிறது கடைசியில்.

'இல்லை... என்னால் முடியாது' என்று மீண்டும் பேருந்து நிலையத்துக்கே திரும்புகிறார். ஒரு முடிவுக்கு வரமுடியாமல் மனம் மதில் மேல் நின்று தவித்தது.

'இல்லை... சொல்லிவிடத்தான் வேண்டும். சொல்லாமல் போனால் மனம் என்ற பட்சி உள்ளே படபடத்துக்கொண்டே இருக்கும். அதன் நகங்களால் பிறாண்டிக் கொண்டே இருக்கும். வாழ்நாள் முழுதும் அதனோடு மல்லுக்கு நிற்க வேண்டியிருக்கும்.' 'போ... போய் சொல்லிவிடு, நீயும் அதிலிருந்து விடுபட்டு விடுவாய். அவர்களும் சிறிது காலம் துயர்பட்டு விட்டு இயல்பு நிலைக்குத் திரும்பி விடுவார்கள். காலம், எல்லாப் புண்களையும் ஆற்றிவிடும்! போ' என்கிறது குறுக்கிட்ட இன்னொரு மனம்.

'ஆமாம் நடந்ததைத்தானே சொல்லப் போகிறோம். ஏன் மறைக்க வேண்டும். சொல்லிவிடலாம்,' என தேவானை வீட்டைத் தேடத் தொடங்கினார்.

மனிதர்களே அற்ற நிலம்போலச் சலனமற்றுக் கிடக்கிறது. வாசற்கதவுகள் தாழிடப்பட்டுக் கிடக்கின்றன. அக்கிரமக்காரர்களின் நுழைவு மனித முகங்களை அச்சத்தில் புதைத்து விட்டது.

அந்த எண்ணமே அவ்வளவு எளிதானதாக இல்லை. சொல்லத்தான் வேண்டும். உண்மை முதுகைப் பிடித்துத் தள்ளியது. சிலரை விசாரித்து வீட்டைக் கண்டுபிடித்தார்.

வீட்டுக் கதவைத் தட்டினார். உள்ளுடல் அசாதாரணமாய்க் குலுங்கியது. இந்தத் தகவல் உண்டாக்கப் போகும் விளைவுகள் அதிர வைத்தன. மனம் சஞ்சலம் கொண்டு கொதித்தது.

கதவைக் கொஞ்சமாகத் திறந்து வெளியே பார்த்தாள் தெய்வானை. ஒரு தமிழர் முகத்தைப் பார்த்ததும்தான் கொஞ்சம் அச்சம் நீங்கியது. முட்டிக்குக் கீழ் காலில்லாமல் இருப்பது கவனத்தை ஈர்த்துக் கொண்டே இருந்தது. ஊன்றுகோல் துணையுடன் நிற்க முயலும் போதெல்லாம் அது சிமிந்தில் ஒலி உண்டாக்கியது. அவரை முன்னர் எங்கேயும் பார்த்த நினைவில்லை. கன்ன எலும்புகள் துருத்திக் கொண்டிருந்தன. மிகச்சமீபத்தில் சவரம் செய்யப்பட்ட முகம். சவரம் செய்யப்பட்ட இடம் மட்டும் வெண்தேமல் நிறத்தில் இருந்தது.

"யாரங்க தேடி வந்தீங்க?"

“நீங்க...தேவானை?...” குரலில் சுரததில்லை.

“ஆமா.. நாந்தான்..”

“சதாசிவம் சம்சாரம் தேவன?”

“ஆமா...என்ன சொல்லுங்க?”

“சியாமுக்கு.... ரயில் சடக்கு... போடப் போனாரே... அவரு சம்சாரம்தான?” வேலையாவின் வாய்க்குழறலும் முகத்தின் பதற்றமும் அவள் நெஞ்சுக்குள் நிலைகொள்ளாமையை உண்டாக்கியது .

அவளின் நெற்றி விரிய, தவிப்பு மிகுதியில் கேட்டாள். “சொல்லுங்க! நீங்க யாரு?... ஏன் அவர விசாரிக்கிறீங்க?”

“நானும் சியாமுக்குப் போனவந்தான்... அவரு...”

“அவரத் தெரியுமா உங்களுக்கு?....”

“ஒரே எடுத்துலதான் வேல செஞ்சோம்...”

“அப்படியா! அவரு வர்லியா?.. நீங்க வந்துருக்கீங்க.. அவரு எங்க?”

“தாயே! மனச... தெடப்படுத்திக்குங்க.. என்னால...” அடுத்தடுத்த வார்த்தைகளைப் பேச விடாமல் குறுக்கே ஓர் அரண் விழுந்திருந்தது.

அவளுக்கு இதயத்துடிப்பு அதிகரிக்க, “என்னா அவருக்கு?.... சொல்லுங்க. ஐயோ!.... சொல்லுங்க... எனக்கு பயமா இருக்கே!” எனும்போது கண்கள் நனைந்து பளபளத்தன. வேலையாவையே கண் மாறாமல் பார்த்தாள்.

வேலையா சொன்னார். “அவரு... வேல எடுத்துல.....” என்று தயங்கி நின்று, பார்வையை விலக்கிக் கொண்டு, கண்களைக் கசக்கி “தவறிட்டாரு.. தாயி!.” என்றார்.

அவளது உடல் நடுங்கத் தொடங்கியிருந்தது. “மகமாயி...” என்று சொன்னவள் அப்படியே சாய்ந்தாள். வாசல் பலகையில் தலை இடித்தது. கதவு அவளைத் தாங்கிக் கொண்டதும் அவள் சரிந்து விழுந்தாள். கதவுச் சுவரில் மோதி நின்றது. தேவானையின் முதுகு கதவில் சாய்ந்து கால்கள் ‘ட’ வடிவில் நீட்டிக் கிடந்தன.

வேலையா திக்குமுக்காடிப் போனார். அவருக்கு என்ன செய்வதென்று ஒரு கணம் இருண்டு போனது. வீட்டில் வேறு யாரும் இருப்பதாய்த் தெரியவில்லை. கக்கத்தில் ஊன்றுகோல் துணையுடன் தாவித்தாவிப் போய் அடுத்த வீட்டுக் கதவைத்

தட்டினார். சற்று நேரத்துக்குப் பின்னர் கதவு மெல்லத் திறந்தது.

சாலம்மாள் வெளியே வந்ததும் தேவானை மயக்கமுற்றதைச் சொன்னார். அவள் ஓடிப்போய்ப் பார்த்துத் தண்ணீர் கொண்டு வந்து முகத்தில் தெளித்தாள். தெய்வானை கண் விழித்து மலங்க மலங்கப் பார்த்தாள். சுற்றி என்ன நடந்து கொண்டிருக்கிறது எனப் புலப்படவில்லை. எல்லாமே இருளடைந்து விட்டது. சுயநினைவு மரித்துப்போய் விட்டிருந்தது.

"யார் நீங்க?... தேவானய தேடிட்டு எதுக்கு வந்தீங்க?" அவர் தகவலைச் சொன்னார். சாலம்மா அதிர்ச்சியில் நிலையிழந்து போனாள். சற்று நிதானமானவுடன் கண்களைக் கசக்கிக் கொண்டே கேட்டாள் "எப்டிங்க? வேல எடத்துலியா?"

"இப்டி வாங்க," என்று கண்காட்டினார், தெய்வானையை ஒரு கண்ணால் கவனித்தவாறு. சாலம்மாவும் தெய்வானையைப் பார்த்தாள். அவள் இன்னும் சுய நினைவுக்கு மீண்டிருக்கவில்லை. பார்வை ஓரிடத்தையே வெறித்து நோக்கிக் கொண்டிருந்தது. நெஞ்சு இயல்புக்கு மீறி விம்மி விம்மி இறங்கியது.

"நான் அவங்ககிட்ட இத... சொல்லல.." சாலம்மாள் மேலும் அதிர்ச்சியுற்றவளாய் கண் விரித்து நோக்கினாள் அடுத்த சொற்களுக்காக.

"காய்ச்சன்னு ஆஸ்பிட்டல்ல கொண்டுட்டு வந்து வுட்டாங்க. நான் காலு போயி அப்ப அங்கர்ந்தேன். அப்பறம் கொணமானவொடனே வந்துட்டேன். மறுநாள் அந்த ஆஸ்பிட்டல் எரிஞ்சி போச்சி. சதாசிவம் நடக்க முடியாத நெலயில இருந்தாரு. ரொம்பப் பேரு உள்ள இருந்தாங்க அப்ப.. யாருமே பொலக்கலன்னு சொன்னாங்க..."

"அடக்கடவுளே... ஐயோ! நெஞ்சு பதறுதே...."

"எப்படிப் போயி யாரன்னு கண்டுபிடிக்க முடியும்? எல்லாமே வெந்து கட்டையால்ல போயிருக்கும். ஒரு ஆள்கூட வெளியாவ முடியல! யாரையும் போய்ப் பாக்கவும் வுடல சண்டாளப்பயலுக." என்றார் கண்களை விரல்களால் துடைத்துக் கொண்டு. "இந்தத் தகவல என்னால சொல்லாம இருக்கவும் முடில. எனக்கு நானே தெகிரியத்த வரவலச்சிக்கிட்டு வந்தன்... எப்டி சொல்லாம இருக்கிறது? அவரு சாவ இத ஒரு பொறுப்பா என் தலையில கட்டிட்டான் ஆண்டவன்! இந்தக் கடமையிலேர்ந்து என்னால மீற முடில. தயங்கி தயங்கிதான் வந்தேன்... இப்ப பாருங்க! என்னால அவங்களுக்கு இப்டி ஆய்ப்போச்சு. அவங்கள தேத்துங்க தாயி...

பாவம்.. வாசலயே பாத்திட்டு நின்னுருப்பாங்க.... நான் என்ன செய்ய?" என்றார்.

"ஏங்க!... அவருதான்னு உறுதியா தெரியுமா?"

"சீக்குக் கொட்டா எரியிறத இந்தக் கண்ணால பாத்தேன் தாயி. சீக்குக் கொட்டாய்ல பேசிட்டிருந்தப்பதான்.. அவரு ஊர் பேரு வெபரமெல்லாம் சொன்னார். அப்றம் நாங்க குடியிருக்கிற எடத்துலயும் சாக்கன்னு ஒருத்தரு போய் தாக்க சொல்லிடுங்கன்னாரு.. வெபரமெல்லாம் சொன்னாரு தாயி.. நானும் இந்த மனுஷிய எல்லாத்தியும் வெசாரிச்சிட்டுத்தான் தாக்க சொன்னேன். தப்பா சொல்லிடக் கூடாதுல்ல! மறுநாள் சேதி வந்துடுச்சி, யாருமே உசிரு பொழைக்கலேன்னு. அத ஆள் வச்சி எரிச்சிட்டானுங்கன்னு சொன்னாங்க!"

"அடக் கடவுளே!"

"தாயி!.. அங்க உள்ளவங்க எல்லாருமே முடியாமத்தான் இருந்தாங்க. வேலக்கி லாயக்கு இல்லன்னு எரிக்கச் சொன்னதா சேதி வந்திடுச்சி மக்யாநாளு. அக்கிரமக்காரனுங்க... இன்னும் என்னென்னவோ அநியாயம் பண்ணானுங்க. சீக்கு வந்து, வேல எடத்துல, இப்டி எத்தினியோ ஆயிரம் பேரக் கொன்னப் பாவிங்கம்மா அவனுங்க.. வார்த்தையில சொல்ல முடியாத அளவுக்கு கொடுமை பண்ணானுங்க! நான் சொல்லக் கூடாதுன்னுதான் நெனச்சேன்... ஆனால் சொல்லாம இருக்கிறது பாவம்னு மனசு அடிச்சிக்கிடே இருந்துச்சி..

"நீங்க இவ்ளோ தூரம் மெனக்கட்டு வந்து சொல்றீங்கன்னா, நம்பாம இருக்க முடில! ஆமா... நீங்க மட்டும் எப்டி அங்கேர்ந்து வந்துட்டீங்க?"

"இந்தக் கால வச்சிக்கிட்டு, என்னால வேல செய்ய முடியாதுன்னு அனுப்பி வச்சிட்டானுங்க." என்று சொல்லி கக்கத்தில் ஊன்றுகோலைக் கொஞ்சம் நகர்த்தி ஊன்றிக் கொண்டார்.

"அவரு தவறி எத்தினி நாளாச்சி..?"

"ஒங்ககிட்ட சொல்லணும்னு நாள் கணக்க வுடாம எண்ணிக்கிட்டே இருந்தேன். இன்னிக்கோட பத்து நாளாவுது. அவருக்கு ராசாத்தின்னு ஒரு மக இருக்கிறதா சொன்னாரு."

"ஆமா கம்பத்துல இருக்காங்க..."

“கல்யாணம் பண்ணிப் பாக்கனும்ன்னு சொல்லிட்டே இருப்பாரு தாயி.. பாவம்”

“அது பெரிய புள்ளையாயி.. இந்த நாதாரிங்க கண்ணுல பட்றக்கூடாதுன்னு அவசரமா கல்யாணத்த பண்ணி வக்க வேண்டியதாப் போச்சி..”

“அதக்கூட பாக்கக் குடுத்து வக்கல மனுஷனுக்கு.. கொற ஆயுள்ள போய்ட்டாரு... ஆக வேண்டியத கவனிங்க.. தாயி.”

தெய்வானை சுயநினைவுக்குத் திரும்பியிருந்தாள். நெஞ்சு பகீறிட்டபடி இருந்தது. தலையிலும் நெஞ்சிலும் மாறி மாறி அறைந்து கொண்டாள். சிமிந்து தரையை இருகைகளாலும் அடித்துக் கொண்டு கதறினாள்.

“என் ராசா!... என்னத் தனியா வுட்டுப் போய்ட்டியா?.... நீ வருவன்னு நான் வலிய வலிய பாத்திருந்தனே... ஒங்களுக்கு இப்டி ஆவும்னு கனவுல கூட நெனக்கலியே... நீங்க யாருக்கும் ஒரு துரோகமும் நெனக்கக் கூட மாட்டீங்களே... கண்ணுல்லாம போச்சா ஒனக்கு மகமாயி....? நேத்தே கருக்குன்னிச்சி... வெளக்கு ரெண்டு தடவ அணஞ்சி அணஞ்சி போச்சி.”

அவளின் ஈர முகத்தில் முடியின் சில இழைகள் ஒட்டிக் கிடந்தன. கதவை முட்டியதில் கூந்தல் கலைந்து அலங்கோலமாகக் கிடந்தது. கட்டிய கைலி தளர்ந்து விட்டிருந்தது. சிவந்து வீங்கி விட்டிருந்தது முகம். கண்கள் பூத்துக்கிடந்தன. வீடு சூன்யமாகி விட்டிருந்தது. அவளுக்கான ஆகாயம் விழுந்து உடைந்து நொறுங்கி விட்டிருந்தது. தன் உடலே தனக்குப் பாறையைப் போலக் கனக்கத் தொடங்கியது அவளுக்கு.

“தேவான!... எனக்கும் இந்த தாக்க அதிர்ச்சியத்தான் கொடுத்துச்சி, நல்ல மனுசாளுங்களத்தான் தெய்வம் ரொம்ப சோதிக்கும்ன்னு சொல்வாங்க. இப்ப நம்மல சோதிச்சிப் பாக்குது தேவான... தெகிரியமா இரு தேவான..” என்று அவளைக் கட்டியணைத்து அழுது கொண்டே ஆசுவாசப்படுத்தினாள் சாலம்மாள். முகத்தில் விழுந்த முடியை நீக்கிக் கோதிவிட்டாள். நரைத்த கற்றை முடி உச்சந்தலையில் தெரிந்தது. சற்று நேரம் கழித்து .. “ஒன் மவளுக்குச் சொல்லி அனுப்பணும், தேவான” என எழுந்தாள்.

“ஐயோ! கடவுளே! அவமேல உயிரா இருந்தாரே! ராசாத்தி..... என் பொண்ணு ராசாத்தி.... அப்பா எப்போ வருவாருன்னு கேப்பியே..., இப்ப ஒனக்கு நான் என்ன பதிலு சொல்லுவேன். இந்த மனுஷன் நம்மள இப்படி அனாதையா வுட்டுட்டுப்

போய்ட்டாரே.., யக்கா.. அந்த ஆண்டவனுக்கே இது அடுக்குமா?" சாலம்மாவின் கைலியைப் பிடித்த பிடியை விடவில்லை. சாலம்மா கைலியை இறுக்கமாகப் பிடித்துக் கொண்டாள். சாலம்மாவை அவள் கதறல் கலங்க வைத்தது. கண்களைத் துடைத்தபடியே இருந்தாள்.

சில நொடிகளுக்குப் பின்னர் சாலம்மா சொன்னாள், "தேவான ஒன் மகளுக்குத் தாக்க சொல்லணுமே , ஆக வேண்டிய காரியம் நெறைய இருக்கு... எழுந்திரிம்மா... உன் நெலம புரியுது... ஆனாலும், செய்றத கொறவைக்காம செய்திடணும்... வா!"

"யக்கா...வேல எடத்துல எல்லாம் மகளத்தான நெனச்சிட்டு இருந்திருப்பாரு... யக்கா... நா என்னா பண்ணுவேன்..? புள்ளைக்கு நல்லா உடுத்திப் பாக்கணும்ன்னு சொல்லுவாருக்கா... ஒக்காந்தி சாப்டும்போது தனக்கு இல்லன்னாலும் ராசாத்தி சாப்பின்னும்னு தான் மங்கிலேர்ந்து எடுத்து எடுத்து போடுவாருக்கா... யக்கா... ராசாத்தி எப்படி தாங்கிக்குவா இந்த தல இடிய என்னாலியே முடிலியேக்கா.." நெஞ்சடைத்தது தெய்வானைக்கு.

தெய்வானையை எந்த வார்த்தையாலும் சமாதானப்படுத்த முடியவில்லை சாலம்மாவால். அவளிடமிருந்து விடுபடுவதற்குள் பெரும் பாடாய்ப் போனது.

சாலம்மாள் சில வீடுகள் தள்ளிப் போய்ப் பெரியவரைவிட்டு தேவானையின் மருமகன் வீட்டில் செய்தியைச் சொல்லச் சொல்லி அனுப்பினாள்.

"பெரியவரே! மகளையும் மருமகனையும் கையோட கூட்டிட்டு வந்துடுங்க, அந்த மனுஷன செரியா வழியனுப்பி வைக்கக்கூட முடில, எட்டாந் துக்கத்துக் கொடுப்பன இல்லாம போச்சி!...எல்லா சாங்கியத்தையும் பதினாறாம் நாள் காரியத்துல செஞ்சிடனும்னு அந்தம்மாகிட்ட சொல்லுங்க..."

"செரிம்மா! செரிம்மா!.. சொல்லிடுறேன்.. தேவானைக்குக் குடிக்கத் தண்ணி குடு... பாவம் இப்படி நடக்கும்னு யாருதான் நெனைச்சாங்க..?" எனச் சொல்லிக் கொண்டே அவர் சைக்கிளை மிதித்துக் கொண்டு கம்பத்தை நோக்கிப் புறப்பட்டார்.

★★★

சேதுவின் தாய் அதிர்ச்சியுற்றாள். இராசாத்தியிடம் இச்செய்தியைச் சொல்லும் துணிவு சேதுவிற்கு வந்திருக்கவில்லை. சேதுவின் தாயார்தான் மென்று விழுங்கிச் சொன்னாள்.

ராசாத்தி "அப்பா!.. அப்பா!.." எனச் சொல்லி கதறித் துடிக்கத் தொடங்கி விட்டாள். சேது அவளைத் தேற்ற முயன்று தோற்றுக் கொண்டிருந்தான். "அம்மா, அப்பா வந்திடுவாருன்னு சொன்னாங்களே... எங்கப்பா எங்க? எங்கப்பா எங்க?...." என பித்து பிடித்தவளாய்ப் புலம்பினாள். அழுகை திரண்டு வந்தபடியே இருந்தது. தலையைச் சுவரில் முட்டினாள். சேது ஆதரவாக அவள் அருகிலேயே நின்றிருந்தான்.

பெரியவர் சொன்னார். "அம்மா!.. எல்லாரும் அங்க வந்துருங்க.. பதினாறாம் நாளு கல்லு நிறுத்தி கருமாதி செஞ்சிடணும்.. அந்த ஆத்மா நல்லபடியே அடங்கணும். எட்டாந்துக்கம் செய்யலாம்னாலும் நாள் ஓடிப்போச்சி."

"இல்ல பெரியவரே!.. இங்க எல்லா வேலையும் வுட்டுட்டு அங்க வர முடியாது. தேவானய இங்க கூட்டிட்டு வந்துடுங்க.. இங்கியே அவருக்குக் காரியம் செஞ்சிடுவம்."

"இல்லம்மா.. மொறையா அவரு வாழ்ந்த வூட்லதான செய்யணும்?."

"அது செரி... ஆனா இப்ப இருக்கிற நெலையில எதத்தான் செரியா செய்ய முடிது? அங்க அந்த வசதியும் இல்லியே பெரியவரே!... இங்கனா எல்லாம் இருக்கு, மொறையா செஞ்சிடனும்ல..., புண்ணிய கார்யம் மொறையா செஞ்சாத்தான ஆத்மா நல்லபடியா ஆண்டவன போய்ச் சேரும், இல்லன்னா ஆவியா அலையுமுன்ல சொல்லுவாங்க! பொண்டாட்டி புள்ள நெனப்பவே இருந்திருப்பாரு அங்க, எவ்ளோ ஏக்கம் இருந்திருக்கும் அவருக்குள்ள? குத்தங்கொற இல்லாம காரியம் செஞ்சிடணும்.""

பெரியவர் சிந்தித்துப் பார்த்தார். சேதுவின் தாய் சொல்வதும் சரியெனவே பட்டது. இப்போது இருக்கும் நிலையில் ராசாத்தியை அங்கே கொண்டு போவதும் ஆபத்து.

"செரிம்மா!.. நான் போய் சொல்லிக் கூட்டியாறேன்." என்று சொல்லிவிட்டுப் புறப்பட ஆயத்தமானார்.

"ஆமாம்.. வேற வழியில்ல... பதினாறாம் நாள்தான் செய்யணும்.. நீங்க தேவானைய இங்க ஒடனே கூட்டியாந்திருங்க.."

"நா என் அம்மாவ இப்பவே பாக்கணும்..." என உரக்கக் கதறினாள் ராசாத்தி.

"ஒங்க அம்மாவ இங்க வரச் சொல்லியிருக்கேன்... இப்ப வந்துடுவாங்க.. நீ தெகிரியமா இரு ராசாத்தி!" என்றாள் சேதுவின் தாய்.

சேது சொன்னான்,'' நான் ஒருத்தன் ஒனக்காக இருக்கேன் ராசாத்தி, நீ தெகிரியமா இருக்கணும்.'' பெரியவர் சைக்கிள் ஸ்டேண்டை காலால் நீக்கி, மண்சாலை வரை உருட்டிக்கொண்டு போனார்.

“அம்மா!.. நா போயி அத்தைய ஏத்திட்டு வந்துர்ரேன். பாவம் வயசானவர்.'' என்றார் சேது.

“நீ இங்க இருடா... நீயும் போய்ட்டா, இவளுக்கு யாரு சமாதானம் சொல்றது?''

“பரவால்லய்யா.. நானே போய்க் கூட்டியாறன். இந்த நேரத்துல நா ஒதவாம இருக்கலாமா?'' என்று சொல்லி பெடலை மிதித்தார் பெரியவர்.

சாலம்மாளிடம் விசயத்தைச் சொன்னபோது அவளுக்கும் அது சரியாகப்பட்டது. தெய்வானை அழுது ஓய்ந்திருந்தாள். சொல்லச் சொல்ல அழுகை பெருகி வந்தது. அவளிடம் மென்மையாக எடுத்துச் சொன்னாள் சாலம்மாள். தெய்வானையைக் கைத்தாங்கலாகப் பிடித்துத் தூக்கினாள். அவள் உடல் இறுகிக் கிடந்தது. அவளைச் சைக்கிளில் ஏற்றுவது பெரும்பாடாகிப் போனது. சாலம்மா, பெரியவர் என இரண்டு சைக்கிளில் சேதுவின் கம்பத்துக்குப் புறப்பட்டனர்.

சூரியன் மேற்கு திசையில் கண்மறைய ஆயத்தமானான். காற்று அடங்கிக் கிடந்தது. சைக்கிள் மிதிக்க மிதிக்க வெப்பம் தணிந்த சாயங்காலக் காற்று வீசியது. இருட்டு, பாதையை மறைப்பதற்குள் கம்பத்தை அடைந்துவிட வேண்டுமென மெனக்கெட்டார். இந்த இக்கட்டான நேரத்தில் தாயையும் பிள்ளையையும் ஒன்றாகச் சேர்த்துவிட வேண்டும். ஆனால் முதுமை கைகொடுக்கவில்லை.

தெய்வானைக்கு ராசாத்தியைப் பார்த்தவுடன் அடங்கிய கண்ணீர் மீண்டும் பீறிட்டது. சைக்கிளிலிருந்து இறங்கி ஓடிவந்து ராசாத்தியைக் கட்டிப் பிடித்தாள். இருவரும் குமுறிக் குமுறி கண்ணீர் வடித்தனர். இருவரின் மனமும் பொங்கி வெடித்தது. தெய்வானையின் ரவிக்கை மீண்டுமொரு முறை நனைந்து விட்டிருந்தது.

“அம்மா! அப்பா எங்கம்மா? என் அப்பா எங்கம்மா?.... என்னப் பாக்குறப்பெல்லாம் சொல்லுவீங்களே!... வந்திடுவாரு... வந்திடுவாருன்னு... ஏம்மா வர்ல?''

“நம்மல காக்க வச்சி... காக்க வச்சி... கடைசில வராமலே போய்ட்டாருடி... ஐயோ!.... ராசாத்தி கேக்குறாளே ங்க... மக

கேக்குறாங்க... ஏங்க!... நான் என்ன சொல்ல?.... " – தேவானைக்கு மூச்சு வாங்கியது.

"அம்மா!... அப்பா....ம்மா, பாக்க ஆசயா இருக்கும்மா... அவரு வேணும்மா..." தெய்வானை ஓ என ஓலமிட்டாள்.

சேதுவின் தாயாரும் சேதுவும் அவர்களுக்கு ஆறுதல் சொல்லிக் கொண்டிருந்தனர். சமாதானம் சொல்ல சொல்ல அழுகை மேலிட்டது. சாலம்மா தேவானையின் தோளைத் தொட்டு, "அழுதுகிட்டே இருந்தா எப்படி தேவான.. நீ தெகிரியமா இருந்தாத்தான ராசாத்தி அழமாட்டா.. எழுந்திரு.. ஒங் கையால வெளக்கேத்தி வையி... அப்பறம் செய்ய வேண்டியது நெறையா இருக்கு."

வீட்டின் முற்றத்தில் பெரியவர் வாயடைத்து உடல் குறுகி நின்றிருந்தார். சதாசிவத்தின் மறைவு அவரையும் பாதித்து விட்டிருந்தது. ஊற்ற ஊற்ற கோப்பை நீர் நிறைந்து வழிவது போல, சமாதானம் சொல்லச் சொல்ல அழுகை மேலும் கூடும் என்ற அனுபவ அறிவு அவரைச் சொல்லிழக்கச் செய்து விட்டிருந்தது. வெறுமே பார்த்துக் கொண்டிருந்தார். உள்ளூறைந்த சோகம் அவருக்கும்.

தெய்வானை தலையில் அடித்துக்கொண்டே சொன்னாள். "அவரு மொகத்த கூடப் பாக்க குடுத்து வக்கிலியே.. நாங்க என்னா பாவம் பண்ணோம்..?"

ராசாத்தி எதையோ வெறித்து நோக்கியபடியே கிடந்தாள். கண்கள் சிவந்து விம்மிவிட்டிருந்தன.

"செரி.. எழுந்திரு,... " என்று சாலம்மா கைப்பிடித்துத் தூக்கினாள் தெய்வானை..

காமாட்சி விளக்கின் முன்னால் சதாசிவத்தின் வேட்டியை மடித்து வைத்த பின்னர் தெய்வானை விளக்கை ஏற்றினாள். விளக்கின் திரி சுணங்கி சுணங்கி எழுந்து நின்று கொழுந்து இலையைப் போல ஆடியது.

பதினாறாம் நாள் மதியத்துக்கெல்லாம் சாலம்மாளும் கிழவனும் கம்பத்துக்கு வந்துவிட்டிருந்தார்கள். சாலம்மாளைக் கட்டிப்பிடித்து மீண்டும் கதறினாள்.

சாங்கியங்கள் செய்ய யாரையும் அழைக்க முடியவில்லை. பூசாரியைத் தேடி அலைந்தும் கிடைக்கவில்லை. சப்பானியருக்குப் பயந்து ஒளிந்து விட்டிருந்தார்கள். கிழவனே தெரிந்தவரை

முன்னின்று நடத்திக் கொண்டிருந்தார். நாவிதர் மட்டும் வந்தார்.

இறந்த ஆத்மாவின் அடையாளமாகச் செங்கல்லில் தர்ப்பை கட்டினார். சிவப்புத் துணி குறுக்காகக் கட்டப்பட்டிருந்தது. அதற்குள் சதாசிவம் விரும்பி உண்ணும் உணவு தலைவாழையிலையில் பரிமாறப்பட்டுக் காமாட்சி விளக்கின் முன்னால் படையல் வைக்கப்பட்டது.

விடிகாலை மூன்று மணிக்கு வீட்டின் பக்கத்திலுள்ள ஆற்றங்கரைக்குச் சேதுவை அழைத்துக் கொண்டு பெரியவர் நடந்தார். சேது ஆற்றில் தலைமுழுகி வந்தபின்னர் முடி நீக்கம் செய்யப்பட்டது.

வீட்டில் குங்குமம் மஞ்சள் வெள்ளைப் புடவை ஒரு தட்டில் எடுத்து வைக்கப்பட்டது. தெய்வானை கல்யாணக் கூரை அணிந்திருந்தாள். கூந்தல் சீவி முடிக்கப்பட்டு மல்லிகையும் கனகாம்பரமும் சூடப்பட்டிருந்தாள். நெற்றிப்பொட்டில் ஐம்பது காசு அளவில் குங்குமப் பொட்டிடப்பட்டிருந்தது. ஒவ்வொரு அலங்காரப் பொருளைச் சூடும்போதெல்லாம் அவள் வெடித்து அழுதாள். சம்பந்திக்கும் அழுகை தாளமுடியவில்லை. சாலம்மாள் வடித்த கண்ணீர் தெய்வானை தலையில் சொட்டிக்கொண்டே இருந்தது.

'ஒரு பொம்பள ஒத்தையா எப்படிச் சமாளிப்பாளோ?' சேதுவின் தாய் உள்ளுக்குள் நொந்துக் கொண்டாள்.

தெய்வானையின் கழுத்தில் இருந்த தாலியை நீக்கி கிண்ணத்தில் இருந்த பாலில் போட்டாள் சாலம்மாள். அவளது ஒட்டுமொத்த சுமங்கலிக் கோலமும் ஒரு வெள்ளைத் துணிக்குள், போர்த்தி மறைக்கப்பட்டது. தெய்வானை முகத்தை மூடிக்கொண்டு விசும்பிக் கொண்டே இருந்தாள். காமாட்சியம்மன் விளக்குச் சுடர் மேலெழுந்து மினுக்கி மினுக்கி எரிந்தது.

பெண்களின் கதறல்கள் ஆற்றங்கரை வரை ஒலித்தது அந்தப் புலர் காலையில்.

41

மேய் குவாங் முகாமில்..

காட்டு மறைவில் கழிப்பறை தடுப்பில் சிறுநீர் போய்க்கொண்டிருந்த சதாசிவத்தின் மூக்கு சுவர் கருகும் வாடை தட்டியபோது முதலில் அதனை ஒரு பொருட்டாகக் கருதவில்லை.

அதன் நெடி பலமாக இருக்கவே அவசரமாக கொட்டாய்க்கு வர முயன்றார். ஆனால் பலவீனப் பட்ட உடல் இசைந்து கொடுக்கவில்லை. பக்கவாட்டில் கையை ஊன்றிக்கொண்டு வெளியேறினார். புகையின் தாக்கம், கண்களில் எரிச்சலை உண்டாக்கி ஈரம் பார்த்தது. கண்களைத் துடைக்கத் துடைக்க மேலும் எரிந்தது. சிறுநீரை நிறைவாக வெளியாக்கிக் கொள்ள முடியவில்லை.

கரும்புகை கொட்டாய்க்குள் பலாத்காரமாக நுழைந்து கொண்டிருந்தது. ஒரு விநோத மஞ்சள் வெளிச்சம் விட்டுவிட்டு விழுந்து கொண்டிருந்தது. அவர் சீக்கு கொட்டாய் உள்ளே நுழையவே முடியவில்லை. தீ மூண்டெரிந்து சீக்குக் கொட்டாயைத் தின்று கொண்டிருந்தது. பட்டாசுகள் வெடித்ததுபோல மூங்கில் கழிகள் வெடித்துத் தீப்பொறி சிதறிப் பறந்தது.

“ஐயோ!...” என பதைபதைத்தார். நோயாளிகள் உள்ளே சிக்கிக் கொண்டிருக்கிறார்கள், தப்பித்து வெளியேறும் வலிமை அவர்களுக்கு ஏது?. அவரால் அங்கு நிற்க முடியவில்லை. மேலே அனல் பாய்ந்து கொண்டிருந்தது. அங்கிருந்து விலகி சில அடிதூரம் பின்னால் போயிருந்தார். இன்னும் சற்று நேரத்தில் தீ கழிப்பறை தடுப்பையும் காவு கேட்கும்.

தீ சிவந்து எதையோ பிடிக்க முயல்வதுபோல எம்பி எம்பி குதித்துக் கொண்டிருந்தது. அது சிறு குன்றுகளாகக் குவிந்து அடர் சிவப்பாக மாறித் தாவி, மறைந்து, மீண்டும் தாவியது. கரும்புகை

சுருள் சுருளாய்த் திரண்டு மேலேறியது. எரியும் மூங்கில் கழிகள் உடைந்து தீக்கங்குகள் நொறுங்கி பொறிகளாக உதிர்ந்தன. அவர் மேல் அதன் அனல் மோதியது. அங்கிருந்து மேலும் பின்னால் நகர்ந்தார். காய்ச்சலிலிருந்து முழுதாய் விடுபட்டிருக்கவில்லை. உடல் தளர்ச்சி நகர்தலை மட்டுப்படுத்திக் கொண்டிருந்தது. தன் உடல் பலவீனத்திற்கு மீறிய ஓர் அமானுட சக்தியை வரவழைத்துக் கொள்ளும் முனைப்பை அவர் விடவில்லை.

ஐம்பதுக்கும் மேற்பட்டோர் உள்ளே இருந்தார்கள். படுத்த படுக்கையாக, நடக்க முடியாத நலிந்த நிலையோடு. அதனை நினைக்கும் தோறும் உள்மனம் நிலைகுலைந்து தடுமாறியது. கண் முன்னால் உயிர்கள் கருகிக் கொண்டிருப்பதைக் கண்கொண்டு பார்க்க முடியவில்லை. தீயின் உக்ரமான ஓசை நோயாளிகள் எழுப்பும் கூச்சலைக் கேட்காமலாக்கியிருக்கலாம்.

நெருப்பு பெரும் தாகங்கொண்டு எரிந்து கொண்டிருந்தது. கூரை தீக்கிரீடம் அணிந்திருந்தது. பின்னர் மட ங்கி வீழ்ந்தது. தூண்கள் ஒன்றை அடுத்து ஒன்று சரிந்தன. தரையை அறைந்துகொண்டே இருந்தன விழும் ஒவ்வொரு தூணும். தீத்துண்டங்கள் நொறுங்கும்போது சாம்பலும் நெருப்புத் துகள்களுமாய்க் கிளம்பி அடங்கின. கண்டிப்பாய் யாரையும் தன்னால் காப்பாற்ற முடியாது. அந்த இயலாமையில் தவித்தது உள்நெஞ்சு.

சீக்குக் கொட்டாயிலிருந்து கழிப்பறைக்கு வெளியேறிய போதே டீசல் வாடை அடித்தது நினைவுக்கு வந்தது. கொட்டடியில் முன்னமேயே விட்டேத்தியான சிகிச்சை முறை பற்றிய பேச்சும் சந்தேகத்தை வலுவாக்கியது. அவரே அந்தப் பொறுப்பின்மையை அனுபவித்தவர். இங்கே வேலைக்கு வந்த காலந்தொட்டு மனித உயிர்களை சப்பானியர்கள் ஒரு இம்மி அளவுகூட பொருட்டாக மதித்ததில்லை என்பதை அவர் அறிந்திருந்ததும், இது ஓர் சதித்திட்டமாக இருக்கலாம் என எண்ணத் தோன்றியது. எரிந்து கொண்டிருக்கும் சீக்குக் கொட்டாயின் தீயை அணைக்க குறைந்தபட்ச முயற்சியைக்கூடக் காணமுடியவில்லை அவரால். எனவே திட்டமிட்ட சதிவேலைதான் என்பதில் தெளிவானார். வேலை செய்ய முடியாமல் போனவர்களால் உண்டாகும் பொருள் இழப்பை ஈடுசெய்ய முடியாமல், ஈவு இரக்கமின்றி நடந்து கொள்வார்கள் சப்பானியர்கள் என்று துரை சொல்லியிருக்கிறார்.

தான் தப்பிப் பிழைத்த சாட்சியம் இருந்தால் சப்பானியர்களால் தனக்கும் ஆபத்து நேரலாம்.

இனி அந்த இடத்தில் இருப்பது பயனில்லை. மெல்ல நழுவினார். பலமிழந்த உடலும் சோர்ந்துபோன மனமும் நடையைத் தளரச் செய்தன. கண்கள் பனிக்க, சியாம் கிராமத்தை நோக்கிப் போகும் மண் சாலையில் நடந்தார். இந்தப் பாதை வழியேதான் சயாமிய பெண்கள் சீக்குக் கொட்டாய்க்குப் பொருள்கள் கொண்டு வருவார்கள். கண்டிப்பாக அருகில் ஏதாவது வீடுகள் இருக்கலாம்.

எரிந்த மூங்கில்களின் துகள்கள் தன்மேல் விழுந்து கொண்டிருந்தன. அதனை விரல்களால் தட்டி நீக்கினார். சாம்பல் நெடி எஞ்சியிருந்தது. திரும்பிப் பார்த்தார். தீ அடங்கி சீக்குக் கொட்டாய் சாம்பல் எச்சத்தின் மேல் நட்சத்திரங்கள் மின்னின. ஒரு பிரம்மாண்ட பிணக்குழியில் எண்ணற்ற பிணங்களைச் சாம்பல் மலை மூடிக்கிடப்பது போன்றிருந்தது.

நண்பர்களை ஞாபகமூட்டிக் கொண்டிருந்தது மனம். சாக்கன் அடிக்கடி நினைவுக்கு வந்தான். அவர்களைப் பிரிந்து போகும் குற்ற மனம் அறுவியது. கூடவே தன் மனைவி மகளைப் போய்ப் பார்த்துவிட வேண்டும் என்ற ஆவல் கடலலை போல மனக்கரையை வந்து மோதிக்கொண்டே இருந்தது. அவர்களைக் காணாத மனம் பித்துப்பிடித்து விட்டிருந்தது. தெய்வானையையும் மகளையும் போய்ப் பார்த்தால்தான் மனம் ஆறும்.

'போ! போ!' என மனம் சொல்லிக் கொண்டே இருந்தது. அதன் விசைக்குக் கால்கள் முன்னேறின. சப்பானியர்கள் கண்களிலிருந்து மறைந்து விட்டாலே போதும்.

மண் பாதையை இருள் மூடிவிட்டிருந்தது. கால்கள் நில்லாமல் நடந்தன. உயிர் அச்சம் அவருக்குக் கொஞ்சம் உடல்பலத்தைக் கொடுத்திருந்தது. சருகுகளில் ஒரு சின்ன சலசப்பு வந்தால்கூட உடல் அதிர்ந்து விடுகிறது.

சீக்குக் கொட்டாயிலிருந்து வெகுதூரம் வந்திருந்தார். அடுத்து என்ன திட்டம் என்றே அவருக்குப் புலனாகவில்லை. சப்பானியர்கள் தன்னைக் கண்டுபிடித்துவிட முடியாது என்ற தைரியம் வந்ததும் மேலும் முன்னேறினார். சீக்குக் கொட்டாய் நோயாளிகள் எல்லாரும் செத்துத் தொலைந்தார்கள் என்று முடிவெடுத்திருக்கலாம் அவர்கள். எனவே தன்னைத் தேட மாட்டார்கள்.

தான் போய்ச்சேரும் இலக்கு பற்றிய பிரக்ஞை இல்லை. இந்த கொடுங்கனவிலிருந்து மீண்டதே பெரும் பாக்கியமாகக் கருதினார்.

சாக்கனையும், கொட்டடி நண்பர்களையும் நினைக்கும்போது மனம் அவதிக்குள்ளானது. நெஞ்சைக் கவலை பிசைந்தது. தன்

சுயநல புத்தி தன்னை வார்த்தெடுத்தாலும், வேறு வழியில்லை அவருக்கு. தனக்கான விடுதலை திறந்து விடப்பட்டிருக்கிறது. அதனைப் பயன்படுத்திக்கொள்ளா விட்டால் தன் சுய அறிவே தன்னை மூடன் எனச் சொல்லிவிடும்.

இருள் கவ்விக் கொண்டிருந்தது. நட்சத்திரமற்று மூடிக்கிடந்தது வானம். இரவுக்காற்று அவர் மேனியைச் சில்லிட வைத்தது. இராப்பூச்சிகள் இடைவிடாமல் முகத்தை மோதின. வேட்டி இடுப்பு மடிப்பில் சம்பளப் பணம் பாதுகாப்பாய் இருக்கிறதா என்று தொட்டுப் பார்த்துக் கொண்டார்.

இருட்டின் நிழல் போலும் பல்வேறு வடிவங்களில் பிம்பங்கள் தோன்றின வழியில். அவை பொய்த்தோற்றங்கள். மனம் தானே உருவாக்கிக் கொண்டவையாக இருக்கலாம்.

சாலை ஓரங்களின் புதர்களும் செடிகொடிகளும் உரசும் போது ஒதுங்கி மீண்டும் மண்சாலைத் தடத்தைத் தேடிக் கண்டடைந்தன கால்கள். கொஞ்சம் கொஞ்சமாய் இருளுக்குப் பழகியிருந்தன கண்கள்.

தொடர்ந்து நடந்து கொண்டே இருந்தார். கால்களில் வலிமை குன்றியிருந்தது. கணத்தில் இருளடைந்து கொண்டிருந்தன கண்கள். தலை கிறுகிறுத்தது. அடுத்த அடியை நிதானமாக வைக்க முடியவில்லை. தன்னுணர்வு தன்னைவிட்டு விலகிக் கொண்டிருந்தது.

மயக்க நிலையிலிருந்து மீண்டு கொண்டிருந்தபோது எல்லாமே கலைந்து நீரின் பிரதி பிம்பமாகத் தோன்றியது கண்முன்னே.

பலகை வீட்டின் முன்னறையில் கிடத்தி வைக்கப்பட்டிருந்தார். கண் விழித்ததும் தான் மீண்டும் சப்பானியர்களிடமே சிக்கி விட்டோமோ என்ற பீதி கிளர்ந்தது. விழிகள் மிரட்சியில் விரிந்தன. உள்ளுடல் பதற்றம் கொண்டு ஆடியது..

மறுகணம் தன் கண் முன்னே தெரியும் பெண்ணின் முகம் அந்த எண்ணத்திலிருந்து விடுபட வைத்தது. நடுங்கும் நெஞ்சு மெல்ல மெல்ல சுதாரிக்கத் துவங்கியது. முகம் வெளிறி விழிப்படலத்தில் சோர்வு தட்டியிருந்தது.

அவள் புன்னகையோடு ஒரு குவளையை நீட்டினாள். ஏதோ ஓர் இல்லத்தில் அடைக்கலமாகியிருக்கும் சுய உணர்வுக்கு வந்திருந்தார். புன்னகை முகம் அந்தத் தெளிவைச் சுவீகரித்துக்கொண்டது. ஒரு கொடுங்கனவில் யுகத்தைக் கடந்துவிட்டதாக உணர்ந்தார். யாரோ முகமறியா ஒரு பெண்ணின் முக மலர்ச்சியால் புதுத்தெம்பு

உண்டானது. அது உள்ளத்தையும் உடலையும் ஒருசேர நிறைத்துக் கொண்டிருந்தது. ஆனாலும் யாரையும் முழுமையாக நம்பவும் மனம் இடம் கொடுக்கவில்லை.

காய்ச்சல் கொஞ்சம் போய்விட்டது போல இருந்தது சதாசிவத்துக்கு. தன் உடல் வலிமை கொஞ்சம் கொஞ்சமாகக் கூடி வருவது சற்று மகிழ்ச்சியை உண்டாக்கிக் கொண்டிருந்தது.

கோப்பையைத் தன் பலவீனமடைந்த கரங்களால் வாங்கிக் கொண்டார். அதனை அருந்தும்படி சயாமிய மொழியில் சொன்னாள் அவள்.

கெடுபிடியிலிருந்து மீண்டு கரிசன மனிதர் முன்னால் இருப்பதாக அவரை முழு பிரக்ஞைக்குள்ளாக்கியது . கோப்பை நீரை அருந்தினார். காய்ந்து வறட்சி கொண்ட தொண்டை, நீரின் நனைவில் குளிர்ந்து மீட்சி அடைந்தது.

அவளது கண்ணோரங்கள் அடர்த்தியாக மையிட்டிருந்தன. கொய்யாப்பழம் அளவுக்குக் கொண்டை போடும் முடி இருந்தது அவளுக்கு. அவள் கட்டியிருந்த கைலி கெண்டைக்காலைத் தொட்டு, அவளைக் குள்ளமாகக் காட்டியது. ஆண்களைப்போலத் தொளதளவென சட்டை போட்டிருந்தாள். அது அவள் தொடைவரை தொங்கியது.

சப்பானியர்கள் தன்னைத் தேடி வந்துவிடுவார்களோ என்ற அச்சம் சதாசிவத்துக்கு உள்ளூறிக் கொண்டே இருந்தது. இவள் காட்டிக் கொடுத்து விடுவாளோ என்ற சந்தேகமும் உறுத்தியது. அந்த வீட்டருகே மனித நடமாட்டம் பீதியை உண்டாக்கிக் கொண்டே இருந்தது. ஒரு வண்டுபோலத் துளைத்துக் கொண்டிருந்தது அவரைப் பின்தொடரும் கொடுங்கனவு.

எண்ணம் முழுவதும் தன் மனைவி மகளே நிறைந்திருந்தார்கள். எப்பாடுபட்டாவது போய்ச் சேர்ந்துவிட வேண்டும். சொல்லாமல் கொள்ளாமல் போய்விடலாமா என்று நினைத்தார். உண்டி கொடுத்து உயிர் கொடுத்தவருக்கு மனதறிந்து துரோகம் நினைக்க முடியவில்லை.

சிறிது நேரத்தில் அவள் ஒரு தட்டில் சோற்றையும் மீன் குழம்பையும் கொண்டு வந்தாள்.

செத்த புழுக்கள் நிறைந்த சோற்றையும், கல் போன்று இறுகிய கருவாட்டையும், அவித்த கீரையையும் தின்று நாக்குச் செத்துப் போனவருக்கு இது அமிர்தமாய் இருந்தது.

தன் மனம் அந்நியப்பட்ட உணர்வால் விலகியிருந்தாலும், அவள் கண்களில் ஒளிரும் கரிசனம் அந்தப் புது இடத்தின் சூழலை மெல்ல உள்வாங்கி ஏற்றுக்கொள்ளத் தொடங்கியிருந்தது. பாதுகாப்புணர்வை அளித்தது அவள் உபசரிப்பும் அனுசரணையும்.

அது அத்தாப்பு மூடிய கூரை. தரையிலிருந்து மூன்றடி உயரத்தில் கட்டப்பட்ட பலகையால் ஆன தரை. காற்று நுழைய வசதிக்காகச் சன்னல்கள் மேலே தூக்கப்பட்டுக் கொக்கி போடப்பட்டிருந்தன. வாழை மர இலைகள் காற்றில் அல்லாடிக் கொண்டிருந்தன. குழந்தையின் கையில் கிடைத்த புத்தகத்தைப் போல காற்று வாழை இலைகளைக் கிழித்துப் போட்டிருந்தது. இலைகள் வெட்கித் தலை சாய்ந்திருந்தன. அகல விரியக் காத்திருந்தன மேல்நோக்கி சுருண்டு நீண்ட இளம்பச்சை வாழை குருத்தோலைகள். கதிர்கள் போலக் கூரிய இதழ்கள் விரித்துப் பூத்துக் கிடந்தது ஒரு கொய்யா மரம்.

ஒரு கள்வனைப் போலச் சந்தடியில்லாமல் படிகளில் ஏறி வாசலைத் தொட்டு மேலும் முன்னேறும் எண்ணம் கொண்டிருந்தது வெயில்.

கூரைகளின் வழியே ஊடுருவித் தரையில் பாய்ந்து வெயில் கதிர்கள் ஒளிவட்டங்களை வரைந்து விட்டிருந்தன. ஒரு சிட்டுக்குருவி கீச்சிட்டவாறே சன்னலில் வந்து அமர்ந்து மீண்டும் தாவி வேறிடம் அமர்ந்துவிட்டுப் பறந்தது. தன் விடுதலைக்கு எந்த அசம்பாவிதமும் நிகழ்ந்துவிடக் கூடாது என்ற ஜாக்கிரதை உணர்வு மிகுதியில் ஓரிடத்தில் நிலை கொள்ளாமல் அதன் தாவல் நீடித்தபடியே இருந்தது.

அந்தச் சயாமியப் பெண் சதாசிவத்திடம் தன் மொழியிலேயே பேசிக்கொண்டிருந்தாள். வெளி உலக மனிதர்களின் மொழியறியாத ஓர் அப்பாவித்தனம் இருந்தது அவளிடம். சதாசிவத்துக்குத் தான் சொல்வது புரியவில்லை என்று புலனானதும் அவளும் சைகை மொழிக்கே இறங்கி வந்திருந்தாள்.

எங்கோ விளையாடிக் கொண்டிருந்த சிறுவர் இருவர் கதவருகில் பதுங்கி அவரை விநோதமாகப் பார்த்துக் கொண்டிருந்தனர். தன்னை யாரோ வேவு பார்க்கிறார்கள் என ஒரு கணம் திகிலடைந்தார். அவர்கள் சிறுவர்கள் என்று தெரிந்ததும் உயிர் பயம் நீங்கியிருந்தது.

எட்டுக்கால் பூச்சி ஒன்று பலகைச்சுவரில் தவழ்ந்து கூரைப்பக்கம் போய் இடுக்கில் நுழைந்து விட்டிருந்தது. பகலில் அப்படியே கண் அயர்ந்து விட்டிருந்தார். உடல் வியர்த்துக் காய்ச்சல் முற்றாய் ஒழிந்திருந்தது. உடலில் தெம்பு கூடியிருந்தது.

கோ.புண்ணியவான்

அன்றிரவு சாப்பானியர்கள் தன்னைத் தேடிவந்து பிடித்து இழுத்துச் செல்வதாகக் கனவு கண்டு திடுக்கிட்டு எழுந்தார். சுதாரித்துக் கொண்டு சுய உணர்வுக்கு வர சிலநொடிகள் பிடித்தன. அதற்குப்பின், விழிப்பு நிலையில் இரவு முழுதும் விட்டத்திலேயே விழிகள் ஒட்டியிருந்தன. மறுநாள் காலையிலேயே அங்கிருந்து கிளம்பிவிட வேண்டும் என எண்ணிக் கொண்டார்.

மறுநாள் காலை தான் 'காஞ்சனாபுரி' என்ற ஊரின் பெயரைக் குறிப்பிட்டுப் போகவேண்டும் என்றார்.

அவள் அவரை ஒரு சிற்றூரின் பேருந்து நிறுத்தத்தில் இறக்கிவிட ஓர் ஆண் நண்பரிடம் உதவி கோரி வழியனுப்பி வைத்தாள். அவள் செய்த பேருதவியை எண்ணி கண்கள் ததும்பி கைகள் வணங்கின.

அது ஒரு சிறிய பேருந்து நிறுத்தம். வெறிச்சோடிய வானம் சலனமற்று விரிந்து கிடந்தது. வெண்முகில்களின் வெவ்வேறு வடிவங்கள் ஒரு தேர்ந்த சித்திரக்காரனின் கைவண்ணமாய்த் துலங்கின. அவ்வப்போது சருகுகள் மட்டும் காற்றுக்கு ஆடி அடங்கின. பயணிகள் யாரையும் காணவில்லை. சாலையின் அகலம் குறுகலாக ஓடியது. எதிர்த்திசை வாகனம் ஓரத்தில் ஒதுங்கினால்தான் வழிவிட முடியும். வாகனங்கள் எதுவும் அற்று நேர்சாலை ஓசையற்று நீண்டு புதர்களிடையே மறைந்தது. அவ்வப்போது நிறுத்தத்தைக் கடந்து ஓடும்போது ஒரு சிலநொடிகள் ஓசையை எழுப்பிவிட்டுக் கடக்கின்றன வாகனங்கள். அப்போது காற்று முகத்தில் மோதி சிலிர்ப்பை உண்டாக்கி விடுகிறது.

ஒரு சயாமியர் அங்கே வந்தார். சதாசிவம் காஞ்சனாபுரி என்று சொல்லி சைகையில் கேட்டார். அவர் நானும் அங்கேதான் போகிறேன் என்றார் மறு சைகையில். தடதடத்த ஓசையுடன் பேருந்து தூரத்தில் வருவது தெரிந்தது. சயாம்காரன் அதில் ஏறச்சொல்லி சைகை செய்தான். அவன் அருகிலிருப்பது அவருக்குப் பெரும் ஆதரவாக இருந்தது.

ராசாத்தியும் தேவானையும் கண்களை நிறைத்துக் கொண்டிருந்தனர்.

42

மலாயாவை நோக்கி..

'ஹிரோஷிமா' மாநகரின் வானத்தில் திடீரெனப் பறந்த விமானம் உள்நாட்டுப் போர் விமானம்தான் என முதலில் எண்ணினர் ஊர் மக்கள். இரண்டாம் உலக யுத்த காலத்தில் பாதுகாப்பு கருதியே இவ்விமானங்கள் பறக்கின்றன என்றே நம்பினர். ஆனால் அது தாழப்பறந்து ஒரு வீச்சில் குண்டை உதிர்த்துவிட்டுப் பறந்து மறைந்து விட்டது. அந்த உயிர்க்கொல்லி நகர மையத்தில் விழுந்து 'ஹிரொஷிமாவைக்' காவு கொண்டது. அது மிக அண்மையில் கண்டுபிடிக்கப்பட்ட அணுகுண்டு. ஆயிரக்கணக்கானோர் சீறும் தீயில் கருகி இறந்தனர். கொத்து கொத்தாய் எரிந்து இறக்க அதனைப் பீதியோடு பார்த்துக் கொண்டிருந்தவர்கள் மீதும் வெறிகொண்டு பாய்ந்து எரித்தது . தங்கள் உடல் பற்றி எரிவதிலிருந்து அவர்களால் எங்கும் தப்பியோட முடியவில்லை. காணும் இடமெங்கும் தீயே சூழ்ந்திருந்ததால் தீக்குள் சிக்கியவர்கள், அருகில் எரியும் இன்னொரு பெருந்தீக்குள் விழ நேர்ந்தது. கடல் பொங்குவது போல தீயலை புரண்டெழுந்து தாக்கியது. இதே போன்ற குண்டு மூன்று நாள்கள் கழித்து இன்னொரு பெரு நகரமான 'நாகாசாக்கி' மீதும் போடப்பட்டது. மனித உயிர்கள் இயற்கை வளங்கள் புல் பூண்டு எதையும் விட்டு வைக்கவில்லை. கட்டிடங்கள், கடைவீதிகள் மரங்கள், மருத்துவமனைகள், மனிதர்கள், வீடுகள் அனைத்தும் தீ பரவி காகிதங்கள் போல எரிந்து அழிந்தது.

1945-ஆம் ஆண்டு ஆகஸ்ட் திங்கள் 6-ஆம் தேதி ஹிரோஷிமாவும் ஆகஸ்ட் 9-ல் நாகாசாக்கியும் நேசநாடுகளின் கூட்டுச்சக்தியான அமெரிக்க வான்படையின் வெறியாட்டத்திற்கு இரையாயின. எந்தப் பாவமும் அறியாத இரண்டு லட்சத்துக்கும் மேற்பட்டோர் வெறும் கரிக்கட்டைகளாகவும் சாம்பலாகவும் எஞ்சினர். அதில் பிழைத்தோர் குற்றுயிரும் குலையுயிருமாகவே நடைப்பிணமாயினர்.

இந்த நாசவேலை நிகழ்ந்த பிறகும்கூட நேசநாட்டுப் படைகளிடம் தங்கள் தோல்வியை ஒப்புக்கொள்ள முடியவில்லை. இந்தப் பேரிடியை எதிர்த்துப் போராடும் வல்லமையும் போர்ப்பலமும் தங்களுக்கு இருப்பதாக எண்ணினார் சக்கரவர்த்தி ஹிரோஹிதோ. ஆசியாவின் பெரும்பகுதியை தன் ஆளுகைக்குள் கொண்டுவந்துவிட்ட ஒரு மிகப்பெரிய சாம்ராஜ்யம் எப்படி மண்ணைக் கவ்வ முடியும் என்ற கர்வம் காரணமாக ஜப்பானிய சக்கரவர்த்தி சரணடைய மறுத்தார். தங்கள் பிடியிலிருந்த நாடுகள் பறிக்கப்பட்ட சினம் தலைக்கேறியது. தங்கள் படை வெல்லும் படை. ஆனால் சதிநாச வேலையாலும் தந்திரத்தாலுமே தோற்றது எனக் குமுறினார்.

அந்நாடுகளிலிருந்து ஏற்றுமதி செய்யப்பட்டுவந்த கனிம வளங்கள் இல்லாமல் போகும் நிலை அவரை அலைகழித்தது. எல்லாம் தன் கைவிட்டுப் போகிறதே என்ற ஆற்றாமையில் அவர் பதைபதைத்தார். தூக்கம் கண்களைத் தழுவ மறுத்தது. இரண்டு நகரங்களில் உயிரிழப்பின் எண்ணிக்கையும், ஒட்டுமொத்த நகரங்களின் அழிவும் அவரை நிம்மதியிழக்கச் செய்தது. ஒருசில நொடிகளிலேயே நிகழ்ந்த மரண எண்ணிக்கை லட்சங்களைத் தொடும் என அவர் கனவில் கூட நினைத்திருக்கவில்லை. இன்னும் சில ஜப்பானிய நகரங்கள் அணுகுண்டு அழிவுக்கு உள்ளாகும் அபாயத்தை எதிர்நோக்குகிறது என தன்னுடைய ராணுவத் தளபதிகள் அறுவுறுத்தினர. மேலும் வந்த சாவுச்செய்தியால் தான் நிலைகுலையக் கூடும் என பதைபதைத்தார். வேறு வழியின்றி ஹிரோஷிதோ நிபந்தனையின்றி சரணடைந்தார். இப்படி மண்டியிடுவது தன் இயல்பல்ல என்றாலும் தன் மக்கள் நலனுக்காக நிர்பந்திக்கப்பட்டார். இரண்டாம் உலகயுத்தம் ஒரு நிறைவுக்கு வந்தது.

★★★

கொட்டடி முகாம்களில் அதிகாலை நேரத்தில் வேலைக்கு உத்தரவிடும் சப்பானியக் கங்காணிகளைக் காணவில்லை. தண்டவாளம் போட்டு முடிந்து விட்டதால் அவர்கள் வரவில்லையோ என அடிமைச்சனங்கள் காத்துக் கிடந்தன. அன்று முழுவதுமே சப்பானிய முகங்கள் தென்படவில்லை. அதற்கான காரணம் யாருக்கும் புலப்படவில்லை.

மேய் குவாங் முகாம் சீக்குக் கொட்டாயிலிருந்து சாம்பலின் வாடை அடித்துக் கொண்டே இருந்தது சாக்கனுக்கு. அதனூடாகச் சடலங்களின் வாடையும் மூக்கு சுவரைத் தீண்டிக் கொண்டிருப்பதாக உணர்ந்தான். சாம்பல் திட்டு பெரும் பிணக்குவியலாகத் தெரிந்தது.

சதாசிவத்தைச் சீக்குக் கொட்டாயில் சேர்த்த தன் முடிவு அசட்டுத்தனமானது. அவர் கொட்டடியில் இருந்திருந்தாலே இந்நேரம் உயிருடனாவது இருந்திருப்பார்.

சதாசிவத்தின் மறைவு அவனுக்குப் பெரும் தனிமையை உண்டாக்கியது. சதாசிவத்தின் இருப்பினால்தான் தன் உலகை இருள் கவ்வாமல் இருந்தது என்று நினைத்துக் கொண்டான். ஆனால் இப்போதெல்லாம் அப்படியில்லை! கொட்டடியில் படுக்கும் போதெல்லாம் நெஞ்சில் மலை பாரம் ஏறி அழுத்தியது. இரவில் படுத்துக் கிடக்கும்போதும் காலையில் எழுந்த போதும் செவத்தியின் முகம் துலங்கி வரும். அந்த மூன்று நாள் வாழ்க்கை, கண்முன் நிழலாடிக் கொண்டே இருக்கும். இந்த இரவே கொட்டடியைவிட்டு ஓடிவிடலாமா என்று நினைத்தான். ஆனால் தப்பிப்பது நினைப்பதுபோல அவ்வளவு எளிதானதல்ல.

ஆனாலும் மனம் திரும்ப திரும்பத் தப்பித்தல் பற்றியே யோசித்தது. இங்கே அவதியுறுவதைவிட பெரிய தண்டனையை அனுபவித்துவிட முடியாது. செவத்தியின் நினைப்பே மற்றெல்லாத் தடைகளையும் துச்சமாக்கி விடுகிறது.

மறுநாள் காலை சப்பானியப் படை தோல்வியை ஒப்புக்கொண்டு சரணடைந்தார்கள் என்று வெள்ளைக்காரத் துரை சொன்னார். கொட்டடியில் மகிழ்ச்சி வெள்ளம் தாண்டவமாடியது. இத்தனை கொடுமையான காலத்துக்குப் பிறகு சப்பானியரைக் காணாமல் இருக்கும் இந்த நாளைப் பெரும்பேறாக உணர்ந்தார்கள். வெள்ளைக்கார துரையிடமிருந்து அந்தத் தகவல் வரவே அதன் நிஜத்தன்மை பற்றிய சந்தேகம் யாருக்கும் எழவில்லை. கொடுமை துயர் எல்லாம் இமைப்பொழுதில் இல்லாமல் ஆனது. ஒரு கெட்ட கனவிலிருந்து விழித்துக் கொண்டது போன்றதொரு பிரம்மை.. மூளைக்குள் அமைதியும் பரபரப்பும் ஒருசேர நிகழ்கிறது. வானத்தின் நீலமும் முகில்களின் வெண்மையும் புதிய ஒளிகொண்டு இயங்குவதாக உணர்ந்தனர். கொடுங்கோலர்கள் இல்லாத இந்தப் பொழுதுக்காக எத்தனை நாள்கள் தவமிருந்தன மனங்கள்!. சுற்றி சூழ்ந்துள்ள உலகம் யெளவனம் கொண்டு புன்னகைத்தது. "இதுக்கப்புறம் நமக்கு என்னாவும் தொர?" என்று கேட்டான் சாக்கன்.

தேனப்பன் அருகில் நின்று இருவரும் உரையாடுவதைக் கூர்மையாகக் கவனித்துக் கொண்டிருந்தான். துரையின் நீண்ட கூர்மையான மூக்கையும் கன்னத்தின் ரத்தச் சிவப்பையும், சிறுசிறு

வெண்புழுக்கள் போலச் செம்மண் நிறம் கையில் மேயும் உரோமத்தையும் இப்போதுதான் எந்த இடையூறும் இல்லாமல் மிக அணுக்கமாகப் பார்த்து ரசிக்க முடிந்தது அவனால்.

“வி ஆர் இண்டிபெண்டெண்ட்!. நம்மள கூட்டிட்டுப் போவ பிரிட்டிஷ் ஆர்மி வர்து. நாளிக்கு மோர்னிங நம்ம வீட்டுக்குக் கௌம்பிடலாம்! யு ஆல் கெட் ரெடி டு லீவ் திஸ் ஹெல்.... ரெடியாவுங்க... இங்கேர்ந்து போலாம்.” என்றார் துரை, ஒரு நீண்ட சுருட்டை இழுத்துப் புகைத்துக் கொண்டே., புகையை அண்ணாந்தவாறு வானத்தை நோக்கி ஊதினார்.

சாக்கன் சொன்னான், “எடுத்துக்கிட்டுப் போவ என்னா இருக்கு தொர. வெறுங்கையோட வந்தம், வெறுங்கையோடயே போறம்!”

துரை கொஞ்சம்கூட சிந்திக்காமல் புகையை ஊதி வெளியாக்கிவிட்டு உடனடியாகப் பதில் சொன்னார். “அப்படியல்ல... மேன்!, இண்டிபெண்டன்ட்..., விடுதல எடுத்துட்டுப் போறம். வி ஆர் ஃப்ரீ ஃப்ரோம் த ஜப்பனீஸ் நவ்!” என ஆகாயத்தை நோக்கி கைகளை அகல விரித்தார். ஆகாயம் மேலும் அகன்று விரிந்தது . பின்னர் சாக்கன் தோள்களைப் பற்றிக் குலுக்கினார். அகன்ற புன்னகை பூத்திருந்தது.

சாக்கனுக்குத் துரையின் மொழி பாதி புரிந்தது. விடுதலை உணர்வை மீட்ட அந்தப் பாதி புரிதல் போதும் அவனுக்கு. இத்தனை காலம் அடிவேர் வெட்டப்பட்டதுபோலத் துவண்டு கிடந்த துரைக்குப் பழைய மிடுக்குக் கூடிக்கொண்டிருந்தது. மீண்டும் சுருட்டை இழுத்து நெஞ்சை நிரப்பி வெளியேற்றினார். புகை சற்றுநேரம் அங்கேயே மிதந்து, காற்றில் கலைந்து பின்னர் எங்கோ மறைந்த இடம் தெரியாமல் ஆனது.

பல உயிர்களைக் கொன்றொழித்துவிட்டு, இத்தனை இம்சைக்குப் பின்னர் ஒரு விடுதலை அடைவது முழு மகிழ்ச்சியைத் தந்துவிடுமா என்று எண்ணினான் சாக்கன். அப்போது செவத்தியின் முகம் தோன்றி அவர் சொன்ன விடுதலைக்குப் பொருளானது. இந்நேரம் சதாசிவம் இருந்திருந்தால் இதனைக் கொண்டாடிக் களித்திருப்பார்.

★★★

சிம்போங் முகாமில் ஜோசப் காணாமல் போய் இரண்டொரு நாள்களில் ஒரு சயாமிய மாது அவனை அழைத்து வந்து கொட்டடியில் விட்டிருந்தாள். பீட்டர் அவனைப் பார்த்ததும் கட்டியணைத்துக் கண்ணீர் விட்டார். கொட்டடி சனம் ஜோசப்பைப்

பார்க்கக் கூடிவிட்டனர். ஆனாலும் ஜோசப் இயல்பு நிலைக்குத் திரும்பவில்லை. ஒரு குறிப்பிட்ட இடத்தில் பார்வை நிலைத்தபடியே கிடந்தான். முகாமில் இருக்கும்போது உடுத்தியிருந்த உடை நைந்து அழுக்கேறியும் கிடந்தது. அதனினும் மேலாக மங்கிக் கிடந்தது முகத்தின் ஒளி. அவன் பேரைச் சொல்லியழைக்கும் யாருடைய குரலுக்கும் அவன் திரும்பிப் பார்க்கவில்லை. எந்த முகத்தையும் ஏறிட்டுக்கூட நோக்கவில்லை. பீட்டர் என்கிற அந்நியோன்னிய உறவைக்கூட அவனுக்கு அடையாளம் தெரியவில்லை. பீட்டரின் முகத்தை அவன் பார்வை, தொட்ட மறுநொடியில் புறக்கணித்து விடுகிறது.

அக்னிஸின் மரணமும் ஜோசப்பின் நிலையும் பீட்டரை விடுதலை உணர்வை முழுமையாகக் அனுபவிக்க விடவில்லை. மனம் முழுதும் வெறுமை.

ஜோசப்பின் அருகிலேயே அமர்ந்து அவனை வெறித்துப் பார்த்துக் கொண்டிருந்தார். கண்கள் பனித்தபடியே இருந்தன. பீட்டருக்கு வேதனையைப் போன்றதொரு இன்பம்; இன்பத்தைப் போன்றதொரு வேதனை. எல்லாம் அந்தத் தேவதூதனின் ஏற்பாட்டில் நடந்து கொண்டிருக்கிறது என ஒரு கணம் எண்ணினார். ஆனால் அவர் மனம் அமைதி கொள்ள அந்தத் தத்துவ தரிசனம் போதுமானதாக இல்லை. இந்த வாழ்க்கையில் இன்னும் நெடுந்தூரப் பயணத்தைக் கடக்க வேண்டியுள்ளது. வீசியடித்த புயலில் உறவு நூல் அறுந்து, தான் விட்டுவிட்டு வந்துவிட்ட மனைவி தெரேசா, பிள்ளைகள் ஜேம்ஸ், தாஸின் நினைவுகள் பொங்கிப் பிரவாகம் எடுத்தன. இங்கே தான் சின்னாபின்னாமானது போல அங்கேயும் நிகழ்ந்திருக்க வாய்ப்புண்டு என்று யூகிக்க முடிந்தது அவரால். தன் தலைக்கு மேல் சுழற்காற்று ஒன்று உறுமுவதுபோல இருந்தது. மனைவி பிள்ளைகள் சுகமாக இருக்கிறார்கள் எனக் கண்ணாறக் காணும் அந்த அரிய தருணத்தில் மட்டும்தான் அவர் பழைய நிலைக்குத் தன்னை மீட்டுக் கொண்டு வரமுடியும்.

ஆனால் மனம் அமைதி கொள்ளவில்லை.

‘எல்லா வீட்டுப் பெண்களைப்போல சுள்ளாண்டியைத் தேடி குப்புச்சியும் ஆர்வத்தைத் திரட்டிக்கொண்டு ஓடி வருவாளே..., அவளுக்கு எப்படி ஆறுதல் சொல்வது? அவன் இறப்பு குறித்த செய்தியை நினைத்துப் பார்க்கவே முடியவில்லையே. என்ன சொற்களைக் கொண்டு அவன் மரணத்தை அறிவிப்பது? எல்லா சொற்களும் குரூரத்தையல்லாவா அணிந்து கொண்டிருக்கின்றன....

கர்த்தரே! கூட்டமாய்ப் பறந்தவைகள் வீழ்த்தப்பட்டு ஓரிரு பறவைகள்தானே கூட்டுக்குத் திரும்புகின்றோம்... சேசுவே!.'

"பீட்டர் அண்ணே!.. எப்படியோ ஜோசப்பு திரும்பக் கெடச்சிட்டாரு. கொஞ்ச நாள்ள சரியாயிடும். இஸ்டேட்ல நம்ம சனத்த பாக்கும்போதும், அவங்க அப்பா அம்மாவ பாக்கும்போதும் கொஞ்ச கொஞ்சமா பழைய நெலைக்குத் திரும்பிடுவாரு... கவலப்படாதீங்கண்ணே." என்றார் ஒருவர் உற்சாக மிகுதியில்.

இன்னொருவர் சொன்னார், "ஆமாண்ணே! எங்க ஊர்ல இப்படித்தான் ஒருத்தர் புத்தி மாறிப்போயி இருந்தாரு. பின்னால நல்லாயிட்டாரு. நம்ம போறதுக்கு முன்ன அக்னிஸ் கல்லறையில் போயி ஜோசப்புக்கு வேண்டிக்கங்க எல்லாம் சரியாயிடும்."

ஜோசப்பையும் பீட்டரையும் அக்னிஸ் கல்லறைக்கு அழைத்துச் சென்றார்கள். சுமைதாங்கிக் கல்லைப் பார்த்ததும் பீட்டருக்குள் சோகம் திரண்டு வந்தது. ஜோசப்பின் கையைப் பிடித்துக்கொண்டு இரயிலை நோக்கி நடக்கும் போது பீட்டருக்கு அவன் உடன் இருந்தும் இல்லாதிருப்பது போன்றே உள்ளுணர்வு உணர்த்திக் கொண்டிருந்தது.

★★★

அது ஒரு புதுயுகத்தின் தொடக்க நாளாக மலர்ந்திருந்தது தக்கின் முகாம் சனத்துக்கு. மயில்வாகனமும் சந்நாசியும் கொட்டடி சனமும் ஊர் திரும்பும் மகிழ்ச்சியில் திளைத்திருந்தார்கள். கால் விலங்கு அறுபட்ட விடுதலை. பார்வதி நன்றாக வளர்ந்துவிட்டிருப்பாள். கண்டிப்பாய் யாராவது அவளுக்கு அடைக்கலம் கொடுத்திருப்பார்கள். போனவுடன் அவளுக்கான நல்ல எதிர்காலத்தை அமைத்துக் கொடுக்க வேண்டும். இந்த ஒன்றரை ஆண்டு கால இழப்பை ஈடுகட்ட வேண்டும்.

சந்நாசிக்குத் தன் மனைவி பொன்னம்மாளின் நினைவு வந்தபடியே இருக்கிறது. அவளைக் காணத் துடிக்கிறது உள்மனம். சப்பான் ராணுவம் வீழ்த்தப்பட்ட கணம் தொட்டு இந்த ஆசை மேலோங்கிக் கொண்டே இருக்கிறது. ஊர்போய் சேர்ந்திடவேண்டும் என பரபரத்தது. இதுவரை இருந்த அத்தனை துயரங்களும் விலகிவிட்டிருந்தது. புதுக்காற்றைச் சுவாசித்தார்கள். சுற்றியுள்ளவை ஒளிர்ந்தன. என்றுமில்லாமல் அன்று பச்சைவெளி பளிச்சென்று துலங்கி நிமிர்ந்திருந்தது. எல்லாக் கட்சிகளும் ரம்மியமான மாறுதல் கண்டன.

முகாம்களில் எல்லோரும் தங்களைத் திரும்ப ஏற்றிக்கொண்டு போகும் ரயிலின் ஓசைக்குச் செவிகூர்ந்தபடி இருந்தனர்.

கொண்டாட்ட கணங்கள் நிலை கொள்ளாமல் பக்கிரியின் நினைவுகள் தொந்தரவு செய்தன மயில்வாகனத்தை. வீடு திரும்பும் குதூகலத்தினை முழுமையாய்க் கொண்டாட முடியவில்லை அவரால். பக்கிரி கொட்டடியிலிருந்து காணாமல் போன மர்மம் அவரை அலைகழித்தது. மயில்வாகனம் அவனைப் பற்றி சந்நாசியிடம் விசாரித்தபடியே இருந்தார்.

“கங்காணி!, பக்கிரி சேவுவ குழியில் தூக்கிப் போட்ட மக்யாநாள் காலையிலிருந்துதான் காணாமப் போனான் இல்லியா? ஆனா, சேவுவ தூக்கிப்போடுறதுக்கு முன்னாலியே யார்ட்டேயும் சரியா மொகங்கொடுத்துப் பேசுலங்கிறத நீங்களும் கவனிச்சிருப்பீங்க. எப்பியுமே ஒண்டியாத்தான் கெடப்பான், தனக்கு யாருமே ஒட்டுறவு இல்லேன்னு.. ஆனா அந்த சம்பவத்துக்குப் பெறகு பேசுறத அருதியா வுட்டுட்டான். அவன் தப்பிச்சிப் போக திட்டம் தீட்டியிருக்கலாமோன்னு தோனுது.” “நாம கெளம்புற நேரத்துல பக்கிரி இல்லாம போறது எவ்ளோ கஷ்டப்படுத்துது மனச தெரிமா?’

“நான் எல்லாரியும் வெசாரிச்சிட்டேன், எல்லாருட்டேர்ந்து தெரிலன்னுதான் பதிலு வருது கங்காணி... மயில்வாகனம் மேலும் குழம்பிப் போனார்.

“கங்காணி!... கருத்தான மறந்துட்டம்.”

“ஐயோ!... நம்ம தலவிதியப் பாத்தியா சந்நாசி..., வீட்டுக்குத் திரும்பும்போது வெறும் எறப்புச் செய்தியா சொமந்துகிட்டு போறம். சனத்தைப் பாக்குற தெகிரியம் எனக்குள்ள கொஞ்ச கொஞ்சமா கொறஞ்சிட்டு வருது!”

தளர்ந்த வேட்டியை இறுக்கப் போயின மயில்வாகனத்தின் கைகள். தன் வேட்டி மடிப்பில் சுற்றிவைத்திருந்த வாழைமர நோட்டுகள் ஒரு சுருட்டுக் கட்டு அளவுக்குச் சுருண்டு தடிமனமாய்ப் பத்திரமாய் இருந்தன. அதை தொட்டுணரும் போதெல்லாம் பார்வதியின் திருமணநாள் கண் முன்னே பொல பொலவென விடியும் இனிய பொழுதாய் விரிகிறது. இந்தச் சம்பளப் பணத்தில் அவளுக்கொரு நல்ல வழ்க்கையை அமைத்துக் கொடுத்திட வேண்டும் என கனவு மலர்கிறது. இந்தப் பணத்தில் அவளுக்கு ஏதாவது வாங்கிச் செல்ல வேண்டும். சுங்கைப் பட்டாணியில் இறங்கி கடைத்தெருப் பக்கம் போய்த் தேடவேண்டும்.

ஆனால், மலாயாவில் நிப்போன் ஆட்சி முடிந்து பிரிட்டிஷார் ஆட்சிக்கு மாறிய கணத்திலிருந்து வாழைமர நோட்டு வெற்றுத் தாள்களாக மட்டுமே தேங்கி இருக்கப் போகிறது என்பதைப் பேதை மனம் அறிந்திருக்கவில்லை.

மயில்வாகனத்தின் கைகள் மீண்டும் மீண்டும் அந்தப் பண நோட்டுகளிடமே செல்கின்றன தன்னிச்சையாய்.

★★★

ரயில் வேகம் பிடித்துக் காடுகளைக் கடந்து ஓடுகிறது. ஏதேதோ எண்ணங்களைக் கிளர்த்திக் கொண்டிருந்தன. தன்னோடு சயாமுக்குக் கூட்டி வரப்பட்டுத் தொலைந்துபோன தோட்டத்து நண்பர்களின் முகம் தென்படுகிறதா என ஒவ்வொரு பெட்டியாக அலசுகின்றன, எஞ்சி வந்த உயிர்கள். தேடிய முகங்கள் கிடைக்காத பட்சத்தில் ஏமாற்றத்தில் தொட்டாற்சிணுங்கியாய் வாடிப் போகின்றன.

உடல் முழுதும் சொறி சிரங்குக்கு ஆளானவர்கள் சிலரைப் பார்க்க முடிந்தது. கைகால்களின் தோல் உறிந்து தடயங்களும் கொப்புளமாக வெடித்துக் காய்ந்த அடையாளங்களையும் பார்க்க முடிந்தது. சொறிந்து சொறிந்து புண்ணாகிக் கிடந்தன கைகால்கள். ஏதோ ஒரு முகாமில் வேலை செய்த பலருக்கு இந்தச் சிரங்கு பூச்சிக்கடியாலோ, அசுத்த நீராலோ தொற்றிப் பரவியதாய்ச் சொன்னாரகள். கைகால்களை இழந்து என ஊனமாகிப் போனவர்களும் இருந்தார்கள்.

தேனப்பன் கண்களில் திடீரென ஒரு முகம் மின்னல் கீற்றென தொட்டு விடுகிறது. பீட்டர்! தாடிக்குள் மறைந்திருக்கிறது அந்த முகம். கன்னங்கள் ஒட்டிக் கண்களை உள்ளிழுத்த முகம். இருபது வயதைக் கூட்டிக் காட்டும் தோற்றம்.

“பீட்டர் அண்ணே!, பீட்டர் அண்ணே!...” ஒடிந்த தேகம் ஓலத்துடன் ஓடியது. மனத்துள் சொல்லொண்ணா பரபரப்பு மேலோங்கியது.

சுதாரித்துக் கொண்ட பீட்டர் தேனப்பனை அடையாளம் கண்டதும் கட்டியணைத்துக் கொள்கிறார். தன்னை அப்பிருந்த சோகம் ஓர் இழை கரைந்து விடுகிறது.

தன் தோட்டத்து சனத்தில் தேனப்பன் ஒருவரையாவது பார்த்துவிட்ட ஆனந்தம். தேனப்பன் கண்களைத் துடைத்துக் கொண்டே ஜோசப்பின் கைகளைப் பற்றியவாறு ஜோசப்பைக்

கூர்ந்து பார்க்கிறார். தேனப்பனின் விழிகளில் வியப்பும் அதிர்ச்சியும் மேலிடுகிறது. பீட்டர் ஜோசப்புக்கு நேர்ந்ததைச் சொல்லி முடிக்கும் முன்னரே தேனப்பனின் கண்களில் மீண்டும் ஈரம் கசிகின்றது.

மழை பெய்கிறது. வெறும் மழை. ரயில் சன்னல்களின் கண்ணாடியில் மழைத்தாரைகள் ஒழுகி காற்றின் விசைக்கேற்ப எண்ணற்ற கோடுகளைக் கிழித்துத் தன் திசையை நிர்ணயித்துக் கொள்கின்றன. பச்சைவெளிமேல் துளிகள் பட்டு அசைந்தாடுகின்றன. சாலைகள் தந்திக் கம்பங்கள் வாகனங்கள் பின்வாங்கிக் கொண்டே இருக்கின்றன. காஞ்சானபுரியைத் தாண்டி பாடாங் பெசார், அதனையடுத்து அலோர்ஸ்டார், பின்னர் தங்கள் இருப்பிடம் என அவர்கள் விட்டு வந்த இருப்பிடம் கண்முன்னால் காட்சியாக விரிகின்றன. பயணத்தினூடே கனவுகள் பெரு மரங்களாக வளர்ந்து மலர்ந்த வண்ணமிருக்கின்றன. மண் மணம் வந்துவந்து மோதிச் செல்கிறது. மனம் வெட்டுக்கிளிபோல முன்னால் தாவிச் சென்றுகொண்டே இருக்கிறது.

ஊரின் நிலை என்னவென்று புரியாத புதிர் எல்லோர் மனதிலும் மர்மத்தைப் போர்த்தியிருந்தது. பேச்சரவம் அற்றுப்போன இரயில் பெட்டிகளில், ரன்னலில் தலைசாய்த்துச் சிந்தனையில் மூழ்கியிருந்தவர்களுள் கிட்டதட்ட ஒன்றரை ஆண்டு வாழ்க்கையும் ஒட்டுமொத்தமாகக் கண்ணின் முன்னால் காட்சித்திரையில் வந்துபோனது. வரலாறு சிதறடித்த வாழ்க்கையின் எச்சங்களோடு பயணிக்கிறார்கள்

வெவ்வேறு பெட்டிகளில் வெவ்வேறு முகாம்களைச் சார்ந்த வெவ்வேறு சனம். ஆனால் எல்லோருக்குள்ளும் ஒரே உணர்வு!

ரயில் மெதுவாக ஓடுவதாய்...

ௐ முற்றும் ௐ